AF517721

अभिप्राय

या पुस्तकात विस्तृत आकडेवारी देत शौरी यांनी जी माहिती दिली आहे ती वाचून धक्का बसल्याखेरीज राहत नाही. पुरोगामित्व, धर्मनिरपेक्षता यावर केवळ आपलीच मक्तेदारी आहे, अशा तोऱ्यात वावरणारी मंडळी कोंडीत सापडली की कशी वागतात, सत्य स्वीकारण्याची त्यांची तयारी कशी नसते, त्यांचा कांगावखोरपणा कसा उफाळून येतो याचे उत्तम वर्णन काही प्रकरणांत आहे.

पुरोगामित्वाचा टेंभा मिरविणाऱ्या मंडळींचा बुरखा शौरी यांनी या पुस्तकाद्वारे अक्षरशः फाडला आहे. आपल्या इतिहासाविषयी आस्था असणाऱ्या प्रत्येकाने अवश्य वाचावे असे हे पुस्तक आहे. डाव्या नामवंत इतिहासकारांची सत्याकडे कानाडोळा करण्याची जी मनोवृत्ती आहे त्याचे यथार्थ दर्शन घडवते.

सामना, २१ ऑक्टोबर २००१

ख्यातनाम इतिहासकार

त्यांची विचारसरणी, त्यांच्या करामती आणि ठकबाजी

लेखक

अरुण शौरी

अनुवाद

सुधा नरवणे

मेहता पब्लिशिंग हाऊस

Please contact us at **Mehta Publishing House,** Pune 411030.
✆ +91 020-24476924 / 24460313 / Mob. No. 9545000513
Email : production@mehtapublishinghouse.com
Website : www.mehtapublishinghouse.com

◆ *या पुस्तकातील लेखकाची मते, घटना, वर्णने ही त्या लेखकाची असून त्याच्याशी प्रकाशक सहमत असतीलच असे नाही.*

EMINENT HISTORIANS by ARUN SHOURIE

Translated into Marathi Language by Sudha Narvane

ख्यातनाम इतिहासकार / वैचारिक

अनुवाद : सुधा नरवणे

Email : author@mehtapublishinghouse.com

मराठी अनुवादाचे आणि प्रकाशनाचे हक्क मेहता पब्लिशिंग हाऊस, पुणे.

प्रकाशक : सुनील अनिल मेहता, मेहता पब्लिशिंग हाऊस,
१९४१ सदाशिव पेठ, माडीवाले कॉलनी, पुणे ४११०३०.

अक्षरजुळणी : इफेक्ट्स, २१/६ब, आयडिअल कॉलनी, कोथरूड, पुणे.

मुद्रक : ट्रिनिटी ॲकॅडमी फॉर कॉर्पोरेट ट्रेनिंग लिमिटेड

मुखपृष्ठ : मेहता पब्लिशिंग हाऊस

प्रकाशनकाल : मार्च, २००१ / पुनर्मुद्रण : मार्च, २०१७

किंमत : ₹ २५०

P Book ISBN 9788177661385
E Book ISBN 9789386454300
E Books available on : amazonkindle Apple Books Google Play Books

---

सहा लाख पंच्याहत्तर हजार रुपये तुम्हांला देण्यात आल्यावर त्याबद्दल काहीही सादर न करता तुम्ही निघून जाऊ शकता का?

नामवंत इतिहासकार असे करू शकतात. Economic History या विषयावरील लेखनाचे सहा खंड तयार करण्याचे आश्वासन देऊन, त्यासाठी एका सरकारी संस्थेकडून भरभक्कम रक्कम मिळवून, नंतर काहीच तयार झालेले दाखवायचे नाही, असे तुम्ही करू शकता का? हा संपूर्ण प्रकल्पच कागदोपत्रांतून गहाळ करणे तुम्हांला जमेल का? एवढेच नव्हे, तर नंतर त्याच संस्थेकडून आणखी १९ लाख रु. चे अनुदान, १७ खंडांची निर्मिती करण्यासाठी मिळवून पुन: काहीही निष्पन्न न करणे हे जमेल का? राष्ट्रीय चळवळीच्या लेखनाचे १९ खंड तयार करण्याची जबाबदारी घेऊन, त्यासाठी पैसे मिळवून, नंतर ३ खंड तयार करून उरलेल्या खंडांबाबत मंत्रालयाकडून त्यावर पांघरूण घालण्याची करामत तुम्ही करू शकाल काय? नामवंत इतिहासकार हे सर्व काही करू शकतात. शिलालेखांचा कोश तयार करण्याचे काम स्वीकारून सहायकांच्या नेमणुका, प्रवास, परिषदा व परिसंवाद, इत्यादींसाठी ११ वर्षे आणि ४ लाख रुपये खर्च करून शून्य फलनिष्पत्ती दाखवणे तुम्हांला जमेल का? आणि मग असा पाताळयंत्रीपणा करायचा, की ज्या अधिकारिणीने याबाबत तुम्हांला फैलावर घ्यायला हवे, तीच तुमच्याकडे मदतीची याचना करते, हे तुम्हांला जमेल का? नामवंत इतिहासकारांना हे सुद्धा जमते. पाच वर्षांत पूर्ण होण्यासारख्या प्रकल्पासाठी २७ वर्षे लावायची, ज्यासाठी काही लाख रुपये राखून ठेवले होते, त्याकरता सरकारला सुमारे २ कोटी रुपयांच्या खर्चात टाकायचे, आणि प्रथम दिलेल्या आश्वासनानुसार बारा खंडांच्या निर्मितीऐवजी एक-दोन खंड तरी तयार होण्याची सरकारला व जनतेला प्रतीक्षा करायला लावणे तुम्हांआम्हांला जमेल का? पण नामवंत इतिहासकारांना ते जमते.

एका प्रथितयश अभ्यासकाचे लेखनचौर्य करून, स्वत:ला पीएच्.डी. पदवी मिळवायची, अन्य काही ख्यातनाम इतिहासकारांच्या मार्गदर्शनाबद्दल त्यांचे आभार मानायचे, लेखनचौर्य करून लिहिलेले पुस्तक राष्ट्रपतींना सादर करतानाचा स्वत:चा फोटो आपल्या कार्यालयात ठेवायचा, हे सर्व तुम्हांला जमेल का? नामवंत इतिहासकारांना ते जमते.

काही दशके तुम्ही स्वत:च जे करता, म्हणजे इतिहासाचे हेतूपूर्वक लेखन... त्याचा आरोप इतरांवर करून गदारोळ माजवणे तुम्हांला शक्य होईल का? पुरावा असो, की नसो, ज्याला जनसामान्यांच्या हिताचा काळ म्हणता येईल, तो इस्लामपूर्व कालखंड असंतुष्टता, असमानता, अवहेलना, इत्यादींनी युक्त असा होता. ज्याचे शोषण हेच वैशिष्ट्य होते, असे वर्णन तुम्ही करू शकाल काय? विशेषत: ज्या कालखंडातील घटना, व्यक्ती, संस्थांसंबंधी जनसामान्यांना अभिमान वाटत असे, त्याच कालखंडावर तुम्ही चिखलफेक करू शकाल काय? आणि नंतर ज्या कालखंडाविरूद्ध ढीगभर पुरावे मौजूद असताना त्या इस्लामी कालखंडाचे, सुसंवादी, संमिश्र संस्कृतीला बहर असे वर्णन करून उदारमतवादीत्व हे त्याचे वैशिष्ट्य होते, असे म्हणाल काय? नामवंत इतिहासकार असे म्हणू शकतात.

त्या धर्मातील पवित्र ग्रंथाची शिकवण, प्रेषिताचा दृष्टिकोन, त्या धर्मातील अत्यंत आदरणीय समकालीनांची मते तुम्ही दडपून टाकू शकाल काय? आणि हे सर्व पुसून टाकून, त्या ग्रंथातील व अधिकाऱ्यांच्या भूमिकेला बळी गेलेले लोकच जबाबदार होते, असे म्हणाल काय?

उघड दिसून येणाऱ्या निखळ सत्याचा विपर्यास दोन पिढ्यांच्या गळी उतरवणे आणि त्यांनी त्या सत्याचा कधीच शोध घ्यायचा नाही, असे तुम्ही करून ठेवाल काय? नामवंत इतिहासकारांनी हे करून ठेवले आहे.

एका परदेशी, एकसत्ता असलेल्या पक्षाच्या कोसळलेल्या राजसत्तेची विचारसरणी वर्षानुवर्ष जनतेच्या माथी मारून ती मूलत: आपलीच दीर्घ व्यासंगातून तयार झाली आहे, असे तुम्ही दाखवू शकाल काय? ही प्रयुक्ती इतक्या खात्रीलायक तऱ्हेने उपयोगात आणायची, की कुणी तुम्हांला आव्हान दिल्यास त्याच्यावर प्रतिगामी, मूलतत्त्ववादित्वाचा शिक्का मारायचा, हे तुम्ही करू शकाल काय?

तुमची 'खाण्याची व ओकण्याची' क्रिया म्हणजे स्वतंत्रतेचा किंबहुना बंडखोरीचा आविष्कार आहे, यावर लोकांचा विश्वास बसेल, असे तुम्ही कराल काय? नामवंत इतिहासकार तसे करतात.

या पुस्तकात त्यांच्या करामती उघड करून दाखवल्या आहेत. त्यांचे संस्था ताब्यात घेण्याचे, भाषणे करण्याचे तंत्र, आणि भ्रष्टाचार या पुस्तकात उघडकीला आणला आहे.

त्यांच्या खोटेपणामुळे सरकारी संस्था व धोरणांवर कसे घातक परिणाम झाले, हे या पुस्तकाद्वारे जनतेपुढे येते आणि आता काय केले पाहिजे, याचेही विवेचन यात आहे.

सद्य:स्थितीत, देशाला अधिक सामर्थ्यवान बनवण्यासाठी हे अत्यावश्यक आहे.

प्रस्तावना

१९९८ च्या जून-जुलै महिन्यात पुरोगामी मंडळींनी एकच गदारोळ उडवला. त्यांचे म्हणणे असे होते की, 'नवी दिल्ली येथील भारतीय-इतिहास-संशोधन अनुसंधान या संस्थेत सरकारने राममंदिर-समर्थकांचाच भरणा करून ठेवला आहे.' त्यामुळे या संस्थेच्या ध्येयधोरणांचे रूप खोडसाळपणे बदलले गेले आहे, असा आरडाओरडाही त्यांनी केला.

काहीतरी संगनमत झाले असल्याची फुसकुली सोडून त्यांनी आपल्या नेहमीच्या सवयीनुसार एक गडबड उडवून दिली.

त्यांची आणखीही एक सवय आहे. ती म्हणजे ते स्वत: गेली अनेक शतके जे खरोखरीच करीत आले आहेत, त्याचाच आरोप दुसऱ्यांवर करणे, त्याला धरूनच त्यांनी 'हेतुपूर्वक इतिहास लिहिला गेल्याचा' आरोप केला.

या प्रक्षोभक आरोपामुळे मला याबाबत अधिक तपशिलात जाऊन अभ्यास करावासा वाटला. भारतीय-इतिहास-संशोधन अनुसंधानावर असा आरोप त्यांना का करावासा वाटला, याचा शोध घेण्यास मी प्रवृत्त झालो आणि त्यांनी लिहिलेली पाठ्यपुस्तके वाचून पाहावीत, असे मला वाटले.

हे करीत असताना अनेक गैरप्रकार दिसून आले. कोट्यवधी रुपयांचा हातोहात भ्रष्टाचार झाल्याचे ऐकण्याची आपल्याला इतकी सवय झाली आहे, की या पुस्तकात उल्लेख असलेल्या भ्रष्टाचाराच्या रकमा म्हणजे खिसेकापूंनी डल्ला मारलेल्या चिल्लर रकमांपेक्षाही कमीच वाटतील. काही अंशी हे असे आहे, कारण आपण ढिसाळपणे वागत आहो. तथापि, या ख्यातनाम इतिहासकारांनी जे पापकृत्य केले आहे, ते पैशाचे नसून, दुसऱ्या स्वरूपाचे आहे. त्यांनी संस्थांच्या प्रतिष्ठेचे अवमूलन केले आहे. त्यांनी केलेल्या हयगयीमुळे नुकसान झाले. त्यामुळे देशहिताच्या दृष्टीने जे प्रकल्प महत्त्वाचे होते, ते मरगळले आहेत. त्याहीपेक्षा या संस्थांचा त्यांनी जो उपयोग करून घेतला, तो अधिकच गर्ह्य आहे.

या संस्थांचा उपयोग त्यांनी स्वत:च्या सुखचैनीसाठी करून घेतला आणि अर्थातच एकमेकांची कीर्ती वाढवून घेण्यासाठीही केला. परंतु या सर्वांपेक्षा अत्यंत

गर्हणीय बाब ही आहे की, या संस्थांवर आपले नियंत्रण ठेवून, त्यांनी जनतेचा बुद्धिभेद केला व जनमताला चुकीची दिशा दाखवली.

हिंदुस्थान म्हणजे एक उजाड माळरान होते आणि नंतर एकामागून एक आक्रमणे झाली, अशी समजूत त्यांनी करून दिली आहे. त्यांनी सध्याचा भारत देश आणि त्याहीपेक्षा हिंदुत्व म्हणजे एक प्राणिसंग्रहालय, जेथे निवडक विषम तऱ्हेचे नमुने आहेत, असेही म्हटले आहे. एकंदरीत त्यांची विचारसरणी ही अशी आहे : 'हिंदुस्थान असा काही खरा भूभाग नाहीच. उगीच भौगोलिक दृष्ट्या ब्रिटिशांनी बनवलेला भाग आहे. हिंदुत्व हाही प्रकार खऱ्या अर्थाने अस्तित्वात नाहीच. अरब या भागात आल्यावर त्यांना जो विविध तऱ्हेचा मानवसमूह दिसला, त्याला त्यांनी हे नाव दिले. या समूहाला एकरूपता मिळावी, म्हणून जातीयवाद्यांनी लावलेला हा शोध आहे. असा पवित्रा घेऊन या इतिहासकारांनी आपल्या इतिहासातील हिंदू पर्व काळ्या रंगाने चितारले आहे आणि इस्लाम-कालखंड धवल रंगाने दाखवला. हे आता विवेचनाच्या ओघात येईलच. प्राचीन हिंदुस्थानातील सामाजिक चौकट म्हणजे जुलूम-जबरदस्तीचा परिपाक आणि एकपक्षीय विचारसरणी म्हणजे समतावादी व न्याय्य, असे प्रतिपादन केले आहे.

त्यांनी आपल्या प्राचीन संस्कृतीला कमी लेखले आहे. त्या काळी प्रचलित असलेल्या काही बाबी कालौघात तशाच राहिल्या. त्याबाबत अतिशयोक्तिपूर्ण लिहून या तज्ज्ञांनी त्या बाबी म्हणजेच पूर्ण संस्कृती असा दावा केला; आणि या संस्कृतीचे 'संमिश्र संस्कृती' असे नामाभिधान केले. कोणती संस्कृती तशी नसते? आपल्या लोकांच्या जीवनांतील समान गाभ्यासंबंधीची सत्यता लपवण्याची मात्र त्यांनी सतत दक्षता घेतली आहे. इस्लामी सत्ताधाऱ्यांनी हिंदूंना नष्ट करण्याचे हजारो वर्षे जोरदार प्रयत्न करूनही हिंदू तग धरून राहिले; गेली दीडदोनशे वर्षे मिशनऱ्यांनीही धर्मांतराचे अविरत प्रयत्न करूनही हिंदू आपले अस्तित्व टिकवू शकले; ब्रिटिश सत्ताधाऱ्यांनीही हिंदूंना आपली वैशिष्ट्ये विसरायला लावण्याचे प्रयत्न केले, तरीही त्यांनी आपली एकात्मता टिकवून धरली. एवढेच नव्हे, तर हिंदू समाजाच्या प्रत्येक घटकाने आपले 'अस्तित्व' जपण्याचा कसोशीने प्रयत्न केला.

हिंदू समाजातील घटकांची वैशिष्ट्ये एकमेकांपासून अलग होती, तरीही त्यांनी एकात्मता साधली. सर्वांत महत्त्वाचे म्हणजे, या बुद्धिमंतांनी व त्यांच्या समविचारी लोकांनी 'तबलिगी जमात' आणि ख्रिस्ती चर्च यांच्या उबग येणाऱ्या धर्मप्रसाराच्या कारवायांपासून सर्वसामान्य जनतेचे लक्ष दुसरीकडे वळवले. या परधर्मीयांनी आपल्याजवळच्या अमाप साधनसामग्रीचा धर्मप्रसारासाठी उपयोग करून आपल्या लोकांनाही त्यांच्या हिंदू बांधवांपासून तोडण्याचा प्रयत्न केला.

या बुद्धिमंतांनी आणि त्यांच्या समर्थकांनी पाताळयंत्रीपणाने विचारांची अशी

उलटापालट केली आहे की, हिंदूंचा सर्वसमावेशक, अनेक तत्त्ववादी आध्यात्मिक धर्म म्हणजे असहिष्णू, संकुचित आणि गूढ, तर इस्लाम, ख्रिस्ती आणि मार्क्सवादी–लेनिनवादी विचारसरणी म्हणजे मूर्तिमंत सहिष्णुता, उदारमतवादी, लोकशाहीवादी व सर्वधर्मसमवादी! प्रत्यक्षात यांचेच धर्म आणि विचारसरणी दुसऱ्यांना सामावून न घेणाऱ्या, एकपक्षीय आणि ईश्वरप्रणीत समजणाऱ्या आहेत.

त्यांचा सर्वांत मोठा गुन्हा हा आहे. त्यात त्यांनी थोडी चलाखीही दाखवली. उदाहरणार्थ, वादग्रस्त अयोध्या-प्रकरणाच्या काळात बाबरी-मशीद-कृती-समितीच्या धोरणाला अनुकूल अशी प्रसिद्धिपत्रके दर आठ-दहा दिवसांनी वृत्तपत्रांत येत. कधी त्या पत्रकांवर 'ख्यातनाम इतिहासकारांची' नावे असत, तर दुसऱ्या एखाद्या पत्रकावर 'नामांकित समाजशास्त्रज्ञां'च्या सह्या असत आणि पाठोपाठच एखाद्या आठवड्यात 'अग्रेसर बुद्धिवंतां'च्या सह्या असत! तथापि, या सर्व व्यक्ती त्याच त्याच असत. एका निवेदनात ६, दुसऱ्या वेळी ८, आणि एकदा जास्तीत जास्त जास्त ४२ नावे होती! पण त्यांनी केवढा गदारोळ माजवला आणि केवढा बेबनाव घडवून आणला!

ते लोक असे करू शकले, याची कारणे अनेक होती. त्यांच्या पाठ्यपुस्तकांतील मार्क्सवादी विचारसरणीची पोपटपंची त्या वेळच्या वातावरणाला अनुकूल होती. त्यांच्यासारखी मंडळी विद्यापीठे, पत्रकारिता अशा क्षेत्रांत महत्त्वाच्या पदावर होती. सत्ताधाऱ्यांनी मते मिळवण्यावर डोळा ठेवून पुरोगामीपणाचे कातडे पांघरण्याची युक्ती वापरली. पुरोगामीपणावर फक्त आपलाच हक्क आहे, असे मानणाऱ्यांना सत्ताधाऱ्यांनी जवळ केले व त्यांचा उपयोग करून घेतला.

सर्वांत महत्त्वाचे म्हणजे, सर्व संस्थांवर स्वत:चे नियंत्रण ठेवणे त्यांना शक्य झाल्याने ते अशा तऱ्हेच्या लबाड्या करू शकले.

आता काळ बदलला आहे. कालचा कडवा पुरोगामी आज विचारशून्य रूढिप्रिय ठरला आहे.

सत्ताधाऱ्यांच्या गरजा बदलल्या आहेत. बँकांचे राष्ट्रीयीकरण आणि पुरोगाम्यांनी दिलेली प्रमाणपत्रे डोळ्यांपुढे फडकावून कोण जनतेला फसवू शकेल?

ज्या तत्त्वप्रणालीत पुरोगामी मंडळी मश्गूल झाली होती, त्या प्रणालीला काहीही पाया नव्हता, हे काही दशकांपूर्वीच सिद्ध झाले आहे. त्या वेळी याकडे कोणी लक्ष दिले नाही. पण आज कोणीही तिचा धावा करीत नाही! ती आचरणात आणून दाखवणे हीच तिची गुणवत्ता– कसोटी ठरेल, असे स्वत: पुरोगामी लोकच म्हणत आणि नेमकी याच कसोटीला ती तत्त्वे उतरू शकली नाहीत. त्यांचा युक्तिवाद असा होता की, 'त्यांत काही कमतरता असेल, काही अनुभवजन्य पुरावे असतील, तरी एकच बाब महत्त्वाची आहे, ती म्हणजे, ही तत्त्वप्रणाली रशिया व चीनमध्ये चांगल्या तऱ्हेने कामी आली.' या देशांमधील जी सत्य परिस्थिती त्यांना

चांगली वाटली, तेवढीच त्यांनी ग्राह्य मानली. ह्या युक्तिवादापुढे काही उत्तरच नव्हते. पण आज याच युक्तिवादाचा नेमका उलट परिणाम दिसून येत आहे.

त्यासाठी तुम्ही कोणतीही तर्कशुद्ध सुसंगती दाखवा, कोणतेही अनुभवाचे बोल ऐकवा, एक गोष्ट नितान्त सत्य आहे, ती म्हणजे, या तत्त्वप्रणालीला निखालस अपयश आले!

आता विचारप्रवाह बदलत आहेत, सत्ताधाऱ्यांचा पाठिंबा कापरासारखा उडून जात आहे. आपले 'पवित्र धर्मग्रंथ' ते आता 'मक्के'मधून नाकारत आहेत.

सरकारी संस्थांवर मात्र अजूनही त्यांचे वर्चस्व आहे. हे घालवण्याचे दुहेरी उपाय आहेत. आणखी काही अशा अनेक संस्था उभारणे; यासाठी कायद्यांमध्ये काही बदल करणे, न्यास उभारून ते चालवण्यासाठी थोडेबहुत प्रोत्साहन देणे आणि इतरांवर विश्वास ठेवणे, सरकारी सेवेत नसलेले लोकही देशहितासाठी काम करण्यास उत्सुक आहेत, अशी भावना असणे, एवढेच आपल्याला पुरे आहे.

दुसरे म्हणजे, या पुस्तकात ज्या मातब्बर संस्थांची आलोचना केली आहे, त्यांवरचे नियंत्रण कमी करणे. यासाठी एकाच बाबीची गरज आहे. ती म्हणजे, या संस्थांची संबंधित लोकांनी कशी अवस्था करून ठेवली आहे, याची माहिती लिहून ठेवणे.

अनुक्रमणिका

ते इतिहासकार

१
विशिष्ट प्रकारचे असत्य

'बुद्धिप्रामाण्य विरुद्ध राष्ट्रीयता' (Rational Vs. National) अशा शीर्षकाची बातमी धर्मनिरपेक्षतेचे पाईक असलेल्या 'आऊटलुक' वृत्तपत्राने ठळकपणे छापली. तीत म्हटले होते की, ''या वृत्तपत्राला नव्याने मिळालेल्या पुराव्यावरून असे दिसून येते की, The Indian Council of Historical Research या संस्थेत विशिष्ट विचारांविषयी आस्था बाळगणाऱ्या लोकांचा भरणा आहे. एवढेच नव्हे तर संस्थेच्या उद्दिष्टांसंबंधी एक नवा ठराव करण्यात आला आहे. संस्थेच्या उद्देशपत्राला संसदेच्या कायद्यानुसार मिळालेल्या मान्यतापत्रांतील काही महत्त्वाच्या शब्दात बदल करण्यात आले आहेत. मूळ उद्देशपत्रात ICHR चे ध्येय असे मांडण्यात आले होते. ''इतिहासविषयक संशोधनाला 'बुद्धिनिष्ठ' दिशा देणे व 'वस्तुनिष्ठ, शास्त्रशुद्ध इतिहासलेखनाला प्रोत्साहन देणे.'' 'गॅझेट ऑफ इंडिया'मध्ये समावेश करण्यात येणाऱ्या या ठरावात म्हटले आहे की, 'ICHR हा संस्था आता वस्तुनिष्ठ आणि राष्ट्रीय इतिहासलेखनाला 'राष्ट्रीय' दिशा देण्याचा प्रयत्न करेल. म्हणजेच 'बुद्धिनिष्ठ' (Rational) शब्द बदलून राष्ट्रीय (National) असा बदल करण्यात आला आणि 'शास्त्रशुद्ध' (Scientific) या शब्दाऐवजी 'राष्ट्रीय' (National) असा शब्द घातला...

पुरोगामीत्वाचे जुने पाईक असलेल्या 'हिंदू' वृत्तपत्राने दवंडी पिटली की, ''हे म्हणजे इतिहासात ढवळाढवळ करणे आहे.'' (जुन्या जमान्यातील संघ परिवार इतिहासाचे पुनर्लेखन करून पाहत आहे.) या कुशंकांना निश्चितच काही निर्णयांचा आधार आहे. ICHR ही संस्था ज्या मंत्रालयाच्या अखत्यारीत आहे, त्या मानव-संसाधन-विकास मंत्रालयाने नवे पदाधिकारी नियुक्त करणाऱ्या ठरावात संस्थेच्या उद्दिष्टपत्रात एक दुरूस्ती केली आहे. 'देशाच्या राष्ट्रीय आणि सांस्कृतिक वारशाची अधिकृत माहिती देशबांधवांना देऊन त्यांच्या ठायी देशाभिमानाची भावना बाणवण्याचा हेतू बाळगून, वस्तुनिष्ठ आणि शास्त्रशुद्ध इतिहास लिहिणे 'हा' संस्था उभारणीचा मूळ हेतू असताना नव्या सरकारने असा फतवा काढला की, ICHR ही संस्था इतिहासाचा अन्वय, वस्तुनिष्ठ आणि राष्ट्रीय प्रकाराने लावताना त्याला 'राष्ट्रीय

दिशाही देईल.' ही दुरुस्ती म्हणजे केवळ 'उगम आणि विकास' एवढंच फक्त नाही. उलट यातून भाजपप्रणीत सरकारचा इतिहासाचे पुनर्लेखन करण्याचा हेतू स्पष्टपणे दिसून येतो...''

मार्क्सवादी कम्युनिस्ट पक्षाचे मुखपत्र असलेल्या 'पीपल्स् डेमाक्रसी'च्या पुढच्याच अंकात हे संपादकीय पुनर्मुद्रित करण्यात आले! तसेच त्याच अंकात एका गटाचे म्होरके श्री. के. एन्. पणीक्कर यांचाही 'इतिहासविषयक संशोधनाला केशरी रंग' (Saffronisation) या शीर्षकाचा लेख छापला. Rational या शब्दाऐवजी National शब्द वापरण्याची फिरवाफिरव झाली आहे या आरोपाचा श्री. पणीक्कर यांनी पुनरुच्चार करून पुढे म्हटले की, ''ICHR संस्थेच्या उद्देशपत्रात ५ उद्दिष्टे नमूद असताना केशरी रंगधारी ब्रिगेडने फक्त दोन उद्दिष्टांचा उल्लेख केला आहे.''

अशा तऱ्हेने या आरोपाला तीन प्रकारचे 'पुरावे' लाभले : ICHR चे उद्देशपत्र बदलण्यात आले, संस्थेच्या नव्या पदाधिकाऱ्यांची नावे जाहीर करणाऱ्या ठरावात Rational शब्दाऐवजी खोडसाळपणाने National शब्द घुसडण्यात आला आणि तिसरा पुरावा म्हणजे मूळ उद्दिष्टपत्रात ५ उद्दिष्टे नमूद असताना नव्या ठरावात त्यातील तीन उद्दिष्टे वगळण्यात आली.

या प्रकरणातील प्रमुख घटक म्हणजे मानव संसाधन विकास मंत्रालय आहे असे महत्त्वपूर्ण ज्ञान मला 'हिंदू' वृत्तपत्राकडून मिळाल्यानंतर मी त्या मंत्रालयातील सचिवाला फोन केला. मी विचारले, ''ICHR चा उद्देशपत्रात बदल करण्यात आला आहे काय?'' त्यांनी 'नाही' असे ठामपणे सांगितले.

मग मुद्दा आला नव्या सदस्यांची नावे जाहीर करणाऱ्या ठरावाचा. त्यासंबंधीचा आरोप आपल्याला आठवत असेलच. देशाचा इतिहास सादर करताना संस्थेचे विशिष्ट उद्दिष्ट विशद करताना Rational व National या शब्दांची फिरवाफिरव झाला असा आरोप होता.

मानव-संसाधन-विकास मंत्रालयाचे ६ ऑक्टोबर १९८७ चे निवेदन म्हणजे ११ वर्षांपूर्वीचे निवेदन माझ्यासमोर आहे. (क्रमांक F 30-28 / 86-u 3). यात भारत सरकारच्या ठरावातील मजकूर आहे. नव्या सदस्यांची नावे जाहीर करण्याबरोबरच श्री. ईरफान हबीब यांची ९ सप्टेंबर १९८६ पासून पूर्वलक्षी पद्धतीने प्रमुखपदी नियुक्त केल्याचेही म्हटले आहे. त्या संदर्भातील शब्द असे आहेत. ''... उद्दिष्टाला राष्ट्रीय दिशा देणे आणि इतिहासाचा अन्वय व सादरीकरण राष्ट्रीय (National) दृष्ट्या करणे...''

मानव-संसाधन-विकास मंत्रालयाचे आणखी एक निवेदन माझ्यासमोर आहे. १५ मे १९९१ (क्रमांक F- 30-13 / 89-u 3) च्या या निवेदनात नव्या सदस्यांची नावे जाहीर करण्याबरोबरच श्री. ईरफान हबीब यांची १२ मार्च १९९०

पासून पूर्वलक्षी पद्धतीने प्रमुखपदी पुन: नियुक्ती केल्याचे म्हटले आहे. याला अनुसरून अशा आशयाचाही मजकूर आहे की, "... इतिहासाचे राष्ट्रीय (National) सादरीकरण व अन्वय लावण्यासाठी व राष्ट्रीय दिशा देण्यासाठी..."

मी गृहीत धरलेल्या बाबींची पुन: शहानिशा करून घेण्याकरता मंत्रालयाच्या त्या निवेदनाच्या लगेच आधी केलेल्या निवेदनाचा शोध घेतला व मी ते मिळवले. त्यावर F - 30-3 / 94-u 3 असा क्रमांक असून दिनांक ८ सप्टेंबर १९९४ असा आहे. इतर निवेदनांप्रमाणेच यात सदस्यांची नियुक्त केलेल्या ठरावाचा मजकूर असून आणखी असे म्हटले आहे की, दुसरे एक तसलेच इतिहासकार श्री. रवींद्रकुमार यांची ८ सप्टेंबर १९९० पासून पूर्वलक्षी पद्धतीने ICHR च्या प्रमुखपदी नियुक्ती करण्यात येत आहे. यातही पूर्वीसारखाच असा मजकूर आहे. – "इतिहासाचे राष्ट्रीय (National) सादरीकरण व अन्वय लावण्यासाठी व राष्ट्रीय दिशा देण्यासाठी..."

मी माझ्या परीने स्वतंत्ररीत्या एवढेच मिळवू शकलो. मंत्रालयातील सचिवांना मी विनंती केली की, 'आधीच्या वर्षातील ठराव पाहण्याची ते कुणाला विनंती करू शकतील का आणि त्यात काही वेगळे आहे का हे पाहतील का? मला आढळलेला 'बदल' केव्हा केला गेला हे शोधण्यासाठी ते मला मदत करतील का?'

सचिवांनी पूर्वीचे १९७८ पासूनचे म्हणजे २० वर्षांपूर्वीचे ठराव शोधून दिले. प्रत्येक ठरावात अगदी तेच शब्द होते!

ते सचिव आणि त्यांच्या सहकाऱ्यांनी केलेल्या शोधाशोधीतून एक निष्पन्न झाले ते त्यांच्याच शब्दात सांगावयाचे म्हणजे "... हा गूढ प्रकार टायपिंगमधील चुकीमुळे झाला आहे..." वीसबावीस वर्षांपूर्वी कोणी एक टायपिस्ट आपला टाईपरायटर बडवीत असता त्याने 'Rational' च्या ऐवजी 'National' असे टाईप केले. नंतर जेव्हा केव्हा नंतरचे ठराव टायपिंग करायची वेळ आली तेव्हा त्या त्या वेळच्या टायपिस्टने वर्षानुवर्षे 'National' हाच शब्द टाईप केला. डाव्या विचारसरणीच्या लोकांना यात काही कावा असेलसे वाटले नाही. पण आता पहा, भा. ज. प. सरकार सत्तेवर आल्यावर त्यांना यात कपट दिसून आले. आणि ते उघडकीला आणणे म्हणजे त्यांच्याच शब्दात सांगायचे तर 'ही एक ऐतिहासिक गरज आहे.' हा एक वस्तुनिष्ठ इतिहास! हे एक पुरोगामी पद्धतीशास्त्र! मला वाटले : ते आता शर्लॉक होम्सचा पोषाख चढवणार आणि श्रीमती इंदिरा गांधी, श्री. राजीव गांधी, व्ही. पी. सिंग, नरसिंहराव या सर्वांच्या सरकारांनी रा. स्व. संघाशी हातमिळवणी केली होती व ते सर्वच या गंभीर कारस्थानात सामील होते असे सिद्ध करणार!

मग मी Editors Guild of India चे अध्यक्ष व Outlook वृत्तपत्राचे संपादक श्री. विनोद मेहता यांना फोन केला. ते म्हणाले, "पण, आमच्या वार्ताहराजवळ

ठरावाचा मजकूर व संबंधित सर्व काही आहे.'' माझ्या शोधात काय सापडले ते मी त्यांना सांगितले. त्यावर त्यांनी स्वत: तपास करून पुन: माझ्याशी संपर्क साधण्याचे आश्वासन दिले. आमचे पुन: बोलणे झाले तेव्हा ते म्हणाले, 'मी तुमच्याकडे ठरावाचा मजकूर पाठवला आहे.' तथापि तो अलीकडील होता. माझा मुद्दा असा होता की, 'Outlook वृत्तपत्राने ज्या 'बदला' वर आपली बातमी बनवून प्रसिद्ध केली तो बदल गेली २० वर्षे त्या ठरावाच्या मजकुरात होताच. मग श्री. मेहतांनी पुन: माझ्याशी संपर्क साधण्याचे आश्वासन दिले पण ते कधीच पाळले नाही. अन्य काही वृत्तपत्रांनीही याच तऱ्हेने बातमी छापली होती. त्या ज्येष्ठ पत्रकारांनाही मी त्यांच्या बातमीची सत्यता पडताळून पाहण्याची विनंती केली होती. त्यांनीही असेच आश्वासन दिले होते.

श्री. के. एन्. पणीक्करांनी केलेल्या आरोपांना असेच बदल कारणीभूत आहेत. तो आरोप म्हणजे संस्थेच्या ५ उद्दिष्टांपैकी शेवटी दोनच राहिली. ICHR मध्ये श्री. पणीक्कर यांची नियुक्ती केल्याचा १९९४ चा ठराव धरून इतर प्रत्येक ठरावात तीच वाक्ये असलेली आढळून येतील. हा ठराव कुणालाही २२ ऑक्टोबर १९९४ च्या Gazette of India मधील पृष्ठ ३४२ वर सापडेल. पूर्वी उल्लेखिलेली उद्दिष्टेच १९९८ च्या ठरावात निर्देशित केली आहेत! दुसरे म्हणजे रा. स्व. संघाच्या एखाद्या प्रकाशनात माझी मुलाखत आली की मी जातीयवादी आहे असे समजायचे. मात्र त्यांनी कम्युनिस्ट पक्षाच्या प्रकाशनात स्वत:च्या सहीनिशी लेख लिहिले तरी त्यांचे 'कौमार्य' मात्र अबाधित राहते. त्यांचा दुटप्पीपणा हा असा आहे.

असे खोटे-फसवे फेरबदल व असे आरोप करणे ही अशा विचारसरणीच्या लोकांची नेहमीचीच 'करामत' आहे. काहीतरी कटकारस्थान झाल्याचा आरोप तयार करणे हे त्यांचे नेहमीचे शस्त्र आहे. शिवाय त्यांचे एक जाळे आहे. ICHR संबंधीच्या त्याच त्याच हकिकती सत्य म्हणून एकामागून एका वृत्तपत्रात ठळकपणे छापून येत. ६ जूनच्या The Asian Age या वृत्तपत्रात म्हटले होते की, "ICHR ला मिळालेल्या नवचैतन्याचा रा. स्व. संघाकडे कल आहे." ८ जूनच्या Indian Express मध्ये म्हटले गेले की, "मानव-संसाधन-विकास मंत्रालयाने ICHR संस्थेला 'केशरी'पणा (रा. स्व. संघ) आणल्यामुळे इतिहासकारांकडून विश्वासघाताचा आरोप," ९ जूनच्या 'हिंदुस्थान टाईम्स'ची प्रतिक्रिया, "ICHR संस्थेतील नेमणुकात रा. स्व. संघाचे प्राबल्य असल्याची इतिहासकारांची भावना." जून १२ च्या 'हिंदू' वृत्तपत्राच्या संपादकीयात "इतिहासाची फिरवाफिरव" असा आरोप करण्यात आला. 'Outlook' वृत्तपत्राचा २२ जूनचा अंक १५ जूनला विक्रीला आला. वृत्तपत्रांच्या पहिल्या पानावर अशा तऱ्हेच्या बातम्या आल्यावर 'री' ओढणारे लोकही पुढे आले. २१ जूनच्या 'Peoples Democracy' च्या अंकात

‘‘इतिहास संशोधनाला केशरी रंग’’ (रा. स्व. संघाचा रंग) अशी ठळक बातमी आली.

'Outlook' आणि अन्य प्रकाशनांनी ज्या आरोपाची पुनरुक्ती केली. त्याचा अर्थ असा की, आता ICHR मध्ये ज्यांची नियुक्ती झाली आहे ते ‘राम-मंदिरा’चे समर्थक आहेत. म्हणजे सध्या बाबरी-मशीद ज्या जागी आहे तेथे मुळात राममंदिर होते या मताचे आहेत. ह्या आरोपात तथ्य आहे असे आपण क्षणभर मानू या. ज्यांची पुनर्नियुक्ती झाली नाही त्या सदस्यांचे काय मत आहे? ते बाबरी-मशीद कृती समितीचे प्रचारक आणि बुद्धिवंत मार्गदर्शक होते. श्री. चंद्रशेखर प्रधानमंत्री असताना सरकारने बोलावलेल्या बैठकीत या लोकांनी पुराव्याद्वारे या वादग्रस्त बाबीचा निकाल लावावा असे मत व्यक्त केले होते. श्री. चंद्रशेखर यांनी अशी बैठक आमंत्रित करून फारच महत्त्वपूर्ण पुढाकार घेतला आणि अशा वादग्रस्त मुद्यांचा पुराव्याद्वारेच निकाल लावून टाकणे इष्ट ठरेल असे ठरवले. प्रारंभींच्या बैठकांना डाव्या विचारसरणीचे हे ‘इतिहासकार’ उपस्थित राहिले होते. त्यांनी समितीच्या वतीने काही ‘कागदपत्रे’ सादर केली होती. नाना प्रकारच्या कागदपत्रांची ती एक चळत होती. त्यांची छाननी करता हे लगेचच लक्षात आले की, विश्व-हिंदू परिषदेने सादर केलेल्या वास्तुशास्त्रीय, ऐतिहासिक आणि वाङ्‌मयीन प्रचंड पुराव्यापेक्षा ते काहीच वेगळे नव्हते. खरे म्हणजे बाबरी-मशिदीच्या मार्गदर्शक समर्थकांनी जमवलेल्या कागदपत्रांमुळे विश्व-हिंदू परिषदेच्या युक्तिवादाला पुष्टीच मिळत होती. उभय पक्षांनी मिळवलेल्या पुराव्याची छाननी करण्यासाठी बोलावलेल्या बैठकीला हे ‘इतिहासकार’ कबूल करूनही उपस्थित राहिले नाहीत!

दोन्ही बाजूच्या लोकांना एकत्र आणून पुराव्याचा ऊहापोह तसेच चर्चा करून हा वाद मिटवण्यासाठी सरकारने घेतलेल्या पुढाकाराची ही अशी वासलात लागली. या ‘इतिहासकारां’नी अशा तऱ्हेचा पळपुटेपणा दाखवल्यामुळेच बाबरी मशीद उद्ध्वस्त करण्याच्या मार्गाला चालना मिळाली. गैरकृत्याचा रांजण भरण्याला हा शेवटचा खडा कारणीभूत ठरला– आता या प्रश्नासाठी पुरावा अथवा तर्कशुद्ध युक्तिवाद वगैरे करायला कोणीच तयार होईना.

हे ‘इतिहासकार’ बाबरी-मशीद कृती समितीचे सल्लागार होते एवढेच नव्हे तर चर्चेसाठी प्रतिनिधी होते. तरीही त्याच वेळी ते बाबरी-मशीद कृती समितीला पाठिंबा देणारी तऱ्हेतऱ्हेची निवेदने प्रसिद्ध करीत होते. मुख्य म्हणजे समितीची ‘केस’ त्यांनी स्वत:च तयार केली होती! ही त्यांची नेहमीची चतुराई आहे असे मला म्हणावेसे वाटते. एकमेकांचे ग्रंथ आणि प्रबंध उचलून धरणारांचे हे परस्पर प्रशंसा मंडळ असावेसे दिसते!

अयोध्या प्रश्नाचा विचार करणाऱ्या सुन्नी-वक्फ-मंडळाने न्यायालयाकडे हा वाद

नेला असून त्यात 'साक्षीदार' म्हणून नेमक्या याच 'इतिहास-तज्ञांची' नावे आहेत!

साक्षीदार क्रमांक ६३ : आर. एस. शर्मा;
साक्षीदार क्रमांक ६४ : सूरजभान;
साक्षीदार क्रमांक ६५ : डी. एन. झा;
साक्षीदार क्रमांक ६६ : रोमिला थापर;
साक्षीदार क्रमांक ६७ : अथर अली; (आता दिवंगत)
साक्षीदार क्रमांक ७० : ईर्फान हबीब;
साक्षीदार क्रमांक ७१ : शिरीन मूस्वी; अलिगढ मुस्लिम विद्यापीठाचे
साक्षीदार क्रमांक ७२ : बी. एन. पांडे; (आता दिवंगत)
साक्षीदार क्रमांक ७४ : आर. एल्. शुक्ल;
साक्षीदार क्रमांक ८२ : सुशील श्रीवास्तव;
साक्षीदार क्रमांक ९५ : के. एम. श्रीमाळी;
साक्षीदार क्रमांक ९६ : सुवीरा जयस्वाल;
साक्षीदार क्रमांक ९९ : सतीश चंद्र;
साक्षीदार क्रमांक १०१ : सुमीत सरकार;
साक्षीदार क्रमांक १०२ : ग्यानेंद्र पांडे;

अयोध्या प्रकरणातील त्यांची भूमिका केवळ देखाव्याची होती आणि त्यामुळे अखेर त्यांच्याच लोकांच्या हिताला बाधक ठरली. हा कंपू जवळ जवळ ५० वर्षे सत्य गोष्टी दडपून ठेवत होता व नवनवीन असत्य पसरवीत होता. आणि आज हेच लोक ICHR ने आपल्या भूतकाळाचे वस्तुनिष्ठ व बुद्धिनिष्ठ संशोधन करावे असे सांगण्याचा चिंतायुक्त आव आणीत आहेत! १९८९ मधील त्यांच्याच पश्चिम बंगालमधील सरकारने दिलेल्या मार्गदर्शक तत्त्वांचा त्यांच्या चिंतायुक्त भूमिकेशी कसा मेळ बसतो? Outlook वृत्तपत्रानेच म्हटले होते की, "मुस्लिम सत्तेविरूद्ध टीका केली जाऊ नये. मुस्लिम राज्यकर्ते आणि आक्रमकांनी मंदिरे उद्ध्वस्त केली असा उल्लेखही येता कामा नये." परंतु त्यांनी स्वतःच खोटेपणाने तयार केलेल्या बौद्ध विहाराच्या नाशाची घटना किंवा कधीच न घडलेल्या 'आर्यांच्या आक्रमणाची' घटना मात्र इतिहासात आलीच पाहिजे असा त्यांचा आग्रह... आणि या घटनांना कुणी आव्हान दिले तर त्या व्यक्ति मात्र जातीयवादी आणि फाजील देशाभिमानी! या लोकांनी ICHR सारख्या संस्था सर्वस्वी आपल्या ताब्यात घेतल्या हे तर निंद्यच होय पण शेवटी ते एक साधन ठरले. या 'इतिहासकारांचा' मोठा गुन्हा म्हणजे सर्वांनी मिळून सत्य दडपणे, 'असत्य प्रसृत करणे' हा आहे.

तथापि हे 'इतिहासकार' केवळ पक्षाभिमानी नाहीत तर सग्यासोयऱ्यांना हुद्याच्या जागा देणारे पक्षपातीही आहेत. यांच्यापैकी काही जणांनी अलिगढ मुस्लिम विद्यापीठांच्या

नेमणुकात केलेल्या पक्षपातासंबंधी काही वर्षांपूर्वी मी लिहून ठेवले होते. ICHR संस्थेत त्यांनी असेच प्रकार केले. सतत २५ वर्षे ICHR संस्थेत त्यांच्याच विचारसरणीच्या लोकांच्या नेमणुका होतात हे कसे? या संस्थेत चारदा रोमिला थापरची नियुक्ती होते याला काय म्हणायचे? ईरफान हबीब यांची नियुक्ती ५ वेळा? सतीशचंद्रांची चारदा तर एस. गोपाल यांची तीनदा हा काय प्रकार आहे? अध्यक्षपदासाठी देखील हे असेच झाले.

परंतु हे आपण फार पुढचे बोलत आहोत. Rational शब्दाऐवजी National शब्द त्यांच्याच करामतीमुळे वापरला गेल्याचे उघडकीला आल्यावर त्यांनी काय जबाब दिला? त्यांचे प्रवक्ते श्री. पणीक्करांनी लिहिले की, ''दिल्ली निवासी शौरी भा. ज. प. चे उत्तर प्रदेशातून निवडून आलेले संसदसदस्य आहेत. मी तसा नसल्याने मला मंत्रालयाकडून या बाबींची शहानिशा करून घेता येत नाही. शौरींनी लिहिलेल्या लेखाची सत्यता पडताळून पाहता येत नाही!''

हीही त्यांची एक युक्ति आहे. त्यांचा खोटेपणा पकडला गेल्यावर म्हणायचे की प्रतिपक्षाला अधिक सोयीसवलती आहेत! पुढे ते असेही म्हणतात की, ''जीवन संघर्षाला तोंड देणाऱ्या सामान्य माणसाला खरेखोटे शोधून काढणे शक्य नसते. म्हणून आम्ही म्हणतो तेच खरे.''

एकूण असा आहे त्यांचा युक्तिवाद!

◆

२
नामवंत नवे उद्योजक!

ICHR या संस्थेने हाती घेतलेल्या 'Towards Freedom' या प्रकल्पावर जवळजवळ दोन कोटी रुपये खर्च केले गेले परंतु त्यातून काहीही निष्पन्न झाले नाही असा आरोप मी एका लेखात केला होता. त्यावर 'ख्यातनाम इतिहासकार' श्री. के. एन. पणीक्कर यांची प्रतिक्रिया अशी– ''असा आरोप वारंवार केला जातो. 'टाईम्स ऑफ इंडिया' वृत्तपत्राने सुमारे एक वर्षापूर्वी ही बातमी पहिल्या पानावर छापली होती. त्यानंतर संबंधित इतिहासकारांनी या कामासाठी आपण ICHR कडून कोणत्याही प्रकारे पैसे घेतलेले नाहीत असे स्पष्टीकरण एका जाहीर निवेदनाद्वारे दिले होते व हे निवेदन अनेक वृत्तपत्रात प्रसिद्धीला दिले. पाच वर्षे त्यांनी केवळ मानद भूमिकेतून हे काम केले असेही त्यात म्हटले होते. मंत्रालयाकडून त्यांना (म्हणजे शौरींना) माहिती मिळते तेव्हा संपादकांनी काहीही पैसे घेतलेले नसतील तर शौरींनी जाहीर माफी मागावी अशी मी अपेक्षा करतो. परंतु त्यांच्या लेखाची बौद्धिक प्रामाणिकतेची व सुसंस्कृततेची पातळी पाहता ते तशी माफी मागतील असे मला वाटत नाही. शौरी व त्यांच्यासारख्या इतर व्यक्तींविरूद्ध बदनामीचा खटला भरण्याचा पर्याय मला प्रतिष्ठेला शोभण्याजोगा वाटत नाही. तथापि यात काय तथ्य आहे यासंबंधी मंत्रालयाने तरी एक जाहीर निवेदन करावे अशी माझी अपेक्षा आहे.''

कुणालाही वाटेल की किती परखड आणि निर्णायक वक्तव्य आहे हे! पुढे असे दिसून आले की १७ जुलै १९९८ रोजी राज्यसभेत विचारल्या गेलेल्या एका प्रश्नाला उत्तर देताना मंत्रालयातर्फे असे सांगण्यात आले की, डॉ. पी. एन. चोप्रा यांच्या पहिल्या ग्रंथानंतर प्रकल्पाचा फक्त एक भाग पूर्ण होऊन प्रकाशित करण्यात आला. १९४३-४४ या वर्षांतील इतिहासाचा आढावा घेणारा डॉ. पार्थसारथी गुप्ता यांचा ३ भागांचा हा ग्रंथ आहे. दुसऱ्या एका प्रश्नाला उत्तर देताना मंत्रालयाकडून सांगण्यात आले की, या ग्रंथाच्या प्रकाशनानंतर त्यांना सप्टेंबर १९७७ मध्ये २५ हजार रुपये मानधन देण्यात आले.

दुसऱ्या शब्दात सांगायचे म्हणजे अंगावर घेतलेले काम पूर्ण करणारे डॉ. पार्थसारथी गुप्ता हे एक संपादक होते. त्यासाठी त्यांना २५ हजार रुपये देण्यात

आले. अन्य संपादकांनी त्यांच्यावर टाकलेले काम पूर्ण केले नसल्याने त्यांना २५ हजार रुपये दिले नाहीत. त्यांचे ग्रंथ पूर्ण होऊन प्रकाशित झाल्यावर त्यांना ही रक्कम मिळेल. अशी परिस्थिती असताना आमचे मित्र विपर्यास करून म्हणतात की जणू हे लोक सामाजिक कार्य विनामूल्य करीत आहेत. आम्ही एक छदामही घेतलेला नाही!

त्यांनी काम पुरे केले नाही म्हणून त्यांना पैसे देण्यात आले नाहीत हा मुद्दा वेगळा, पण ही मंडळी सामाजिक कार्यकर्त्यांच्या भूमिकेतून हे काम करीत होती या त्यांच्या दाव्यावर आपण किती विश्वास ठेवायचा?

Towards Freedom Project खाली ग्रंथलेखन करण्याच्या बहाण्याने यांपैकी प्रत्येक व्यक्तीने अनेक वर्षे कर्मचारी वर्गाची सेवा व अन्य सुविधांचा फायदा घेतला. या कर्मचाऱ्यांवर आणि सुविधांवर सार्वजनिक पैशातून प्रचंड प्रमाणावर खर्च करण्यात आला. याचा हिशोब त्यांना विचारायचा नाही का?

या अभ्यासकांनी सेवक व संशोधन मदतनीसांकडून किती काम करून घेतले? त्यावर किती खर्च झाला? या विद्वानांवर सोपवलेले काम कुठवर आले आहे असे मी विचारले.

माझ्या या प्रश्नांना ICHR कडून १९८८/८९ ते १९९७/९८ या कालावधीबाबत खालील उत्तर देण्यात आले–

अभ्यासक	**संशोधन मदतनीस** *	**खर्च**
सुमित सरकार	१ + ५	रु. ४,५६,६१७
के. एन. पणीक्कर	१ + ६	रु. ४,८४,९७३
ग्यानेंद्र पांडे	१ + ५	रु. ३,१५,५२२
बिपनचंद्र	१ + ८	रु. १,१९,६९१
मुशिरुल हसन	१ + ११	रु. ७,३६,१५९
पार्थ एस. गुप्ता	१ + ५	रु. ४,४७,६२५
बिमल प्रसाद	२ + ६	रु. ४,७०,५६७
रवींद्र कुमार	१ + ६	रु. ४,३०,८२६
बासुदेव चतर्जी	१२	रु. १६,८८,४२६

(या स्तंभातील पहिला आकडा ICHR संस्थेच्या पगारी सेवकांचा आहे व दुसरा आकडा एकगठ्ठा वेतन दिल्या जाणाऱ्या संशोधन मदतनीसांचा आहे.)*

हे खर्चाचे आकडे त्यांच्या सूचनेवरूनच प्रत्येकाच्या नावापुढे लिहिण्यात आले.

याशिवाय श्री. पी. एन्. चोप्रा यांच्या संपादकीय कालावधीत रुपये ३७,१५,२०७ तसेच श्री. एस. गोपाल यांच्या संपादकीय कालावधीच्या पहिल्या सत्रात रुपये ७,८७,४८४ खर्च करण्यात आले. या सर्व खर्चाची एकूण बेरीज फक्त रुपये १७,२३,०९८ अशी झाली असता, या प्रकल्पावर आणखी १ कोटी रुपये खर्च करण्यात आले. हा खर्च देखील त्या नामवंत विद्वानांच्या सूचनांवरूनच झाला असण्याचा संभव आहे. तरीही या विद्धानांनी केवळ 'मानद' स्वरूपात काम केले यावर तुम्ही आम्ही विश्वास ठेवायचा आहे !

Towards Freedom Project या बाबत काही खेदजनक बाबी सांगणे उचित ठरेल. इतिहास-लेखन करताना काही गोष्टी अधिक महत्त्वाच्या होत्या त्याऐवजी देशाच्या दीर्घ स्वातंत्र्यसंग्राम काळात आपल्या नेत्यांच्या भावना कोणत्या होत्या व त्यांनी काय केले हे पुढील पिढ्यांना सांगितले गेले आहे. आणि ही जबाबदारी या नामवंतांनी कशा प्रकारे हाताळली हे पाहण्यासारखे आहे– जो प्रकल्प काही लाख रुपये खर्चून ५ वर्षांत पूर्ण करावयाचा होता तो २७ वर्षे रेंगाळला. १ कोटी व काही लाख रुपये त्यापायी खर्च झाले तरीही ते ग्रंथ अद्यापि पूर्ण झालेले नाहीत. हयगय करण्याची ही परिसीमा आहे. शिवाय त्या ग्रंथात काय लिहिले गेले असेल अन् काय गाळलेले असेल ते वेगळेच.

ही कहाणी म्हणजे संस्थेकरता सावधगिरीचा इशारा आहे – स्वातंत्र्य चळवळीचा इतिहास लिहिण्याचा प्रकल्प गैरमार्गाने पुढे नेण्याची आणि तो फसण्याची ही पहिलीच वेळ नाही.

डॉ. आर. सी. मुजुमदार यांच्या The Freedom Movement of India[1] या तीन खंडाच्या ग्रंथाच्या प्रस्तावनेत आणि परिशिष्टात त्यांनी मूळ प्रकल्पाबाबत काय झाले हे नमूद करून ठेवले आहे. त्यांच्या सूचनेवरूनच Indian Historical Reords कमिशनने १९४८ च्या फेब्रुवारी महिन्यात संमत केलेल्या एका ठरावात म्हटले आहे की, देशाच्या स्वातंत्र्यलढ्याचा इतिहास लिहिला गेला पाहिजे. मौलाना आझाद यांच्या नेतृत्वाखालील शिक्षण मंत्रालयाने पुढे काहीच हालचाल केली नाही नंतर त्यावेळचे राष्ट्रपती डॉ. राजेंद्रप्रसाद यांनी या प्रकरणाला कशी चालना दिली, संपादक मंडळ कसे उभारले गेले. मुजुमदारांना प्रकल्प संचालक कसे नेमले गेले. पहिला ग्रंथ कसा तयार झाला, संपादक मंडळाने त्याला कशी मान्यता दिली, हे सर्व ग्रंथ तयार होण्याच्या मार्गात आहेत असे एकीकडे सरकारने निवेदन केले व लगेच दुसऱ्या निवेदनात प्रसारित झालेल्या पहिल्या ग्रंथातील मजकुरासंबंधी मंडळात मतभेद असल्याचा आरोप कसा केला, अचानक मंडळ कसे बरखास्त झाले, मग हा प्रकल्प शिक्षण मंत्रालयाच्या आधीच्या सचिवांकडे कसा सुपूर्त केला, काही सदस्यांनी आपले रंग कसे पालटले... इत्यादी लक्षणीय घटना श्री. मुजुमदार यांनी

लिहिल्या आहेत.

परिणाम काय झाला? हाच की, असे ग्रंथ निर्माण झाले ज्याला वाचक नव्हते; आणि ग्रंथातला मजकूर त्यावेळच्या सत्ताधाऱ्यांची री ओढणारा...

त्याच्या उलट इंग्रजांनी Transfer of Power या घटनेच्या दस्तऐवजात त्यांची बाजू मांडली आहे. –आम्हाला हिंदुस्थानात राहण्याची इच्छा नव्हती. किंबहुना लौकरात लौकर निघून जायचे होते. देशाची फाळणी टाळण्याचे आम्ही शर्थीचे प्रयत्न केले, आम्ही सत्तांतर आपखुषीने केले. आमच्या हातून सत्ता हिसकावून घेण्याचा प्रकारच नव्हता. ... वगैरे वगैरे. या घटनेची भारताचीही बाजू होती. इंग्रजांविरुद्धच्या स्वातंत्र्यलढ्यातील अनेक नेते तेव्हा हयात होते. त्यांच्या खाजगी कागदपत्रात त्यावेळच्या परिस्थितीची माहिती उपलब्ध होती. Towards Freedom Struggle या प्रकल्पाचा उद्देश ही सर्व माहिती संग्रहित करण्याचा होता. काही संस्था डाव्या विचारसरणीच्या ताब्यात गेल्यावर या प्रकल्पाचे स्वरूपच बदलले. त्यांची विचारसरणी आणि त्यांचे ग्रंथप्रबंध ही घोडी पुढे दामटण्याचे प्रयत्न होऊ लागले.

तात्पर्य हे की, राष्ट्रीय कार्यासाठी सरकारवर अथवा सरकारी संस्थांवर अवलंबून राहू नये. देशनिष्ठेशी प्रामाणिक असणारे लहान गट किंवा व्यक्ती असेच लोक हे काम करू शकतील.

अवाढव्य खर्च होऊनही पूर्ण न झालेला Towards Freedom Struggle हा काही एकच प्रकल्प नाही. दुसराही असा प्रकल्प आहे. त्याचे नाव Economic History of India – यावर १९ लाख पंचावन्न हजार रुपये खर्च होऊनही अजूनही त्यापैकी काहीच प्रकाशित झालेले नाही. राज्यसभेत मंत्रालयाकडून मात्र असे सांगण्यात आले की, "ICHR कडून मिळालेल्या माहितीनुसार या प्रकल्पातील दोन खंड – एक रेल्वेसंबंधी व दुसरा शेतीविषयी छापण्यासाठी तयार आहेत."

राज्यसभेत एका बिगर तारांकित (क्रमांक ३४६६) प्रश्नाला उत्तर देताना मंत्रालयाकडून सांगण्यात आले की, "Indian National काँग्रेसचा इतिहास' हा ग्रंथ लिहिण्याचे काम प्राध्यापक बिपिनचंद्र यांच्यावर सोपवण्यात आले होते व त्यासाठी १९८७-८८ या वर्षात त्यांना ७५ हजार रुपयांची रक्कम मंजूर करण्यात आली होती. २३ जून १९८९ पर्यंत त्यांना ५७ हजार पाचशे रुपये देण्यात आले. अधिकृत हस्तलिखित अद्यापि सुपूर्त झाले नसल्याने उर्वरित १७ हजार पाचशे रुपये देण्यात आलेले नाहीत." हे लोक केवळ 'मानद' स्वरूपात लेखनाचे काम करीत होते या त्यांच्या दाव्याच्या संदर्भात याकडे लक्ष दिले पाहिजे. याचा अर्थ असा होतो की बिपिनचंद्र जणू म्हणताहेत की, "पहा ICHR कडून माझे अद्यापि १७ हजार ५०० रुपयांचे येणे आहे." त्याचबरोबर हेही विसरू नका की, "ICHR ही रक्कम

अधिकृत ग्रंथ पूर्ण झाल्यावर देणार आहे.''

हे सर्व पाहून मी मंत्रालयाकडे विचारणा केली, "... याचा अर्थ असा आहे का की, अनौपचारिक ग्रंथ सुपूर्त केला गेला आहे? की कोणतेच हस्तलिखित सादर झालेले नाही? असे असेल तर त्या विद्वान अभ्यासकाने ५७ हजार पाचशे रुपये घेऊन ९ वर्षे होऊनही काहीच काम केले नसता त्याच्यावर कोणतीही कारवाई झाली नाही हे कसे?''

या संदर्भात आणखी स्मरणपत्रे पाठवल्यानंतर मंत्रालयाने कळवले की, "...कोणतेही अधिकृत अथवा अनौपचारिक हस्तलिखित अजून सुपूर्त झालेले नाही असे ICHR ने स्पष्ट केले आहे.'' कारवाई करण्याबाबत मंत्रालयाने कळवले की, ICHR कडून माहिती मागवली आहे.

नंतर मला असे कळले की या 'नामवंत इतिहासकारा'ला The Oral History Project या कामासाठी देण्यात आलेली ७५ हजार रुपयांची रक्कम ही अधिक मोठ्या मानधनाचा छोटासा भाग होती. बिपिनचंद्र यांना आणखी २ लाख रुपये ICHR तर्फे व ४ लाख रुपये जवाहरलाल नेहरू विद्यापीठातर्फे देण्यात आले. या दोन्ही संस्थांपैकी एकीकडेही कोणतेही हस्तलिखित सादर झाले नाही.

हे नामवंत इतिहासकार जवाहरलाल नेहरू विद्यापीठातून निवृत्त होण्याच्या वेळी हे प्रकरण धसाला लागले. विद्यापीठाला त्यांच्या विद्वतेची फार गरज होती म्हणून की काय निवृत्तीनंतरही त्यांना कामावर ठेवावे असा एक प्रस्ताव मांडण्यात आला. विद्यापीठाच्या नियमाप्रमाणे सेवानिवृत्तीच्या वेळी संबंधित व्यक्तीच्या आर्थिक बाबी पुऱ्या झाल्याशिवाय त्यांना कामावर घेण्याचा नवा करार करता येणार नाही हे त्यावेळच्या रजिस्ट्रारनी निदर्शनाला आणून दिले. बिपिनचंद्रांनी ४ लाख रुपयांचा हिशोब दिलेला नाही व देण्याची अळंटळं केली आहे हे दाखवून दिल्यावरही कोणताही हिशोब सादर झाला नाही. त्यावेळच्या कुलगुरूंनी हे प्रकरण दाबून टाकले

ICHR ने दिलेल्या अनुदानातून काहीच निष्पन्न झाले नसल्याने दिसून आल्याने माझ्या पृच्छेतील दुसरा मुद्दा शिल्लक राहतो– ICHR ने याबाबत कोणती कारवाई केली? शेवटी मला असे सांगण्यात आले की, "डॉ. बिपिनचंद्र प्रकल्पावर अजूनही काम करीत असल्याने कारवाईला सुरूवात झालेली नाही.'' त्या विद्वानांनी पैसे घेऊन नऊ वर्षांनंतरही ही अशी स्थिती होती!

माझ्या प्रश्नांना उत्तर म्हणून मला देण्यात आलेल्या लेखी माहितीवरून हा नेहमीचाच प्रकार असावासे वाटते. १८५० च्या मध्यापासूनच्या आपल्या स्वातंत्र्यलढ्याचा इतिहास लिहिण्याच्या दृष्टीने ICHR ने National Movement Project या नावाच्या एका प्रकल्पाला आरंभ केला. (यासंबंधी मी पुढे लिहितोच आहे.) १८८५-८६ या काळातील इतिहास लिहिण्यासाठी बिपिनचंद्रांनी १२ हजार

रुपये घेतले. परिणती? याबद्दल आजपर्यंत काहीही कळलेले नाही. १९३२-३४ या कालावधीतील इतिहास लेखनासाठी त्यांनी आणखी १२ हजार रुपये घेतले. निष्पत्ती? "लेखन अजून सादर झाले नाही." हे ICHR चे उत्तर आहे. Towards Freedom Project ज्यांच्यावर सोपवला गेला त्यांच्याच वर्तुळात बिपिनचंद्र नामवंत असल्याने स्वाभाविकपणे राहिले. कठीण कामाचा हा भार पेलण्यासाठी ICHR ने अनेक वर्षे त्यांना एक कायमचा नियमित स्वरूपाचा मदतनीस आणि ८ मदतनीस विशिष्ट रकमेच्या वेतनावर नेमून दिले. फलनिष्पती?

"ग्रंथ पूर्ण न झाल्याने सुपूर्त केलेला नाही."

एक बाब मात्र रास्तपणे दाखवून दिली पाहिजे ती म्हणजे हा प्रकार काही या एकट्याच विद्वानाचा नाही. त्या संपूर्ण संस्थेतच अशा 'नामवंत इतिहासकारां'चा बुजबुजाट आहे.

ICHR ने हाती घेतलेल्या प्रकल्पासंबंधी आणि पुढे त्यांचे काय झाले असा प्रश्न लेखी स्वरूपात काँग्रेस पक्षाचे खासदार श्री. विठ्ठलराव गाडगीळ यांनी राज्यसभेत विचारला. १७ जुलै १९९८ च्या या बिगरतारांकित प्रश्नाच्या उत्तरात, मानव-संसाधन-विकास मंत्रालयाने सांगितले की, "ICHR संस्थेकडून मिळालेल्या माहितीनुसार 'Towards Freedom', 'Dictionaries of Inscriptions' आणि 'Economic History of India' हे महत्त्वाचे ३ प्रकल्प १९७६ ते १९९२ दरम्यान हाती घेण्यात आले असून गेली वर्षे त्यावर काम चालू ते पूर्ण होण्याच्या वेगवेगळ्या टप्प्यावर आहेत...

या उत्तरातील गोम सगळ्यांच्याच लक्षात येण्यासारखी होती– मुख्य म्हणजे गाडगीळांनी त्या 'प्रमुख प्रकल्पा' विषयी काहीही विचारले नव्हते. तसेच १९७२ ते १९९२ दरम्यान आरंभ केलेल्या प्रकल्पांविषयीही ते बोलले नव्हते. म्हणून माझी पृच्छा अशी होती की, "१८५७ ते १९३७ या कालावधीतील National Freedom Movement च्या लेखन प्रकल्पाचे पुढे काय झाले? या प्रकल्पान्तर्गत किती ग्रंथ निघायचे होते? एकेका खंडाची जबाबदारी कुणाकुणावर सोपवण्यात आली होती? प्रत्येक अभ्यासकाला किती मानधन देण्यात आली? प्रत्येक खंडावर किती खर्च झाला? या प्रकल्पाखाली किती खंड निघाले?"

मंत्रालयाने उत्तर दिले की, "१८५७ ते १९३७ दरम्यानच्या राष्ट्रीय मुक्ती चळवळीच्या इतिहास लेखनाचा प्रकल्प ICHR संस्थेकडे देण्यात आलेलाच नव्हता." किती मूर्खपणाचे उत्तर आहे हे! गेली २० वर्षे संसदेत ICHR चे वार्षिक अहवाल सतत सादर केले जात होते. त्याकडे संसदेचे लक्ष वेधून देणे एवढे मला पुरेसे होते. एकामागून एकेका प्रत्येक अहवालात ICHR ने सुरू केलेला हा एक प्रमुख प्रकल्प आहे असे नमूद केलेले होते! मी लिहून पाठवले की, "कृपा करून

१९७२-७३ च्या वार्षिक अहवालातील पृष्ठ २६ वरील मजकूर पहा. १९७३-७४ च्या वार्षिक अहवालातील पृष्ठ १६ वरील मजकूर पहा... "आणखीही पुष्कळ काही मी लिहून पाठवले...

याचा परिणाम? अखेर मंत्रालयाला मान्य करावे लागले की, अशा प्रकल्प खरोखरीच हाती घेण्यात आला होता. १९ खंड तयार करण्याची योजना होती. या खंडांची जबाबदारी वेगवेगळ्या विद्वानांकडे... म्हणजे आपल्या त्या नामवंतांकडे... सोपवण्यात आली होती. प्रत्येक खंडासाठी १२ हजार रुपये देण्यात आले. निष्पत्ती? ICHR संस्थेकडून एक यादीच आली. तीत प्रत्येक खंडात अभ्यासण्याचा कालखंड, ज्याच्यावर जबाबदारी सोपवली आहे त्याचे नाव आणि त्याला देण्यात आलेली मानधन अशी माहिती आहे. ती येणेप्रमाणे –

१. १८५७ पूर्वीचा कालखंड : के. राजायन. रु. १२ हजार, खंड सुपूर्त परंतु सापडत नाही.

२. १८५७-१८८५ : एस्. आर. मेहरोत्रा. रु. १२ हजार खंड, अजून सादर झालेला नाही.

३. १८८५-१८८६ : बिपिनचंद. रु. १२ हजार, खंड सुपूर्त नाही.

४. १८९६-९८ : याची जबाबदारी कोणावरच सोपवलेली नाही.

५. १८९९-१९०२ : बी. आर. ग्रोव्हर. रु. १२ हजार, ग्रंथ सुपूर्त, प्रकाशित.

६. १९०२-१९०३ : कोणीही लेखक नाही.

७. १९०३-१९०५ : कोणीही लेखक नाही.

८. १९०५-१९०७ : सुमित सरकार. रु. १२ हजार लेखन सुपूर्त नाही.

९. १९०७-१९०९ : सुमित सरकार. रू. १२ हजार लेखन सुपूर्त नाही.

१०. १९१०-१९१५ : एम्. एन्. दास. रु. १२ हजार लेखन सुपूर्त नाही.

११. १९१५-१९१९ : टी. के. रवींद्रन्. रु. १२ हजार लेखन सुपूर्त नाही.

१२. १९१९-१९२० : व्ही. एन्. दत्त. रु. १२ हजार लेखन सुपूर्त आणि प्रकाशित

१३. १९२०-१९२२ : सीताराम सिंग. रु. १२ हजार लेखन सुपूर्त व प्रकाशनाच्या मार्गावर

१४. १९२२-१९२४ : श्रीकुमारन नायर. रु. १२ हजार लेखन सुपूर्त व प्रकाशित.
१५. १९२४-१९२७ : अंबाप्रसाद. रु. १२ हजार लेखन सुपूर्त नाही.
१६. १९२७-१९२९ : बिमल प्रसाद. रु १२ हजार लेखन सुपूर्त नाही.
१७. १९३०-१९३१ : बिमल प्रसाद. रु. १२ हजार लेखन सुपूर्त नाही.
१८. १९३२-१९३४ : बिपिनचंद्र. रु. १२ हजार लेखन सुपूर्त नाही.
१९. १९३४-१९३७ : गोपालकृष्ण. रु. १२ हजार लेखन सुपूर्त नाही.

त्यांना देण्यात आलेल्या रकमांविषयी वाचताना आपण हे लक्षात ठेवले पाहिजे की, आजच्या परिस्थितीच्या मानाने त्या काळात म्हणजे १९७० च्या मध्यात, या रकमांचे मूल्य सध्यांच्या आर्थिक भ्रष्टाचाराच्या तुलनेत पुष्कळच जास्त आहे.

डॉ. एस. आर मेहरोत्रा यांनी या संदर्भात पाठवलेल्या एका पत्रात त्यांना या रकमेपैकी एक पैसाही मिळालेला नाही व ही सर्व रक्कम त्यांना मदत करणाऱ्या त्यांच्या सहकाऱ्याला देण्यात आली असे म्हटले आहे. ICHR ही संस्था हळूहळू या नामवंताच्या दबावाखाली कशी आली हे त्यांच्या पत्रव्यवहारावरून कळून येते. डॉ. मेहरोत्रा यांनी एका पत्रात म्हटले आहे की, "प्रारंभी २/३ वर्षांच्या अल्प कालावधीसंबंधीचा दस्तऐवजी संकलित करण्याचे काम माझ्यावर सोपवण्यात आले होते. नंतर हा कालावधी तीस वर्षांनी वाढवण्यात आला." त्यांनी व त्यांच्या सहकाऱ्याने संकलनाचे काम पुरे करून हस्तलिखित सुमारे २० वर्षांपूवी पूर्ण केले. इतर अभ्यासकावर सोपवण्यात आलेल्या कालखंडापेक्षा त्यांच्यावर सोपवलेले काम पंधरापट दीर्घ असून टंकलिखित मुद्रणप्रतीची पृष्ठे अखेरीस तीन हजारांपेक्षा जास्त झाली हे डॉ. मेहरोत्रा यांनी संस्थेच्या निदर्शनाला आणून दिले. कालखंडाचा विस्तार वाढल्यामुळे ICHR आता ही माहिती एकाऐवजी २ किंवा ३ खंडात प्रकाशित करण्याची शक्यता आहे असेही त्यांचे म्हणणे पडले.

आपला मुद्दा स्पष्ट करण्यासाठी झालेल्या ढीगभर पत्रव्यवहारात ते म्हणतात की, "अनेक वर्षे लोटली परंतु अनेक स्मरणपत्रे पाठवूनही संस्था या साध्या प्रश्नाबाबत निर्णय घेऊ शकलेली नाही." परिणामी ती मुद्रणप्रत वीस वर्षे धूळ खात पडली आहे. आता अलीकडे प्रश्न विचारले जाईपर्यंत तो प्रकल्प विस्मृतीतच जमा झाल्यासारखा होता आणि विचार करा, लक्षात ठेवा, की तो प्रकल्प देशाच्या स्वातंत्र्यलढ्याच्या इतिहास लेखनाचा होता. या नामवंतांनी संस्थेचा कारभार कोणत्या

तऱ्हेने, कोणत्या जबाबदारीच्या भावनेने चालवला यावर आता काय बोलायचे!

विविध संस्थानांतील स्वातंत्र्य चळवळीविषयी प्रजामंडळाविषयीच्या माहितीचे काय? त्यासंबंधी लेखन झाले आहे काय असे मी विचारले. त्याबद्दलची तपशीलवार माहिती ICHR तर्फे संकलित केली जात आहे असे मंत्रालयाने मला कळवले.

एका स्मरणपत्रानंतर मंत्रालयाने लिहून कळवले की, "ICHR असा प्रकल्प हाती घेतला आहे. अधिक माहिती चटकन् उपलब्ध होऊ शकत नाही." मग मला लिहावेच लागले की, "हे प्रकरण असेच सोडून द्यावे असे आपल्याला निश्चितच वाटत नसेल. या प्रकल्पावर सार्वजनिक निधी मोठी रक्कम खर्च झालेली नाही का? हा प्रकल्प कोणावर सोपवण्यात आला होता? सार्वजनिक पैसा एवढ्या मोठ्या प्रमाणावर वापरला गेल्यानंतर त्यातून काय निष्पन्न झाले आहे?" यानंतर अखेर ICHR ने काही तपशील कळवला. ते सर्व नियमाला धरून होते असे म्हणावे लागते– ICHR मधील एक 'नामवंत इतिहासकार' आर. सी. शुक्ला यांच्याकडे हा प्रकल्प सोपवण्यात आला होता. त्यांच्या मदतीसाठी सेवकवर्ग नेमून दिला होता. १९७६ व १९८२ मध्ये काही साधनसाम्रगी संग्रहित करण्यात आली. चार लाख ३५ हजार रुपयांची रक्कम खर्च झाली. या सर्वांचा परिपाक काय? तर हाती आलेल्या माहितीनुसार प्रजा मंडळ चळवळाविषयी काहीही प्रसिद्ध झालेले नाही."

'शेतकरी-चळवळी' विषयी माहिती लिहून ठेवण्याच्या प्रकल्पाचे काय झाले असेही मी विचारले. ICHR कडून मला उत्तर आले की, "याविषयी १४ खंड प्रसिद्ध करायचे आहेत. यांपैकी एकच ग्रंथ प्रकाशित झाला असून दोन खंड 'सुपूर्त झाले नाहीत' असा शेरा आहे तर तीन खंडाबाबत 'सुपूर्त झाले पण सापडत नाहीत' असा शेरा आहे.

Economic Data and Statistics Project याचा बरीच वर्षे वार्षिक अहवालात गाजावाजासहित समावेश होत होता. त्याचे पुढे काय झाले असे मी विचारल्यावर ICHR कडून उत्तर मिळाले की, "या प्रकल्पांतर्गत ६ ग्रंथ प्रसिद्ध होणार आहेत." त्यांची जबाबदारी कोणाकोणावर सोपवली, विषयाची व्याप्ती, त्यांना देण्यात आलेले मानधन आणि फलनिष्पत्ती याबाबत ICHR ने मला दिलेली माहिती त्यांच्याच शब्दात याप्रमाणे–

१. बी. बी. चौधरी : 'शेती, भाडे आणि महसूल' रु. १२ हजार, ग्रंथ तयार नाही.

२. एस. भट्टाचार्य : 'आर्थिक व चलनविषयक धोरण' रु. १२ हजार, ग्रंथ सुपूर्त नाही.

३. सुरेंद्र गोपाल : "१७ व्या व १८ व्या शतकातील व्यापार (देशान्तर्गत व परदेशी)" रु. १२ हजार, ग्रंथ सुपूर्त नाही.

४. नीलमणी मुकर्जी: "१९ व्या व २० व्या शतकातील व्यापार (देशान्तर्गत व परदेशी)" रु. १२ हजार ग्रंथ सुपूर्त नाही.

५. ए. के. बागची : 'भारतीय उद्योग' (१८६०-१९३९) रु. १२ हजार, ग्रंथ सुपूर्त नाही.

६. व्ही. बी. सिंग : "कामगार, किंमती व वेतन– (१९१४-४५)" रु. १२ हजार. ग्रंथ सुपूर्त नाही.

थोडक्यात सांगावयाचे म्हणजे जे ६ ग्रंथ प्रकाशित व्हावयाचे होते त्यापैकी एकही प्रकाशित झालेली नाही. पैशाचे वाटप झाल्यावर हा प्रकल्प जणू विमानाच्या रडार-पडद्यावरून नाहीसा झाल्यासारखा अंतर्धान पावला!

याच्या पाठोपाठ याहीपेक्षा एक महत्त्वाकांक्षी प्रकल्प– Project on Documentation on Economic History हाती घेण्यात आला. याचे पुढे काय झाले असेही मी विचारले. ICHR संस्थेने स्वत:च हा एक प्रमुख प्रकल्प अशा शब्दात यादीत त्याचा उल्लेख केला होता. संस्थेकडून अशी माहिती मिळाली की, या प्रकल्पाला १९९२ मध्ये प्रारंभ झाला आणि १९९२-९७ या दरम्यान १७ खंड तयार करण्याचे ठरले होते. याचा एकूण खर्च २५ लाख होणार होता. आणखी मिळालेल्या माहितीनुसार आजमितीला यापैकी एकही खंड प्रसिद्ध झालेला नाही. म्हणजेच आत्तापर्यंत १९ लाख ५० हजार रुपये खुशाल असेतसेच खर्च झाले आहेत.

माझा पुढचा प्रश्न, 'Medieval Sources Project' चे पुढे काय झाले? थोडी शोधाशोध करून ICHR ने, कोणावर कोणते काम सोपवले आहे, विषयाची व्याप्ती आणि मंजूर मानधन याची यादी दिली. ती अशी –

सतीशचंद्र आणि कंपनी : 'अकबराच्या कारकिर्दीसंबंधी सुरूवातीचे माहिती स्रोत' हिंदी अनुवाद काम पूर्ण झालेले नाही. (पैशाचा उल्लेख नाही.)

ईरफान हबीब : 'अखबरात-ए-औरंगजेब.' रु. २७ हजार, काम अपूर्ण नाही.

मुनीस रझा : 'मुगल साम्राज्याचा नकाशा' रु. २२ हजार ४०० काम अपूर्ण.

अनिस फरूकी : 'ताशिर-उल्-अकवानी' रु. ९ हजार काम अपूर्ण.

सतीशचंद्र : 'Document on social and Economic History.' रु. २३ हजार काम अपूर्ण.

पी. सरन : 'तारिखी-इ-अकबरी' रु. १८ हजार ५०० ग्रंथ सुपूर्त परंतु सापडत नाही.

... शेवटच्या नोंदीबद्दल नंतर लिहितो. खूप अवडंबर माजवलेल्या 'अनुवाद प्रकल्पा'चे पुढे काय झाले अशी मी चौकशी केली. ICHR कडून सांगण्यात आले की, "भारतीय संस्कृती आणि इतिहास यासंबंधी भारतीय विद्याभवनाच्या ग्रंथमालिकांचा

अनुवाद करण्याचा प्रस्ताव, नॅशनल बुक-ट्रस्ट कडून ICHR कडे आल्यानंतर १९७२ च्या एप्रिलमध्ये या 'अनुवाद प्रकल्पा'ला प्रारंभ झाला.'' या कामासाठीच्या समितीत तेथील नित्याच्याच नामवंतांचा म्हणजे ... एस. गोपाल, तपन रायचौधरी, सतीशचंद्र, रोमिला थापर यांचा समावेश करण्यात आला. भारतीय विद्या भवनाचे हे ग्रंथ म्हणजे गेल्या ५० वर्षांत निर्माण झालेले अत्युत्कृष्ट ग्रंथ असूनही या समितीने 'हे ग्रंथ भारतीय भाषांमध्ये अनुवाद करण्याजोगे नाहीत' असे ठरवून 'या प्रस्तावाचा अधिक पाठपुरावा करण्याची गरज नाही' असेही मत दिले. त्याऐवजी अनुवादासाठी अन्य पुस्तकांचा विचार व्हावा अशी समितीने सूचना केली.

आणि मग काय चमत्कारच झाला! समितीतील ख्यातनाम इतिहासकारांनी ज्या ग्रंथांची शिफारस केली ते त्यांचेच किंवा त्यांच्या स्नेहीमंडळांचेच ग्रंथ होते!

आर. एस. शर्मा ICHR चे अध्यक्ष यांचे ५ ग्रंथ, एस. गोपाल ३ ग्रंथ, रोमिला थापर ३ ग्रंथ, बिपिनचंद्र २ ग्रंथ, ईरफान हबीब २ ग्रंथ, त्यांचे पिता मोहम्मद हबीब २ ग्रंथ, सतीशचंद्र १ ग्रंथ... इ. एम. एस. नंबूद्रीपाद यांच्या पुस्तकांचा अनुवाद झाला; १९४० मधील भारतीय कम्युनिस्टांचे इंग्रज कंट्रोलर तसेच रजनी पामदत्त यांच्या लेखनाचे भाषांतर झाले. पण लोकमान्य टिळक, सर यदुनाथ सरकार किंवा आर. सी. मुजुमदार यांच्यापैकी कोणाचाच कोणताही ग्रंथ अनुवादास घेतला गेला नाही.

या अनुवाद प्रकल्पावर किती खर्च झाला असा प्रश्न मी विचारला. लेखकांना रॉयल्टीची किती रक्कम दिली गेली हेही विचारले. मंत्रालयाकडून उत्तर मिळाले की, ''४१ लाख ८९ हजार रुपये या प्रकल्पावर खर्च झाले आहेत. तथापि निवडलेल्या ग्रंथांच्या लेखकांना रॉयल्टी देण्यात आलेली नाही.''

एकंदरीत या लोकांचा व्यवहार आतापर्यंत माझ्या लक्षात आल्याने मी या प्रकरणाचा पिच्छाच पुरवण्याचे ठरवले. 'रॉयल्टी' या शीर्षकाखाली पैसे दिले नसले तरी अन्य कुठल्या नावे त्यांना पैसे दिले गेले काय याचा मी शोध घेतला. नंतर अखेर ICHRने कबूल केले की या लेखकांना ''अनुवादाच्या हक्कापोटी एकरकमी काही रक्कम देण्यात आली.'' कोणताही ग्रंथ २०० पृष्ठांपेक्षा अधिक असेल तर त्या ग्रंथासाठी प्रत्येक भाषेतील अनुवादाकरता रु. १०००/- आणि २०० पृष्ठापेक्षा कमी असेल तर रु. ५००/- असे प्रमाण होते. त्यानुसार श्री. आर. एस. शर्मा यांना त्यांच्या ग्रंथांसाठी रुपये ४७ हजार, बिपिनचंद्र यांना १४ हजार रुपये, ईरफान हबीब यांना ११ हजार रुपये आणि रोमिला थापर यांना १२ हजार रुपये मिळाले....

ICHR संस्थेची, राष्ट्रीय 'फेलोशिप' मिळणे हा बहुमान आहे हे इतिहासकारांना चांगलेच माहिती आहे. ही 'फेलोशिप' मिळणाऱ्या अभ्यासकाला आपले काम चालू ठेवण्यासाठी भरभक्कम रक्कम मिळत असते. या 'राष्ट्रीय फेलोशिप' करता निवड

झालेल्या अभ्यासकाला दरमहा ४ हजार रुपये आणि शिवाय सचिव मदतनीसाकरता आणखी १ हजार रुपये देण्यात येत असत. तीन वर्षांचा कालावधी असलेल्या या 'फेलोशिप'मध्ये अकस्मात उद्‌भवणाऱ्या कामासाठी आणखी १० हजार रुपयांचे अनुदानही पुरवले जात असे. आता या सर्व रक्कमात पुष्कळ वाढ करण्यात आली आहे. आता मूळ 'फेलोशिप'ची रक्कम महिना ८ हजार ५०० रुपये अशी आहे. 'फेलोशिप'शी संबंधित कामाचे स्वरूप आणि अटींमध्ये या राष्ट्रीय अभ्यासकाच्या प्रकल्पाच्या स्वरूपावर अत्यंत महत्त्व देण्यात आले आहे. ICHR च्या अधिकृत पत्रकात म्हटले आहे की, ''या 'फेलोशिप' द्वारे होणाऱ्या अभ्यासात मूलभूत अथवा शोधक स्वरूपाचे संशोधन व्हावे अशी अपेक्षा आहे. या अभ्यासकाचा प्रकल्प यापूर्वी हाती घेण्यात आलेल्या प्रकल्पापेक्षा नि:संदिग्धपणे भिन्न आणि विशिष्ट हेतूपूर्ण असा असावा.'' आपल्या कामाचा अहवाल त्याने दर सहा महिन्यांनी सादर करावा असे पूर्वी ठरले होते तर आता वर्षातून एकदा आपल्या कामाच्या प्रगतीचा अहवाल द्यावा असे ठरले आहे. यासंबंधींच्या नियमात असेही आहे की, ''राष्ट्रीय 'फेलोशिप' स्वीकारताना त्याच्या अनुषंगाने असलेल्या कामासंबंधीच्या अटी व शर्ती स्वीकारलेल्या असतात. 'फेलोशिप' स्वीकारताना संबंधित अभ्यासकाने अटी मान्य असल्याच्या फॉर्मवर सही करावयाची असते.

दुसऱ्या शब्दात सांगायचे म्हणजे, 'राष्ट्रीय फेलोशिप'मध्ये पूर्वीपेक्षा सर्वस्वी भिन्न अशा विषयावर मूलभूत आणि नवा दृष्टिकोन मांडणारे संशोधन करावयाचे आहे. एका विशिष्ट कालमर्यादेत हा प्रकल्प पूर्ण करावयाचा असून प्रथम दर सहा महिन्यांनी, आता दर वर्षी आपल्या प्रगतीचा अहवाल सादर केला पाहिजे असे स्पष्टपणे म्हटले होते. यानुसार काम होत होते का असे मी विचारले. कोणकोणत्या अभ्यासकांना ही राष्ट्रीय 'फेलोशिप' मिळाली? त्यांनी कोणते प्रकल्प हाती घेऊन पूर्ण केले? या योजनेखाली दिल्या गेलेल्या अनुदानाची फलनिष्पत्ती काय?

या माझ्या अनेक प्रश्नांना ICHR ने उत्तरादाखल कळवले की, ''२२ राष्ट्रीय 'फेलोशिप' देण्यात आल्या त्यापैकी ५ जणांनी त्याचा लाभ घेतला नाही. बाकीच्या १७ जणांपैकी दोघांनी आपली 'हस्तलिखिते/अहवाल' सादर केले आहेत.'' आणखी दोघे लौकरच आपले लेखन सादर करतील असा विश्वासही संस्थेने व्यक्त केला. उरलेल्या तेरा अभ्यासकांनी आपले हाती घेतलेले काम पूर्ण केलेलेच नाही पण प्रकल्प अहवालही सादर केले नाहीत. या योजनेखाली एका अभ्यासकाचे काम चालू आहे. ICHR च्या प्रमुखांनी नुकतीच राष्ट्रीय फेलोशिप मिळालेल्या अभ्यासकांकडून त्यांच्या कामासंबंधी माहिती कळवण्याची विनंती केली. फक्त दोघा जणांनी या विनंतीला प्रतिसाद दिला. या नामवंत अभ्यासकांची नावे आणि त्यांच्या प्रकल्पाची सद्य:परिस्थिती याप्रमाणे–

अभ्यासक	प्रकल्प	कालावधी	परिस्थिती
जी. एस. पांडे	नामनिर्देश नाही.	मे १९८५- एप्रिल ८८	मिळालेला नाही.
जी. एस. तालिब	नामनिर्देश नाही.	ऑगस्ट ८५- फेब्रुवारी ८६	दुसरा हप्ता दिल्यावर काम संपले.
के. ए. निझामी	नामनिर्देश नाही.	जानेवारी ८६- जानेवारी ८९	सादर झाला.
देबाला मित्र	बुद्धगया व तिच्या प्रतिकृतींचा इतिहास, कला, वास्तुशिल्प	मार्च ८७ - फेब्रुवारी ९०	काम पूर्ण होण्यासाठी अधिक अनुदान मंजूर अहवाल अपेक्षित.
पी. एन. चोप्रा			फेलोशिप घेतली नाही.
आर. एस. शर्मा	मध्य प्रदेशातील (इसवी सन पूर्व) जाती व राज्यव्यवस्था	जून ८८ ते मे ९१	प्रकल्प सादर झालेला नाही.
सतीशचंद्र	१६ वे शतक ते १८ व्या शतकाच्या अखेरपर्यंत भारतातील राज्य व राज्यव्यवस्थेचे स्वरूप.	जून ८८ ते मे ९१	प्रकल्प सादर झालेला नाही.

अभ्यासक	प्रकल्प	कालावधी	परिस्थिती
बी. बी. लाल	रामायणाशी निगडीत जागांचे वास्तुशास्त्र.	ऑगस्ट ८८ ते जून ९१	प्रकल्प सादर झालेला नाही.
अमलेश त्रिपाठी	१८८५-१९४७ मधील भारतातील राष्ट्रवाद.	नोव्हेंबर ८८ ते ऑक्टोबर ९१	प्रकल्प सादर झालेला नाही.
एम्. अथर अली	१६५९ ते १७०७ औरंगजेबाच्या कारकिर्दीतील मोंगल सरदारकीची रचना	जानेवारी ९० ते जानेवारी ९३	अहवाल अपेक्षित, अनुदान चालू.
जे. एस. ग्रेवाल	पंजाबी भाषेतील सूफी काव्याच्या सामाजिक-सांस्कृतिक कक्षा.	एप्रिल ९४ ते मार्च ९७	अभ्यास चालू असे मानले आहे.
ए. क्यू. रफिकी			फेलोशिप घेतलेली नाही.
आय्. महादेवन्	प्राचीन काळातील तामीळ भाषेतील अश्मलेख	ऑक्टोबर ९२ ते सप्टेंबर ९५	प्रकल्प पुरा झालेला नाही.
आशिन् दासगुप्ता	भारतीय दर्यावर्दी व्यापारी.	सप्टेंबर ९१ ते ऑगस्ट ९४	प्रकल्प सादर झालेला नाही.

अभ्यासक	प्रकल्प	कालावधी	परिस्थिती
विष्णु मित्र	नामनिर्देश नाही.		योजनेत रुजू होण्याआधी कालवश
नीलमणी मुखर्जी			फेलोशिप घेतलेली नाही.

ICHR संस्थेच्या कामकाजाच्या दुरवस्थेची यावरून आपल्याला माहिती मिळते.

आणखी कोणते प्रकल्प हाती घेण्यात आले होते व त्यांची फलनिष्पत्ती काय झाली या माझ्या प्रश्नाला ICHR ने उत्तरादाखल पाठविलेली यादी याप्रमाणे –

१) के. के. दत्ता – ''बिहारमधील जुन्या जमीनदारीचा दस्तऐवज.'' रु. १२ हजार. प्रकल्प सादर परंतु सापडत नाही.

२) बी. रामकृष्ण – ''वीरसालिंगम्चे लेखन'' रु. १२ हजार. प्रकल्प सादर नाही.

३) बिपिन चंद्र – ''मौखिक इतिहास प्रकल्प'' रु. ७५ हजार ICHR कडून, रु. ४० हजार जवाहरलाल नेहरू विद्यापीठाकडून. प्रकल्प पुरा झालेला नाही.

एकंदरीत आपण परत त्याच मुद्द्याशी म्हणजे या नामवंतांच्या हिकमतींपाशी येऊन पोचत आहो.

◆

३
हिकमती कशा लढवायच्या?

राज्यसभेला विचारलेल्या एका प्रश्नाच्या उत्तरात, मानव संसाधन विकास मंत्रालयाने तीन 'प्रमुख' प्रकल्पांची यादी असल्याने सांगितले. त्यापैकी दोन प्रकल्पांची काय, वाट लागली ते आपण पाहिलेच आहे. तिसऱ्या 'Inscriptions' या प्रकल्पाचे काय झाले असे मी विचारल्यावर मला दिसून आले हा प्रकल्पही आधीच्या दोन प्रकल्पांच्या म्हणजे महत्त्वाकांक्षा आणि शून्य निष्पत्तीच्या वाटेनेच जात असावा. भरीत भर म्हणजे या नामवंत इतिहासकारांच्या नवशिकेपणाच्या तंत्राचीही आपल्याला झलक दिसून येते.

या प्रकल्पाला १९८७ मध्ये प्रारंभ झाला. 'भारतीय शिलालेखातील सामाजिक-आर्थिक तसेच प्रशासकीय संज्ञांचा शब्दकोश' या प्रकल्पाद्वारे तयार करावयाचा होता. याचे ९ खंड निघायचे होते. या मंडळींच्या करामतीत नेहमी अनेक ग्रंथांची निर्मिती हा महत्त्वाचा घटक असे. प्रकल्पपूर्तीची मुदत १५ वर्षांची होती. आणखी एक हिकमत, १५ वर्षांनंतर कोण कुठे असेल कुणास माहीत! तिसरी करामत म्हणजे प्रकल्पासाठी २० लाख रुपये घ्यायचे... सार्वजनिक निधीतून पैसा मागताना उगीच काटकसर कशाला?

प्रकल्पाची जबाबदारी कोणावर? – आहेतच की आपले सज्जन मित्र! डाव्या विचारसरणीचे अग्रणी आर. एस. शर्मा– ICHR चे माजी प्रमुख, नंतर बाबरी मशिदीची जागा हिसकावून घेण्याचा प्रयत्न करणाऱ्या सुन्नी-वक्फ मंडळाचे प्रमुख सल्लागार– याच शर्मांनी 'सर्वंकष संपादक' होण्यास मोठ्या, डौलाने संमती दिली. अलीकडील वादग्रस्त बाबतीत हिरिरीने आपल्या कंपूची बाजू मांडणारे श्री. के. एम. शिराळी आणि के. व्ही रमेश यांनीही तितक्याच डौलाने 'प्रमुख संपादक' पद स्वीकारण्यास संमती दिली. एकूण प्रकल्पावर देखरेख करण्यासाठी आणखी अकरा नामवंतांचे एक 'सल्लागार मंडळ' स्थापन करण्यात आले...

... ही फारच छान युक्ति आहे. याद्वारे सरकारी खर्चाने स्नेहीमंडळी भेटू शकतात आणि काही गफलत झाल्यास जबाबदारी सर्वांवर टाकता येते.

कामाला जेमतेम प्रारंभ झाला नाही. तोच प्रकल्पाची व्याप्ती वाढवण्यात आली.

अरेबिक, पर्शियन आणि उर्दू शिलालेखांचाही यात समावेश करण्याचे ठरवले गेले आणि लौकरच या नव्या विभागाचा विस्तार करून त्यात या भाषांतील 'फर्माने' व अशासारख्या लेखांचाही समावेश करण्याचे ठरले. नुसते शिलालेख काय म्हणून? विस्तारीकरणाची ही एक उपयुक्त युक्ती आहे... काही महिने लोटले की पुनःपुनः प्रकल्पाची व्याप्ती वाढवायची म्हणजे मग प्रकल्पपूर्तीची मूळची मुदत का सांभाळता आली नाही याचे स्पष्टीकरण देता येते. मग प्रकल्पाच्या विस्ताराचे काम कुणाकडे सोपवायचे? काळजी कसली? सर्व नामवंतांचे अग्रणी प्राध्यापक ईरफान हबीब – "ICHR च्या विनंतीवरून त्यांनी अरेबिक, पर्शियन आणि उर्दू शिलालेखांची माहिती संकलित करण्याची जबाबदारी स्वीकारली." अशी ICHR ची नोंद आहे.

केवढे हे सौजन्य!

यातील प्रत्येकजण 'मानद' प्रकारे काम करणार होते... पण या मंडळींच्या कोशात 'मानद' शब्दाचा अर्थ त्यांनी मनाला येईल तसा लावला आहे. २० सप्टेंबर १९९० मध्ये भरलेल्या 'संपादक समिती'च्या बैठकीत 'प्रमुख संपादकां'पैकी प्रत्येकी दोघांना दर चार महिन्यांनी ५ हजार रुपयांचे मानधन देण्यात यावे. सर्वसामान्य संपादकालाही दर चार महिन्यांनी ३ हजार रुपयांचे मानधन देण्यात यावे. त्यांचा एक महत्त्वपूर्ण नियम होता– 'पैसे' घ्यायचे नाहीत– 'मानधन' घ्यायचे! समितीने असेही ठरवले की, "या प्रकल्पाच्या कामाशी संबंधित पुस्तके ICHR ने प्रा. श्रीमाळी यांना सुयोग्य वेळेत पुरवली नाहीत तर ती खरेदी करण्याची त्यांना मुभा असावी..."

अशा तऱ्हेचा मानधनाची तर प्रत्येक अभ्यासकाला लालसा होईल!

१९९४ साली एक अडचण आली ती म्हणजे पैसे खर्च होत होते पण फारच थोडी प्रगती होत होती. त्यावेळचे अध्यक्ष रवींद्रकुमार (नेहरू म्युझियम व ग्रंथालचे प्रमुख, एक नामवंत व्यक्ती) यांनी 'सल्लागार समिती' बैठक बोलावली अशी नोंद आढळून आली. अडचणीचे निराकरण कसे केले? एक सुधारित प्रस्ताव तयार करायचे समितीने ठरवले. अगदी बिनतोड व्यवस्था :– चर्चा करणे, मसुदा तयार करणे, मसुद्याचे पुनर्लेखन, तो सर्वत्र फिरवणे, अंतिम करणे यात महिनो न् महिने जात. मग असा युक्तिवाद करायचा की या सुधारित प्रस्तावानुसार काम करायचे म्हणजे संकल्पित खर्च वाढवून पाहिजे...

यापेक्षा अधिक फायदेशीर युक्ती... 'सुधारित प्रस्ताव' मांडायचा नाही तर 'सुधारित प्रस्तावाचा नमुना' तयार करायचा. नेमके हेच केले गेले. 'सुधारित प्रस्तावाचा मसुदा' तयार केला गेला व 'तो पुढील कारवाई व संमतीसाठी प्रमुखांकडे (रवींद्रकुमारांकडे) देण्यात आला अशी तेथे नोंद आहे.'

कुठलीही नावनिशाणी न राहता तो मसुदा अदृश्यच झाला! ३१ ऑगस्ट व १

सप्टेंबर १९९८ रोजी भरलेल्या ICHR च्या बैठकीत सादर करण्यासाठी प्रमुखांनी तयार केलेल्या टिपणात म्हटले आहे की, प्रस्तावाचा मसुदा मान्य झाला नाही असे दिसते. म्हणून सुधारित योजनेनुसार काम हाती घेण्यात आले नाही.''

तत्त्वनिष्ठा, वैयक्तिक इमान, स्वाभिमान याला धक्का बसू लागला की त्यावर पांघरूण घालण्यासारखे काही उपयोगी पडते. सुदैवाने असा एक उपाय त्यांना सापडला. संशोधन प्रकल्प समितीच्या बैठकीत बहुतेक ईरफान हबीब यांनी (तेथील नोंदीवरून निश्चित सांगता येत नाही.) एक आक्षेप घेतला :– 'या बैठकीत घेण्यात येणाऱ्या निर्णयामुळे ज्यांना लाभ होणार आहे त्यांपैकी बहुतेक व्यक्ती या समितीच्या सदस्य असल्याने समितीने संपादकांच्या मानधनाविषयी ठरवणे उचित ठरणार नाही.' यावर वादविवाद झाले. वातावरण गरम झाले. तरीही शेवटी ठरवण्यात आले की, ''भावी काळासाठी एक निश्चित धोरण आखलेले असावे म्हणून प्रत्येक प्रमुख संपादकाला, त्याच्यावर सोपवलेला ग्रंथ पूर्ण झाल्यावर २५ हजार रुपयांचे मानधन दिले जावे.''

हा निर्णय पूर्वी घडलेल्या प्रसंगानुरूपच घेण्यात येत आहे अशीही तेथे नोंद आहे. या बैठकीच्या अहवालात म्हटले आहे की, ''ICHR च्या Towards Freedom या प्रकल्पातील प्रत्येक खंडाच्या संपादकाला त्याच्या कामासाठी २५ हजार रुपये देण्यात आले होते हे माहीत असल्यामुळेच समितीने हा निर्णय घेतला आहे.''

अगदी बिनतोड तर्कशास्त्र... जो प्रकल्प पुरा होण्याचे काहीही चिन्ह दिसत नव्हते त्या प्रकल्पाच्या संपादकांना दुसऱ्या अशाच वाटेने जाणाऱ्या प्रकल्पाच्या अनुषंगाने मानधन द्यायला काय हरकत असावी?

असा निर्णय घेतल्यावर परिच्छेदाच्या शेवटी अहवालात एक निरुपद्रवी वाक्य जोडून आणखी एक संधी उपलब्ध करून देण्यात आली. ते वाक्य असे : 'शब्दकोश- प्रकल्पाच्या प्रत्येक खंडाच्या पूर्ततेसाठी दोन किंवा अधिक 'मुख्य संपादक' प्रकल्पाशी संलग्न राहू शकतील.' नऊ खंडाकरता प्रथम दोन 'मुख्य संपादक' असावे असे ठरले असता आता प्रत्येक खंडासाठी 'दोन किंवा अधिक मुख्य संपादक'!

मुख्य संपादकाला (इतके दिवस सर्वसाधारण संपादक म्हणवल्या जाणाऱ्या व्यक्तीला अशी बढती देऊन) त्याला प्रत्येक खंडाच्या प्रकाशनासाठी ३० हजार रुपये देण्यात यावेत असेही बैठकीच्या अहवालात नमूद करण्यात आले.

आर. एस. शर्मा यांनी आपल्या लौकिकाला आणि डाव्या विचारसरणीला शोभेल असा त्रागा केला; कोणत्याही प्रकल्पाच्या कार्यवाहीत अशी वागणूक नंतर फार उपयुक्त ठरते. त्रागा केल्यावर लोक विनवण्या करतात आणि मग काही काम

झालेलं नाही यासंबंधी प्रश्न विचारले गेल्यावर 'नाही तरी मला या प्रकल्पात सहभागी व्हायचेच नव्हते' असे म्हणता येते. त्यांनी ICHR ला लिहून कळवले की, "संशोधन- प्रकल्प-समितीच्या बैठकीत 'शब्दकोश प्रकल्पा'च्या लाभार्थीवर झालेल्या टीकेचा विचार करता मला 'प्रमुख संपादक' पदी रहावेसे वाटत नाही. मी कोणत्याही बैठकीत कसलेही फायदे अथवा पदाचा आग्रह धरला नाही किंवा प्रकल्पावर केलेल्या कामापोटी मला काहीही मानधन मिळाले नाही. मला जे काय आठवते त्यानुसार संपादक समितीच्या एकाही बैठकीत एकाही मुख्य संपादकाने काही सोयीसुविधा अथवा मानधन मागितलेले नव्हते."

तत्कालिन पंतप्रधान श्री. एच. डी. देवगौडा आणि त्यावेळचेच मानव-संसाधन-विकास-मंत्री एस. आर. बोमई यांनी सुप्रसिद्ध कला-इतिहासकार प्राध्यापक एस. सेत्तार यांची ICHR च्या प्रमुखपदी निवड केली. या संस्थेच्या कामकाजाची त्यांनी फारशी माहिती नसल्यामुळे अशा प्रकल्पांची दुरवस्था पाहून त्यांना धक्काच बसला. त्यांनी शर्मा, श्रीमाळी, व रमेश यांना मार्च १९९७ मध्ये पत्र लिहून आजपर्यंत त्यांनी काय काय काम केले अशी चौकशी केली. महिन्यामागून महिने गेले तरी ते संबंधित लोकांना काम करायला ढोसू शकले नाहीत म्हणून त्यांनी २९ सप्टेंबर १९९७ रोजी आर. एस. शर्मा आणि ईरफान हबीब यांची बैठक बोलावली. त्यांनी श्रीमाळी व रमेश यांच्याशी पुन: संपर्क साधावा असे त्यांना सांगण्यात आले.

रमेश यांनी नवीनच अस्त्र उपयोगात आणले– आणखी पैसे मागणे! नादान लोक गैरकृत्यांकरता पैशाची आणखी उधळपट्टी करतात. या कामात त्यांना साह्य देण्याकरता आणखी तीन अभ्यासकांची नेमणूक करावी असे त्यांनी ICHR ला पाठवलेल्या पत्रात कळवले (कुणाला नेमावे त्यांची नावेही कळवून त्यांनी ICHR चे काम सोपे करून दिले!) त्यांनी एका संगणक-मदतनीसाची व राहण्याच्या जागेचीही मागणी केली! संस्थेच्या प्रमुखांनी त्यांना आधीच ४५ हजार रुपये देण्यात आल्याचे निदर्शनाला आणून दिले. काम सुरू होऊन सात वर्षे झाली. आणखी किती दिवस लागतील हेही विचारले. "मी सुचवलेल्या सर्व अटी पुऱ्या केल्या गेल्या तर साधारण एक वर्ष लागेल." असे उत्तर रमेश यांचेकडून आले!

याचा उबग येऊन श्री. सेत्तार यांनी पुन: हबीब आणि शर्मा यांच्याशी संपर्क साधून त्यांना मदतीची 'विनंती' केली... आणखी एक युक्ती हाताखालचे लोक अडवणूक करीत असतात. पुढच्या वाटचालीसाठी त्यांच्याकडे याचना करावी लागते आणि मग कायम वरिष्ठांच्या उपकाराच्या ओझ्याखाली राहायचे! या प्रकल्पातून आपण अंग काढून घेतल्याची अर्थात 'लाभार्थी' बहाण्याने... शर्मा यांना आठवण झाली. तरीही हे दोघे सेत्तार यांना भेटले आणि प्रत्येकी एक सुधारित प्रकल्प सादर करण्यास संमती दिली. एव्हांना तुमच्या ह्या युक्त्या लक्षात आल्याच असतील.

३१ ऑगस्ट-सप्टेंबर १ १९९८ या तारख्यांना भरलेल्या ICHR च्या बैठकीत सांगण्यात आली की, ''प्राध्यापक शर्मांनी आश्वासन दिल्याप्रमाणे सुधारित प्रस्तावाची सविस्तर माहिती अद्यापि हाती आलेली नाही. प्राध्यापक ईरफान हबीब यांनी सविस्तर प्रस्ताव १०.३.९८ रोजी पाठवण्याचे आश्वासन दिले होते पण तोही अद्यापि मिळालेला नाही.''

याा प्रकल्पाबाबत अधिकाधिक प्रश्न विचारले जाऊ लागल्यावर आर. एस. शर्मा यांनी ७ जुलै १९९८ रोजी अध्यक्षांना पत्र लिहून कळवले की, ''भारताच्या सर्वंकष इतिहासाच्या चौथ्या खंडाच्या दुसऱ्या भागाच्या कामात मी व श्रीमाळी अत्यंत व्यस्त आहोत. श्रीमाळी यंदा या प्रकल्पासाठी काही वेळ काढू शकतील असे मी त्यांना विचारून पाहीन तथापि त्यांना वेळ होणार नाही असे मला वाटते. रमेश, श्रीमाळी आणि संपादक मंडळाचे अन्य सदस्य यांची बैठक घेतल्यास, प्रकल्प लौकरात लौकर पुरा होण्यास मदत होईल.'' या पत्राचा एकंदर सूर पाहून घ्या. दिरंगाईच्या परिस्थितीला प्रामुख्याने जबाबदार असलेली ही व्यक्ती स्वतःची जबाबदारी झटकून जणू उपकार केल्याप्रमाणे श्रीमाळीशी संपर्क साधायला सांगत आहे तेही त्यांना तशी खात्री नसताना, केवळ अध्यक्षांना मदत करण्याच्या बहाण्याने अशी सूचना करीत आहे!

या सर्वांचा एकूण परिणाम काय? एव्हांना अकरा वर्षे उलटून गेली. ३ लाख ७४ हजार रुपये खर्च झाले आणि काही म्हणजे काहीही प्रकाशित झाले नाही. खास या कामासाठी नोकरीवर घेतलेल्या 'संकलकां'करवी हजारो 'टिपणे' संकलित करण्यात आली असे सांगण्यात येते. ही 'टिपणे' श्रीमाळी आणि रमेश यांच्या व्यक्तिगत ताब्यात आहेत. याउपर अध्यक्षांना सल्ला देण्यात येतो की प्रकल्प मार्गी लावण्यासाठी यांची बैठक बोलवावी. हीच ती माणसे की ज्यांच्यामुळे प्रकल्पाची अशी दुरवस्था झाली आहे. बैठक बोलावण्याच्या प्रस्तावाला एक अटही घालून ठेवायची की त्यांच्यापैकी एकाने मांडलेल्या सर्व सूचना मान्य कराव्यात; आणि दुसरी व्यक्ती टी.व्ही. कलाकार– दुसऱ्या एका प्रकल्पावर अत्यंत कार्यव्यस्त आहे!

इतका गोंधळ दिसून आल्यावर ICHR ने जर दुसऱ्या कुणाकडे प्रकल्प सोपवला तर त्याचा अर्थ हे नामवंत इतिहासकार धर्मनिरपेक्ष आहेत. म्हणून ICHR चा हेतू इतिहासाला केशरी रंग देण्याचा आहे हे विसरून नका!

◆

४
अगदी योग्य आदरांजली

राज्यसभेत श्री. विठ्ठलराव गाडगीळ यांनी प्रश्न विचारला की, "ICHR च्या ताब्यात असलेली शेकडो हस्तलिखिते (मुद्रणप्रती) गहाळ झाल्या किंवा त्यांचे पूर्णपणे नुकसान झाले असेल तर सरकारने त्याबाबत कोणती कारवाई केली आहे? मंत्र्यांनी या संबंधी निवेदन करावे." मंत्रालयाने लेखी उत्तरात सांगितले की, "काही हस्तलिखिते कदाचित गहाळ झाली असतील व काही कारणास्तव छापायला पाठवलेली नाहीत अशी माहिती ICHR कडून मिळाली आहे. कोणतेही हस्तलिखित गहाळ झाले आहे काय अथवा त्याचा उपयोग इतरत्र झाला आहे काय याची शहानिशा केली जात आहे."

आणखी एक संशयास्पद स्पष्टीकरण 'गहाळ झालेली हस्तलिखिते' आणि 'काही कारणास्तव छापायला न पाठवलेली हस्तलिखिते' यांना कसे एकत्र गोवले आहे ते पहा. तसेच जी हस्तलिखिते हरवली आहेत ती आणि 'अन्यत्र उपयोगात आणलेली हस्तलिखिते' यांनाही कसे एकत्र गोवले आहे तेही पाहून घ्या.

म्हणून मी मंत्रालयाकडे चौकशी केली, " 'काही हस्तलिखिते' या शब्द प्रयोगाखाली किती हस्तलिखिते आहेत? त्यांची संख्या किती?" दुसरे असेही विचारले की, "हरवलेली 'हस्तलिखिते' आणि 'काही कारणास्तव छापायला न पाठवलेली हस्तलिखिते' यांची माहिती स्वतंत्रपणे संकलित करता येईल का?" माझा तिसरा प्रश्न असा होता की, "एखादे हस्तलिखित हरवले की त्याचा अन्यत्र उपयोग करण्यात आला याची शहानिशा करण्याची कारवाई ICHR ने केव्हापासून सुरू केली? या तथाकथित कारवाईची सध्याची स्थिती काय आहे? विशेषेकरून मध्ययुगीन भारताच्या इतिहासाचे नामवंत विशेषज्ञ डॉ. पी. सरन यांचे हस्तलिखित 'सापडत नाही' ही बाब खरी आहे का? याच हस्तलिखितातून लेखन चौर्य करून संस्थेतील एका अभ्यासकाने आपल्या नावाने ते छापून आणले हे खरे आहे काय?"

२४ जुलै १९९८ रोजी रात्री उशीराने मला मंत्रालयाकडून एकच काय पण दोन पत्रे आली. एका पत्रात म्हटले होते की, या संदर्भातील तपशील गोळा केला जात आहे तर त्याच तारखेच्या दुसऱ्या पत्रात म्हटले होते की "गहाळ हस्तलिखितांबद्दल

सांगावयाचे म्हणजे कोणतेही हस्तलिखित हरवलेले नाही असे ICHR ने कळवले आहे.'' गाडगीळांनी विचारलेल्या प्रश्नाच्या उत्तरात जे सांगण्यात आले त्यात आणि या मजकुरात कमालीची तफावत आहे याकडे मी साहजिकच मंत्रालयाचे लक्ष वेधले.

डॉ. परमात्मा सरन यांच्या विशिष्ट हस्तलिखिताविषयी मी पृच्छा केली होती त्यासंबंधी त्यांनी जे सांगितले ते फारच आश्चर्यजनक होते. एका पत्रासोबत लिहिलेल्या टिपणात म्हटले होते की, ''या संदर्भात ICHR ने अधिक तपशीलवार कळवावे अशी विनंती करण्यात आली आहे.'' त्याच दिवशी मिळालेल्या दुसऱ्या पत्रात म्हटले होते की, ''डॉ. परमात्मा सरन यांच्या 'तारिख-इ-अकबरी' (इंग्रजी अनुवाद)चे हस्तलिखित ICHR कडे सादर झालेले दिसत नाही. तथापि जुन्या कागदपत्रांच्या दफ्तरात त्याचा शोध घेण्याचा कसून प्रयत्न केला जात आहे.''

थोडक्यात सांगायचे म्हणजे हे सर्व मला फार चमत्कारिक वाटते असे मी मंत्रालयाच्या निदर्शनाला आणून दिले. ICHR च्या १९७६-७७ च्या वार्षिक अहवालात, पृष्ठ १० व ११ वर ''अरिफ कंधारी यांच्या 'तारिख-इ-अकबरी' या ग्रंथाचा डॉ. परमात्मा सरन यांनी केलेल्या अनुवादाचा 'पूर्ण झालेला व सादर झालेला' ग्रंथ असा उल्लेख आहे. याचा ताळमेळ कसा लावायचा? आणि आता असे कसे सांगण्यात येते की, 'या अनुवादाचे हस्तलिखित ICHR कडे सादर झालेले दिसत नाही?' संस्थेच्या १९७७-७८ च्या वार्षिक अहवालात पृष्ठ ९ वर देखील ''तारिख-इ-अकबरी लेखक : अरिफ कंधारी, इंग्रजी अनुवाद : डॉ. परमात्मा सरन– ग्रंथ सादर झाला आहे.'' या उल्लेखाचा मेळ कसा लावायचा?

शेवटी ICHR ने सत्याच्या थोडे तरी जवळ जाण्याचे ठरवले. त्यांच्याकडून लिहून आले की, ''होय, डॉ. सरन यांचा अनुवाद सादर झाल्याचे वार्षिक अहवालात नमूद आहे.'' येथपर्यंत पत्रापत्री झाल्यावर मला एक महत्त्वाची सत्य गोष्ट कळली. डॉ. सरन निधन पावले होते. त्यांच्या जावयाने १९८५ मध्ये संस्थेला पाठवलेल्या पत्रात म्हटले होते की, ''संस्थेच्या वार्षिक अहवालात डॉ. सरन यांची हस्तलिखिते सादर झाल्याचा उल्लेख आहे. त्यांचा हा अनुवादाचा ग्रंथ नंतर संस्थेतर्फे प्रकाशित केला जाईल असे ठरवल्याचे आम्हाला सांगण्यात आले होते. २० वर्षे उलटून गेली तरी त्याचे काय झाले हे कळत नाही. आता आमच्या ऐकण्यात येते की कुणीतरी स्वत:च्या नावावर तो ग्रंथ प्रकाशित केला असून ती व्यक्ती संस्थेतील संपादक मंडळापैकीच एकजण आहे... हे ऐकून आम्हाला मनस्ताप होत आहे...''

यानंतर यासंदर्भात १९९५ मध्ये चौकशी आरंभिल्याची ICHR ने कबुली दिली. प्रकाशन विभागाचे प्रमुख, सानुग्रह-अनुदान-विभागाचे प्रमुख आणि मध्ययुगीन इतिहास विभागाचे प्रमुख या सर्वांकडे या हस्तलिखिताचे काय झाले अशी विचारणा

करण्यात आली. हस्तलिखित सादर झाले होते अशी कबुली सानुग्रह-अनुदान-विभागाने दिली तर प्रकाशन विभागाने कळवले की त्यांच्याकडे त्या अनुवादाची मुद्रणप्रत आलीच नव्हती. शेवटी सर्व जबाबदारी त्या प्रकल्पावर देखरेख करणाऱ्या मध्ययुगीन-इतिहास-विभागाकडे होती असे दिसून आली. तेथे ही मुद्रणप्रत शोधूनही सापडत नाही असे त्या विभागाच्या उप-संचालकांनी सांगितले. या उत्तराने समाधान न झाल्याने संचालकांनी उप-संचालकांना 'पुन: एकदा ते शोधण्याचा कसून प्रयत्न करावा' अशी विनंती केली. तथापि 'एकमेकांच्या संमतीने कटकारस्थाने रचण्याच्या गुंतागुंतीच्या जाळ्यात' असलेले साथीदार धावून आले आणि ही चौकशीच दाबून टाकण्यात आली.

अरिफ कंधारी यांच्या 'तारिख-ई-अकबरी' या ग्रंथाच्या टीकाटिप्पणीसह केलेल्या इंग्रजी अनुवादाबदल १९९२ मध्ये, राजस्थान विद्यापीठाची पीएच्.डी. पदवी कुणाला मिळाली– ओळखा बरं! स्वत:च्या नावाने कोणी हा ग्रंथ प्रसिद्ध केला याचाही अंदाज करा. तोच तो ICHRच्या मध्ययुगीन इतिहास विभागाचा उप-संचालक तस्नीम अहमद!

या प्रकरणाचा फारच पिच्छा पुरवला गेल्यामुळे ICHR च्या अध्यक्षांनी सरन यांच्या हस्तलिखिताचा जोरदार शोध चालू ठेवला आणि बघा काय झालं! त्या निर्दोष गुन्हा करणाऱ्याला वाटले की आपण किती हुशारीने काम केलं आहे– डॉ. सरन यांचे हस्तलिखित नाहीसेच करून टाकले. तथापि सध्याच्या ICHR च्या अध्यक्षांनी सुरू केलेल्या शोध-मोहिमेत एका फायलीत त्या हस्तलिखिताची ६२ पाने सापडली. एवढेच नव्हे तर त्यात डॉ. सरन यांच्या हस्ताक्षरातील काही दुरुस्त्याही आढळल्या! आणि अतोनात आश्चर्य म्हणजे तस्नीम अहमद यांनी स्वत:च्या नावे प्रसिद्ध केलेली प्रस्तावना म्हणजे वीस वर्षांपूर्वीच्या हस्तलिखितातील अक्षर न अक्षर, शब्द न शब्द तोच होता!...

म्हणून दोहोंची तुलना करण्यासाठी एक नवी समिती स्थापण्यात आली. उपसंचालक तस्नीम अहमद यांनी डॉ. सरन यांचे लेखन चोरल्याशिवाय हा चमत्कार कसा घडून आला याची छाननी करण्याचे काम या समितीकडे देण्यात आले!

वरिष्ठ आणि हाताखालचे लोक यांनी एकमेकांना वाचवण्याचा काय हा गलिच्छ प्रकार !

या पुस्तकाच्या प्रस्तावनेत प्रथम अरिफ कंधारी यांच्या 'तारिख-इ-अकबरी'चे महत्त्व नामवंत इतिहासकाराने असे विशद करून सांगितले आहे : अबुल फाजलच्या 'अकबरनाम्यात' जे आहे त्याला पाठिंबा यात मिळतोच, तसेच याआधी आम्हाला ज्ञात नसलेली माहितीही मिळते. कंधारींनी लिहिलेल्या इतिहासाच्या आधीच्या

अभ्यासाविषयी ते म्हणतात की : "मुईनुद्दीन नदवी, अझहर अली दहलबी आणि इम्तिहाज अली आरशी यांनी 'तारिख-इ-अकबरी'चे उत्तम संपादन व उत्कृष्ट अन्वय लावला आहे." मग आता कशाची गरज आहे ती ही की, " 'तारिख-इ-अकबरी'चा संपूर्ण इंग्रजी अनुवाद व्हायला पाहिजे." (डॉ. सरन यांनी खुद्द ICHR च्याच विद्यमाने असा अनुवाद केलेला आहे याचा मुळीसुद्धा उल्लेख यात केलेला नाही!) अनुवादाची ही निकडीची गरज डॉ. तस्नीम अहमद यांनी उत्कृष्ट तऱ्हेने पुरी केली आहे असे सांगून हे विद्वान् इतिहासकार पुढे म्हणतात की, "डॉ. अहमद यांनी अत्यंत प्रामाणिकपणे अचूकता पाळली आहे. मिळालेल्या माहितीचे दुसरीकडून मिळालेल्या माहितीबरोबर तौलनिक मूल्यमापन केले आहे." एवढे पुरेसे झाले नाही म्हणून की काय हे विद्वानांचे शिरोमणी लिहितात की, "डॉ. तस्नीम अहमद यांचा हा अनुवाद म्हणजे अकबराच्या ४५० व्या जयंतीच्या राष्ट्रीय उत्सवाला एक महत्त्वाचे योगदान आहे. भारत म्हणजे सर्वंकष संस्कृती व एकात्मतेचा देश आहे. या भावनांच्या निर्मितीच्या दीर्घ प्रक्रियेसंबंधी ज्यांना कळकळ आहे त्यांच्यामध्ये अकबराच्या काळासंबंधीची आस्था या ग्रंथामुळे अधिक दृढ होईल असा मला विश्वास वाटतो."

म्हणजे असे की या ग्रंथामुळे फक्त इतिहासाच्या गरजा पुरवल्या गेल्या असे नव्हे तर सर्वंकष संस्कृतीवर आधारलेल्या एकात्मतेच्या गरजा पुरवल्या गेल्या आहेत! प्रस्तावना लिहिणारे हे कोण विद्वान?... दुसरे कोण?... स्वत: ईरफान हबीब... दोनदा ICHR चे अध्यक्ष आणि पाचदा सदस्य! आणि हो, भारताचे वर्णन विसरू नका बरं... असा देश की जेथे सर्वंकष संस्कृती व एकात्मता निर्मितीची प्रक्रिया दीर्घ काळ चालली! एकात्मता म्हणजे दुसरेतिसरे काही नसून सर्वंकष संस्कृतीवर पूर्णतया अवलंबून असल्याचा आविष्कार आहे! एकात्मता म्हणजेच सर्वंकष संस्कृती.

तस्नीम अहमद यांनी आपल्या स्तुतीला असेच स्तुतिपर उत्तर दिले– "सर्वप्रथम मी प्राध्यापक ईरफान हबीब यांचे मन:पूर्वक आभार मानतो आणि त्यांच्याबद्दलचा माझा वैयक्तिक आदर व्यक्त करतो. या कामातील प्रत्येक टप्प्यावर त्यांनी मला प्रोत्साहन दिले तसेच मार्गदर्शन केले यासाठी मी त्यांचा ऋणी आहे. ते अत्यंत कार्यव्यस्त असतानाही माझ्या कामादरम्यान येणाऱ्या गुंतागुंतीच्या प्रश्नांची खोलवर जाऊन त्यांनी तपासणी केली व आपला अमूल्य वेळ त्यांनी विनातक्रार माझ्या कामासाठी दिला."

आणखी एका नामवंत इतिहासकाराचे ऋणही तस्नीम अहमद विसरलेले नाहीत. त्याबद्दल लिहिताना श्री. अहमद म्हणतात, "माझे आदरणीय गुरू प्राध्यापक सतीशचंद्र यांचे ऋण अमाप आहे. माझे लेखन त्यांनी काळजीपूर्वक वाचून काही दुरुस्त्या केल्या. त्यांच्या विचारपूर्ण सूचनांचा मला अतोनात फायदा झाला."

"लेखन करताना आलेल्या प्रश्नांचा सखोल अभ्यास?"

"लेखन वाचून पाहण्यासाठी घेतलेले श्रम आणि केलेल्या दुरुस्त्या?"

"विचारपूर्ण दुरुस्त्या– ज्यामुळे अतोनात फायदा झाला?..."

हे सर्व केव्हा तर संपूर्ण लेखन डॉ. परमात्मा सरन यांच्या ग्रंथातून शब्द न शब्द जसाच्या तशा उचलून घेतलेला असताना!

एखाद्या कनिष्ठाने आपल्या आश्रयदात्यापुढे इतके गुडघे टेकणे हे सर्वंकष संस्कृतीत बसत नाही. असे वागणे म्हणजे सरळ सरळ 'दूरदर्शी विचारांची' कृती आहे. लेखनाच्या 'प्रत्येक टप्प्यावर मार्गदर्शन', 'दुरुस्त्या' आणि 'सूचना' याकरता वरिष्ठांना धन्यवाद देऊन कनिष्ठ व्यक्ती त्यांनाही अपराधी ठरवीत असतो. म्हणूनच इतर कोणत्याही कारणासाठी नाही तरी स्वत:ची कातडी बचावण्यासाठी वरिष्ठ व्यक्ती आपल्याला पाठीशी घालतील याची तो तरतूद करून ठेवतो!

लेखन चौर्यातून निर्माण झालेल्या या पुस्तकाची अर्पणपत्रिका त्याला शोभेशीच आहे. तस्नीम अहमद लिहितात– 'माझ्या आदरणीय उस्तादांच्या प्राध्यापक एस. नुरूल हसन यांच्या– स्मृतीस...' हेच ते 'विद्वान' जे ग्रंथलेखन न करताही नामवंत ठरले... शैक्षणिक संस्था आपल्या ताब्यात घेण्याच्या पुरोगाम्यांच्या सुरुवातीच्या प्रयत्नांचा समन्वय साधणारे हेच ते हरकामी नोकर! एकूण ही अर्पणपत्रिका तंतोतंत खरी म्हणायला हवी. चोरलेल्या हस्तलिखितावरून आपले पुस्तक तयार करणाराने भक्तिभावाने अशा माणसाला ते अर्पण करणे अगदी योग्यच आहे!

आपल्याला आता आणखी काय ऐकायला मिळते? ३१ ऑगस्ट आणि १ सप्टेंबर १९९८ रोजी भरलेल्या ICHR च्या बैठकीत एक टिपण तयार करण्यात आले. त्यात म्हटले होते की, "ICHR च्या एका योजनेनुसार प्राध्यापक परमात्मा सरन यांनी 'तारिख-इ-अकबरी'च्या केलेल्या इंग्रजी अनुवादाची, संस्थेतील मध्ययुगीन विभागाच्या उपसंचालकांनी चोरी केली असा आरोप काही दिवस केला जात आहे. वारंवार केल्या जाणाऱ्या या आरोपामुळे आणि काही संसद सदस्यांनी संसदेत हा प्रश्न उपस्थित केल्यामुळे या प्रकरणाच्या मुळाशी जाण्यासाठी अध्यक्षांनी ८ ऑगस्ट १९८८ रोजी एक सत्यशोधन समिती स्थापन केली."

या समितीत, मध्ययुगीन भारताचे अग्रणी अभ्यासक प्राध्यापक के. एस. लाल, जवाहरलाल नेहरू विद्यापीठाचे प्रोफेसर हरबंस मुखिया आणि ICHR चे माजी संचालक डॉ. टी. आर. सरीन यांचा समावेश होता. समितीवर सोपवलेले काम डॉ. परमात्मा सरन यांचे हस्तलिखित संस्थेकडे आले होते किंवा नाही याची शहानिशा करणे. (मानव-संसाधन-विकास मंत्रालयाकडून मला आलेल्या एका पत्रात हस्तलिखित संस्थेकडे सादर झालेले नव्हते असे दिसते असे म्हटल्याचे आपल्याला आठवेलच.) आणि "या हस्तलिखिताची संस्थेतील अथवा संस्थेबाहेरच्या

व्यक्तीने चोरी केली काय हे शोधून काढणे.''

ICHR च्या एका कपाटात सापडलेले ६२ पानी हस्तलिखित समितीच्या स्वाधीन करण्यात आले. या प्रश्नाबद्दलचा समितीचा निष्कर्ष असा–

''१) ICHR च्या १९७६-७७ च्या वार्षिक अहवालातील पृष्ठ ११ वरून, प्राध्यापक परमात्मा सरन यांनी केलेला तारिख-इ-अकबरीच्या इंग्रजी अनुवाद संस्थेला मिळाला होता हे उघड दिसून येते. या हस्तलिखिताचा शोध घेण्यासाठी जेव्हा प्राथमिक चौकशी कारवाई सुरू झाली तेव्हा संस्थेच्या सानुग्रह-अनुदान-विभागाने २४.८.१९९५ रोजी दिलेल्या अहवालात या बाबीला पाठिंबा देण्यात आला होता. प्राध्यापक पी. सरन यांना मानधनाची पूर्ण रक्कम देण्यात आली होती आणि पहिला प्रकल्प पूर्ण झाल्यावरच दुसऱ्या प्रकल्पाचे काम त्यांना मंजूर झाले हे सत्य आहे. (अभ्यासकाला मानधन काम पूर्ण झाल्यावर देण्यात येते असा नेहमीचा शिरस्ता आहे.) दुसरा प्रकल्प म्हणजे फेब्रुवारी १९७८ मध्ये प्राध्यापक सरन यांना 'मिरात-उल-इस्तबाब'च्या अनुवादाचे काम दिले गेले. आधीचे काम म्हणजे 'तारिख-इ-अकबरी'च्या अनुवादाचे काम पूर्ण झाल्याचा हा अप्रत्यक्ष पुरावाच आहे. एवढा पुरावा मिळाल्यावर 'तारिख-इ-अकबरी'चे हस्तलिखित संस्थेला नि:संशयपणे मिळाले होते असा निष्कर्ष समितीने काढला.

२) प्रा. पी. सरन यांच्या 'तारिख-ई-अकबरी'च्या अनुवादाची सुमारे ६२ टंकलिखित पाने समितीपुढे सादर करण्यात आली. प्राध्यापक सरन यांना अनुवादाचे काम दिल्यासंबंधीच्या एका फाईलमधून ही पाने काढून देण्यात आली. ICHR मधील एक सदस्य श्री. तस्नीम अहमद यांच्या लेखनाशी ती पाने ताडून पाहिल्यावर प्रा. सरन यांचा अनुवाद आणि श्री. अहमद यांच्या पुस्तकातील मजकुरात कमालीचे साम्य आढळून आले. इतके साम्य हा योगायोगाचा प्रकार नसून लेखनचौर्याची शक्यता नाकारता येत नाही.

अकबराच्या ४५० च्या जयंतीनिमित्त केवढी योग्य आदरांजली... तसेच ''सर्वंकष संस्कृती आणि एकात्मता असलेल्या भारतालाही केवढी योग्य आदरांजली– वाङ्मयचौर्य करून तयार झालेले पुस्तक!

आणि या प्रकरणाची सांगता– तस्नीम अहमद यांनी ICHR मधील आपल्या कार्यालयात ते स्वत: त्या वेळचे राष्ट्रपती श्री. शंकरदयाळ शर्मा यांना हे पुस्तक देत असतानाचे छायाचित्र सर्वांना दिसेल अशा ठिकाणी ठेवले आहे!

नेहमी चलाखपणे वागणारांची आणखी एक शिताफी!

◆

५

कोंडीत सापडल्यावर कांगावा करायचा– ‘क्षुद्रपणा’, ‘वैयक्तिक’, ‘असंस्कृत’ हे शब्द वापरून–

या ख्यातनाम इतिहासकारांनी National विरूद्ध Rational अशी शब्दांची फिरवाफिरवी करून निर्माण केलेला तीव्र वादविवाद, १९९८ च्या जून-जुलै महिन्यात शिगेला पोचला. एकामागून एक वृत्तपत्रांनी या वादाचा खल चालवला. संसदेतही याचे पडसाद उमटले. झी. टी.व्ही वर ‘आप की अदालत’, ‘आप का फैसला’ हे लोकप्रिय कार्यक्रम चालवणाऱ्या मनोज रघुवंशींनी या नामवंतांपैकी एकजण के. एम. श्रीमाळी यांना आणि मला चर्चेत भाग घेण्यासाठी बोलावले.

खूपच प्रामाणिकपणाचा आव आणून श्रीमाळी म्हणाले की, "इतिहासाचा विपर्यास करणाऱ्या व सत्य दडपून टाकणाऱ्या व्यक्तींच्या हातात आता ICHR ही संस्था जात असल्याने मी तिच्या कार्याविषयी साशंक होत आहे." "एखादे उदाहरण सांगता का?" असे मनोज रघुवंशींनी विचारले.

श्रीमाळी म्हणाले की, "प्राचीन भारतात गोमांस खाल्ले जात होते ही बाब आता या लोकांकरवी दडपून टाकली जात आहे."

मला या आरोपाचा कधीच अर्थ समजू शकलेला नाही. पाच हजार वर्षांपूर्वी भारतात गोमांस खात असत असे जरी गृहीत धरले तरी ही बाब दडपून टाकण्याची कोणाला कशी आवश्यकता वाटेल? आणि जरी त्यावेळी लोक गोमांस खात होते तरी आज हिंदुधर्मीय गाईला पवित्र मानतात ह्या भावनेला कमी लेखण्याचे कारण काय? जगभर काही मानव-टोळ्या पूर्वी नरमांसभक्षक होत्या पण आज त्या तशा नाहीत. आज ते एकमेकांना खात नाहीत हे तथ्य नाही असे म्हणायचे का?

रीतीरिवाज, कर्मकांडे यात परिवर्तन होत असते. सध्या वर्तमानकाळात कोणत्या श्रद्धा आचरणात आणल्या जातात त्याचा विचार केला पाहिजे. प्रेषिताने आपल्या अनुयायांना पहिल्यांदा जेरूसलेम इथल्या ‘किबला’पुढे नतमस्तक व्हायला सांगितले होते– मक्केच्या काबापुढे नव्हे. याचा अर्थ असा आहे का की, मुस्लिमांना आता ‘काबा’बद्दल वाटणारी भक्ती वरवरची आहे? जरा दुसऱ्या तऱ्हेने आपण विचार

करून बघू या– 'हाज'शी संबंधित धर्माचरणाची प्रत्येक बाब इस्लाम-पूर्व मूर्तिपूजक कालखंडाशी निगडित आहे. मग त्यांची कर्मकांडे कमी लेखायची का? गेली हजारो वर्षे हिंदुधर्मीयांना गाय पवित्र वाटते. अल्लाने कुराणात त्याच्या भक्तीसाठी प्राणीहत्या करायला सांगितल्याच्या मजकुरात गोहत्या करायला सांगितलेले नाही. प्रेषिताने मुस्लिमांना गोहत्या करण्याची आज्ञा काही 'हाडी'मध्ये दिल्याचा पुरावा शोधण्याचा उलेमांनी जारीने प्रयत्न केला पण तो निष्फळ ठरला. भाकड गाईंना मारून टाकावे असे कदाचित प्रेषिताने म्हटले असेल. तथापि उभय धर्मीयांनी आपापल्या श्रद्धा बाळगून गुण्या-गोविंदाने राहण्यास काहीही प्रत्यवाय नाही. मुस्लिमांनी गाईशिवाय इतर प्राण्याची हत्या करून अल्लाची आज्ञा पाळण्यास काहीच आडकाठी नाही. मौलाना अहमद रिझाखान, अलिमिया वगैरे 'धर्मगुरू' गोहत्येचाच आग्रह धरतात म्हणून हा वाद उपस्थित झाला आहे. हिंदूधर्मीय गाईला पवित्र मानतात म्हणूनच गोहत्या करणे हे मुस्लिमांचे धर्मकृत्य आहे अशी त्यांची शिकवण आहे. असो.

आता आपण त्या टी.व्ही. कार्यक्रमाकडे वळू या.

"... याला पुरावा काय?" रघुवंशींनी विचारले. श्रीमाळींनी मोठ्या आढ्यतेने उत्तर दिले की, "अशा अर्थाची शेकडो लेखी वचने आहेत." रघुवंशींनी म्हटले की, "कोणता वेद, त्यातील कोणता मजकूर, कोणती ऋचा ते तरी सांगा." श्रीमाळी म्हणाले की, "मी माझ्याबरोबर कोणतेही ग्रंथ आणलेले नाहीत तथापि तसा पुरावा सगळीकडे सापडतो."

रघुवंशींनी चिकाटीने विचारले, "तरीपण, एखादा वेद, एखादी ऋचा तरी उद्धृत करा..."

श्रीमाळींना कोणताही वेद, कोणताही ग्रंथ, ऋचा, श्लोक काहीही सांगता आले नाही.

श्रोतृवर्गातून एकजण उठला आणि त्याने चारी वेदग्रंथ पुढे करून म्हटले, "तुमच्या मताला पुष्टी देणारा कोणताही परिच्छेद यातून वाचून दाखवा." रघुवंशींनी ते ग्रंथ श्रीमाळींपुढे नेले. पण त्यांनी त्या ग्रंथांना हातही लावला नाही. म्हणजे माघारच घेतली.

मग रघुवंशींनी आपल्या टेबलापाशी जाऊन वेदातील एकामागून एक परिच्छेद वाचून दाखवले. गोमांस खाऊ नये असेच ठामपणे त्यात सांगितले गेले होते.

माझ्या आग्रहावरून रघुवंशींनी श्रीमाळींना त्या ऋचा स्वत: वाचण्याची विनंती केली.

श्रीमाळींनी त्यांना स्पष्ट नकार दिला. उलट ते जास्तच आक्रमक रीत्या बोलू लागले. ते म्हणाले की, "मला एखादा मजकूर आठवत नसला म्हणून काय झाले? ऋचा म्हणता येत नाहीत म्हणून कुठे बिघडले?"

"तुम्ही प्राचीन भारताचे तज्ञ आहात." असे रघुवंशींनी म्हणताच ते आणखी उखडले आणि म्हणाले की, "त्याचा आणि ह्याचा काय संबंध? मी तज्ञ असण्याचा आणि मला एखादी ऋचा न आठवण्याचा काय संबंध? गोमांस भक्षणाच्या विरूद्ध अनेक ऋचा काढून दाखवल्यात तरी त्याकाळी गोमांस खाल्ले जात नव्हते याला काय पुरावा?"

रघुवंशींनी पुन: विचारले की, "गोहत्या करू नये अशी वेदाज्ञा असताना त्या काळी गोमांस-भक्षणाला बंदी नव्हती हे तुम्ही कशाच्या आधारावर म्हणता?"

"बंदी होती असे मानले तरी लोक गोमांस खात नव्हते हे तरी कशावरून?" श्रीमाळींनी आपल्या विवेचनाचा सांधाच बदलला! महत्त्वाचे होते ते त्यावेळचे मान्य रीतीरिवाज, धर्माचरणाच्या अपेक्षा कोणत्या होत्या, ते महत्त्वाचे. आपल्या दंडसंहितेत कुणी कुणाचा खून करू नये हा कायदा आहे तरीही खून होतातच ना? काही खुनी लोक आपल्या समाजात आढळतात याचा अर्थ आपण खुनाला एक उद्योगधंदा म्हणून मान्यता दिली आहे का?

श्रीमाळी नंतर म्हणाले की, "मी 'वेद' असे म्हटले नव्हते तर वैदिक वाङ्मय म्हटले होते." यावर रघुवंशी म्हणाले की, "बरं मग वैदिक वाङ्मयातील एखाद्या पुस्तकाचे नाव तुमच्या मताच्या पुराव्यादाखल सांगा." तेही त्यांना सांगता आले नाही.

अशा तऱ्हेने शाब्दिक चकमकी चालू राहिल्या. रघुवंशी आणि श्रोतृवर्ग 'एखादा परिच्छेद, एखाद्या पुस्तकाचे नाव द्या.' अशी मागणी करू लागले परंतु श्रीमाळी काहीही सांगू शकले नाहीत हाच अर्थ निघाला.

हा कार्यक्रम जुलैच्या तिसऱ्या आठवड्यात प्रक्षेपित झाला. त्यात श्रीमाळी अगदीच प्रभाव पाडू शकले नाहीत. म्हणून त्यांनी वर्तमानपत्रातून या कार्यक्रमावर ताशेरे झाडायला सुरुवात केली. एकाच तऱ्हेची टीका विविध वर्तमानपत्रातून ते लिहू लागले.[१] त्यांचा आरोप होता की, "श्री. रघुवंशींनी बिनधास्तपणे कार्यक्रमाचे संपादन केले. स्वत:च फिर्यादी आणि स्वत:च न्यायाधीश अशा भूमिका त्यांनी पार पाडल्या. गोमांस भक्षणाच्या संदर्भात माझ्यावर झालेल्या वैयक्तिक व असंस्कृत हल्ल्याकडे मी मुळीच लक्ष देऊ इच्छित नाही." वैयक्तिक हल्ला? असंस्कृत हल्ला? खरं म्हणजे त्या कार्यक्रमात सर्वजण सौजन्याने वागले होते. आम्ही सर्वांनी म्हणजे श्रोतृवर्गाने, मी एकदाच एका उद्गाराने आणि रघुवंशी यांनी पुन:पुन: एकच प्रश्न विचारला होता. तो म्हणजे श्रीमाळी यांनी आपल्या मताला पुष्टी देणारा एक तरी परिच्छेद, एका तरी पुस्तकाचे नाव सांगावे. आता ह्या विनंत्या म्हणजे 'वैयक्तिक हल्ले' कशा होतात? पुरावे मागणे म्हणजे 'असंस्कृत मागणी' असते काय?

या प्रकारातील वैचारिक भाग वेगळा पण या मंडळींना एकदम कशी चीड येते

बघा. युक्तिवाद करणे बाजूलाच राहते पण ते दुसऱ्यांच्या शीलावर शिंतोडे उडवतात, अपशब्द वापरतात, इतरांच्या मतात तथ्य नाही म्हणतात, थुंकतात, पळ काढतात परंतु त्यांना नुसते 'पुरावा द्या' म्हटले की त्यांना पराकोटीचा राग येतो. आमच्यावर 'वैयक्तिक हल्ले' होत आहेत असा ओरडा ते करतात. 'असंस्कृत हल्ला' होत आहे अशी किंकाळी फोडतात.

आपल्या मताला पुष्टी देणारे पुस्तक अथवा एखादा परिच्छेद आपण दाखवून देता येत नाही हे लक्षात आल्यावर श्रीमाळींनी या वादाला वेगळेच फाटे फोडले. आपण जो मुद्दा मांडत होतो त्याला आपण पुरावा देऊ शकलो नाही याचा मूळ मुद्याशी संबंध नाही असे 'द हिंदू' या वृत्तपत्रात लिहिताना श्रीमाळी म्हणतात, ''मी एखादा श्लोक म्हणून दाखवू शकलो नाही याचा अर्थ प्राचीन भारतात गोमांस भक्षण नव्हतेच असे सांगण्याचा प्रयत्न झाला. छांदोग्योपनिषदात एका श्लोकात मंत्रपठण करणाऱ्या ब्राह्मणांचे वर्णन ''एकमेकांची शेपटी धरून वर्तुळ बनवून हुंदडणाऱ्या कुत्र्यांसारखे ब्राह्मण'' असे केले आहे. त्या यथार्थ श्लोकाची मला आठवण झाली. मी तो श्लोक उद्धृत केला असता तर त्या कार्यक्रमाच्या प्रसारणातून तो वगळला गेला असता.''

(श्रीमाळी यांचे वक्तव्य १० सप्टेंबर १९९८ च्या 'द हिंदू' या वृत्तपत्रातून घेतले आहे.)

थोडक्यात म्हणजे पुनःपुनः तेचतेच म्हणत राहिल्याने काहीच प्रगती होत नसते. एका ख्यातनाम अभ्यासक इतिहासकाराने मत मांडले की ते खरेच मानायचे! शहानिशा करायचीच नाही. त्यातूनही त्यांनी काही पुरावे दाखवून दिले असते तरी तेही म्हणे वगळण्यात आले असते कारण त्यांना प्रश्न विचारणारे लोक पक्षपाती आणि पूर्वग्रहदूषित!

या उप्पर दुसऱ्यांच्या दृष्टिकोनाचा तिरस्कार : 'ही बुद्दू मंडळी मला जे विचारीत होती त्यांना उत्तर देणे माझ्या विद्वत्तेच्या प्रतिष्ठेच्या खाली आहे. कारण मी इतिहासाचा तज्ज्ञ विद्वान आहे! माझ्या युक्तिवादाचे वेगवेगळे पैलू समजण्याची या मूर्खांची कुवतच नाही.' श्रीमाळींच्या शब्दात सांगायचे म्हणजे : ''इतिहासविषयक संशोधनाचे पद्धतीशास्त्र असते. त्या मूळ प्रश्नाचे आकलन त्या संपूर्ण श्रोतृवर्गाला अजिबात झाले नाही. कोणत्याही इतिहासविषयक प्रश्नांच्या परस्परविरोधी पुराव्यांचे एखादा इतिहासकार स्पष्टीकरण कसे देऊ शकतो यावर मी भर दिला होता. परंतु माझा हा मुद्दा कार्यक्रमाच्या प्रसारणातून मुद्दाम वगळण्यात आला. मंत्रोच्चारण म्हणजे इतिहासलेखन नव्हे. इतिहासलेखनाच्या विविध पैलूंचे आकलन होण्याची कुवत, कार्यक्रमाचे संचालक, एकेश्वरवादी श्रोतृवर्ग आणि स्वतः श्री. शौरी यांच्यापैकी कोणाचीच नव्हती.''

नंतर औरंगजेबावर चर्चा सुरू झाली. औरंगजेब कडवा धर्माभिमानी होता की नाही? असा प्रश्न श्री. रघुवंशींनी विचारला. हा प्रश्न पुन:पुन: विचारून देखील श्रीमाळी नि:संदिग्ध उत्तर देऊ शकले नाहीत.

औरंगजेबाच्या दरबारात कितीतरी हिंदू सरदार होते याची त्यांनी आठवण करून दिली. याचा आपण पुढे विस्ताराने विचार करणार आहोतच. मग असेही म्हणता येते की, इंग्रजांनी सन्मान बहाल केलेले कितीतरी भारतीय होते. दोन्हीची कारणे एकच होती. औरंगजेबाने आपल्या पदरी हिंदू सरदार बाळगले होते म्हणून 'त्याने हिंदू मंदिरे उद्‌ध्वस्त केली' हे सत्य नाकारता येते का?

मनोजने मला तोच प्रश्न विचारल्यावर मी स्पष्टपणे माझे मत सांगितले की, "त्याचा स्थायीभाव मूलत: धार्मिक होता याबद्दल त्याला स्वत:ला कोणताही संदेह नव्हता. त्याच्या इस्लाम धर्माचे एक आवश्यक अंग म्हणजे इतर धर्मांची प्रार्थनास्थळे उद्‌ध्वस्त करणे– ते त्याने प्रामाणिकपणे आचरणात आणले." या माझ्या मताचा रघुवंशीने पुरावा मागितल्यावर मी औरंगजेबाच्याच दरबाराच्या अखबरातील काही परिच्छेद वाचून दाखवले. त्या कार्यक्रमात यापैकी काही परिच्छेद प्रसारित केले गेले.

यावर श्रीमाळींचे भाष्य काय असावे?

"औरंगजेबाच्या तथाकथित कडव्या धर्माभिमानाची मी दुसरी बाजू दाखवली. ती कार्यक्रमाच्या प्रसारणात अजिबात समाविष्ट झाली नाही यावरूनच संचालकाचा धडधडीत पक्षपात दिसून येतो. तत्कालिक माहितीस्त्रोताच्या आधारे मी दिलेली सत्य माहिती देखील मनोजने वगळली. एवढेच नव्हे तर, अशा प्रश्नांविषयीच्या लेखनात इतिहासकारांची भूमिका महत्त्वाची असते यावर मी भर दिला होता तेही वगळून टाकण्यात आले. (हे सर्व हिंदू सरदारांबद्दल आहे.) याउलट श्री. शौरी यांनी शंकास्पद माहितीस्त्रोताद्वारे मिळालेल्या परिच्छेदांचे केलेले वाचन मात्र कार्यक्रमात तसेच ठेवले गेले."

"शंकास्पद माहितीस्त्रोत?" ते परिच्छेद चर्चेतील व्यक्तींच्या दरबारातील तत्कालीन फर्मानातील होते. हे परिच्छेद इतिहासातून आणि तत्कालीन वृत्तांतातून घेतले होते. काही परिच्छेद तर एखादी बातमी बादशहा व त्याचा दरबार यांच्यापर्यंत पोचली त्याच दिवशी लिहिलेल्या वृत्तांतातील आहेत.

तथापि या मंडळींचे हे नेहमीचेच तंत्र आहे... त्यांची छापून आलेली वक्तव्ये वाचणारे लोक, तो होऊन गेलेला कार्यक्रम पुन: पाहू शकणार नाहीत आणि सत्यासत्यता पडताळून पाहू शकणार नाहीत हे या लोकांना माहीत असते. एखादी माहिती कोठून घेतली याचा अस्सलपणा पडताळून पाहण्याजोगी वाचकांची पुरेशी पार्श्वभूमी नसते. मग काय होते की, एखादा इतिहासकार एखादा स्त्रोत 'शंकास्पद' आहे असे म्हणतो आहे ना मग ते खरेच असेल असे सामान्य जनांना वाटते!

कोंडीत पकडले गेल्यावर या नामवंत इतिहासकारांची प्रतिक्रिया कशी असते याचे आणखी एक उदाहरण मला ICHR च्या सेवक वर्गाच्या वागणुकीवरून मिळते. याच मंडळींनी भरीला घातल्यामुळे जागतिक पुराणवास्तूशास्त्र परिषदेने क्रोएशिया येथे भरणाऱ्या आपल्या 'सांस्कृतिक मालमत्तेचा विध्वंस आणि जतन' या विषयावरच्या अधिवेशनात अयोध्या येथील मशिदीच्या पाडापाडीबद्दल एक खास चर्चासत्र आयोजित करण्याचे ठरवले.

या नामवंत इतिहासकारांपैकी एक जण संयोजकांकडे गेले व या प्रश्नावर निबंध लिहिण्याची तयारी दर्शविली. ३ नोव्हेंबर १९९७ रोजी इंग्लंडमधील अधिकारी व्यक्तीने त्या इतिहासकाराला उत्तर लिहिले की, "आम्हाला तुमची विनंती मान्य करण्यात आनंद होत असून तुमच्या निबंधाचा संपूर्ण मजकूर ३१ जानेवारीपर्यंत हाती यावा. या परिषदेत सहभागी होणाऱ्यांना देण्यात येणाऱ्या कागदपत्रात आपल्या निबंधाचा आम्हाला समावेश करता येईल." त्यांनी आणखी असेही कळवले की, "आपल्या विमानप्रवासाच्या खर्चाबाबत आपल्याला काही मदत हवी असल्यास आपण 'य' विद्यापीठातील 'क्ष' व्यक्तीशी संपर्क साधावा. कितपत अर्थसाह्य उपलब्ध होईल हे त्यांच्याकडून आपल्याला कळेल."

आपल्या या इतिहासकारांनी आपला निबंध तिकडे पाठवला आणि ९ फेब्रुवारी १९९८ रोजी त्यांनी ICHR कडे अर्थसाह्याचा अर्ज पाठवला. त्यात विमानप्रवास खर्च, परिषदेच्या जागी जाण्यायेण्याचा खर्च, नोंदणी शुल्क ३०० डॉलर्स आणि 'नियमानुसार दैनंदिन खर्चासाठी काही रक्कम' इत्यादींचा समावेश होता.

या लोकांचा एक परस्पर मदतीचा कंपूच असल्याने त्यांची ही विनंती तीन दिवसात मान्य झाली व त्यांना '२० हजार रुपये प्रवासखर्चाचा काही हिस्सा' म्हणून मंजूर करण्यात आले. १३ फेब्रुवारी १९९८ रोजी त्यांना हा निर्णय कळवण्यात आलेल्या पत्रात ICHR ने लिहिले होते की, "त्यांना अन्य काही ठिकाणाहून मिळणारे अर्थसाह्य, स्वत: केलेली पैशाची व्यवस्था याचा मेळ घालून मग या रक्कमेचा विनियोग व्हावा अशी विनंती आहे."

थोड्याच दिवसात संस्थेला माहिती पडले की या परिषदेत निबंध-वाचन करणाऱ्या सर्व सहयोगी व्यक्तींना त्या संस्थेकडून संपूर्ण प्रवासखर्च व अन्य भत्ते मिळण्याची शक्यता आहे.

२३ फेब्रुवारी १९९८ रोजी त्या नामवंत इतिहासकाराने पुन: ICHR ला पत्र लिहून म्हटले की, "दिल्ली विद्यापीठ किंवा यजमान संस्थेकडून मला प्रवास खर्चासाठी काही रक्कम मिळण्याचा संभव आहे. तसे झाल्यास ICHR ने मंजूर केलेली रक्कम मी आवश्यकता भासल्यास अन्य खर्चासाठी वापरल्यास संस्थेची हरकत नसेल अशी मी आशा करतो."

यानंतर काहीही पत्रव्यवहार झाला नाही व या इतिहासकाराला १८ हजार रुपये आगाऊ देण्यात आले.

२२ एप्रिल १९९८ रोजी परिषदेच्या संघटकांनी या नामवंत इतिहासकाराला फॅक्सद्वारे कळवले की, त्यांचे विमानाचे तिकिट पाठवण्यात आले असून ते त्यांनी नवी दिल्ली विमानतळावरील स्कॅंडेनेव्हियन विमान कंपनीच्या ऑफिसमधून ताब्यात घ्यावे. ''लंडनमध्ये त्यांची निवासाची सोय आहे का? नसल्यास आम्ही व्यवस्था करावी का?'' अशीही विचारणा त्यांनी केली होती.

ती जागतिक परिषद भरली आणि समाप्त झाली. आमचे मित्र दिल्लीला परतले. इतर काही माणसेही परिषदेला गेली होती. त्यामुळे संयोजकांनी सहयोगी व्यक्तींसाठी किती खर्च केला हे संस्थेला निश्चितपणे कळू शकले. या सुमारास देशातील वातावरण बदलले होते म्हणजे नवे सरकार सत्तेवर आले होते. ICHR या संस्थेचीच पुर्नरचना झाली होती. जुन्या नामवंतांच्या जागी नवे लोक आले होते.

२३ जुलै १९८८ रोजी म्हणजेच त्या परिषदेच्या संयोजकांनी विमानप्रवास खर्च देऊ केल्यानंतर बरोबर ८ महिन्यांनी या नामवंत इतिहासकाराने संस्थेला कळवले की, ''संस्थेने मंजूर केलेली रक्कम पुरेशी नसल्याने मला प्रवासखर्चाची जमवाजमव करण्यासाठी अन्यत्र जावे लागले. परिषदेच्या यजमान संस्थेकडून मला दोन्हीकडचा प्रवास खर्च मिळाला. हे लक्षात घेता, संस्थेने मंजूर केलेली रक्कम माझ्या तेथील दैनंदिन खर्चापोटी उपयोगात आणली गेल्याचे दाखवल्यास मी संस्थेचा आभारी राहीन.''

यासंबंधी ICHR मध्ये पुष्कळ चर्चा झडली आणि त्या फायलीमध्ये बरीच टिपणे लिहिली गेली. संबंधित अधिकाऱ्यांनी असे निदर्शनाला आणून दिले की, संशोधन- प्रकल्प-समितीने ज्या विशिष्ट कारणासाठी रक्कम मंजूर केली होती त्याच कारणासाठी ती खर्च झाली पाहिजे असा नियम आहे. दुसऱ्या कोणत्याही कामासाठी तिचा विनियोग होता कामा नये. संस्थाप्रमुखांनी फाईलमध्ये लिहिले की, ''याबाबतीत एक नाजूक प्रश्न उपस्थित झाला आहे तो असा की संस्थेने अन्य अभ्यासकांना दैनंदिन भत्ता दिला नसेल. काहीही असेल तरी या विद्वान अभ्यासकाने त्याला आलेल्या खर्चाचा सर्व हिशोब आणि त्याला सर्व ठिकाणांहून मिळालेल्या अर्थसाह्याची माहिती द्यावी असे ठरवण्यात आले आहे.''

या ठरावानुसार संबंधित अधिकाऱ्याने आपल्या या ख्यातनाम विद्वानाला १४ ऑगस्ट १९९८ रोजी पत्र लिहून या दोन बाबींची तपशीलवार माहिती पुरवण्याची विनंती केली.

पत्र मिळताच त्यांच्या अंगाचा तिळपापड झाली. ''हा क्षुद्रपणा आहे! असा हिशोब देणे माझ्या प्रतिष्ठेच्या खाली आहे.'' असा पवित्रा त्यांनी घेतला. त्यांनी उत्तरा

दाखल ICHR ला लिहिलेल्या पत्रात म्हटले की, ''अशा खर्चासाठी विद्यापीठ-अनुदान मंडळ संमत दराने काही रक्कम देत असते. लहानसहान खर्चाची बिले सादर केली जावीत अशी अपेक्षा नसते. बारीकसारीक खर्चाचा तपशील मागणे अनुचित असून हे क्षुद्रपणाचे लक्षण आहे असे मला वाटते. म्हणून मी याआधी अर्थसहाय्याची केलेली मागणी मागे घेत असून मला आगाऊ दिलेली रक्कम पूर्णपणे परत करीत आहे.''

या नामवंत विद्वानांचे नाव मी उघड करायचे का?

पण मग तो 'क्षुद्रपणा' ठरणार नाही का? तसेच ''वैयक्तिक व असंस्कृत हल्ला ठरणार नाही का?

काहीही असो. कामासंबंधीचे नियम स्पष्ट असतात.

परंतु ही मान्यवर व्यक्ती इतक्या उच्च कोटीतील आहे की, सामान्य पामर जनांना जे नियम लागू असतात ते त्यांच्यासाठी नसतात.

दुसरा नियम कोंडीत पकडले गेल्यावर भांडायला उठायचे! 'शिलालेख' प्रकल्पाबाबत आर. एस. शर्मांनी काय केले ते आठवून पहा. चीड आल्याचे दाखवून ते दोषारोपातून शिताफीने निसटले होते. '' 'लाभार्थी' हा शब्द संपादकांसाठी वापरला गेल्यामुळे मी या प्रकल्पातून अंग काढून घेत आहे.'' असा पवित्रा त्यांनी घेतला होता! हीच युक्ती हिशोब मागणारांना तुच्छ लेखण्यासाठी वापरायची-म्हणायचे, ''... हिशोब कसले मागता? फारच क्षुद्रपणा आहे हा!''

तिसरा नियम तर याहीपेक्षा जहाल शस्त्र आहे. त्याचा उपयोग कसा पुन:पुन: केला जातो हे आपण पाहणारच आहोत.

◆

६
"त्यांनी स्वत: शरीरविक्रय केल्यानंतर..."

Rational विरुद्ध National अशी शब्दाची फिरवाफिरव केली गेल्याचे प्रकरण मी चव्हाट्यावर आणल्यानंतर, या नामवंतांपैकीच एक इतिहासकार श्री. के. पणीक्कर यांनी 'द एशियन एज'[१] या वृत्तपत्रात (७ जुलै १९९८) एका लेखात लिहिले की, "आमच्यावरचा हा आरोप वरचेवर डोके वर काढत असतो. गतवर्षी टाईम्स ऑफ इंडिया या वृत्तपत्रानेसुद्धा Towards Freedom Project संबंधी एक बातमी अगदी पहिल्या पानावर छापली होती. त्यावर इतिहासकारांनी जाहीर निवेदनाद्वारे आपले स्पष्टीकरण दिले होते..."

यानंतर पुष्कळ सत्य गोष्टी उघडकीला आल्या आहेत. परंतु ते म्हणतात "... हा एक जुनाच आरोप आहे..." एक ध्यानात ठेवूया की केव्हाही कोणताही प्रश्न विचारला असता ती 'योग्य वेळ' कधीच नसते! एखादा नुकताच घडलेला प्रसंग असला आणि त्यावर प्रश्न विचारला गेला की ते म्हणतात "... यात तथ्य आहे याला पुरावा काय?" पुराव्यासाठी तुम्ही वीस वास्तव बाबी सांगितल्या तर त्यांची प्रतिक्रिया, "... त्या एकविसाव्या बाबीचा तुम्ही विचारच केलेला दिसत नाही. थोडक्यात, निवडक बाबींवर लक्ष केंद्रित करणे म्हणजे यात काही तरी काळेबेरे असले पाहिजे." काही काळ लोटल्यानंतर तुम्ही सर्व बाबी एकत्र करून सबळ पुरावा तयार केलात की त्यांचे म्हणणे, "... हा जुनाच आरोप आहे. धर्मनिरपेक्षता आणि लोकशाही शक्ती अधिकाधिक दृढ होत आहेत हे पाहून प्रतिगामी लोकाना घबराट उत्पन्न होत असल्याने ते जुनी मढी उकरून काढताहेत."

त्यांना जाब विचारणारा कुणी लायक मनुष्य नसतोच. जर पूर्वी त्यांच्याच गोटात असलेल्या एखाद्या जाणकार व्यक्तीने त्यांच्यावर टीका केली की ते त्याच्यावर राळ फेकायला कमी करत नाहीत– म्हणतात. "त्याच्या लेखनावरून तो दुसऱ्या बाजूला गेल्याचे दिसते." त्यांचा टीकाकार बाहेरचा असेल तर ते त्याच्यावर आगपाखड करतात, "... डाव्या विचारसरणीच्या लोकांवर नेहमीच शरसंधान करण्याची यांची सवय आहे. जागतिक बँकेत गेल्याने कुप्रसिद्ध झालेले... प्रतिगामी शक्तींबद्दल स्वत:च क्षमायाचना करणारे..."

प्रत्येक वेळी हे लोक क्रोधयुक्त शब्दांचा भडिमार करतात! पणीक्कर लिहितात– "टीकाकाराला जर असे वाटत असेल की, राष्ट्रीय तसेच आंतरराष्ट्रीय वैचारिक क्षेत्रात लौकिक संपादन केलेले इतिहासकार एस. गोपाल, आर. एस. शर्मा, रोमिला थापर आणि ईरफान हबीब यांची कीर्ती सवंग कारवायांवर आधारलेली आहे तर त्याच्या बुद्धीत नक्कीच काहीतरी बिघाड झाला असला पाहिजे. किंवा तो स्वत:च्याच उदाहरणावरून लिहीत असेल. जातीय पौराणिक कथा लिहिणाऱ्या त्यांच्यासारख्या व्यक्तीला प्रतिष्ठित पत्रकार कसे मानले जात आहे?"

पणीक्कर पुढे लिहितात की, "शौरी सज्जन, हिंदूधर्मीय असल्याने त्यांना कौमार्य आणि कौमार्यपटल याबद्दल चिंता वाटणे स्वाभाविकच आहे. सार्वजनिक दृष्टिकोनात त्यांचे कौमार्यपटल शाबूत राहिलेले नाही याचे कारण ते कोठे लिहितात अथवा कुणाला मुलाखती देतात हे नसून त्यांचे लिखाण हेच कारणीभूत आहे. रा. स्व. संघाच्या वृत्तपत्रात त्यांचे लेख न मुलाखती छापून येतात याचे एकमेव कारण म्हणजे ते लिखाण जहरी जातीयवादी असते. शरीरविक्रयाच्या धंद्यात शिरल्यावर कौमार्य शाबूत राहण्याची आशा करताच येत नाही. शौरी स्वत: भा. ज. प. चे संसदसदस्य व हिंदू कल्पनासृष्टीत रमणारे असल्याने त्यांना जर स्वत:च्या कौमार्याबद्दल अजून गैरसमज असेल तर त्यांनी स्वत:चे कौमार्यपटल तपासून घ्यावे."

काय पण विद्वत्तापूर्ण उत्तर! त्यांच्या कंपूत यालाच 'निखालस खंडन' म्हणत असावेत! आणखी पुढे जायचे, भिन्न प्रमाणे आम्ही मानतो म्हणायचे– होय– तो जे करतोय तेच मीही करतो आहे पण मी काही विशिष्ट 'ध्येया'साठी करतो आहे!

पणीक्कर पुढे असेही म्हणतात की, "माझ्याबद्दल बोलायचे म्हणजे मी त्यांच्याप्रमाणे शिकारी कुत्र्याला बरोबर घेऊन शिकारीला जाऊन सशाप्रमाणे पळत नाही." हा वाक्प्रचार त्यांनी कशासाठी वापरला आहे हे मात्र स्पष्ट झाले नाही. "कम्युनिस्ट पक्षाचे ध्येयधोरण लोकशाही, धर्मनिरपेक्षता, आणि समाजवाद हे आहे. मला पटते म्हणून मी त्यांच्या प्रकाशनात स्वत:च्या सहीने लेखन करतो. अशा कृतीमुळे जर माझे कौमार्यपटल फाटत असेल तर शौरींप्रमाणे मला त्याचा मुळीच खेद होत नाही."

ICHR च्या कारभाराच्या वस्तुस्थितीकडे मी सर्वांचे लक्ष वेधण्याचा प्रयत्न केल्यावर मला ही अशी उत्तरे मिळाली!

पणीक्करांनी अर्थातच शेवट करण्यासाठी एक जहाल अस्त्र राखून ठेवले होते. आपल्या लेखनाच्या उपसंहारात जोरदारपणे ते म्हणतात की, "शौरी ज्या व्यक्तीचा 'कंपूचा नायक' म्हणून उल्लेख करतात त्या व्यक्तीच्या नावाचे स्पेलिंग तरी त्यांनी नीट करावे."

पणीक्कर या आडनावाचे स्पेलिंग वेगवेगळ्या वृत्तपत्रात वेगवेगळ्या तऱ्हेने

केले जात असते, 'द गॅझेट ऑफ इंडिया' या २२ ऑक्टोबर १९९४ च्या वृत्तपत्रात पणीक्करांची ICHR च्या प्रमुखपदी नियुक्ती झाल्याच्या बातमीत जे स्पेलिंग होते तेच मी वापरले.

आरोपांना उत्तर देताना त्या लोकांची पद्धत : ... म्हणायचे... जुना आरोप, जहाल शब्द, साहचर्यामुळे अपराधीपणाची भावना, थोडक्यात म्हणजे, आरडाओरडा, कांगावा, दुसऱ्यांवर हेत्वारोप, प्रतिपक्षाला चौकटीत बसवायचे आणि घाबरवून टाकायचे.

हे सगळे आपल्या परिचयाचेच आहे.

'चले जाव' चळवळीच्या वेळी भारतीय कम्युनिस्ट पक्षाने इंग्रजांशी हातमिळवणी केल्याचा पुरावा गांधीजी आणि काँग्रेसला मिळाला म्हणून त्यांनी जाब विचारल्यावर कम्युनिस्ट पक्षाने अशीच गर्जना केली होती, "कम्युनिस्ट पक्ष आपले धोरण स्वदेशहितार्थ ठरवत नसतो तर सोव्हिएट युनियनच्या हितार्थ ठरवतो हा आरोप नवाही नाही आणि मुळातला नाही. प्रतिगामी शक्ती व त्यांचे जगभरातील लेखक पूर्वीपासूनच अशी कुचेष्टा करीत असतात. मीरत– कट खटल्यात इंग्रज फिर्यादीचे हेच मुख्य सूत्र होते. १७ वर्षांनी तुम्ही पुन: तोच आरोप आमच्यावर करणार असाल तर आम्ही एकच प्रश्न विचारतो की हे तुम्हाला शोभते का?"[२]

आणि नेहमी अशा लोकांजवळ एक निर्णायक पुरावा असतो तो म्हणजे इतिहासाने आमच्यावर सूड उगवला आहे! कम्युनिस्ट पक्षाने पुढे म्हटले होते की, "आज जगात कुठली एक राजकीय शक्ती वर्धिष्णु असेल तर ती म्हणजे कम्युनिस्ट चळवळ. कोणत्याही देशात कोणत्याही पक्षाचे निशाण भुईसपाट झालेले असेल तर ते कम्युनिस्ट विरोधी पक्षाचेच असते."

१९८३ च्या अखेरीस श्री. व्ही. एम. तारकुंडे यांनी मला १९८४ च्या मानवेंद्र रॉय– स्मृती व्याख्यानाचे आमंत्रण दिले. रॉय यांच्या जन्मदिनी दरवर्षी अशी व्याख्याने होता. त्याप्रमाणे माझे भाषणही त्याच दिवशी आयोजित करण्यात आले होते. १९४२ मधील चळवळीत कम्युनिस्ट पक्षाने घेतलेल्या देशद्रोही भूमिकेविषयी मी लेखन केले होते. 'इलस्ट्रेटेड वीकली' या साप्ताहिकाचे संपादक प्रीतीश नंदी यांनी ते क्रमश: प्रसिद्ध केले. माझ्या लिखाणात मी इंग्रज सरकार आणि भारताच्या दफ्तर खान्यातून मिळवलेल्या कागदपत्रातील मजकूर उद्‌धृत केला होता. इंग्रज राज्यकर्त्यांशी कम्युनिस्ट कार्यकर्त्यांनी गुप्तपणे केलेली हातमिळवणी, इंग्रजांच्या सेवेसाठी आपण कोणते कार्य करीत आहोत त्याचा अहवाल, ते इंग्रजांना करीत असलेल्या विनंत्या आणि त्यांना मिळणाऱ्या सवलती इत्यादी माहिती त्यात होती...

ई. एम. एस. नंबूद्रीपाद तातडीने मुंबईला गेले. आवर्जून बोलावलेल्या एका पत्रकार परिषदेत त्यांनी तावातावाने सांगितले, "शौरी प्रतिमागी शक्तींच्या बाजूने

बोलत आहेत. लोकशाही आणि धर्मनिरपेक्ष शक्तींची वाढती एकी पाहून या शक्तींचे धाबे दणाणले आहे... लौकरच होणाऱ्या निवडणुकीत त्यांचा चांगलाच धुव्वा उडेल अशी भीती त्यांना वाटत असल्याने त्यांचा धीर सुटला आहे...''

कोणत्याच निवडणुका लगोलग होणार नव्हत्या. श्री. तारकुंडे यांचे निमंत्रण मला तत्पूर्वी ५ महिने मिळाले होते. 'चले जाव' चळवळीतील कम्युनिस्टांची भूमिका हा विषय मी पहिल्या प्रथम विचारात घेणार नव्हतो. ''वैचारिक आदर्शवाद म्हणजे डोळ्यावरची ढापणे'' या विषयावर सोदाहरण बोलण्याचा माझा विचार होता. माझ्या भाषणाची तारीख जवळ येत असताना मला फक्त एकच उदाहरण तयार करता आले– ते म्हणजे १९४२ च्या चळवळीतील कम्युनिस्ट हे– म्हणून त्या विषयावर मी बोललो. पण त्याचा अर्थ लावला गेला... ''कट'', ''धाबे दणाणले'', ''लौकर येणाऱ्या निवडणुका वगैरे वगैरे.''

भारतीय कम्युनिस्ट पक्षाने खालील शीर्षकाची पत्रके काढण्याचा सपाटा लावला– 'शौरींचा खोडसाळ प्रचार खोडून टाकण्यात आला...' ''इतिहासाने कम्युनिस्टांना निर्दोषी ठरवले आहे...''[३]

भारतीय कम्युनिस्ट पक्षाचे सरचिटणीस सी. राजेश्वर राव यांनी प्रस्तावनेत म्हटले की, ''आपल्या देशातील कम्युनिस्ट पक्षावर ताशेरे झाडण्यासाठी 'चले जाव' चळवळीचा उपयोग करून घेण्याची काही ही पहिलीच वेळ नाही. जेव्हा केव्हा सत्ताधारी गट आणि प्रतिगामी शक्तींचे हितसंबंधी लोक अडचणीत सापडतात किंवा जेव्हा कम्युनिस्ट चळवळ जोमाने पुढे जाते तेव्हा हे लोक कम्युनिस्ट विरोधी पूर्वग्रह उकरून काढण्यासाठी जुन्या दंतकंथांचा आश्रय घेतात. त्यांची आवडता कथा म्हणजे भारतीय कम्युनिस्ट पक्षाने १९४२ च्या स्वातंत्र्य लढ्यात 'देशद्रोह' केला ही असते. हे असे यापूर्वी अनेक वेळा केले गेलेले आहे. श्रीमती इंदिरा गांधी यांनी १९७५ मध्ये आणीबाणी आणल्याच्या काळात देखील हाच आरोप करण्यात आला होता.''

हे शेवटचे वाक्य खरोखरीच फारच धाष्टर्याचे आहे. कारण या सरचिटणीसांच्या पक्षानेच इंदिरा गांधींच्या आणीबाणीला पाठिंबा दिला होता!

सरचिटणीसांनी मोठ्या आवेशाने आणखी म्हटले की, ''श्रमजीवी लोकांच्या संघटित लढ्याद्वारे डाव्या विचारसरणीच्या पक्षात ऐक्य निर्माण होत असून लोकशाहीवादी मित्रपक्षही या विचारसरणीला येऊन मिळत आहेत म्हणून हे कडवे प्रतिगामी चिंताग्रस्त झाले आहेत. या कारणास्तव ते १९४२ च्या भुतांना पुन: जागे करीत आहेत. कम्युनिझम विरोधी भावना भडकावून कम्युनिस्ट चळवळीला बाजूला टाकण्याचा प्रयत्न श्री. शौरी करीत आहेत.''

त्या प्रकाशनात पुढे म्हटले, ''अशा तऱ्हेचे आरोप आमच्यावर केले गेल्याची

ही पहिलीच वेळ नसल्याने याकडे दुर्लक्ष करणे शक्य आहे. अरूण शौरी यांची पत्रकारिता कितीही उच्च दर्जाची असली तरी यापूर्वी आमच्यावर ज्या नामवंतांनी टीका केली त्यांच्या ते पासंगालाही पुरणार नाहीत. मीरत-कट-खटल्यातील बॅरिस्टर लँगफोर्ड यांनी आम्हाला नास्तिक कुटुंबविरोधी आणि जे काही चांगले त्या सर्वांच्या विरोधी असे आमचे वर्णन केले. त्यांच्या ठायी विनोदाचे काहीही अंग नव्हते. १९२९ पासूनच्या काळात भारतीय कम्युनिस्ट पक्षाची शक्ती दिवसेंदिवस वाढत आहे. आज कम्युनिस्ट चळवळीच्या सामर्थ्याची दखल घ्यावीच लागेल असे दिवस आले आहेत.'' मी ज्या सत्य बाबींचा ऊहापोह करू इच्छितो त्याचा व या लिखाणाचा/वक्तव्याचा काय संबंध हे एक गूढच आहे. पण हे म्हणजे अगदी 'विध्वंसक खंडन' अशा स्वरूपाचे वर्णन! ''त्यांच्या आरोपाकडे दुर्लक्ष करणेच योग्य...''

हे त्यांचे एक ठराविक मासलेवाईक उत्तर! ज्या सत्य बाबी उघडकीला आणल्या जातात त्यांना उत्तर देणे अथवा ज्यांनी उघडकीला आणले त्यांना प्रत्युत्तर देणे हे त्यांच्या मते ''त्यांच्या प्रतिष्ठेला न शोभणारे'' नेहमीच असते. पणीक्करांचे आढ्यतेखोर आत्मसंयमन आठवून पहा : ''शौरीसारख्या लोकांवर अब्रूनुकसानीचा खटला भरण्याचा पर्याय माझ्या प्रतिष्ठेला न शोभणारा आहे...''[४]

बाकी सर्व बाजूला ठेवले तरी याचा अर्थ ''या बेअकली लोकांना कोणतेही वास्तव नीट आढळून येत नाही'' असे म्हणण्याचा असतो. कम्युनिस्ट पक्षाच्या त्या पत्रकात आणखी म्हटले आहे की, ''इतिहास आणि जागतिक घटनांचे शौरींचे निखालस अज्ञान त्यांच्या लेखनातून दिसून येते. त्या निरर्थक लिखाणाचे खंडन करण्यात चांगल्या जागेचा व प्रयत्नांचा अपव्ययच होईल.'' हे वाचताना श्रीमाळींच्या लेखनाची आठवण होते. त्यांनीही म्हटले होते की त्यांच्या लेखनाचे विविध पैलू माझ्यासारख्या माणसाच्या आकलनाच्या पलीकडचे आहेत! पत्रकांतील आणखी मजकूर, ''पाणचट निरर्थक भाषणातील शेवटच्या भागाविषयी आम्हाला काहीच बोलावेसे वाटत नाही. कम्युनिस्ट म्हणजे मॉस्कोचे (किंबहुना सोव्हिएट युनियचे) बगलबच्चे आहेत असा कम्युनिस्ट विरोधी गलिच्छ दावा या भाडोत्री लेखकाने ज्या कम्युनिस्ट विरोधी लेखनात केला आहे त्याकडे तुच्छतेने पाहणेच योग्य ठरले.'' (उलट माझ्या लेखनाची दखल घ्यायला पाहिजे कारण ते स्वत:जहरी वक्तव्ये करून देशाचे नुकसान करीत आहेत म्हणून त्यांच्या कृतीकडे आपण सावधपणाने, दक्षतेने लक्ष ठेवले पाहिजे असे माझे मत आहे!) मी केलेले निंदाप्रचुर, अधर्म स्वरूपाचे आरोप खोटे आहेत हे सांगण्यासाठी त्यांनी पुढे काही लोकांचा उल्लेख केला आहे. ''साधी नजर टाकली तरी कळते की या लोकांचा असल्या आरोपांवर विश्वास बसत नाही. ज्या कम्युनिस्ट पक्षसदस्यांनी गांधी-पद्धतीच्या सनातनी किंवा राष्ट्रीय क्रांतिकारी

अशा राष्ट्रीय चळवळीतून बाहेर पडून पक्षसदस्य घेतले (कम्युनिस्ट पक्षाच्या तत्त्वप्रणालीचा पोकळपणा ज्यांनी ओळखला ते लोक आणि उच्च पदावरचे कार्यकर्ते यांनी पक्ष सोडला त्यांचे काय?) ते लोक तसेच कम्युनिस्ट पक्षाचे वरपासून खालपर्यंतचे कार्यकर्ते, आयुष्यात नवजीवन प्राप्त झालेले कामगार आणि शेतकरी यांचा शौरींच्या आरोपावर विश्वास बसत नाही.'' घटकाभर आपण असे समजू की, भारतातील सर्व बुद्धिजीवी लोकांना कम्युनिस्ट पक्षकार्यकर्त्यांबद्दल फार ''आदर'' वाटत होता किंवा प्रत्येक कामगार व शेतकरी पक्षाचा भक्त बनला होता तरी या पक्षाने इंग्रजांना मदत केली हे सत्य कसे बदलता येईल?

''हा एक जुनाच आरोप आहे.'' या बचावाच्या वक्तव्याबद्दल पुन:...

''... हा निंदाप्रचुर आरोप अरूण शौरींच्या स्वत:च्या कल्पकतेतून आलेला नाही. देशाच्या राजकीय जीवनात शेतकरी, कामकरी यांनी सहभागी व्हावे व आपली मते मांडावीत हे सहन न होणाऱ्या पूर्वग्रहदूषित व विकृत कल्पनेतून हे आरोप केले जात आहेत.''

आरोपाला उत्तर देतांना प्रतिपक्षावर टीकेचा भडिमार करून सर्वांना घाबरवून सोडायचे ही त्याची रीत आहे. टीकेची अस्त्रे; ''उपहास, तुच्छता, राग, कट केल्याचा आरोप, अनामिक शक्तीद्वारे गुप्त रीत्या निधी मिळत आहे. टीका करणाऱ्यांना सवलती मिळत असतात...''

डाव्या विचारसरणीच्या लोकांनी लढा दिल्याने सामान्यजन आपल्या आपण आवाज उठवीत आहेत... आमच्यावरचे आरोप म्हणजे 'तू आपल्या बायकोला मारणे केव्हा थांबवलेस' अशा स्वरूपाचे आहेत. शौरी जो शहाणपणाचा गोळीबंद अर्क काढून दाखवत आहेत, त्यामुळे ते मूर्खांच्या नंदनवनात विहार करीत आहेत असे म्हणता येत नाही. त्यांची ही कृती म्हणजे तरुण राजकीय कार्यकर्त्यांच्या मनात तंट्याबखेड्याची बीजे पेरणे आहे. असे करण्यास देशात अनेक हितसंबंधी लोक आहेत असे दिसते. विविध अनुवाद आणि प्रसारमाध्यमांद्वारे यांना मिळालेली प्रसिद्धी यावरून हितसंबंधी लोक त्यांना पैसा पुरवत आहेत हे कळून येते.''

कम्युनिस्ट पक्षातील वरपासून खालपर्यंतच्या कार्यकर्त्यांनी धीर सोडू नये व त्यांच्यात विश्वास निर्माण करण्यासाठी पुढील वक्तव्य– ''... सत्य हे नेहमीच सत्य असते. शौरी जरी खूप 'शोर' (दंगा, आरडाओरडा) हेतूपूर्वक करीत असले तरी शेवटी सत्याचाच विजय होतो हे सर्वांनी लक्षात ठेवावे.''

कम्युनिस्ट विचारसरणी योग्य आहे असे ज्यांनी मानले व ज्यांच्या डोक्यात प्रकाश पडला त्या महान व्यक्तींची नावे सांगताना ते म्हणतात. ''... आंतरराष्ट्रीय घटनांच्या संदर्भात राष्ट्रीय घटना समजावून घेण्याच्या प्रक्रियेत त्यांना हे जाणवले. तथापि हे सर्व शौरींच्या अकलेच्या परीघांबाहेरचे आहे. तसेच ज्या लेखकांनी यापूर्वी

आमची निंदा केली त्या कम्युनिस्ट विरोधकांनाही हे समजण्याच्या पलीकडचे आहे.'' यात दोन महत्त्वाचे मुद्दे आहेत. त्यांचे टीकाकार मुळातच कम्युनिस्ट विरोधी आहेत आणि त्यांची समजशक्ती कमी आहे.

''अरूण शौरींना हे कळणारच नाही कारण त्यांच्या ठायी राजकीय दूरदर्शित्व नाही...'' जे कोणी कम्युनिस्ट पक्षाची री ओढतील त्यांनाच 'राजकीय दूरदर्शित्व' आहे असे म्हणायचे!

एकूण काय की, त्यांच्या मते ज्याला राजकारणाविषयी समजशक्ती नाही त्यानेही सत्य बाबींचे कितीही पुरावे दिले तरी त्याकडे लक्ष देण्याची गरज नाही. 'चले जाव' चळवळीत हेतुपूर्वक बिघाड आणण्याच्या कामात कम्युनिस्ट पक्ष कार्यकर्त्यांनी इंग्रजांना किती मदत केली हे सांगणाऱ्या १२० पानी वृत्तांतातील सविस्तर उतारे मी प्रसिद्ध केले होते. पक्षाच्या उपरिनिर्दिष्ट प्रकाशनात यासंबंधी छद्मीपणाने लिहिले गेले आहे की, ''शौरींनी मोजल्यानुसार हा वृत्तान्त १२० पानी होता की कमीजास्त हे मोजण्यात वेळ दवडणे योग्य नाही असे दुर्दैवाने मला वाटते.'' म्हणून मग पुढचे विश्वासदर्शक शब्द – ''अरूण शौरी यांनी इंग्रजी व अन्य भाषांमध्ये लिहिलेले चार लेख मुद्दाम कम्युनिस्ट आणि इतर लोकशाही शक्तींमध्ये दुही पाडण्यासाठी लिहिले आहेत याची आम्हाला जाणीव आहे. त्यांचे हे प्रयत्न निष्फळ ठरतील आणि शांततेचा मार्ग, राष्ट्रीय स्वातंत्र्य व समाजवादाच्या एकीकरणातून आमची निकोप राष्ट्रीय चळवळ, हळूहळू सामाजिक परिवर्तनाच्या आमच्या ध्येयाप्रत आम्हाला नेईल, याबद्दल आम्हाला दृढ विश्वास वाटतो.''

कम्युनिस्ट पक्षाच्या आणखी एका पत्रकात म्हटले होते, की, ''अरुण शौरी यांची लेखमाला म्हणजे भारतीय कम्युनिस्ट 'पक्षाच्या विचारसरणीचा विपर्यास', निराधार बातम्या आणि निंदेने भरलेली मालिका आहे. आंतरराष्ट्रीय कम्युनिस्ट चळवळ आणि सोव्हिएट युनियन यांच्याबद्दलही असेच लिहिले आहे.''

''१९४४ पासून (आणि आधीपासूनही) साम्राज्यवादी आणि बूर्झ्वा मंडळींच्या भाडोत्री लेखकांनी भारतीय कमयुनिस्ट पक्ष व सोव्हिएट युनियनवर वारंवार अशी चिखलफेक केली आहे,'' हंसराज व्होरा... लँगफोर्ड जेम्स पुनः तेच बॅरिस्टर ''कुप्रसिद्ध मिनू मसानी आणि नंतर त्यांचेच 'चेले' सीताराम गोएल...''

''साहजिकच भारतभर लोक विचारताहेत की शौरींनी आत्ता ही गलिच्छ मोहीम का सुरू केली आहे...?'' कसल्याही प्रकारे बिनतोड उत्तर देता आले नाही की असा प्रश्न विचारणे उपयोगी पडते– ''आता हे कशाला?'' १८ मे १९७४ मध्ये भारताने पोखरण येथे पहिला अणुस्फोट घडवून आणला. त्यावेळी कम्युनिस्टांच्या महाप्रतापी प्रतिनिधीने लोकसभेत काय विचारले? पहा–

''अणुस्फोट करण्याची आपली क्षमता बरेच दिवसांपासून आहे, आमची इच्छा

असती तर आम्ही याआधीही हा स्फोट करून दाखवला असता असे सरकारतर्फे सांगण्यात आले. असे जर आहे तर मग आपण यापेक्षा उशीरानेही स्फोट करून दाखवला असता ना? माझा प्रश्न असा आहे की आताच का केला? आताच करण्यामागे काही हेतू असावा अगदी १८ मे हाच दिवस का हे मला स्पष्ट झालेले नाही.''[५]

हे पराक्रमी अधिकृत लोक एकमेकांचा हवाला देऊन बोलतात! याचा फायदा दुहेरी असतो. आपण जे बोलतो त्याला वजन प्राप्त होते आणि एक कॉम्रेड हे म्हणत आहे हे पाहिल्यावर भविष्यकाळात त्याला आणखी दुप्पट वजन मिळते. त्यांनी विचारलेला प्रश्न या पत्रकात पुन: आवेशाने विचारण्यात आला आहे– नेहमीच्याच जोरदारपणे की ''आता काय म्हणून?'' ई. एम्. एस्. नंबुद्रीपाद यांनी असेच विचारले होते हे सांगून हा प्रश्न पुढ्यात टाकण्यात आला! पत्रकात पुढे आहे की, ''भारतीय कम्युनिस्ट पक्षाचे सरचिटणीस सुप्रसिद्ध नेते ई. एम. एस. नंबुद्रीपाद यांनी विचारणा केली आहे की, ''चले जाव' चळवळीला ४० वर्षे उलटून गेल्यानंतर आता अरूण शौरी कम्युनिस्टांच्या १९४२ मधील द्रोहाच्या जुन्यापुराण्या गोष्टी का उकरून काढत आहेत?'' याचे उत्तर देखील नंबुद्रीपादांचेच शब्द उदधृत करून देण्यात आले आहे, ''कम्युनिस्ट विरोधात मुरलेले मिनू मसानी शौरींचा बचाव करायला अगदी धावून आले.'' असा टोमणा मारून ई. एम. एस. पुढे म्हणतात की, ''स्वत: शौरी आणि मसानी यांना अशी भीती वाटत आहे की कम्युनिस्टांच्या विरोधात नसलेले विरोधी पक्ष एकत्र येऊन त्यांना सहकार्य करतील. माझ्या मुंबई येथील पत्रकार परिषदेत मला याची थोडी शंका आलीच होती.'' ''अशा तऱ्हेने त्यांचे बिंग बाहेर पडले'' असे शब्द पत्रकात विजयाच्या भावनेने वापरले आहेत. त्याकरता त्यांनी नंबूद्रीपादांचे मत पुरावा म्हणून वापरले आहे. पुढे असा मजकूर आहे : ''कम्युनिस्ट नसलेल्या व डावी विचारसरणी नसलेल्या विरोधी पक्षातील मोठ्या घटकांनी, इंदिरा-काँग्रेसच्या नेतृत्वाखालील हुकुमशाही शक्ती व उजव्या विचारसरणीच्या जातीय व फुटीरवादी भा. ज. प. व अन्य पक्षांविरुद्ध कम्युनिस्ट नेतृत्त्वाखाली डाव्या विचारसरणीच्या विरोधी पक्षाशी हातमिळवणी केली आहे. यामुळे इंदिरा गांधी व त्यांची प्रभावळ तसेच भा. ज. प., रा. स्व. संघ आणि मित्रपक्षात घबराट उडाली आहे. शौरी अणि मसानी त्यांचे प्रवक्ते म्हणून पुढे येत असून कम्युनिस्ट व बिगर कम्युनिस्ट पक्षात फूट पाडण्याचा शर्थीचा प्रयत्न करीत आहेत. या निंद्य प्रयत्नात जुन्यापुराण्या मलिन बाबी व सोव्हिएट युनियन विरोधी बातम्या यापेक्षा अधिक चांगले शस्त्र त्यांना कसे मिळणार?'' अशा भाषेत ते आपल्या विरोधकांचे ''मूलत: कम्युनिस्ट विरोधी, नीच हेतूचे, टीकेची हतबलता'' असे वर्णन करतात. सर्व अवगुण एकत्र!

पुढची युक्ती साहचर्याच्या आधारे दोषारोपाची पुनरुक्ती आहे– पत्रकातील पुढील मजकूर पहा– “अरूण शौरींच्या आधीचे ‘उदारधी’ कम्युनिस्ट विरोधकांकडे जरा दृष्टी टाका. हंसराज व्होरा... मिनू मसानी... त्यांच्या पावलावर पावले टाकून येतात अरूण शौरी– हे गुणवान् पत्रकार समजले जातात पण ते जातीयवादी असल्याचे उघड झाले आहे... त्यांचे लेख कुणी प्रसिद्ध केले? तर ‘इलस्ट्रेटेड वीकली’ने– (या काळात या साप्ताहिकात शेकडो लेख प्रसिद्ध झाले असतील) त्यात रा. स्व. संघाच्या सदस्याचा “रा. स्व. संघ अस्तित्वात राहीलच” अशा आशयाचा लेखही प्रसिद्ध झाला होता. यातून एका सत्याचा आविष्कार कसा होतो तर कम्युनिस्टांनी गाशा गुंडाळावा व रा. स्व. संघाने कार्यरत रहावेच– ... यावरून ‘वीकली’ साप्ताहिक, शौरी, मसानी यांचा एकमताचा कंपू आहे हे स्वच्छ दिसते! शौरींनी इतिहासाच्या कचराकुंडीतून कम्युनिस्ट विरोधी टाकून दिलेले अस्त्र का उचलले याचे कारण कळून येईल!”

एका पत्रकात अशा दमदार खंडनाची ४० पाने आहेत तर दुसऱ्यात २३ पाने आहेत. सर्वच लेखन एका निष्कर्षाप्रत पोचते... त्याचे स्वरूप विजयी, उद्दाम आणि विनोदीसुद्धा – “भारतीय कम्युनिस्ट पक्ष स्वातंत्र्ययुद्ध आणि वर्गयुद्धातील हुतात्मे व नेते यांचा बनलेला आहे. शौरी व मसानी यांच्यासारख्यांनी कम्युनिस्टविरोधी मलिन वस्त्रे हवे तितके दिवस खुशाल परिधान करावीत– परंतु त्या वस्त्रांची जागा इतिहासाच्या कचराकुंडीतच आहेत! साम्राज्यवाद्यांच्या संयुक्त फौजांनी उदयोन्मुख सोव्हिएट राज्याला नेस्तनाबूद करण्याचा प्रयत्न केला पण तो निष्फळ ठरला. हिटलरने तेच करण्याचा प्रयत्न केला आणि सर्वनाश ओढवून घेतला. सध्या रेगन व थॅचरसारखे नेते हाच घाणेरडा प्रयत्न करू पाहत आहेत. त्यांचीही हिटलर व मुसोलिनीप्रमाणे गत होईल! तीच अवस्था कम्युनिस्टांवर राळ उडवणाऱ्या त्यांच्या हस्तकांची होईल! इतिहासप्रसिद्ध गॅलिलिओ याने त्याच्यावरच्या चौकशीला ज्या खंबीरपणे तोंड दिले, अलीकडील आपला डिमित्रोव्ह, नरसंहारक गोअरिंगपुढे ज्या धैयाने उभा राहिला तसेच आम्ही भारतीय कम्युनिस्ट, निधड्या छातीने आमच्या प्रतिगामी विरोधकांपुढे व छळवाद करणारांपुढे उभे राहू. वज्रलेपासारख्या दृढ अशा आमच्या श्रद्धेने म्हणू की, काहीही असले तरी जग पुढे जात आहे व सर्व रस्ते कम्युनिझमकडे जात आहेत!”

कल्याणमस्तु!

यातून आपल्याला दोन धडे मिळतात. त्यांचे असत्यवदन खोडून टाकणे आणि त्यांच्या शाब्दिक दहशतीचा आपल्यावर परिणाम होऊ न देणे. त्यांच्या टीकेचा प्रतिकार करण्याचा सर्वात सोपा मार्ग म्हणजे त्यांनी केलेली निर्भर्त्सना गुंडाळून ठेवायची– थोड्याच काळात ती हास्यास्पदही ठरते. १९८४ मध्ये पत्रकार परिषद

व पत्रके वगैरे माझ्या तोंडावर फेकण्यात आली होती. १९८६ मध्ये ई. एम. एस. नंबुद्रीपाद यांनी आपल्या A history of Indian Freedom struggle या ग्रंथात कम्युनिस्टांनी 'चले जाव' चळवळीच्या वेळी इंग्रजांशी हातमिळवणी केल्याचे मान्य केले आहे.[६] आपण आताच पाहिल्याप्रमाणे १९८४ मध्ये कम्युनिस्ट गर्जून सांगतात की, ''जग पुढे जात आहे व सर्व रस्ते कम्युनिझमकडे जात आहेत.'' १९८९ मध्ये बर्लिन भिंत पाडण्यात आली......

◆

त्यांची विचारपद्धती

७
एक परिपत्रक

'झी' टेलिव्हिजनवर 'आप की अदालत' 'आप का फैसला' या कार्यक्रमात 'इतिहासाचे जातीयवादी रंगाचे पुनर्लेखन होत आहे.' या आरोपावर चर्चा करण्याकरता मनोज रघुवंशी यांनी या नामवंतापैकी एक के. एम. श्रीमाळी यांना व मला निमंत्रित केले होते. 'आऊटलुक' वृत्तपत्रातील बातमी रघुवंशींनी वाचून दाखवली. ''पश्चिम बंगाल-माध्यमिक-शिक्षण मंडळाने १९८९ मध्ये असा आदेश काढला की 'मुस्लिम कारकिर्दीवर कोणत्याही प्रकारची टीका नसावी. मुस्लिम राज्यकर्ते व आक्रमकांनी मंदिरे उद्ध्वस्त केल्याचा उल्लेख नसावा.''

या बातमीच्या संदर्भात रघुवंशींनी श्रीमाळींना विचारले की, ''यामुळे इतिहासाचा विपर्यास होत नाही का? इतिहासातील त्या घटना दु:खद आहेत हे खरे पण म्हणून त्या इतिहासाच्या पुस्तकातून काढूनच टाकायच्या का? मग इतिहास वस्तुनिष्ठ किंवा बुद्धिनिष्ठ कसा राहील?'' श्रीमाळींनी अगदी तोलूनमापून उत्तर दिले. प्रथमत: ते म्हणाले की, ''अशा तऱ्हेचा आदेश दिला गेल्याचे मला माहीत नाही. तथापि असा आदेश निघालाच असेल तर मी त्याविरूद्ध आहे. पण कोणत्या संदर्भात तो आदेश दिला गेला हे पाहिले पाहिजे.''

पश्चिम बंगालमधील संबंधित शिक्षकांनी मोठ्या तत्परतेने आणि सहकार्याच्या हेतूने नववी इयत्तेच्या पाठ्यपुस्तकांसंबंधीचे परिपत्रक पाठवले. पश्चिम बंगाल-माध्यमिक- शिक्षण मंडळाच्या बंगाली भाषेतील परिपत्रकावर २८ एप्रिल १९८९ अशी तारीख त्याचा क्रमांक 'Syl/89/1' असा आहे. त्यात म्हटले आहे की, ''पश्चिम बंगाल सरकारच्या मान्यताप्राप्त माध्यमिक शाळाप्रमुखांना कळवण्यात येते की, ''मंडळाने शिफारस केलेल्या नववीच्या पाठ्यपुस्तकातील, मध्ययुगीन कालखंडाच्या प्रकरणात खालील दुरूस्त्या तज्ज्ञांच्या सुयोग चर्चा व आढाव्यानंतर सुचवण्यात येत आहेत–

'नववीच्या इतिहासाच्या पाठ्यपुस्तकाचे लेखक व प्रकाशकांनी या दुरूस्त्या अंमलात आणाव्यात. या 'अशुद्ध' (चुकीच्या) बाबी आधीच प्रकाशित झालेल्या प्रतींमध्ये असल्यास एक शुद्धीपत्र जोडावे. शुद्धीपत्र असलेली प्रत अभ्यासक्रम

कार्यालयात (७४, रफी अहमद किडवाई रस्ता, कलकत्ता १६) येथे सादर करावी.''

सही..... चट्टोपाध्याय (सचिव)

त्यासोबत असलेल्या पानांमध्ये दोन रकाने आहेत– अशुद्ध (चूक) व शुद्ध. या शुद्धिपत्राकडे नुसती नजर टाकली तरी कळून येते की हे पुरोगामी लोक ''वस्तुनिष्ठ'' व ''बुद्धिनिष्ठ'' भूमिकेतून इतिहास लिहिण्यातून काय साध्य करीत आहेत. हे पहा काही बदल–

पुस्तक : भारतकथा;

निर्मिती : बरद्वान शिक्षण संस्था शिक्षकांचा उपक्रम;

प्रकाशक : सुखमय दास.

पृष्ठ १४० अशुद्ध – ''सिंधुदेशातील अरब हिंदूंना 'काफिर' म्हणत नव्हते. त्यांनी गोहत्त्येवर बंदी घातली होती.''

शुद्ध – 'त्यांनी गोहत्येवर बंदी घातली होती' हे गाळावे.

पृष्ठ १४१ अशुद्ध – 'चौथा मुद्दा असा की हिंदू मंदिरे उद्ध्वस्त करणे म्हणजे आक्रमक वृत्तीचा आविष्कार होता. पाचवा मुद्दा, हिंदू स्त्रियांशी जबरदस्तीने लग्न करायचे परंतु विवाहापूर्वी त्यांना इस्लाम धर्म स्वीकारायला लावणे हा 'उलेमा'च्या परंपरावादाचा प्रचार करण्याचा आणखी एक मार्ग होता.''

शुद्ध – अशुद्ध रकान्याची सुरूवात 'चौथा मुद्दा हा' अशा तऱ्हेने होत असली तरी शिक्षण मंडळाने संपूर्ण मजकूर 'दुसऱ्या मुद्द्यापासून....... उलेमांच्या म्हणण्यापर्यंत' गाळून टाकावा असा आदेश दिला.

पृष्ठ १४१ अशुद्ध – ''तर्कनिष्ठ, तत्त्वज्ञानावर आधारित व जडवादी मुताझिला नाहीसा झाला. एकीकडे कुराण व हादीवर आधारित मूलतत्ववादी विचारसरणी....''

शुद्ध – ''... एकीकडे कुराण व हादीवर आधारित मूलतत्त्ववादी विचारसरणी...'' हे गाळावे.

पुस्तक : भारतवर्षे इतिहास

लेखक : डॉ. नरेंद्रनाथ भट्टाचार्य

प्रकाशक : चक्रवर्ती अँड सन.

पृष्ठ ८९ अशुद्ध – सुलतान महमूदाने मोठ्या प्रमाणावर खून, लुटालूट, विध्वंस व धर्मांतर करून आणण्यासाठी बळाचा वापर केला.

शुद्ध – ''महमूदाने मोठ्या प्रमाणावर लुटालूट व विध्वंस केला.'' हत्या आणि जबरदस्तीने धर्मांतर याचा उल्लेख नाही.

पृष्ठ ८९ अशुद्ध – त्याने सोमनाथ मंदिरातील २ कोटी दिरहाम किंमतीच्या जडजवाहिरांची लुटालूट केली व गझनीतील मशिदीकडे जाणाऱ्या मार्गावर शिवलिंगाची

पायरी बनवली.''

शुद्ध – 'शिवलिंगाची पायरी बनवली' हे गाळावे.

पृष्ठ ११२ अशुद्ध – मध्ययुगीन काळात हिंदू-मुसलमान संबंध हा प्रश्न नाजुक झाला होता. इस्लामवर श्रद्धा न ठेवणारांना धर्मांतर किंवा मृत्यू हे दोनच पर्याय होते.''

शुद्ध – पृष्ठ ११२-१३ वरील सर्व मजकूर गाळावा.

पृष्ठ ११३ अशुद्ध – ''इस्मालधर्मातील कायद्यानुसार बिगरमुस्लिमांनी मृत्यू किंवा धर्मांतर यापैकी एकाची निवड करावी. फक्त हनाफिस बिगरमुस्लिमांना जिझिया कर द्यायला लावून जगण्याची मुभा देतात.

शुद्ध – वरील मजकुराचे पुनर्लेखन असे असावे. ''अल्लाउदिन खिलजीला जिझिया कर देऊन हिंदू धर्मीय नेहमीप्रमाणे राहू शकत होते.'' याउपर ''काझी...'' ''भारतात तैमूरचे आगमन'' वगैरे नंतर येणारी वाक्ये गाळावीत.

पृष्ठ ११३ अशुद्ध – 'महमूद कट्टर मुस्लिम होता. 'इस्लाम किंवा मृत्यू' असा इस्लाम धर्माचा गाभा होता.'

शुद्ध – हे गाळावे.

पुस्तक : भरूतेर इतिहास,

लेखक : शोभांकर चट्टोपाध्याय

प्रकाशक : नर्मदा पब्लिकेशन.

पृष्ठ १८१ अशुद्ध – ''हिंदू स्त्रिया, मुस्लिमांच्या दृष्टीस पडू नयेत म्हणून त्यांना घरातच राहायला सांगत.''

शुद्ध – हा मजकूर गाळावा.

पुस्तक : इतिहाशेर काहिनी,

लेखक : नलिनीभूषण दासगुप्ता

प्रकाशक : बी. बी. कुमार

पृष्ठ १३२ अशुद्ध – ''राजस्थानच्या इतिहासाचा वृत्तांतलेखक टॉड याच्या मते अल्लाउद्दिनने चितोडवर स्वारी करण्याचा उद्देश राणा रतनसिंहची पत्नी पद्मिनी हिचे हरण करण्याचा होता.''

शुद्ध – हे गाळून टाकावे.

पृष्ठ १५४ अशुद्ध – ''इस्लामच्या आदेशानुसार बिगर-मुस्लिमांपुढे तीन पर्याय होते. इस्लाममध्ये धर्मप्रवेश, जिझिया कर भरा किंवा देहदंड.'' इस्लामी राज्यात बिगर मुस्लिमांना यापैकी एक पर्याय स्वीकारावा लागत होता.

शुद्ध – गाळून टाकावे.

पृष्ठ १६१ अशुद्ध – ''प्रारंभ काळांतील सुलतानांनी हिंदूंचे जबरदस्तीने धर्मांतर

करून इस्लामचा प्रसार करण्याचा प्रयत्न केला.''

शुद्ध – हा मजकूर गाळणे.

पुस्तक : भरूतेर इतिहास,

लेखक : पी. मैती

प्रकाशक : श्रीधर प्रकाशिनी.

पृष्ठ ११७ अशुद्ध – ''राणा रतनसिंगाची लावण्यवती पत्नी पद्मिनी हिची प्राप्ती करून घेण्यासाठी अल्लाउदिनने मेवाडची राजधानी चितोडगडवर हल्ला केला अशी हकिकत आहे.''

शुद्ध – हे गाळून टाकणे.

पृष्ठ १३९ अशुद्ध – ''स्त्रियांना गोषात ठेवण्याची खानदानी पद्धत उच्चतेच्या कल्पनेतून आली असावी. म्हणून उच्चवर्णीय हिंदूंनी ही पद्धत उच्चवर्णीय मुस्लिमांपासून उचलली असावी. हिंदूमध्ये पडदा-पद्धत हिंदू स्त्रियांना मुस्लिमांपासून बचावण्यासाठी पाळण्यात येत असावी असेही म्हटले जाते. पडदा-पद्धत बहुतांशी दोन्ही कारणांमुळे अस्तित्वात आली.''

शुद्ध – हे गाळून टाकणे.

''औरंगजेबाचे धार्मिक धोरण'' या प्रकरणातील मजकूर गाळण्याचे प्रमाण सर्वाधिक आहे. हिंदूंशी तो कसा वागला, त्यांच्या मंदिरांचे त्याने काय केले, त्याच्या राज्यसत्तेचे मूलभूत धोरण– इस्लामचा प्रसार– यासंबंधीचे सर्व उल्लेख पुस्तकातून काढून टाकण्याचे आदेश देण्यात आले आहेत. त्याला संगीत, नाचगाणी, दरबारातील गणिका यांच्याबाबत साधारण नावड होती. त्याच्या नावडीचा धर्माशी काहीही संबंध नव्हता अशा तऱ्हेने त्याचे व्यक्तिचित्रण करण्याचा प्रयत्न होत आहे. न आवडणाऱ्या बाबींना त्याने आपल्या दरबारात बंदी केली असे हे चित्रण आहे. इस्लाम धर्मासाठी त्याने काही केले असेल तर ते एवढेच की, ''अकबराची धर्मविषयक सहिष्णुता, सर्वधर्मसमभाव यापासून तो दूर राहिल्याने इस्लामी कारकिर्दीचे नुकसान झाले.''

पुस्तक : स्वदेशी सभ्यता,

लेखक : पी. के. बसू आणि एस. बी. घटक.

प्रकाशन : अभिनव प्रकाशन.

पृष्ठ १२६ अशुद्ध – ''अल्लाउद्दिनाने मेवाडवर स्वारी केली ती राणा रतनसिंगाची राणी पद्मिनी मिळवण्याकरता असे काही लोक म्हणतात.''

शुद्ध – हे गाळून टाकणे.

पृष्ठ १४५ अशुद्ध – ''हे बाजूला ठेवून असे म्हणता येईल की, हिंदुस्थानी व इस्लामी संस्कृती एकत्र येण्यांमध्ये इस्लाम धर्मीयांनी हिंदुस्थानातील आपले स्थान बळकट करण्याकरता वापरलेल्या अतोनात अमानुष कृत्यांचे अडथळे आले.''

शुद्ध – हे गाळून टाकावे.

पुस्तक : भारतकथा,

लेखक : जी. भट्टाचार्य

प्रकाशक : बुलबुल प्रकाशन

पृष्ठ ४० अशुद्ध – "हिंदुस्थानातील लोकांवर आपला धर्म लादण्यासाठी मुस्लिमांनी अमानुष अत्याचार केले."

शुद्ध – हे गाळून टाकावे.

पृष्ठ ४१ अशुद्ध – इस्लाम धर्मातील उदारमतवादी व मानवतावादी लोकांमुळे अत्याचार झालेल्या हिंदूंना थोडा दिलासा मिळत होता.

शुद्ध – "हिंदूंमधील चातुर्वर्ण्य पद्धती...... हल्ला करण्यात आला...हा मजकूर गाळून टाकण्यात यावा. त्याऐवजी असे लिहावे." "इस्लाम धर्मात चातुर्वर्ण्य पद्धत नव्हती. हिंदूंमध्ये जातपात विरोधी व भेदाभेद विरोधी जाणीव इस्लाम धर्माच्या प्रसारामुळे निर्माण होणे स्वाभाविक होते. खालच्या जातीतील पददलित हिंदूंनी इस्लाम धर्म स्वीकारला."

पृष्ठ ७७ अशुद्ध – "त्याचे मुख्य कार्य इस्लामवर विश्वास न ठेवणारांना विशेषत: हिंदूंना छळणे हे होते."

शुद्ध – हे व याआधीचे वाक्य दोन्ही गाळणे.

पुस्तक : भारूतेर इतिहाश,

लेखक : ए. सी. रॉय

प्रकाशक : प्रांतिक

पृष्ठ १०२ अशुद्ध – "अल्लाउद्दिनाने चितोडची सुंदर महाराणी पद्मिनी हिचे हरण करण्याकरता चितोडवर स्वारी केली अशी हकिकत आहे.'

शुद्ध – हे गाळून टाकणे.

पृष्ठ १६४ अशुद्ध – "त्याची इस्लामवर जळजळीत निष्ठा असल्याने तो मूलतत्त्ववादी बनला."

शुद्ध – हे गाळून टाकणे.

पुस्तक : भारत काहिनी,

लेखक : जी. सी. रायचौधरी

प्रकाशक : ए. के. सरकार आणि कंपनी.

पृष्ठ १३० अशुद्ध – "मुस्लिमांची लोकसंख्या वाढावी म्हणून त्याने हिंदूंच्या धर्मांतराचे धोरण अंगिकारले. ज्या हिंदूंनी आपला धर्म सोडायला नकार दिला. त्यांची त्याने व त्याच्या सैन्याने निर्घृण कत्तल केली."

शुद्ध – हे गाळून टाकणे.

सारांश असा की, तेव्हा जबरदस्तीने धर्मांतर, कत्तली अथवा मंदिरांची नासधूस काहीही झाले नाही. फक्त हिंदू धर्माने एक शोषण करणारा जातीपातीवर आधारलेला समाज निर्माण केला होता. इस्लाम सर्वधर्मसमभावी होता, म्हणूनच पद दलित हिंदूंनी इस्लामला कवटाळले!

त्या काळच्या इस्लामी इतिहासकारांना असंख्य हिंदूंना नरकाची वाट दाखवली गेल्याचा अत्यानंद झालेला दिसतो.

मुस्लिम राज्यकर्त्यांनी मंदिरे उद्ध्वस्त केल्याबद्दल आणि हजारोंना इस्लाम धर्मात आणल्याबद्दल मुस्लिम इतिहासकारांनी त्या राज्यकर्त्यांची स्तुतिस्तोत्रे गायिली आहेत. 'हेड्या' या सारख्या कायद्याच्या पुस्तकांतदेखील छोट्या-मोठ्या पुस्तकात जे पर्याय दिले आहेत. तेच उपयोगात आणण्यास सांगितले गेले आहे. सर्व काही बाबींवर चुना फासून टाकला गेला आहे. वस्तुनिष्ठ इतिहासासाठी वस्तुनिष्ठ रंगसफेती! आणि आज जर कुणी पाठ्यपुस्तकत पुन: सत्य गोष्टी लिहाव्यात असा आग्रह धरला तर ते लोक आरोळ्या मारतात, "... म्हणजे इतिहासाचे जातीयवादी पुनर्लेखन–"

पण यात फक्त इस्लामनेच रंगसफेती केलेली नाही. त्यांच्यानंतर आली दु:खमुक्त करणारी मार्क्स लेनिनवादी विचारसरणी.

बंगालमधील शिक्षक पाचवी यत्तेच्या पाठ्यपुस्तकातील उतारा दाखवतात–

"... रशिया, चीन, व्हिएटनाम, क्यूबा आणि इतर पूर्व युरोपीय देशात कामगारांनी व शेतकऱ्यांनी सत्ता हिसकावून घेतली असून आता ते सत्ताधारी झाले आहेत; तर अमेरिका, इंग्लड, फ्रान्स आणि जर्मनी या देशात गिरणीमालक व कारखाने मालक यांच्या हाती सत्ता आहे..."

"... रशियात क्रांतीनंतर प्रथम 'शोषणमुक्त' समाजाची निर्मिती झाली..."

"... मानवाला समता आणि सन्मानाने वागवणारे दोनच धर्म आहेत ते म्हणजे इस्लाम व ख्रिश्चन..."

म्हणजे नुसती रंगसफेती नव्हे तर आपमतलबीपणाची सफेती!

◆

८
परिपत्रक पुढे सरकवण्याची युक्ती

आपण पाहिलेच आहे की १९८९ मध्ये पश्चिम बंगाल सरकारने काढलेल्या परिपत्रकात, भारतातील इस्लामी राजसत्तेबद्दल कसलाही प्रतिकूल उल्लेख असता कामा नये असा स्पष्ट आदेश देण्यात आला होता. वास्तविक तत्कालीन ज्या बाबींबद्दल इस्लामी लेखकांनी हुरळल्याप्रमाणे लिहिले होते त्याचा अजिबात उल्लेख करायचा नाही असे सांगण्यात आले. मुस्लिम राज्यकर्त्यांनी केलेली हिंदू मंदिरांची धूळधाण, हिंदूंचे जबरदस्तीने धर्मांतर तसेच हिंदू रयतेची हर प्रकारे केलेली छळणूक, हे सर्व गाळून टाकावे असे सांगण्यात आले. परिपत्रकासोबतच गाळून टाकण्याचे उतारे व त्याऐवजी घालण्याचे उतारे देण्यात आले. जे उतारे काढायला सांगितले होते त्यात सत्यस्थितीचे अगदीच माफक वर्णन होते. याउलट नव्याने घालण्यात येणाऱ्या मजकुरात संपूर्ण खोटेनाटे वर्णन होते– उदाहरणार्थ, अल्लाउद्दिन खिलजीसारख्या बादशहाच्या काळात हिंदूधर्मीय 'जिझिया' कर देऊन सुखाने कालक्रमणा करू शकत होते!

सध्या पश्चिम बंगाल सरकारच्या अधिकाराखाली उपयोगात आणल्या गेलेल्या पाठ्यपुस्तकांचा बारकाईने अभ्यास केल्यास असे दिसून येते की, त्यात फक्त इस्लामी राज्यकर्त्यांच्या गैरकृत्यांचा उल्लेख काढून टाकण्यापेक्षा दुसराच अधिक सर्वंकष व छुपा हेतू आहे.

अर्थातच त्यात मुस्लिमांच्या त्या दुष्ट कृत्यांचा उल्लेख नाही. कलकत्ता येथील शिक्षकांनी मोठ्या सौजन्याने माझ्याकडे पाठवलेल्या अर्धा डझन पुस्तकांत पुढील घटनांचा जवळजवळ पूर्णपणे उल्लेखच नाही! अलीगढ चळवळीचे उद्दिष्ट व तिचा विकास, ही चळवळ उभारण्यात सर सय्यद अहमद यांचे योगदान, या चळवळीचा इंग्रजांशी निकट संबंध, द्विराष्ट्रवादाचा अंगिकार इत्यादी.

डॉ. अतुलचंद्र रे यांनी लिहिलेल्या 'सभ्यतर इतिहास' या 'प्रांतिक' ने १९९८ मध्ये प्रकाशित केलेल्या आठवी इयत्तेच्या पुस्तकात मुस्लिम लीग, लाहोर ठराव, द्विराष्ट्र तत्त्वविचार आणि जीनांची 'प्रत्यक्ष कृती' यांचा उल्लेख आहे. या पुस्तकात देखील सर सय्यद अहमद यांचे महान, पुरोगामी धर्मसुधारक असे वर्णन केले आहे–

"सबंध आयुष्यभर त्यांनी अंधश्रद्धा आणि परंपरा, पारंपरिक कर्मकांडे, रीतीरिवाज व अज्ञानाशी लढा दिला." परंतु त्यांच्या व्यक्तिमत्त्वातील इतर बाजूबद्दल अवाक्षरही लिहिलेले नाही. त्या बाबी अशा– अलीगढ चळवळ त्यांनी उभारली, द्विराष्ट्र विचार प्रणालीचे प्रमुख प्रणेते, मुस्लिमांनी कॉंग्रेसशी फटकून वागावे ही शिकवण, १८५७ च्या बंडात मुस्लिम जनता इंग्रजांशी कशी एकनिष्ठ राहिली हे ठसवण्यासाठी एकामागून एक लिहिलेले लेख आणि पुस्तके, इंग्रज सत्तेला पाठिंबा देण्याचे मुस्लिमांचे कर्तव्य आहे हे सिद्ध करण्यासाठी त्यांनी कुराणातील काही उताऱ्यांचा कसा विशेष 'अन्वय' लावून दाखवला– इतक्या थरापर्यंत की जर इंग्रजांनी मुस्लिमांना डुक्कराचे मांस खायला सांगितले तर ती धर्माज्ञा मानून आनंदाने ते खावे...[१] याबद्दल एक शब्दही या पुस्तकात सापडत नाही.

'हिस्टरी ऑफ सिव्हिलिझेशन' या पुस्तकात राममनोहर रॉय यांचा उल्लेख आहे. मॅक्समुल्लर यांना, हिंदुस्थान ख्रिस्ती बनवण्याची आशा ज्यांच्यामुळे वाटत होती, त्या केशवचंद्र सेनांचा, देवेंद्रनाथ टागोरांचा उल्लेख आहे पण बंकिमचंद्राचे नावही नाही! असे असणारच कारण आपली पुरोगामी मंडळी ज्या मतदार संघाचा अनुनय करीत आहेत त्यांनी बंकिमचंद्रानी वंदे मातरम् गीत लिहिल्याबद्दल त्यांच्यावर बहिष्कार टाकला आहे! 'हिस्टरीज ऑफ वर्ल्ड सिव्हिलिझेशन' हे ग्रंथ बंगालमध्ये आणि बंगाली लोकांसाठी लिहिले गेले असल्याने त्यात के. सी. सेन सारख्या बंगाली व्यक्तींचा उल्लेख असणे स्वाभाविकच आहे असे काही लोकांना वाटेल. त्यात बंगालबाहेरच्या नेत्यांचा अथवा समाजसुधारकांचा उल्लेख नाही हेही स्वाभाविकच वाटेल. तरीही या लोकांनाही आश्चर्य वाटेल अशा बाबीकडे त्या शिक्षकांनी माझे लक्ष वेधले ते म्हणजे जास्तीत जास्त ठिकाणी नेमलेल्या पाठ्यपुस्तकात स्वामी विवेकानंदांबद्दल एक ओळ तर कार्ल मार्क्सबद्दल ४२ ओळी!

आपल्या धर्माविषयी त्यांची एक तिपेडी युक्ती आहे. पाठ्यपुस्तकात आपल्या धर्माचा उपहास, पुरोगाम्यांच्या उद्दिष्टांचा उदोउदो करण्यासाठी या धर्मात वाईट गोष्टी आहेत असे म्हणणे. दुसरे, वाईट बाबींची उदाहरणे देताना त्यांचा हिंदू धर्माशी संबंध लावणे; तिसरे सर्व धर्मामध्ये इस्लाम हाच पुरोगामी, उद्धारकर्ता धर्म आहे असे दाखवणे आणि अखेरीस अर्थातच हा उद्धार १९१७ च्या सोव्हिएट क्रांतीच्या स्वरूपात असतो!

'इतिहास ओ भूगोल– प्रथम भाग' – पश्चिम बंगाल शिक्षा अधिकार १९९३ चे हे पुस्तक तिसरी इयत्तेसाठी– म्हणजे ७ ते ८ वयाच्या मुलांसाठी आहे. त्यात नेहमीप्रमाणे 'व्यक्तिगत संपत्ती ओ दासप्रथा' या नावाचा एक विभाग असून त्यात मार्क्सवादाचे विवेचन आहे. वैयक्तिक संपत्तीसंचय व नफा मिळवण्याचा हेतू यातून गरीब व श्रीमंत असे वर्ग निर्माण होतात; याचा विकास व्हावा म्हणून समाजातील

एक वर्ग दुसऱ्या वर्गाशी लढत राहतो... काही लोकांना मालमत्ता गमवावी लागते... इतर लोक त्यांचे सर्वस्व बळकवतात... जे हरतात त्यांना कैदी बनवून मजूर म्हणून कामाला लावले जाते; ते गुलाम बनतात; ते कंगाल होतात... त्यांना कामाला लावणारे त्यांचे 'मालक' बनतात; हळूहळू हे 'मालक' स्वतः काम करीत नाहीत व गुलामांच्या श्रमांवर जगतात... यामुळे समाजात मालक व गुलाम असे दोन वर्ग निर्माण होतात. सधन लोक, मालक आणि कारागिर या गुलामांचे शोषण करतात; गुलामांना त्यांचे वाजवी श्रममूल्य मिळत नाहीच परंतु अत्याचाराला तोंड द्यावे लागते... कधी कधी अति छळ झाला की हे गुलाम बंड करतात म्हणून सधन वर्गाने कायदा, पोलिस आणि न्यायालये उभारली आहेत... तिसऱ्या इयत्तेतील मुलांना कायदा-पालनास प्रवृत्त करण्याची काय ही तयारी!

दुसऱ्याच पानावर या माहितीनंतर 'समाजातील कर्मकांडे व सोहळे' यांची माहिती येते. त्या पानावर एक हिंदू पंडित अग्नीभोवती प्रदक्षिणा घालत असल्याचे चित्र असून त्याचे शीर्षक 'यज्ञ करणारे ऋषी' असे आहे. प्रथम या पुस्तकात, समाजातील विषम वर्ग, एका वर्गातील लाकोंनी दुसऱ्या वर्गातील लोकांवर जुलूम करून त्यांना गुलामासारखे राबवणे हे सांगून, या जुलूमशाहीचे पोलिस व न्यायालये हस्तक आहेत असे वर्णन केल्यावर या तिसऱ्या इयत्तेतील मुलांना सांगण्यात येते की, ''या पंडितांनी पूजेची कर्मकांडे आणि कायदे ठरवून दिले म्हणून पोथ्या लिहिल्या गेल्या. त्यातून मुलाबाळांना शिक्षण मिळू लागले. ते स्वतःच या धर्मग्रंथांचे अध्यापक बनले. हळूहळू त्यांनी समाजात आपले वर्चस्व स्थापन केले. आणि म्हणूनच ते राज्यकर्त्यांचे साथीदार झाले.'' हे लिखाण केवळ नेहमीच्या मार्क्सवादी बेगडी लिखाणासारखे नाही, मेकॉले– मिशनरी– हेतूंचे मार्क्सवादी विवरण नाही; तर ज्याबद्दल आपल्याला (मुलांना) आदर आहे, जे पवित्र वाटते, देव, धर्मग्रंथ, भाषा व संस्कृत या सर्वांबद्दल लाज वाटावी असे हे प्रयत्न आहेत. तसेच जो समाज आपला धर्म आणि संस्कृती वर्धन करीत आहे त्यांच्याबद्दल तिरस्काराची भावना निर्माण करण्याचाही हा प्रयत्न आहे.

'इतिहास ओ भूगोल' भाग दुसरा (पश्चिम बंगाल विद्यालय शिक्षा अधिकार, १९९५, कलकत्ता) हे पाठ्यपुस्तक चौथ्या इयत्तेतील विद्यार्थ्यांसाठी असून त्यात देखील हेच सूत्र आणि सर्व वाईट गोष्टी हिंदूधर्माशी निगडित कशा आहेत हेच सांगितले आहे. पृष्ठ १० वर नेहमीचाच मजकूर आहे– त्याबाबत सांप्रत अभ्यासकांनी गांभीर्याने विरोध दर्शवला आहे. आर्य वायव्येकडून आले... त्यांनी चातुर्वर्ण्य स्थापन करून शूद्रांना अगदी खालच्या पायरीवर नेऊन ठेवले. काळ्या वर्णाचे शूद्र मूळचे याच भूमीतील रहिवासी होते. त्यांना शिक्षणाचा हक्क नाही...

वरचा मजकूर पृष्ठ १० वर तर पृष्ठ १७ वर आपल्याला एका उद्धारकर्त्याची

महती सांगण्यात येते. मुहंमदाचा जन्म झाला. त्याने इस्लामची स्थापना केली... त्यामुळे एका महान संस्कृतीचा उदय झाला. ती संस्कृती कशी तर शैक्षणिक, सांस्कृतिक दृष्ट्या प्रगत होती. तिने अफाट साम्राज्य स्थापन केले परंतु विविध भागातील आपापसातील संघर्षामुळे अलग अलग राज्ये उदयाला येऊ देणे साम्राज्याला भाग पडले.

दोन पाने उलटल्यानंतर पुढील मजकूर दिसतो– मुहम्मदाचा जन्म झाला... एक महापुरुष अवतरला... त्याने स्थापन केलेल्या इस्लामचा अर्थ 'शांती', गोरगरिबांना भिक्षा घालावी व कामकऱ्यांना योग्य ते वेतन द्यावे अशी त्याची शिकवण आहे. गुलामांचा छळ करू नये, कर्जावर व्याज घेऊ नये अशीही शिकवण आहे. त्यानेच मूर्तिपूजा बंद केली. मुहम्मदाच्या शिकवणुकीत ही प्रमुख तत्त्वे आहेत. अनेकांनी त्याचा धर्म स्वीकारला... एवढ्या मजकूरानंतर एक पर्यायोक्ती घातली गेली आहे. "सर्व महापुरुषांनी शांतीचा संदेश दिला आहे. परंतु सामान्यजनांना या संदेशाचा विसर पडतो व ते आपसात भांडत बसतात. धनवान लोक गरिबांना मदत करण्याऐवजी फसवतात आणि स्वत:च्या संपत्तीत भर घालतात. धर्माच्या नावाखाली ते लुटालूट आणि रक्तपात घडवतात. हिंदुस्थानात जैन व बौद्ध धर्माचा प्रसार होऊ लागल्यावर ब्राह्मण पंडित घाबरले. सामान्यजनांनी कर्मकांडाचे आचरण केले नाही तर ते आपल्याला जुमानणार नाहीत असे वाटल्यावरून त्यांनी हिंदू धर्माचे रक्षण करण्याचा आव आणून समाजात आपले वर्चस्व राखण्याचा निकराचा प्रयत्न केला. त्यांना अनेक राजांची मदत मिळाली म्हणून जैन व बौद्ध धर्माचा ऱ्हास झाला व हिंदूधर्म वाढीला लागला."

पृष्ठ २० वर हे एवढे आहे. पृष्ठ २५ आणि २६ वर हे अध्यारोपण आणखी वाढवले आहे. नेहमीचीच मार्क्सवादी विचारधारा मुलांच्या मनात घुसवण्याचा पुन: प्रयत्न केला आहे– शेतकऱ्यांचे शोषण... मिळालेल्या नफ्याचा दुरूपयोग... त्यांची जनावरे आणि जमिनी जप्त करणे... त्यांच्या हालअपेष्टा... तडजोड न करता दिवसेंदिवस होणारी पुरोगामी वाटचाल...

...आणि मग असे वाक्य आहे की, "देवाच्या नावाखाली पंडित पूजा व सणासुदीसाठी भेटवस्तू उकळू लागले. पंडित जुलमी होऊ लागले आणि दुसऱ्यांच्या जिवावर जगू लागले. शोषक आणि जुलमी असेच त्यांचे रूप होते. त्यांना राजाश्रय आणि जमीनदारांचे साह्य मिळाले. शूद्र, गरीब आणि गुलामांना नेहमीच धार्मिक छळणुकीला तोंड द्यावे लागते. यामुळे उच्च-नीच असे स्तर समाजात निर्माण होतात. शूद्रांना अस्पृश्य ठरवले गेले. त्यांच्या श्रमाचे शोषण होण्यास कोणताच धरबंध नव्हता आणि उच्चवर्णीयांनी त्यांना त्रास देण्यास कोणतेही कारण पुरे पडत होते... उच्चवर्णीय लोक वाट्टेल ते कारण दाखवून शूद्रांची हत्या करीत व संपूर्ण

गावच्या गाव उठवून लावीत...''

हे लिहिण्यामागील एकंदर सूत्र मुलांच्या मनात ठसवण्याकरता या पानावर एक चित्रही आहे. ''धार्मिक उत्पीडन'' असे शीर्षक असलेल्या या चित्रात बुशशर्ट घातलेला एक माणूस एका गरीबाला चाबकाने मारत आहे. समोरच धोतर नेसलेला, शेंडी असलेला एक ब्राह्मण कठोर मुद्रेने त्याला तसे करण्यास उत्तेजन देत आहे.

अपेक्षित विरोधाभास, 'इतिहास (प्राचीन) पश्चिम बंगाल शिक्षा परिषद १९९४' या पुस्तकात पृष्ठ ९४ वर दृष्टीस पडतो. नालंदाच्या अवशेषाच्या या चित्राच्या मजकुरात विद्याध्ययनाची ही पीठे किती महत्त्वाची होती असे म्हटले आहे. तथापि, त्यांचा विध्वंस कोणी केला याबद्दल मात्र हेतुपूर्वक मौन पाळले आहे! न जाणो, तसा उल्लेख केल्यास परिपत्रकातील आदेशाचा भंग होईल!

'इतिहास ओ भूगोल' प्रथम भाग या तिसऱ्या इयत्तेच्या पाठ्यपुस्तकात पृष्ठ ३२ वर मुलांना असे शिकवण्यात येते की, ''वैयक्तिक मालमत्तेच्या संकल्पनेचा उदय झाल्यामुळे समाजातील एक विभाग दुसऱ्याला वंचित करू लागला. गरीब आणि श्रीमंत यांच्यातील विषमता वाढत चालली आहे. हालअपेष्टा होत आहेत. पददलितांचे सर्व हक्क हिरावून घेण्यात आले आहेत. त्यांना तऱ्हेतऱ्हेचे प्रच्छन्न अपमान सहन करावे लागत आहेत. आजही लोक एकमेकांना ठार मारतात, अजूनही एखादा माणूस आपल्यासारख्या दुसऱ्या माणसाचे शोषण करतो, अजूनही युद्धे होतात, लढाया होतात. या भूतलावर शांती आली, जर शोषण आणि जुलुम संपुष्टात आले आणि जर प्रत्येक माणूस दुसऱ्याइतकेच सुख व शांती मिळवू शकला तर हे जग किती मंगल होईल.''

लिहिण्याचा हा प्रकार म्हणजे आहे त्या परिस्थितीबद्दल क्रोधाची भावना निर्माण करणे आणि ही परिस्थिती कम्युनिस्टांना पाहिजे असेल त्या व्यक्तीकडे बोट दाखवून निर्माण झाली असे म्हणणे वर्षानुवर्षे चालू आहे. 'इतिहास– विभाग ३, पश्चिम बंगाल शिक्षा अधिकार १९९६' या पुस्तकात, हेच सूत्र, याच क्रमाने म्हणजे शोषण, समाजातील विषमता, धर्म हे शोषणाचे साधन असे सांगून 'नव्या जाणिवांचा उदय होत आहे' असे वळण देण्यात आले आहे. शोषणपद्धत ही अशी ब्राह्मणांची वर्चस्वाची वागणूक, श्रमजीवी वर्गातील शूद्रांना दडपून टाकणे... त्यांना कोणत्याही प्रकारे प्रतिष्ठा मिळू न देणे... शूद्रांना पूजेचासुद्धा अधिकार न देणे... शोषण... ख्रिश्चन गुलामांचे बंड... स्पार्टाकस... रोमन साम्राज्याचा पायाच उखडून टाकला. ख्रिस्तानंतर ६०० वर्षांनी एक नवा धर्मपंथ उदयाला आला. त्याची तत्त्वे प्रत्येक माणसाला समान हक्क देणाऱ्या या पंथाचा प्रमुख हजरत मुहम्मद... महान व्यक्तींची तत्त्वे झुगारली गेली... शोषण चालूच...

अखेर! लेनिन आणि बोल्शेव्हिक पक्ष... ''नोव्हेंबर १९१७ मध्ये अशा प्रकारे

सामान्य माणसांच्या विद्रोहाचा उद्रेक झाला आणि कामकरी वर्गाच्या शोषणमुक्त समाजाची स्थापना झाली. १९३० मध्ये टागोरांनी रशियाला भेट दिली असता ते म्हणाले की मी येथे आलो नसतो तर एका पवित्र तीर्थस्थळाच्या भेटीला मुकलो असतो.'' चिनी क्रांती...

इंग्लंडमधील औद्योगिक क्रांती... मालक जमिनी काढून घेतात... कामगारांना सतत तडजोड करावी लागणे... देश श्रीमंत झाला तरी काही थोड्या लोकांच्या ताब्यात जातो. बाकीचे लोक हालअपेष्टांत बुडून जातात. दोन वेळच्या पोटभर अन्नालाही ते महाग होतात... आणि मग पृष्ठ ३२ वर... रशियन क्रांती... ''पहिले जागतिक युद्ध समाप्त होण्याआधी १९१७ च्या नोव्हेंबरमध्ये रशियन साम्राज्यातील कामगार व शेतकऱ्यांनी लेनिन आणि त्याच्या बोल्शेव्हिक पक्षाच्या नेतृत्वाखाली बंड पुकारून झारच्या साम्राज्याचा निकाल लावला. अशा प्रकारे त्यांनी सोव्हिएट रशियामध्ये कामगार व शेतकऱ्यांची शोषणमुक्त सत्ता स्थापली...''

मग उल्लेख येतो दुसऱ्या जागतिक युद्धाचा... ''हिटलर, जपान व इटली यांचा एकत्र उल्लेख. जपान हा देशही अति महत्त्वाकांक्षी आणि लोभी होता व त्यांची इच्छा आशिया खंडात आपले साम्राज्य उभारण्याची होती. त्यांच्या हेतूच्या कण्याचा ''ब्रिटन, फ्रान्स आणि अमेरिकी साम्राज्यवाद्यांशी संघर्ष झाला.'' विद्यार्थांना पुढे सांगण्यात येते की, ''जगाला कुणी लुटायचे व नागवायचे हा मुख्य प्रश्न होता म्हणून दुसरे महायुद्ध सुरू झाले...'' बंगालमधील दुष्काळ... १९४१ मध्ये जर्मनीने सोव्हिएट रशियावर हल्ला केला. रशियाने निकराचा लढा देऊन मातृभूचे रक्षण केले व हिटलरच्या सैन्याला पळवून लावले. हिरोशिमा व नागासाकीवरील बॉंब वर्षाव... दुसऱ्या महायुद्धानंतर वसाहतीतील स्वातंत्र्य चळवळीला जोर आला.

या पुस्तकाप्रमाणेच 'सभ्यतर इतिहास', 'द हिस्ट्री ऑफ सिव्हिलिझेशन', १९९८ या पुस्तकातदेखील रशियन क्रांती म्हणजे त्या उत्क्रांतीचीच परिणती होती असे म्हटले आहे. फारच लक्षणीय, बहुव्यापक क्रांती...

ही पुस्तके १९९५, १९९८ अशा वर्षात प्रसिद्ध झाली असूनही त्यात स्टॅलिनने केलेली हकालपट्टी, त्याच्या सत्ताकाळात लक्षावधी रशियन नागरिकांची झालेली हत्या तसेच चीनमधील माओच्या कारकिर्दीत आणखी लक्षावधी लोकांना मिळालेला मृत्यूदंड तसेच या दोघांच्या कारकिर्दीतील श्रमछावण्या याविषयी मात्र अवाक्षरही नाही. अर्थातच तेव्हापासून आता सोव्हिएट युनियन आणि पूर्व युरोपीय देशात काय उलथापालथ झाली त्याविषयी किंवा चीनने दिवाळखोर कम्युनिस्ट अर्थव्यवस्थेशी फारकत घेऊन पुढे किती मोठी उडी घेतली याबद्दलही एकही शब्द नाही.

एकंदरीत असे दिसते की, इस्लामी राज्यकर्त्यांनी हिंदुस्थान व हिंदुस्थानी

जनतेवर केलेल्या अत्याचारांचा मागमूस राहू न देण्याचा परिपत्रकाचा एवढाच उद्देश नसावा. सर्व अनिष्ट बाबींचे खापर आपल्या देशाच्या धर्मावर म्हणजे हिंदू धर्मावर फोडण्याचा असावा; इस्लाम या पुरोगामी शक्तीचा उदय झाला हे दाखवायचे; मुहम्मदासारख्या पुरोगामी व्यक्तींची शिकवण तत्कालिन लोकांनी आचरणात आणली नाही त्याचे दु:ख करायचे आणि मग १९१७ मध्ये ''लक्षणीय, बहुव्यापी'' क्रांती झाली असे सांगायचे असा हेतू असावा.

केरळमध्ये देखील असेच प्रयत्न चालू असल्याचे शिक्षकांनी सांगितले. तेथे आलटून पालटून एकेक पक्ष सत्तेवर येत असल्याने एकच विचारसरणी लोकांच्या गळी उतरवता आलेली नाही. अध्ययन-प्रकल्पाच्या किमान पातळीच्या संदर्भात अलीकडेच झालेल्या गदारोळात ते जमले नाही असे सांगण्यात आले.

१९९६ मध्ये ठरवण्यात आलेल्या राष्ट्रीय-शिक्षण-धोरणात, शिक्षणाचे वेगवेगळे टप्पे पूर्ण करताना मुलांनी नैपुण्याची कोणती किमान पातळी गाठलेली असावी हे निश्चित करण्याची निकडीची गरज आहे यावर भर देण्यात आला. यासाठी १९९० मध्ये एक समिती नेमण्यात आली. पहिली ते पाचवी इयत्तेपर्यंत मुलांनी कशाकशात नैपुण्य मिळवलेच पाहिजे हे ठरवले गेले. त्यानुसार राज्यसरकारने अभ्यासक्रम व पाठ्यपुस्तकाची पुर्नमांडणी केली. १९९३ पासून हा नवा अभ्यासक्रम व पाठ्यपुस्तके अधिकाधिक शाळांतून नेमण्यात आली.

१९९६ मध्ये मार्क्सवादी सरकार पुन: सत्तेवर आले आणि त्यांनी पुन: १ ते ४ इयत्तेपर्यंतचा अभ्यासक्रम व पाठ्यपुस्तके बदलली. अवघ्या ३ वर्षांपूर्वी सुरू झालेला अभ्यासक्रम आणि पाठ्यपुस्तके संबंध राज्यभर वापरली जाण्याची प्रक्रिया चालू असताना ती टाकून देण्यात आली. ज्या शिक्षकांनी पाठ्यपुस्तके तयार केली होती त्यांचा शास्त्र-साहित्य-परिषद या मार्क्सवादी संघटनेची निकटचा संबंध होता. शिक्षकांनी लिहिले की, ''सार्वजनिक शिक्षणतज्ञ आणि शिक्षक संघटनांनी नव्या पाठ्यपुस्तकांवर सडकून टीका केली. या पुस्तकांत राष्ट्रीय नेते, समाज-सुधारक, जुने कवी आणि भारतीय संस्कृती याबद्दल काहीच माहिती देण्यात आली नव्हती यावर टीकेचा मुख्य रोख होता. निधर्मीपणाच्या नावाखाली रामायण-महाभारतातील कथा व पद्य भाग गाळलेला दिसला.''

कोणत्याही दुराग्रही चळवळीत नेहमीच काही बाबी हास्यास्पद रीत्या टोकाला नेल्या जातात. शिक्षकांनी एक उदाहरण दिले ते असे. केरळ-महाकवी– इक्किथमचे आघाडीचे कवी अच्युतन नंबूद्रीपाद यांची एक कविता पाठ्यपुस्तकात होती. त्या कवितेत एक माता आपल्या मुलाच्या भेटीसाठी आसुसून म्हणते. 'कुठं आहे माझा मुलगा– कृष्णासारखा सावळा–' शेवटच्या दोन ओळी गाळण्यात येऊन त्याऐवजी एका फळाचे नाव घालण्यात आले पण ते फळ लाल रंगाचे असते. त्या सुप्रसिद्ध

कवीची अनुमती न घेताच हा बदल करण्यात आला. भगवान कृष्णाने नाव त्या कवितेत येऊ नये यासाठी हा खटाटोप होता. यापुढे जाऊन त्या शिक्षकांनी हेही निदर्शनाला आणून दिले की, १९८६ च्या राष्ट्रीय-शिक्षण-धोरणात काही घटक संच निश्चित करण्यात आला होता. नवा अभ्यासक्रम तयार करताना काही घटना व संदर्भ पूर्णतया काढून टाकण्यात आले. त्यात भारताची स्वातंत्र्यचळवळ, राष्ट्रीयत्वाच्या भावनेला पोषक असे संदर्भ, भारताच्या समान सांस्कृतिक वारशाचे उल्लेख तसेच सामाजिक अडसर काढून टाकण्याची कृती या सर्वांचा समावेश होता. पाचवी इयत्तेच्या पाठ्यपुस्तकात गांधीजींवरील धड्यात ते स्वातंत्र्यलढ्याचे नेते होते असा उल्लेख नसून ते केवळ गरिबांचे कनवाळू होते असे म्हटले आहे. येथे दक्षिण आफ्रिकेतील त्यांच्या वास्तव्यातील एक प्रसंग आठवतो. शिक्षकांनी असेही लिहिले आहे की गांधीजींचा उल्लेख 'अरे' 'तुरे' अशा शब्दात असून हे अनादराचे लक्षण आहे. हा शब्द वडीलधाऱ्या अथवा मान्यवर व्यक्तींसाठी वापरला जात नाही.

शिक्षण विभागात सध्या मार्क्सवादाचे वारे वाहत असल्याने, बंगालमध्ये घडल्याप्रमाणे, अशा तऱ्हेचे बदल ठायी ठायी, पदोपदी आपल्याला दिसून येतील. या सगळ्या कारवायांचा हेतू एकच तो म्हणजे सर्वांना बाजूला सारून पुरोगामी सरकार सत्तेवर यावे व इतरांनी या बाबींकडे कानाडोळा करावा, हाच आहे.

◆

९

"चला, आपण विधायक पैलू दिसतील अशी आशा करू या."

बंगालमध्ये मार्क्सवादी कम्युनिस्ट पक्ष सत्तेवर बरेच दिवस असल्याने या शैक्षणिक क्षेत्रातील 'विद्वानांचे' फावले हे उघडच आहे. तथापि त्यांची ही करणी राज्यातील फक्त अध्यापन आणि 'संशोधन' संस्थांपुरतीच मर्यादित राहिली असे नाही. राष्ट्रीय पातळीवरही हीच 'विचारपद्धती' विद्यार्थ्यांच्या गळी उतरवली जात आहे. यात काहीच आश्चर्य नाही. या विचारांच्या लोकांचा कंपू इतका जबरदस्त आहे. शिक्षणक्षेत्रावर नियंत्रण ठेवणारे लोक अशा गुंडगिरी प्रवृत्तीचे आहेत की, एखाद्या अभ्यासकाच्या जीवनमार्गावरच घाला घालायला ते मागेपुढे पाहत नाहीत. त्या अभ्यासकाला त्यांची विचारपद्धती मानवत नसली तरी परिणामांचा विचार करून तो त्यांचीच री ओढू लागतो. त्यांचे म्हणणे मानले नाही तर अमुक पुस्तक NCERT पाठ्यपुस्तक म्हणून स्वीकारणार नाही... त्यावर अभिप्राय येणार नाही...

एस. एन. झा यांचे 'सोसायटी, स्टेट अँड गव्हर्नमेंट'[१] हे पुस्तक दहावी इयत्तेचे पाठ्यपुस्तक आहे. हे लेखकमहाशय 'बांधिलकी मानून लेखन' करणारांच्या बालेकिल्ल्यात म्हणजे जवाहरलाल नेहरू विद्यापीठात आहेत. या संस्थेत त्या नियंत्रकांमध्ये राहिल्याने त्यांची स्वत:ची मते काहीही असली तरी ते तरुण पिढीच्या मनावर विशिष्ट गोष्टी ठसवण्यासाठी अशाच तऱ्हेचे लेखन करीत असतात.

सोव्हिएट युनियन कोसळले आहे, पूर्व-जर्मनीच पश्चिम-जर्मनीत विलिनीकरण या घटनांचा उल्लेख या पुस्तकात करण्यात आला आहे; परंतु १९९६ मध्ये देखील सोव्हिएत– शासन– पद्धतीचे समर्थन पुन: करण्यात आले आहे. सोव्हिएट युनियन किंवा अन्य 'समाजवादी' देशात उलथापालथ झाली याचा उल्लेख त्यांना टाळता येत नसला म्हणजे 'कोसळली' हा शब्द निष्ठापूर्वक अवतरण चिन्हात लिहिला जातो!

नेहमीसारखेच त्यांना यातही काही उपयुक्त असे मिळते. "... अनेक विचारवंतांनी समाजवादाचे समर्थन इतक्या विस्ताराने केले आहे...... १९१७ पर्यंत ही विचारसरणी सर्व कल्पनांच्या क्षेत्रात अग्रेसर राहिली म्हणूनच रशियन क्रांतीला एक ठोस

भक्कमसा पाया लाभला.'' असे प्राध्यापक सांगतात आणि पुढे म्हणतात की, ''समाजवादाच्या उद्दिष्टपूर्तीच्या दृष्टीने सत्ता आणि सरकार सुनियोजित करण्याची संधी यामुळे मिळाली. समाजवादी राज्यांच्या संघटनेत १९४९ मधील चीनची क्रांती हा महत्त्वाचा मैलाचा दगड आहे. समाजवादाचा अंगिकार करणाऱ्या देशांना त्यामुळे एक आदर्श मिळाला.''[२]

प्रचारक आणि जाहिरात करणारांची अप्रकट संगती सर्वश्रुतच आहे. ''रशियन व चिनी क्रांतीनंतरच्या दशकांतील काळ म्हणजे वसाहतवादाच्या उच्चाटनाचा काळ... समाजवादाच्या प्रयोगाला तिसऱ्या जगात अनुकूल प्रतिसाद मिळाला.''[३]

चमत्कार वाटावा असा फैलाव– ''१९८४ मध्ये प्रकाशित झालेल्या अधिकृत सर्वेक्षणावरून असे दिसून येते की, संपूर्ण जगाच्या चौथ्या हिश्यात १५ समाजवादी देश आहेत तर एकूण लोकसंख्येत १/३ प्रमाण आहे. जगातील जवळजवळ सर्व खंडात याचा फैलाव झाला आहे. आर्थिक, राजकीय आणि लष्करी अशा विविध क्षेत्रात जगभर त्यांनी आपल्या यशाच्या आधारे मानाच्या जागा पटकावल्या आहेत.''[४]

समाज आणि हुकमत चालवण्याचा आर्थिक पाया– म्हणून उत्पादनाच्या साधनांचे राष्ट्रीकरण ज्यामुळे उत्पादन-शक्तींवर कामगारांचे नियंत्रण राहील...

समाजवादी राज्यांचे संघटन करण्याचे विशेष मार्ग, बिगर-समाजवादी संस्था व राज्यांच्या चालीरीती गौण मानून त्यांना तसेच ठरवून घेतलेल्या विचारप्रणालीला न मानणारी राज्ये या सर्वांना त्या मानणे, समाजवादी राज्यांनी ज्याची ग्वाही दिली आहे तसे न करणाऱ्या राज्यांना झिडकारणे...

... समाजवादी राज्यात राजकीय पक्ष उभारण्याचा हाच तो विशेष मार्ग होय :– ''समाजवादी राज्यात असा एक टप्पा साध्य झालेला असेल जेथे भिन्न भिन्न वर्गीय समाज नसेल. फक्त एकच वर्ग असेल तो म्हणजे कामकरी वर्ग म्हणूनच विविध राजकीय पक्षांना येथे स्थान नसेल. येथे नेहमी एकच विचारप्रणाली आचरणात आणली जाईल. समाजवादी समाजात सर्वसाधारणपणे एकच राजकीय पक्ष असतो. अशा काही राज्यात काही वेळा एकापेक्षा अधिक पक्ष होते.''[५]

पाठ्यपुस्तकात असे म्हटले आहे की, ''काही समाजवादी राज्यात दोन किंवा अधिक पक्ष होते हे खरे आहे तथापि दुसरे पक्ष मुख्य पक्षाच्या अनुषंगाने उभारले गेलेले होते व त्यांनीही तीच विचारप्रणाली राबवण्याचा कसोशीचे प्रयत्न केला. शिवाय, अशा राज्यातील राजकीय पक्ष फक्त 'निवडणुकीत मिळणाऱ्या अल्पकालीन फायद्यांसाठी' कार्य करीत नाही. समाजवादी ध्येयांचे रक्षण करण्याचे त्याचे मुख्य कार्य असते. त्याचे प्रतिनिधीत्व करण्याबरोबरच त्यांचे समाजात व राज्यसंस्थेत प्रतिबिंब पडत आहे याची खात्री करून घेण्याचेही पक्षाचे कार्य असते.'' दुसऱ्या कोणत्याही विचारप्रणालीच्या पद्धतीत एखाद्या पक्षाने अशी भूमिका अंगिकारली तर

‘विचारांचा फौजदार’ अशी त्याची संभावना केली जाईल. म्हणजेच हुकुमशाही राज्यांतील ‘खबऱ्या’ व ‘जबरदस्तीने अंमलबजावणी करणारा’ पक्ष असे म्हटले जाईल. तथापि आपल्या या पाठ्यपुस्तकात शब्दांना असा काही मुलामा दिला आहे की सोव्हिएट- युनियनमधील त्या काळातील कट्टर कम्युनिस्टाला सुद्धा अडचणीत आल्यासारखे वाटेल! पक्षनेतृत्व आणि सशस्त्र सेना दरम्यान एक ‘व्यक्तिगत संपर्क’ राहील असे आश्वासनही पक्षाकडून मिळते. “महत्त्वाच्या संस्थामध्ये कुणाच्या नेमणुका करायच्या यासंबंधीच्या निर्णयावर पक्षाचा प्रभाव असतो...”[६]

अशा तऱ्हेची भूमिका बजावायची असल्याने पक्ष अघळपघळ, निश्चित केंद्रस्थान नसलेल्या बूर्ष्वा कल्पनांना थारा देत नाही. आपल्या पाठ्यपुस्तकात स्टॅलिन... पुस्तिकेतील शब्दच उचलून लिहिल्यासारखे वाटते :– “पक्षाने अशी भूमिका बजावावी या संकल्पनेमुळे साहजिकच उद्दिष्टपूर्तीसाठी खंबीर व दृढनिश्चयी नेतृत्वाची गरज भासते. त्यांच्या तत्त्वप्रणालीचा प्रसार आणि समाजाच्या हितार्थ सेवेसाठी, अलग अलग पक्ष व ढिसाळ रचनेच्या राज्यसंस्थेऐवजी शिस्तबद्ध आणि एकात्म राज्यसंस्था असणे आवश्यक असते. पक्षाचे स्वरूप एकात्मिक आहे.”[७]

एकदा स्टॅलिनचे विचार ठामपणे सांगून झाल्यावर मग लेनिनची आठवण काढली जाते. म्हणून मग तोच तो नेहमीचा एकपक्षीयत्वाच्या कल्पनेबरोबर येणारा मजकूर :–

“पक्षाच्या संरचनेच्या गरजा व पक्षसदस्यांचा सहभाग या बाबी, लेनिनने स्पष्टपणे सांगितलेल्या लोकशाही एक केंद्रीत्व तत्त्वाच्या आधारे ठरवल्या जातात. मात्र खंबीर नेतृत्व आणि पक्षाचे एकात्मिक स्वरूप याचा अर्थ, पक्षसदस्यांच्या म्हणजेच कामगारांच्या सहभागावर निर्बंध घातले जातात असा नव्हे...”[८]

पक्षान्तर्गत निवडणुका सर्व स्तरावर घेतल्या जातात. आपली मते मांडण्याची सर्वांना मुभा असते... “अशा तऱ्हेने पक्षसदस्य व घटकांचा सहभाग, कडक शिस्तीने आणि एकात्मिक रचनेत पक्षसंघटनेकडून मिळवला जातो.” असे सांगून पाठ्यपुस्तकात पुढील मजकूर असा आहे– “या स्थायी गटाकडून त्यांनी केंद्रीय धोरणाचा प्रसार करावा, जनतेच्या मागण्या जाणून घ्याव्यात, ग्रामीण भागातील दैनंदिन अडचणींची पक्षसदस्यांना जाणीव करून द्यावी, पक्षशाखा उभारणीचे प्रयत्न करावेत आणि लोक शिक्षण चळवळीत सहभागी व्हावे अशा अपेक्षा असतात...”[९]

पक्षातील लोकशाही नष्ट करायला एवढेच पुरेसे नाही. पाठ्यपुस्तकातील मजकुरात आणखी म्हटले आहे की, “एखाद्या पक्षसदस्याच्या वैयक्तिक अडचणी असतील तर तो संघटनेतील नेतृत्वाला डावलून वरिष्ठ अधिकारिणीकडे तक्रार करून दाद मागू शकतो.” असे करणाऱ्या व्यक्तींचे पुढे काय झाले याबद्दल प्रचंड पुरावा असतानाही हे म्हटले गेले आहे. “व्यक्तिगत अपील आणि तक्रारी मध्यवर्ती

समितीच्या अध्यक्षांपर्यंत म्हणजे सर्वात उच्च पातळीपर्यंत नेता येतात.'' जणू काही मुगलांच्या 'दरबारी आम' मध्ये स्वागत होण्यासारखे हे आहे![१०]

पक्षातील इतक्या अंतर्गत बाबी सांगून झाल्यावर थोडे वास्तवाकडे वळणे क्रमप्राप्त ठरते. म्हणून इतके तत्त्वज्ञान सविस्तर सांगून झाल्यावर तत्त्वांच्या अंमलबजावणीत कशा त्रुटी राहिल्या हे सांगण्यात आले आहे. ''पक्षाची अशी संघटना वरपासून खालपर्यंत सर्वस्वी केंद्रवर्ती असावी असाच हेतू आहे. प्रत्यक्ष कार्य-प्रक्रियेत तळाच्या पातळीतील सदस्यांच्या सहभागाला, तत्त्वप्रणालीमध्ये अपेक्षित आहे. तितके उत्तेजन मिळत नाही. समाजातील वास्तव परिस्थितीपासून पक्षातील वरच्या पातळीतील सदस्य दूर जातात तसेच समाजात होणाऱ्या सामाजिक-आर्थिक आणि सांस्कृतिक परिवर्तनाची ते दखल घेत नाहीत. पक्षसंघटना न्यायनिष्ठुर बनते तसेच वरिष्ठ अधिकाऱ्यांच्या हाती जास्त अधिकार राहतात. अशा परिस्थितीत राजकीय पक्ष, सरकार व जनता यांच्यातील दुवा बनण्याचे आपले महत्त्वाचे काम पार पाडण्यास असमर्थ ठरतो. पक्ष सरकारचा एक भाग होऊन बसतो. अनेक गैरव्यवहार (भ्रष्टाचार आणि उद्दाम नेतृत्त्व) घडून येतात. ज्या संघटनेत वरिष्ठांचे वर्चस्व आहे व सामान्यजनांचे ज्यावर नियंत्रण नसते. तेथे नेमके हेच घडते. सोव्हिएट संघराज्य कोलमडल्यानंतर त्यांच्या कार्यपद्धतीतील अनेक कमकुवत बाजू लक्षात आल्या.''[११]

आणखी हेही समजून येते की कम्युनिस्ट पक्षातील निवडणुकात लोकशाही राजकीय पक्षातील निवडणुका एकमेकांच्या अगदी विरूद्ध स्वरूपाच्या आहेत. ''समाजवादी समाजात एकच आर्थिक वर्ग (म्हणजे श्रमजीवी वर्ग) असल्याचा दावा केला जात असल्याने, वेगवेगळ्या आर्थिक वर्गात कोणत्याही प्रकारे स्पर्धा नसते. एकपक्षीय विचारसरणीद्वारा एकाच वर्गाचे हितसंबंध जपले जातात. म्हणून निवडणुकीची प्रत्यक्ष प्रक्रिया, पक्षसंघटनेच्या विविध घटकांमध्ये होते. विधीमंडळासारख्या सरकारी संस्थांसाठीही निवडणुकीची अशी प्रथा स्वीकारल्यामुळे, निवडणूक फक्त पक्षाच्या उमेदवारांपुरतीच मर्यादित राहते. विविध पक्षांच्या उमेदवारांमध्ये लढत असे निवडणुकीचे स्वरूप राहत नाही...''[१२]

याच कारणासाठी बूर्झ्वा लोकशाहीतील विविध संस्थांच्या कारभारावर नियंत्रण, सत्तेचे विकेंद्रीकरण आणि इतर दिखाऊ, बेगडी प्रकारांचे कम्युनिस्ट राजसत्तेने उच्चाटन केले आहे–

''एकपक्षीय विचारसरणीच्या दृढ बांधिलकीच्या पायावर सत्तेची संघटना उभारलेली असल्याने सत्ता एका ठिकाणी केंद्रित होण्याची आशंका नसते. सत्ता-संघटनेच्या प्रत्येक स्तरावर प्रातिनिधिक घटकांवर राजसत्ता सोपवण्यात आलेली असते. त्यांना औपचारिक रीत्या सर्व अधिकार दिलेले असतात. त्यात सरकारच्या अधिकारी

अथवा न्याय-शाखा ढवळाढवळ करू शकत नाहीत...''[१३]

''एकपक्षीय विचारसरणीशी दृढ बांधिलकी'' हे शब्द अशा तऱ्हेने वापरले आहेत की जणू सर्व नागरिक स्वेच्छेने ही बांधिलकी मानत आहेत! समाजवादी राज्यात ज्या विशिष्ट पद्धतीने निवडणुका होतात त्या म्हणे ''प्रातिनिधिक!'' शिवाय ''सत्ता केंद्रवर्ती होण्याची ''आशंकाही'' अशाच तऱ्हेने निकालात काढण्यात आली आहे!

सत्ता विकेंद्रीकरणाच्या संकल्पनेबाबत जी तत्त्वे पाळली जातात त्यापेक्षाही अधिक जोरदार तत्त्वे न्यायसंस्थेबाबत पाळली जातात. संपूर्ण जनतेने एका विचारप्रणालीशी (कम्युनिस्ट) बांधिलकी मानली आहे. या विचारप्रणालीचा प्रसार व प्रचार करण्यांचे साधन म्हणजे पक्ष, आणि पक्षाने अंतर्गत व्यवहारात लोकशाही आणली असल्याने ही सर्व व्यवस्था न्यायसंस्थेसारख्या बूर्झ्वा पद्धतीच्या हवाली का करायची? म्हणून– ''मार्क्सवादी विचारांच्या विश्लेषणाप्रमाणे राज्यातील काही संस्था व कार्यक्रमाबरोबरच कायदा व न्याय यांच्या द्वारे समाजाची आर्थिक-सामाजिक परिस्थिती दृग्गोचर होते. म्हणूनच समाजवादी देश परिस्थितीत 'समाजवाद आणि कम्युनिझमची उभारणी' करण्यात न्यायसंस्थाही सहभागी होत असते. या संकल्पनेनुसार न्यायसंस्था ही विचारप्रणालीची संरक्षक असते. 'राजकीय निर्णयांच्या अंमलबजावणीसाठी' कायदा असतो. व्यक्तीचे स्वातंत्र्य किंवा हक्क यांच्या संरक्षणापेक्षा कायदा समाजहिताचे रक्षण करतो. राज्यसंस्था आणि पक्ष नागरिकांच्या हक्कांचे संरक्षण करतात तसेच सरकारी संस्था समाजहितार्थ असतात. या व्यवस्थेत भारत व अमेरिका देशांप्रमाणे न्यायसंस्था घटनेचे 'संरक्षण' करीत नसते.''[१४]

अशा व्यवस्थेमुळे न्यायाधीशमंडळी न्यायसंस्थेची 'इतर कामे' करण्यास मोकळी राहतात!

''सरकारने केलेल्या कायदेकानूंची नीट अंमलबजावणी होत आहे, याची खात्री करून घेणे हे न्यायसंस्थेचे एक काम असते. कम्युनिस्ट समाज व राज्यसंस्था यांचे संरक्षण करणाऱ्या संस्थांचा न्यायसंस्था हा अविभाज्य भाग आहे. अशा तऱ्हेने न्यायसंस्थेच्या कायदेकानूंची अंमलबजावणी ह्या कामावर अधिक भर देण्यात आला आहे.''[१५]

या तर्कशास्त्रात रचनेच्या कळसाचा अंतर्भाव अशा तऱ्हेने केला आहे.

''(युगोस्लाव्हिया देश सोडल्यास) कोणत्याच समाजवादी राज्यात, घटनेचे 'संरक्षक' अशी कामे करणारे उच्च न्यायालयासारखे न्यायालय अस्तित्वात नाही. यापूर्वी सांगितल्याप्रमाणे कम्युनिस्ट राज्यसंस्था अमेरिकेच्या घटनेप्रमाणे 'सत्तेचे विकेंद्रीकरण' मानत नाही. 'घटनात्मकते'च्या प्रश्नावर निर्णय घेण्याचा अधिकार फक्त एकाच संस्थेला म्हणजे पक्षाच्या स्थायी समितीला आहे. रुमेनिया आणि हंगेरी

या देशातील प्रातिनिधिक संस्थांनी या कामासाठी विशेष समित्या उभारल्या. समाजवादी राज्यात 'प्रोक्युरसी' नावाची एक संस्था (संपादन किंवा मुखत्यारी करणारी संस्था) असून तिचे काम 'समाजवादी कायदेशीररीत्या' घटनेचे पालन होत आहे याची खात्री करून घेण्याचे असते. ही केंद्रवर्ती संस्था असून स्थायी समितीशी संलग्न आहे.''[१६]

व्हिशिन्स्कि या चित्रणाची अगदी वाहवा करील! यातील पांडित्यदर्शक तटस्थता पहा : 'घटनात्मकता' आणि 'समाजवादी कायदेशीरपणा' हे शब्द समूह अवतरण चिन्हात लिहिले आहेत! समाजवादी विधीमंडळे आणि स्थायी समित्यांना प्रातिनिधिक म्हटले आहे!

हे पुस्तक १९९० नंतरच्या वर्षात आणि दिल्लीत प्रकाशित झाल्यामुळे 'महान प्रयोगा'चे पुढे काय झाले याकडे आपण पूर्णतया दुर्लक्ष करू शकत नाही. या महान प्रयोगावर आधारित राज्यांची काय दशा झाली हे सर्वश्रुत असूनही आपले विद्वान अभ्यासक त्याबद्दल घाईने निष्कर्ष काढू इच्छित नाहीत. ते म्हणतात– ''... या देशांची अशी शकले का झाली? याला कोणत्या शक्ती जबाबदार आहेत? या गुंतागुंतीच्या प्रश्नांचे विश्लेषण भाष्यकार करतील. समाजवादी देश व त्या पद्धतीच्या सरकारला एक गंभीर धक्का बसला एवढेच लक्षात घेणे तूर्त पुरेसे आहे.''[१७]

काहीही असले तर लेखक शेवटी विद्यार्थ्यांना असे सांगतात :

''... अलीकडील घटनांमुळे आपण नाउमेद न होता, समाजवादी राज्यपद्धतीच्या सकारात्मक बाजूकडे पाहून भविष्याबद्दल आशा करू या. राज्यपद्धतीचा एक पर्याय म्हणून समाजवादी गटाची वाढ झाल्यावर, जगात सर्वत्र समाजवादी हेतूंविषयी जाणीव निर्माण झाली. बिगरसमाजवादी गटांना देखील आपल्या ध्येयधोरणात बदल करावे लागले व सामाजिक प्रश्नांबाबत ते अधिक संवेदनाशील बनले. तिसऱ्या जगातील देशांना स्वातंत्र्य मिळाल्यानंतर समाजवादी राज्यपद्धतीमुळे त्यांच्यापुढे नवे आशादायक चित्र उभे राहिले. समाजवादी गटामुळे आंतरराष्ट्रीय राजकारणात समतोल राहिला. तिसऱ्या जगातील देश उभारणीच्या पहिल्या काही दिवसात, त्यांना अत्यंत गरज असण्याच्या काळात, एकत्रीकरणाच्या प्रक्रियेत त्यांना याचा खूप उपयोग झाला. भारतात लोकशाही बळकट करणे तसेच सरहद्दीचे रक्षण या संदर्भात तसेच राजकीय आणि आर्थिकबाबीत सोव्हिएट रशियाकडून मिळालेली मदत सर्वश्रुत आहे. देश आणि समतोल ठेवणारी शक्ती या दृष्टीने सोव्हिएट रशिया कोलमडल्यानंतर सत्तेचे एक केंद्र असलेल्या जगाचा एकंदर परिस्थितीवर कसा परिणाम होईल याबद्दल साशंकता वाटते.''[१८]

कम्युनिस्टांचे 'आदर्श राज्य' भंग पावल्यावर तेथील नेत्यांना दारूण दुःख झाले तरी ते म्हणतात. ''... गंभीर धक्का पोचला आहे!''

◆

१०
असत्याचा शिरकाव, सत्याची हकालपट्टी

जसेजसे दिल्लीच्या जवळ जावे किंवा जसजशी विद्यार्थ्याला अधिक माहिती मिळण्याची शक्यता असेल तसतसे प्रचारक अधिकाधिक फसवेगिरी करू लागतात. तथापि 'पक्षाच्या विचारसरणी'चा प्रचार करण्याची त्यांची पद्धत तीच असते. हिंदुत्व असे काही अस्तित्वात नसून ते ब्राह्मण्य आहे. ब्राह्मण्य म्हणजे असहिष्णुता आणि बौद्ध, जैन आणि अर्थातच शूद्रांची छळवणूक, इस्लाम म्हणजे शांती, समता, बंधुभाव, एकेश्वरवादाकडे वाटचाल; डावी विचारसरणी म्हणजे समता, स्वातंत्र्य आणि सर्व काही कल्याणप्रद; क्रांती म्हणजे शेतकरी, कामकऱ्यांचे राज्य!

या 'नामवंत इतिहासकारां' पैकी अधिक महत्त्वपूर्ण लेखक श्री. आर्. एस्. शर्मा NCERT च्या अकरावीच्या पाठ्यपुस्तकात प्राचीन भारताविषयी लिहितात की,[१] "अशोकाच्या धोरणामुळे ब्राह्मणी प्रतिक्रियेला सुरुवात झाली. अशोकाचे धोरण सहिष्णु होते यात काहीच शंका नाही. त्याने लोकांना ब्राह्मणांचा आदर करण्याची शिकवण दिली. परंतु त्याने प्राणी व पक्ष्यांच्या हत्येस मनाई केली व स्त्रीवर्ग करीत असलेल्या उथळ कर्मकांडांचे वैय्यर्थ दाखवून दिले. यामुळे अर्थातच ब्राह्मणांची मिळकत कमी होऊ लागली. पशुहत्या विरोधी बौद्ध धर्म आणि अशोकामुळे यज्ञयागाच्या प्रसंगी ब्राह्मणांना मिळणारी दक्षिणा कमी झाली व त्यांचे उदरनिर्वाहाचे साधन घटले. अशोकाचे सहिष्णु वृत्तीचे धोरण असूनही ब्राह्मणांच्या मनात त्याच्या विषयी एक प्रकारचा वैरभाव निर्माण झाला. त्याच्या सहिष्णु धोरणासंबंधी स्वाभाविकच त्यांना आस्था वाटेना. त्यांच्या स्वत:च्या हिताचे व विशेष हक्कांचे रक्षण करणारे धोरण त्यांना हवे होते. मौर्य साम्राज्याच्या ऱ्हासानंतर उदयाला आलेल्या नव्या राज्यांवर ब्राह्मणांचे वर्चस्व होते."[२] 'स्वाभाविकपणे', 'अर्थात्‌च', 'त्यांना हवे होते' असे शब्द वापरून दाखवायचे की, 'एक प्रकारचा वैरभाव' निर्माण झाला! 'स्वाभाविकपणे', 'उघडपणे', 'अर्थातच' अशा आशयाचे शब्द म्हणजे काय?... थोड्याशा ओळींमधे हे शब्द तीन वेळा येतात! घोळून घोळून तेच तेच सांगायचे: यज्ञयागाच्या प्रसंगी मिळणाऱ्या दक्षिणेवर ब्राह्मण उपजीविका करीत होते; अशोकाने पशुहत्येला मनाई केली. साहजिकच ब्राह्मणांची मिळकत घटली. म्हणून स्वाभाविकपणे ब्राह्मणांच्या

मनात अशोकाबद्दल 'एक प्रकारचा वैरभाव' निर्माण झाला! यज्ञाच्या वेळी पशुबळी दिल्याने ब्राह्मणांना किती मिळकत होत होती याचे प्रमाण काय?... त्याचा उल्लेख नाही! पशुबळी असलेल्या यज्ञयागाला ते इतके चटावलेले असते तर किती लोकांनी मनाई-आदेश मानला असता? अशोकाच्या कालखंडात दळणवळणाची साधने इतकी जुनी होती, तेवीसशे वर्षांपूर्वी राजसत्तेचा दृश्य परिणाम इतका कमी होता की, अशा परिस्थितीत अशोकाने आपल्या मनाई आदेशाची अंमलबजावणी कशी केली यासंबंधी अवाक्षरही नाही. नुसते म्हणायचे, 'साहजिकच', 'स्वाभाविकपणे', 'खरोखरीच' असे होते!

पुरावा बाजूला ठेवून हेही पहा : दोन कल्पना जवळजवळ ठेवून त्यांचा उपहास करायचा. ब्राह्मणांची मिळकत... पशुबळी यज्ञातून त्यांना अर्थप्राप्ती होते. म्हणून ब्राह्मणांच्या मनात म्हणजेच हिंदुधर्मीयांत अशोकाबद्दल वैरभाव निर्माण झाला. मग इस्लामी आक्रमक व पक्षांधांनी हिंदुस्थानातील दिसतील त्या बौद्ध वास्तू उद्ध्वस्त केल्या, तसेच मध्य आशिया आणि अफगाणिस्तानातही नासधूस केली त्याचे काय? याबाबत आर्. एस्. शर्मा यांनी दोन वाक्यात उल्लेख केला आहे. "बौद्ध विहारातील संपत्तीची तुर्की आक्रमकांना अभिलाषा उत्पन्न झाली. त्यामुळे लोभी आक्रमकांचा रोख त्यांच्यावर राहिला. तुर्कांनी नालंदामधे मोठ्या प्रमाणात बौद्ध भिक्षूंची हत्या केली. काही भिक्षू त्यातून निसटून नेपाळ व तिबेटकडे पळाले."[३]

पूर्णविराम! प्रथम उद्ध्वस्त करण्याला व नासधुसीला नेहमीचे, 'आर्थिक हेतूचे' स्पष्टीकरण देऊन हे 'नामवंत इतिहासकार' दुसऱ्या मुद्याकडे वळतात. बुद्ध मूर्तिपूजेच्या विरुद्ध असूनही बौद्धधर्म मूर्तिपूजक झाला हे तुर्कांना मानवले नाही. कारण तुर्कांची मूलभूत धार्मिक भावना इस्लामी आहे. त्या धर्मात, इतर धर्मीयांची प्रार्थनास्थळे उद्ध्वस्त करावी व मूर्तींचा चक्काचूर करावा असे असते. मग, या मूलभूत श्रद्धेवरून आपले नामवंत इतिहासकार दुसऱ्या मुद्यावर सहजपणे जाऊन तुर्कांना ब्राह्मणांच्या बरोबरीचे ठरवतात. ब्राह्मण जसे पूर्वी लोभीपणाने वागत तसे आता तुर्क वागले– मुद्दा सिद्ध व युक्तीवाद समाप्त!

'समतोल साधण्याचा' आणखी प्रकार न चुकता केला जातो. तुर्कांबद्दलच्या या दोन-तीन वाक्यांच्या आधी पाठ्यपुस्तकात, या वाक्यांच्या सहापट लांबीचा एक परिच्छेद, हिंदू राजांनी बुद्धांचा केलेला छळ याविषयी आहे! आणि या परिच्छेदात हिंदू राजांचा उद्देश सर्वस्वी धार्मिक होता, असे म्हटले आहे!

बौद्ध धर्माला उतरती कळा लागण्याचे कारण त्यांचा भ्रष्टाचार. याबद्दल आपल्या इतिहासकारांनी काहीच लिहिले नाही असे नव्हे. बौद्ध भिक्षू समाजातील मुख्य प्रवाहापासून दूर गेले असे सांगून ते लिहितात, "...त्यांनी लोकभाषा पाली टाकून देऊन बुद्धिमंतांच्या संस्कृत भाषेचा अंगीकार केला. ते मूर्तिपूजा करू लागले.

भक्तगणांनी दिलेल्या मौल्यवान वस्तू व राजाकडून मिळणाऱ्या देणग्यांमुळे हे भिक्षू विलासी बनले. शिवाय मठांमध्ये स्त्रियाही राहू लागल्या. एकंदरीत गौतम बुद्धाने ज्यावर बंदी घातली होती त्या सर्व भ्रष्ट आचरणाची मठ ही केंद्रे बनली.''[४] 'अंमलबजावणीतील अपयशा'चे हे आणखी एक उदाहरण– जसा स्टॅलिनने मार्क्सवाद व लेनिनवादाचा पार निकाल लावला!

या ऱ्हासाच्या संदर्भात कुणाचा दोष आहे ओळखा बरं? हा ऱ्हास म्हणजे काय? इतिहासकार लेखक म्हणतात, ''कोणत्याही धर्माच्या प्रारंभी सुधारणेची भावना प्रबळ असते असे दिसून येते. परंतु नंतर जे प्रथम त्याज्य ठरवले त्याच कर्मकांडांचा व सोहळ्यांच्या आहारी जाणे होते. बौद्ध धर्मात असेच स्थित्यंतर झाले. ब्राह्मणवादातील ज्या अनिष्ट गोष्टींविरुद्ध त्यांनी प्रथम संघर्ष केला त्या बाबींना ते नंतर बळी पडले.''[५] थोडक्यात काय तर मुळातील अनिष्ट म्हणजे 'ब्राह्मणवाद.'

बौद्धधर्माची अवनती का झाली तर ते त्या पुन: घाण पाण्याच्या डबक्यात पडले... कोणत्याही वादग्रस्त मुद्यावर करायचा ठराविक युक्तीवाद आजकाल असा आहे– हिंदुधर्म जातिभेद व स्पृश्यास्पृश्यता मानतो म्हणून ख्रिस्ती धर्मप्रचारकांनी दीडशे वर्षे हिंदु धर्माचा उपहास केला. ख्रिस्ती धर्मात जातिभेद नाहीत, सर्व अनुयायी समान आहेत अशी आपल्या धर्माची भलावण केली आणि आता ते स्वत:च भेदाभेद मानू लागल्याने त्यांचे अनुयायी त्यांना सोडून जाऊ लागले आहेत अशी भीती त्यांना वाटू लागली आहे. चर्चमधे कनिष्ठ जातींसाठी वेगळी जागा, चर्चच्या अधिकाराच्या उतरंडीत मागासवर्गीयांना अगदी थोडी पदे वगैरे, वगैरे. 'दलित ख्रिस्ती लोक' अशी व्याख्या असलेला वर्ग अस्तित्वातच नव्हता असे ते म्हणत असताना, आता ते 'दलित ख्रिस्ती' वर्गासाठी आरक्षणाची मागणी करीत आहेत. या सर्वाचा दोष कुणाकडे, तर सर्वव्यापी हिंदुत्ववाद्यांकडे असा आरोप ते करतात!

शर्मांचे एक समविचारी मित्र सतीशचंद्र देखील तीच विचारसरणी अंगीकारतात. NCERT च्या 'मध्ययुगीन भारत' या अकरावीच्या पाठ्यपुस्तकात ते लिहितात. ''... बौद्धिक पातळीवर बौद्ध व जैन तत्त्वज्ञानाला आव्हान दिले गेले एवढेच नव्हे तर कधीकधी हिंसेचे प्रकार घडले आणि बौद्ध व जैन मंदिरे जबरदस्तीने ताब्यात घेण्यात आली.'' 'बौद्ध धर्मातील अंतर्गत घडामोडी' या विषयीही सतीशचंद्र लिहितात–[६] अध्यात्मविद्येच्या प्रश्नाची उपपत्ती लावून पूर्वस्थितीला येणे, मंत्रपठण, गूढात्मकता पुन: स्वीकारणे, गुप्त कर्मकांडे इत्यादी या सर्वांची गोळाबेरीज कोणती? सतीशचंद्र म्हणतात की, ''बौद्ध धर्माचा ऱ्हास झाला असे नाही, तर त्यांनी हिंदू धर्माचे उपचार तंतोतंत उचलले!''[७]

एकीकडे भ्रष्टाचार व अनिष्टता आणि दुसऱ्या बाजूला शोषण ही हिंदुधर्माची मूलभूत लक्षणे आहेत असे थोडक्यात म्हणायचे. हिंदुधर्म म्हणजे ब्राह्मणवाद,

ब्राह्मणवाद म्हणजे फक्त ब्राह्मणांचेच हितसंबंध जपणे– यासाठी खालच्या जातीच्या लोकांचे शोषण व जुलुम करणे. याचा अर्थ सामान्य जनतेचे शोषण व त्यांच्यावर जुलुम करणारी व्यवस्था म्हणजे हिंदुधर्म. मुद्दा निखालस सिद्ध!

याउलट इस्लामी राज्यकर्त्यांनी केलेली आक्रमणे, कत्तली नासधूस या कृत्यांचे वर्णन मात्र तीन चाळण्या लावून गुळचट शब्दात केलेले आहे. पहिली चाळणी, नासधूस धर्माने नव्हे तर व्यक्तीने केली असे म्हणणे, दुसरी व्यक्तीमधे सुद्धा अगदी मोजक्या अपवादात्मक व्यक्तींचे हे कृत्य होते असे म्हणणे; तिसरी, इस्लामी राज्यकर्त्यांनी आक्रमणे केली, मंदिरे उद्ध्वस्त केली, मूर्तीभंजन केले हे सर्व कोणत्याही धार्मिक भावनेतून केले नसून आपल्या विरोधकांना नेस्तनाबूद करण्यासाठी केले. ते राज्यकर्ते असल्याने विरोधकांना दडपून टाकणे आवश्यक होते. विरोधक हिंदूधर्मीय होते याला इलाज नव्हता. मंदिरातील जडजवाहिराचा लोभ किंवा जिंकलेल्या प्रदेशावर राजकीय सत्ता प्रस्थापित करणे अशा ऐहिक हेतूंनी त्यांनी हे केले नाही. वगैरे-वगैरे.

अशा तऱ्हेने सतीशचंद्रांचे 'मध्यमयुगीन भारत' हे पुस्तक वाचताना अकरावीच्या मुलांना पुढील माहिती मिळते. "विजयी मोहिमेच्या पहिल्या टप्प्यात अनेक शहरे लुटली गेली. मुख्यत्वे करून मंदिरांची नासधूस करण्याचा अंशत: हेतू त्यातील प्रचंड संपत्ती हस्तगत करणे व मोहिमेचे समर्थन करणे हा होता. या कालखंडात अनेक[८] हिंदु मंदिरांचे मशिदींमधे रूपांतर करण्यात आले." याचा इस्लामशी काही संबंध असण्याबाबत आदेशाने जणू मनाई केली होती!

'शारियत'वरही मुलामा देण्याचा सतीशचंद्राचा प्रयत्न असतो! ते म्हणतात, 'इस्लामच्या विरोधात बांधण्यात येणाऱ्या' नव्या प्रार्थनास्थळांना मुस्लिम कायद्यानेच (शारिया) बंदी असल्याने मंदिरे व अन्य प्रार्थनास्थळे पाडून टाकण्याचे त्यांचे धोरण होते. तथापि जुन्या मंदिरांच्या डागडुजीला मुभा होती. कारण 'इमारती कायम टिकत नाहीत.' याचा अर्थ असा झाला की, खेडोपाडी मंदिरे उभारण्यास बंदी नव्हती. कारण तेथे इस्लामी रीतीरिवाज नव्हते. तसेच आपल्या घरात आपल्यापुरते मंदिर बांधायला प्रत्यवाय नव्हता. परंतु हे उदार धोरण युद्ध काळात अनुसरले जात नव्हते. इस्लामचे शत्रू मग ते देव असोत की मानव त्यांच्याविरुद्ध लढून त्यांचा नाश करण्यात आला. शांततेच्या काळात मात्र तुर्की प्रदेशात आणि शरण आलेल्या हिंदू राजांच्या प्रदेशात हिंदू धर्माचे उघडपणे आणि षोडशोपचारे दिमाखाने पालन होत होते!

या लेखनातील हातचलाखी पहा– मंदिरांच्या दुरुस्तीला परवानगी! खेड्यात देवळे बांधायला मुभा! 'आपल्या घरात आपल्यापुरती' मंदिरे उभारायला हरकत नाही! असे हे उदारमतवादी धोरण फक्त युद्धकाळात बाजूला ठेवले जाई! आणि

लढाया व त्यातील हत्या फक्त 'इस्लामच्या शत्रूंसाठी' असे! शांतिकाळात म्हणजेच नेहमीच्या आयुष्यक्रमात 'हिंदू लोक आपला धर्म उघडपणे व दिमाखाने पार पाडू शकत होते!'[९]

यातील प्रत्येक विधान धादांत खोटे आहे. परंतु या इतिहासकारांनी संस्थांवर आपले नियंत्रण ठेवून बौद्धिक अचूकतेचे निकष ठरवले आहेत. जे कोणी या विधानांना तत्कालिन प्रसिद्ध इस्लामी इतिहास लेखकांच्या लेखनाचे पुरावे देईल त्यालाच चूक ठरवले जाते.

सतीशचंद्र आणखी लिहितात, 'सनातनी धर्ममार्तंडांच्या एका गटाने दबाव आणूनही सल्तनतीच्या कालखंडात हे उदारमती धोरण चालू ठेवले गेले. क्वचित यात खंड पडे ते वेगळे.'[१०] या लहानशा वाक्यात तीन अप्रत्यक्ष सूचना आहेत. पहिली, दबाव धर्ममार्तंडांनी आणला तोसुद्धा सनातनी धर्ममार्तंडांनी, त्यातही एका गटाने, दुसरी, सल्तनतचे धोरण, उदारमताचे सहिष्णु होते. तिसरी, आक्रमणे झालीच तर ती 'अधूनमधून होत.'

आणि मग नेहमीच्या पद्धतीने समर्थन देऊन तोल सांभाळण्याचा प्रयत्न– 'कधीतरी युद्धकैद्यांचे धर्मांतर केले जाई, किंवा गुन्हेगारांनी इस्लाम धर्म स्वीकारला तर त्यांची शिक्षा माफ केली जाई. 'एका ब्राह्मणाने इस्लामच्या प्रेषिताचा अवमान केला म्हणून फिरुजने त्याचा वध केला.' (समकालिन वृत्तातांवरून यात गृहीत धरलेली घटना खरी नाही असे कळते– ब्राह्मणाचा वध इस्लामच्या प्रेषिताचा अवमान केल्याने झालेला नसून त्याने धर्मांतरास नकार दिल्याने व आपले धर्माचरण न सोडल्याने करण्यात आला हे पुढे आपल्याला कळून येईल.) सतीशचंद्र पुढे लिहितात की, ''उलट मुस्लिमांचे हिंदू धर्मांतर झाल्याची काही उदाहरणे सापडतात. महान वैष्णव चैतन्य याने अनेक मुस्लिमांचे धर्मांतर केले. धर्ममार्तंडांनी अर्थातच मुस्लिमांचा धर्मत्याग हा एक भयंकर गुन्हा असे मानले.''[११]

चैतन्यांनी किती जणांचे धर्मांतर केले? तत्कालिन इतिहासकारांनी लक्षावधी हिंदूंना मुस्लिम केल्याचे अभिमानाने लिहिले. त्यांची संख्या व चैतन्यांनी ज्यांचे धर्मांतर केले त्यांची संख्या यांचे प्रमाण काय? फक्त 'धर्ममार्तंड'च इस्लामचा धर्मत्याग हा भयंकर गुन्हा समजतात का? प्रेषिताने स्वत:च नाही का अशा तऱ्हेचा आदेश दिला आहे? धर्मांतरीत इस्लामी लोकांनी आपले पारंपरिक आचरण कायम ठेवल्यावर प्रेषिताने त्यांना कसे वागवले याबद्दल एकामागून एका 'हादी'मधे वर्णन आहे ना? अल्लाची स्वत:चीच आज्ञा आहे की, ''त्यांनी पाठ दाखवली तर त्यांना पकडा आणि सापडतील तेथे ठार मारा.''[१२]

इस्लाम धर्मांतर श्रद्धा असणारांच्या कर्तव्यपालनासंबंधी प्रेषिताच्या मनात काहीतरी होती काय? त्याने म्हटले होते की, 'जो कोणी आपला इस्लाम धर्म सोडेल त्याला

ठार करा.'[१३] या आज्ञेचे पालन केले जात आहे याकडे प्रेषिताचे लक्ष होते हे एकामागून एका 'हाडी' मुळे सिद्ध होत नाही काय? 'उक्ल' टोळीतील काही लोकांचे काय झाले हे आठवून पहा. ते काहीजण प्रेषिताकडे आले व त्यांनी इस्लाम धर्म स्वीकारला. मदिनातील वातावरण त्यांना रुचत नव्हते. प्रेषिताने त्यांना दुभत्या उंटांचे दूध व औषध म्हणून मूत्र पिण्याची आज्ञा दिली. त्यांचा आजार बरा झाल्यावर त्यांनी उंट-पालकाला ठार केले व उंट घेऊन ते पळून गेले. प्रेषिताने त्यांना पकडून आणले आणि त्यांचे हातपाय तोडण्याची आणि डोळ्यात तप्त सळया खुपसण्याची शिक्षा फर्मावली. हातपाय तोडल्यानंतर त्यांचे रक्त तसेच ते लोक मरेपर्यंत वाहू द्यावे असाही त्याचा हुकुम होता. 'हाडी'मधे असा उल्लेख आहे की, 'त्यांनी पाणी प्यायला मागितले तरीही त्यांना पाणी मिळाले नाही.'[१४]

स्वत: प्रेषितानेच अशी आज्ञा देऊन शिक्षेची अंमलबजावणीही केल्यावर प्रत्येक मुस्लिमाने असेच वागावे अशीच शिकवण त्यांना मिळत नाही काय? दुसरीकडे पाहू जाता हिंदू धर्मग्रंथात अशा तऱ्हेची शिकवण सापडते का? कुणी हिंदूंनी धर्मांतर केल्याचे कळल्यास हिंदू धर्मगुरूंनी अशा तऱ्हेची कृती केल्याचे कोठे आढळते का? कुणा हिंदू संताने असे काही केल्यावर हिंदूंनी त्याचा सन्मान केला काय? तरीही साम्य मानायचे! एका ब्राह्मणाने इस्लामच्या प्रेषिताचा अवमान केल्याने त्याला ठार करण्यात आल्याचे नामवंत इतिहासकार सतीशचंद्र लिहितात त्यासंबंधी... फिरुजशहाचा सरदार शमसुद्दिन बिन सिराजुद्दिनच्या 'तारीख-इ-फिरुज'मधे त्याने असे वर्णन केले आहे की, "सुलतानाकडे अशी खबर आली की, दिल्लीत एक वृद्ध ब्राह्मण जाहीरपणे आपल्या घरातील मूर्तींची पूजा करीत असतो. शहरातील मुसलमान व हिंदू असे दोन्ही धर्मातील लोक मूर्तिपूजेसाठी त्याच्याकडे जातात. या ब्राह्मणाने एक लाकडी फळी बनवली असून त्यावर दैत्यांची व इतर वस्तूंची चित्रे काढली आहेत." त्या ब्राह्मणाने ही लाकडी फळी घेऊन फिरोजाबादच्या सुलतानापुढे हजर व्हावे असा हुकुम देण्यात आला. न्यायाधीश, डॉक्टर, वडीलधारी मंडळी आणि वकील अशा लोकांना दरबारात बोलावून ब्राह्मणाच्या कृत्याबद्दल त्यांचे मत विचारण्यात आले. कायदा स्पष्ट आहे असे त्यांचे म्हणणे पडले. ब्राह्मणाने मुसलमान तरी व्हावे नाहीतर त्याला जाळून टाकावे. ब्राह्मणाला हे सर्व नीटपणे समजावून सांगण्यात आले, परंतु त्याने धर्मांतर करण्यास स्वच्छ नकार दिला. दरबाराच्या दारासमोर सरण रचण्याचा हुकुम देण्यात आला व ब्राह्मणाचे हातपाय बांधून त्याला त्या लाकडाच्या ढिगावर फेकले. त्याच्याबरोबर ती फळीही फेकली आणि आग लावण्यात आली. या पुस्तकाचा लेखक त्यावेळी दरबारात उपस्थित होता व त्याने हे सर्व प्रत्यक्ष पाहिले. फळीचे दोन तुकडे करून एक ब्राह्मणाच्या डोक्याशी व दुसरा त्याच्या पायाशी फेकून जाळ लावला गेला. लाकूड वाळलेले असल्याने आग चटकन् पेटली व ती

त्याच्या पायाशी पोचल्यावर त्याने किंकाळी फोडली. ज्वाळांनी लवकरच त्याला वेढले व ब्राह्मणाचा घास घेतला. बघा, सुलतान किती कायद्याला धरून वागणारा सरळ माणूस होता! एकदा आज्ञा दिल्यावर त्यापासून तो ढळणारा नव्हता! सतीशचंद्र म्हणतात, ''मुस्लिमांनी तलवारीच्या जोरावर धर्मांतर घडवून आणले नाही.'' तसे असते तर दिल्ली-विभागांतील हिंदू प्रजेचे प्रथम धर्मांतर झाले असते. हिंदूंची धर्मनिष्ठा जाज्वल्य असून ती सहजासहजी बदलणार नाही याची मुस्लिम राज्यकर्त्यांना जाणीव होती. दिल्लीतील प्रसिद्ध सूफी संत शेख निझामुद्दिन औलिया याने म्हटले होते की, ''इस्लाम हा सच्चा धर्म आहे हे, काही हिंदूंना मान्य आहे परंतु ते इस्लाम धर्म अंगिकारणार नाहीत.'' बरानी देखील म्हणतो की, ''जुलुम-जबरदस्तीच्या प्रयत्नांचा हिंदूंवर काही परिणाम होत नसे.''[१५]

धर्मांतराचे सतीशचंद्रांनी दिलेले स्पष्टीकरण असे. ''राजकीय व आर्थिक फायदे किंवा स्वत:चे सामाजिक स्थान उंचावण्याच्या हेतूने इस्लाममधे धर्मांतर झाले. कधीकधी एखाद्या महत्त्वपूर्ण सत्ताधाऱ्याने किंवा टोळीच्या नायकाने धर्मांतर केले की, प्रजाजन त्याचे अनुकरण करीत.'' सूफी संत धर्मांतराबद्दल फारशी आस्था बाळगत नसत तरीही कधीकधी त्यांनी धर्मांतराला मदत केली. त्यांच्या प्रवचनाला हिंदू व मुसलमान दोन्ही धर्मांचे लोक येत. या सूफी संतांविषयीची हकीकत आमच्या या नामवंत इतिहासकाराने वाचली तर त्यांना कळून येईल की ते कसे इस्लाम धर्माचे प्राथमिक टप्प्यावरचे प्रचारक होते! मग सतीशचंद्र आपल्या स्पष्टीकरणात इस्लामला निर्दोषी ठरवताना म्हणतात की, ''धर्मांतर वैयक्तिक, राजकीय आणि पंजाब तसेच पूर्व बंगालमधील प्रादेशिक कारणांमुळे होत असे.''[१६]

त्या काळी खुद्द इस्लामी इतिहासकारांनी लिहिलेल्या मजकुराचा त्याच्याशी कसा मेळ घालायचा? 'अधूनमधून होणाऱ्या लहानशा चुका' किती वेळा घडत होत्या असे त्यांना म्हणायचे आहे? तात्कालिन राज्यकर्ते कोणत्या कारणाने असे करायला प्रेरित झाले असे त्यांना म्हणायचे आहे? हे महत्त्वाचे आहे.

◆

११
हे सर्व लेखक सुद्धा जातीयवादी होते काय?

एक लेखक लिहितो, "हिंदुस्थानात बौद्ध धर्माचा ऱ्हास मुसलमानांच्या आक्रमणामुळे झाला यात काहीच शंका नाही." इस्लामने 'बट'ला आपला शत्रू मानले. 'बट'हा अरबी शब्द आहे आणि त्याचा अर्थ मूर्ती असा आहे. हे सर्वांना माहीत आहेच. तथापि 'बुद्ध' शब्दाचा हा अरबी अपभ्रंश आहे हे फार थोड्या लोकांना ठाऊक आहे. मूर्तिपूजा म्हणजे बौद्ध धर्म असे मुस्लिम मनात ठसले होते. या दोन बाबी अविभाज्य आहेत असे त्यांनी मानले. मूर्तिभंजन करून बौद्ध धर्माचा निकाल लावायचा असे ध्येय त्यांनी ठरवले. इस्लामने फक्त हिंदुस्थानातच बौद्ध धर्माचा नाश केला असे नव्हे तर इतरत्रही केला. इस्लामच्या उदयापूर्वी बॅक्ट्रिया, पार्थिया, अफगाणिस्तान, गांधार आणि चीनव्याप्त तुर्कस्थानमधे बौद्ध धर्मच प्रचलित होता. तसेच संपूर्ण आशियातही...

आता या लेखकाला रा. स्व. संघाच्या विचारसरणीचा जातीयवादी म्हणायचे का? इस्लामने हिंदू धर्माचा नाश करण्यासाठीही हल्ले केले. मग बौद्धधर्माप्रमाणे हिंदूधर्माचा पाडाव का झाला नाही? हिंदूधर्माला राजाश्रय होता असे सांगून लेखक पुढे म्हणतो की, "ब्राह्मणी राज्यकर्त्यांनी बौद्धधर्मीयांचा इतका छळ केला की, ते आपखुषीने इस्लाम धर्मात आले. त्यामुळे मुस्लिमांची लोकसंख्या वाढली व बौद्धधर्मीयांची कमी झाली." पण महत्त्वाचे कारण दुसरेच आहे. मुस्लिम आक्रमकांनी ब्राह्मण तसेच बौद्ध मठवासी दोघांचीही कत्तल केली. दोन्ही धर्मातील पुजारीपणाचे स्वरुप मात्र वेगळे होते. "... हा फरक इतका मोठा होता की, त्यामुळे हिंदुधर्मीय इस्लामचा हल्ला सोसू शकले पण बौद्धधर्मीयांना ते जमले नाही." असे लेखकाचे म्हणणे आहे.

हिंदूधर्मीयांच्या दृष्टीने प्रत्येक ब्राह्मण हा संभाव्य उपाध्याय असतो. त्याला दीक्षा देण्याची सक्ती नसते. दुसऱ्या कशाचीच गरज नसते. प्रत्येक कुटुंब आपापली कर्मकांडे पाळीत होती. पूजाअर्चा, मंत्रपठण, तीर्थयात्रा, वेदपठण हे चालू होते. या उलट बौद्धधर्मात दीक्षाग्रहण, पुरोहितांसाठी विशिष्ट प्रशिक्षण होते असे नियम होते. यामुळे आक्रमकांनी ब्राह्मणांची कत्तल केली तरी हिंदुधर्म उरला पण बौद्धधर्मीयांची कत्तल झाल्यावर धर्मच नष्ट झाला.

बौद्धधर्मीयांची कत्तल, त्यांचे विहार, विद्यापीठे, पूजास्थाने इत्यादींची नासधूस

याविषयी लेखक लिहितो की, "मुसलमानांनी नालंदा, विक्रमशीला, जगद्दला, ओदंतपुरी इत्यादी विद्यापीठे उद्ध्वस्त केली. देशभर ठिकठिकाणी असलेले बौद्ध मठही त्यांनी जमीनदोस्त केले. हजारो भिक्षू नेपाळ, तिबेट आणि भारताबाहेर अन्यत्र पळून गेले. मुस्लिम सेनापतींनी फार मोठ्या प्रमाणात त्यांची कत्तल केली." बौद्ध पुजारी मुस्लिम आक्रमकांच्या तलवारीला कसे बळी पडले याची हकीकत खुद्द मुस्लिम इतिहासकारांनीच लिहून ठेवली आहे. खिस्तपूर्व ११९७ मधे बिहारमधे मुसलमान सेनापतीने आक्रमण करून बौद्ध भिक्षूंच्या हत्येचे नीच कर्म केल्याचे पुरावे देताना श्री. व्हिन्सेंट स्मिथ म्हणतात, "... लुटालुटीत खूप संपत्ती मिळाली. मुंडन केलेल्या ब्राह्मणांची (म्हणजे बौद्ध भिक्षूंची) इतकी नि:शेष हत्या केली की, नंतर जेव्हा जे त्याला मठातील ग्रंथालयातील पुस्तकातील मजकूर जाणून घ्यायचा होता तेव्हा ती पुस्तके वाचू शकणारा एकही माणूस सापडला नाही." सबंध किल्ला आणि शहर हे एक महाविद्यालय होते असे नंतर आढळून आले असे आम्हाला सांगण्यात आले. हिंदी भाषेत महाविद्यालयाला 'बिहार' म्हणतात.

बौद्ध पुजाऱ्यांची इस्लामी आक्रमकांनी केलेली हत्या अशा तऱ्हेने निर्दोष ठरवण्यात आली. अगदी मुळावरच कुऱ्हाडीचा घाव घालण्यात आला. म्हणजे बौद्ध पुजाऱ्यांना मारून इस्लामने बौद्ध धर्मालाच मारले. भारतातील बौद्ध धर्मावर आलेले हे फार मोठे अरिष्ट होते.

याचे लेखक बाबासाहेब आंबेडकर.[१]

परंतु सध्या असे म्हणण्याची फॅशन आहे की, बौद्ध धर्म नष्ट होण्याचे कारण हिंदूंनी बुद्धांचा केलेला छळ व त्यांच्या मंदिरांची नासधूस हे होय. यातील महत्त्वाचा मुद्दा हा की, या असत्याचा शिरकाव करू पाहणारे मार्क्सवादी इतिहासकार या बनावाला कणभरही पुरावा देऊ शकलेले नाहीत. एका विशिष्ट प्रकारच्या उदाहरणात रोमिला थापर यांनी तीन शिलालेख उद्धृत केले आहेत. पराभव न मानणाऱ्या, न थकणाऱ्या सीताराम गोयलांनी शिलालेख तपासून पाहिले. यापैकी दोन शिलालेखांचा बौद्ध विहार व त्यांची नासधूस याच्याशी सुतराम संबंध नव्हता आणि दुसऱ्या शिलालेखात कशाची तरी नासधूस झाल्याचे म्हटले आहे. परंतु अधिकृत अभ्यासकांच्या मते ते लेखन बनावट आहे. काहीही असले तरी यावरून त्या इतिहासकाराने सतत सर्वांच्या माथी मारलेली कथा सर्वस्वी वेगळी होती हे दिसून आले.

काही जैन पुजाऱ्यांनी शिवलिंगाची पूजा होत असलेले एक ठिकाण आपल्या ताब्यात घेतले. शैव पुजाऱ्यांनी त्यांना ते सोडून जायला सांगितले, शैवांनी एखादा चमत्कार करून दाखवला तर ती जागा सोडून जाण्याची जैन पुजाऱ्यांनी तयारी दर्शवली, तसा चमत्कार दाखवला गेला. मग शैव पुजाऱ्यांनी ती जागा पुन: आपल्या ताब्यात घेऊन आपल्या मूर्तींची स्थापना केली; हे प्रकरण त्या भागाच्या

जैन राजाकडे नेल्यानंतर त्याने शैव भक्तांच्या बाजूने निकाल दिला. शिलालेखातून पूर्णतया प्रतीत होणारा गर्भितार्थ इतिहासकारांनी कसा दडपून टाकला हे सांगावे किंवा आणखी एखादा पुरावा दाखवावा असे गोयलांनी वारंवार विचारले. परंतु ते व्यर्थ वाट पाहत बसले.

हिंदूंनी बुद्ध मंदिरे पाडून टाकली याची आणखी दोन उदाहरणे मार्क्सवादी देतात. या दोहोंतून पूर्णपणे परस्परविरोधी माहिती मिळते. मार्क्सवादी मंडळींनाही पुन:पुन: विनंती करून याचे स्पष्टीकरण मागितले गेले. पण तेही निष्फळच ठरले. इतकेच आणखी महत्त्वाचे म्हणजे, सीताराम गोयल यांनी 'हिंदूंनी आपल्या अनुयायांना दुसऱ्या धर्माची पूजास्थाने उद्ध्वस्त करण्याचा आदेश दिल्याचा पुरावा दाखवावा.' अशी विनंती त्यांना केली. बायबलमधे तसेच इस्लामी पुस्तकात असा मजकूर आहे. ज्या ज्या मुस्लिम राज्यकर्त्याने व आक्रमकाने इतर धर्मियांची प्रार्थनास्थळे उद्ध्वस्त केली त्यांचे स्तुतिगान इस्लामी इतिहासकारांनी व लोककथांत केले गेले आहे. तसे एखाद्या हिंदूने इतरांची पूजास्थाने उद्ध्वस्त केल्याबद्दल त्याचा सन्मान झाल्याचे एक तरी उदाहरण काढून द्यावे असेही श्री. गोयल यांनी म्हटले. त्यावर तुच्छतादर्शक मौनाचे उत्तर मिळाले.[२]

परंतु मी दुसऱ्या मुद्याकडे वळतो. एकदा का या मंडळींनी शैक्षणिक संस्था ताब्यात घेतल्या, त्यात काय शिकवायचे हे ठरवले, कोणती पुस्तके नेमायची हे ठरवले, कोणते प्रश्न विचारायचे, कोणती उत्तरे ग्राह्य धरायची हे ठरवल्यानंतर या इतिहासकारांनी इतिहास कसा घडला हे सांगण्याचा निर्णय घेतला! हिंदू धर्म सुद्धा कसा असहिष्णु होता हे दाखवणे त्यांच्या सध्याच्या राजकारणाला सोयीस्कर असल्याने आंबेडकरांच्या विधानाला बगल देतात. इस्लामी आक्रमणाचा बौद्ध धर्माची उलथापालथ होण्याइतका परिणाम झाला हे आंबेडकरांचे विधान आणि त्या आक्रमणाचे त्यांनी दाखवलेले स्वरुप दडपून टाकण्याचा प्रयत्न करतात. आंबेडकरांनी आपल्या Thoughts on Pakistan[3] या पुस्तकात मुस्लिम कारकिर्दीचे वर्णन केले आहे ते दडपून टाकले आहे. परंतु ब्राह्मणांबद्दल केलेली विधाने मात्र दिली आहेत. 'मौर्यांनी उभारलेल्या बौद्धधर्मीय हिंदुस्थानावर ब्राह्मण राज्यकर्त्यांनी पद्धतशीरपणे आक्रमण करून त्याची वाट लावली' असे आंबेडकरांनी म्हटले आहे.

अशा तऱ्हेने हे नामवंत इतिहासकार सत्य दडपून टाकतात, दुसऱ्याच घटना बनवून ठेवतात, एखाद्या लेखकाने एका घटनेविषयी लिहिलेले दाबून टाकण्याचा प्रयत्न ते करतात आणि त्याच लेखकाने दुसऱ्या घटनेविषयी लिहिलेले मात्र सत्यपूर्ण ब्रह्मवाक्य समजून स्वीकारतात. एखाद्याने नेमके काय झाले या सत्यावर बोट ठेवले की, ते सर्वजण गिल्ला करतात की– इतिहासाच्या पुनर्लेखनाचा हा कट आहे. ते ओरडतात– इतिहासाचा विपर्यास करण्याचा हा डाव आहे. खरे म्हणजे हेच लोक

सर्वांच्या आधी सत्यापलाप आणि बनावट गोष्टी घुसडून सत्याचा विपर्यास करीत आहेत.

त्यांचे हे असले 'लिखाण' अलीकडेच तयार केलेले आहे. बौद्ध मठांची तोडफोड झाल्याचे प्रकरण आठवून पहा. सध्याच्या मार्क्सवादी इतिहासकारांचे पितामह मानलेले धर्मानंद कोसंबी यांनी याचे काय स्पष्टीकरण दिले?[४] त्यांनी लिहिले की, ''बुद्धाच्या मूळ तत्त्वज्ञानाची अवनती तिबेटी लामांच्या आहारी जाण्याने झाली. 'पेरिप्लस'मधे आपल्याला वाचायला मिळते. त्या दूर अंतरावरील चैनीच्या वस्तूंच्या एकाच ठिकाणच्या विशेष व्यापाराशी हे मठ संलग्न झाले. सुस्थित खेडेगावात स्थानिक वस्तूंच्या सरळ अदलाबदलीच्या पद्धतीमुळे तो व्यापार संपुष्टात आला. मठांचे आर्थिक तसेच धार्मिक कार्य पूर्ण झाल्यामुळे मठही संपुष्टात आले.'' सामान्यजन मात्र सन्मार्गापासून ढळले! कोसंबी पुढे म्हणतात की, ''ज्या लोकांना त्यांनी गुलामीतून बाहेर पडायला मदत दिली, लोखंड आणि नांगराचा उपयोग शिकवला ते लोक मात्र आपले प्राक्कालिन संप्रदाय कधीच विसरले नाहीत.''

मार्क्सवाद्यांचे नेहमीचे स्पष्टीकरण– ... आर्थिक कारण, इतिहासकालिन कामे पूर्ण करून नंतर दृष्टिआड होणे. 'प्राक्कालिन संप्रदाय' चालू ठेवण्याची खंत व्यक्त करणे. परंतु आज हे असले लिखाण पुरे पडणार नाही. आजची गरज आहे हिंदू असहिष्णु होते, हिंदूंनी इतर धर्मियांची मंदिरे उद्ध्वस्त केली हे जनमानसावर ठसवण्याची...

आता दुसऱ्या एका व्यक्तिमत्त्वाकडे वळू या. ज्याच्या ठायी इतिहास, संस्कृती, धर्म पूर्णत: भिनलेले होते अशा व्यक्तीनेही अफगाणिस्तान व त्यापलीकडील भागाविषयी लिहिले. त्या भागातील लोकांनी एका विशिष्ट घटनेपर्यंत बौद्ध धर्म अथवा त्यांच्याशी निगडित वास्तूंचा नाश केला नाही. कोणती घटना? ती व्यक्ती लिहिते, ''फार प्राचीन काळी तुर्कवंशीय लोकांनी हिंदुस्थानातील पश्चिमी प्रांत जिंकून मोठी राज्ये स्थापन केली ते बौद्ध होते अथवा हिंदुस्थानी प्रदेश जिंकल्यावर बौद्ध बनले. काश्मीरच्या प्राचीन इतिहासात हुष्य, युष्क व कनिष्क या प्रसिद्ध सम्राटांचा उल्लेख आहे. बौद्ध धर्मातील उत्तरेकडचा महायान नावाचा पंथ, या कनिष्कानेच स्थापन केला. बऱ्याच काळानंतर त्यांच्यातील बहुसंख्य लोकांनी 'मुहम्मदवाद' स्वीकारला आणि मध्य आशियातील कंदाहार आणि काबूल ही प्रमुख बौद्ध पीठे उद्ध्वस्त केली. 'मुहम्मदवादा'त परिवर्तन होण्यापूर्वी ते जित देशातील संस्कृती व शिकवण अंगी बाणवण्याचा प्रयत्न करीत. तसेच इतर देशातील संस्कृतीचे आपल्यामधे जिरवून सुस्थापित समाजव्यवस्था वाढीला लावण्याचा प्रयत्न करीत. पण मुस्लिम बनल्यानंतर मात्र त्यांच्यामधे एकमात्र उर्मी– युद्धाची– ज्वलंत राहिली. विद्याभ्यास व सुसंस्कृततेचा मागमूसही त्यांच्या ठायी नाही. किंबहुना त्यांच्या ताब्यात आलेल्या देशातील संस्कृतीचा हळूहळू नाशच झाला. आधुनिक अफगाणिस्तान आणि कंदाहार इत्यादी देशात अनेक ठिकाणी अजूनही बौद्ध पूर्वजांनी बांधलेले सुंदर

स्तूप, मंदिरे आणि प्रचंड पुतळे आढळून येतात. तुर्की जीवनशैलीचे मिश्रण आणि त्यांचे धर्मांतर यामुळे मंदिरे वगैरे अगदी भग्नावस्थेत आहेत. शिवाय सांप्रतचे अफगाण आणि संबंधित वंश इतके असंस्कृत आणि अशिक्षित झाले आहेत की, त्या प्राचीन वास्तुशिल्पकृतींचे अनुकरण करण्याऐवजी ते त्या कृती म्हणजे अतिमानवी 'जिन'ची निर्मिती आहे असे मानतात... इत्यादी इत्यादी.''

कोण आहे हा लेखक? तीन... चार वर्षांपूर्वी निधर्मीवाद्यांनी आपलासा केलेला लेखक ... स्वामी विवेकानंद!

या इतिहासकारांची चलाखी पाहून घ्या. अशा सत्य घटना व वृत्तांत राष्ट्रीय एकात्मतेच्या हितासाठी दृष्टिआडच करून ठेवल्या पाहिजेत असे ते म्हणतात. हे उकरून काढले तर मुस्लिमांचा रोष ओढवून घेणे होईल. हिंदूंच्या मनात मुस्लिमद्वेषाची बीजे पेरली जातील. याचबरोबर ते हिंदूधर्मीयांनी बौद्ध मंदिरांची नासधूस केली या असत्याचा आग्रह धरतात. अशा असत्य कथनामुळे बौद्ध आणि हिंदूंमध्ये अंतराय निर्माण होणार नाही काय? हिंदूविरोधी लिखाणात काडीचेही तथ्य नसताना ते चालू देण्याने हिंदूधर्मियात कडवटपणा येणार नाही का?

आजकाल आपल्याला क्वचित्‌च ऐकू येणाऱ्या दुसऱ्या एका मुद्यावर स्वामीजींनी भर दिला होता. तो मुद्या म्हणजे– अंतर्गत कीड. गौतम बुद्धाने आपल्या काळातील गांधीजींप्रमाणे प्रथम आत्मशुद्धी करण्याची शिकवण दिली. आपल्या आचरणात बदल घडवून त्याला मिळालेल्या आत्मबोधाचा प्रत्यय येण्याचा प्रयत्न करावा असेही सांगितले. तथापि हे सर्व लोकांना नकोच आहे. त्यांना हव्या आहेत गुंगी आणणाऱ्या बाबी, थोडा मंत्रोच्चार, तीर्थयात्रा आणि पापविमोचनासाठी एखादी देवतामूर्ती. अशा तऱ्हेच्या आधार देणाऱ्या गोष्टी बुद्धाने सर्वस्वी त्याज्य मानल्याने लोकांनी त्याच्या अत्यंत साध्या जीवनाच्या शिकवणीला झुगारून दिले. त्याच्यापासून दूर जायला बाहेरच्या दबावाची वगैरे गरजच पडली नाही. आज लोक गांधी-तत्त्वज्ञानापासून याच कारणाने दूर जात आहेत. याचा अर्थ कसली तरी हिंसा किंवा कटकारस्थान रचले जात आहे असा आहे काय?

तो धर्म, भिक्षू आणि मठकेंद्री बनला. आणि अशामुळे ज्याप्रमाणे संस्थांना हमखास कीड लागते तसेच मठांचेही झाले. आंबेडकर स्वत:च या मुद्याला अनुलक्षून बोलतात. इस्लामच्या नासधुसीचे हेच कारण आहे असे ते म्हणतात. मुस्लिम आक्रमकांनी मठवासीयांचा नि:शेष केल्यानंतर त्यांची जागा घेण्यासाठी हरतऱ्हेच्या लोकांना– विवाहित पुरोहित, हस्तव्यवसाय करणारे धर्मगुरू अशांना आणावे लागले. आंबेडकर लिहितात की, ''याचा व्हायचा तोच परिणाम झाला. नव्या बौद्ध धर्मगुरुंना विद्वत्ता नव्हती, प्रतिष्ठा नव्हती. त्यांच्या ठायी प्रतिस्पर्धी ब्राह्मण वर्गासारखे चातुर्य व विद्या नव्हती.''

लोकांच्या धार्मिक भावनांच्या उत्क्रांतीविषयी गाढ चिंतन करणाऱ्या स्वामी विवेकानंद, श्री अरविंद यांच्यासारख्या तत्त्वज्ञांनी बौद्ध मठांची हलाखीची परिस्थिती त्यांच्याचमुळे कशी झाली त्या परिस्थितीवर भर दिला. बुद्धाच्या मूळ शिकवणीपासून ते लोक फार दूर गेले हे स्वामीजींनी दाखवून दिले आणि म्हटले की, "बुद्धाच्या तत्त्वज्ञानात देव अथवा जगन्नियंत्याला स्थान नव्हते. तथापि अज्ञजनांना दुःखनाशक कोणता तरी आधार लागतो म्हणून त्यांनी पुनः आपले देव, दैत्य आणि भूतपिशाच्चे आणली. त्यामुळे हिंदुस्थानातील बौद्ध धर्माची एक सबगोलंकार खिचडीच बनली." बौद्ध धर्मातच या वैशिष्ट्यांचा अंतर्भाव झाला. बुद्धाचे व्यक्तिमत्त्व आणि शिकवणीमुळे बौद्ध धर्माचा विकास झाला असे आपण मानतो, परंतु स्वामी विवेकानंद म्हणतात की, "उभारलेली देवळे, आणि पुतळे तसेच दिमाखदार सोहळे लोकांसमोर ठेवल्याने बौद्ध धर्माचा प्रसार झाला."[५] मूळ संदेशामुळे मिळणारे नैतिक बळ लौकरच लयाला गेले. आणि जे उरले ते अंधश्रद्धा, लोकभ्रमांनी युक्त असे होते. मुळात ज्यांचा बीमोड करण्याचा उद्देश होता त्याहीपेक्षा शंभर पटीने अनिष्ट, वाईट अनैतिक आणि अमंगळ चालीरीती आचरणात आल्या.

स्वामी विवेकानंदांनी बुद्धाला "मूर्तिमंत वेदांत" मानले. ते बुद्धाविषयी नेहमीच पराकोटीच्या भक्तिभावाने बोलत म्हणूनच ते बौद्ध धर्माच्या अवनतीविषयी तळतळून बोलत. "त्यांच्या अमाप भ्रष्टाचाराबद्दल मी या श्रोतृ वर्गापुढे बोलू शकत नाही." कधी म्हणत, "बौद्ध धर्मात आलेल्या हिडिसपणाचे वर्णन करण्याची माझी इच्छा नाही आणि वेळही नाही. अत्यंत ओंगळ सोहळे, आत्ता मानवी मेंदूतून निघालेली आणि हातांनी लिहिलेली अश्लील पुस्तके, धर्माच्या नावाखाली झालेले पराकोटीचे बीभत्स प्रकार हे सर्व पावित्र्यभग्न बौद्ध धर्माचे कर्तुक आहे..."[६]

स्वामी विवेकानंदांनी सुधारणा हा आपला जीवित हेतू ठरवला होता म्हणून त्यांनी बौद्ध धर्माच्या अवनतीला कारणीभूत झालेल्या त्रुटींवर सखोल विचार केला. त्यांच्या सूक्ष्म दृष्टी ज्ञानातून आजही आपल्याला काही धडे मिळतात. ते म्हणाले, "प्रत्येक सुधारणा कार्यात नेहमी नकारात्मक घटनांवर भर दिला जातो. पण सतत यावरच भर दिला तर ते कार्य हळूहळू संपुष्टात येते." बुद्धानंतर लोकांना आपल्या उद्धारासाठी काही सकारात्मक बाबींची गरज असताना, अनुयायांनी नकारात्मक बाजूंवरच भर दिला.

ते म्हणत, "प्रत्येक चळवळीत काही खास वैशिष्ट्याचे बळ असते म्हणून ती सफळ होते. पण जेव्हा अपयश येते तेव्हा त्या खास वैशिष्ट्यामुळेच आले असे म्हटले जाते." बौद्ध धर्माविषयी बोलताना ते म्हणाले, "ती एक मठाधिष्ठित व्यवस्था होती. त्यामुळे धर्माला संघटनात्मक जोर मिळाला, पण नंतर उलटे परिणाम सबळ झाले. मठाधिष्ठित व्यवस्था स्थापन केल्यामुळे सदाचरणाचा आदर

करण्याऐवजी मठाधिपतीच्या पोषाखालाच आदर दाखवण्याचा वाईट परिणाम झाला. मग त्या मठांमधे भरपूर संपत्ती जमा होऊ लागली. बौद्धधर्माच्या ऱ्हासाचे हे खरे कारण आहे...'' एखाद्या मठात शेकडो, हजारो, लाखो भिक्षू राहू लागले... मोठ्या अवाढव्य इमारती... एकीकडे यामुळे अंतर्गत भ्रष्टाचार सुरू झाला. चळवळ संघटनात्मक प्रश्नांमधे अडकून पडली. दुसरीकडे समाजातील उत्तम व्यक्ती दुरावल्या.[७]

स्वामी विवेकानंदांनी हेही निदर्शनाला आणून दिले की, ''मठाधिष्ठित व्यवस्थेने प्रारंभापासूनच संन्यासात सुद्धा स्त्री-पुरुष विषमता स्थापिली होती. नंतर हळूहळू बौद्ध धर्मात वामाचाराचा भ्रष्टाचार शिरला आणि बौद्ध धर्म नाश पावला. आधुनिक तंत्रात असले जादूटोण्याचे प्रकार आपण कधीच उपयोगात आणत नाही.''[८]

अध्यात्मिक विद्येवरून काढलेली अनुमाने आणि तत्त्वज्ञानातील क्लिष्ट शब्दकूटे आपल्याला सदाचारापासून दूर नेण्याचा संभव असल्याने आपण त्यांना थारा देता कामा नये अशी बुद्धाची शिकवण असतानाही, बौद्ध महंत याच विषयावर गूढ शब्दात वाद घालण्यात मग्न झाले.[९] याचा तात्काळ परिणाम झाला. स्वामी विवेकानंदांनी याबद्दल असे म्हटले की, ''तत्त्वज्ञानात फार खोल शिरल्यामुळे त्यांच्या हृदयातील कणव कमी झाली.''

श्री अरविंद अंगभूत विसंगती या घटकाकडे बोट दाखवून म्हणतात की, ''बौद्ध धर्माच्या विशेष अशा बौद्धिक, नैतिक आणि अध्यात्मिक विचारसरणीत अत्यंत आवेश होता. त्यांची कट्टर मते आणि त्याहीपेक्षा कडवी नकारात्मक भूमिका इतरांशी जुळवून घेऊ शकली नाही. हिंदू धर्मातील लवचिकता, संवेदनशीलता आणि इतर धर्मियांनी सहानुभावाने वागण्याची वृत्ती बौद्ध धर्मियांपाशी नव्हती. त्यांचे तत्त्वज्ञान उच्च प्रतीचे होते, परंतु सामान्यजनांना आपल्याकडे ओढून घेण्याची शक्ती त्यांच्याकडे नव्हती...''[१०]

या सर्व घटकांचा विचार करता बौद्ध धर्माच्या लयाचे आपल्याला स्पष्टीकरण मिळते. तथापि सध्याच्या धर्मनिरपेक्ष लिखाणात आपल्याला याची माहिती मिळत नाही. याचे कारण त्यांच्या लेखनाचे एकमेव सूत्र असते ते म्हणजे : हिंदूंनी बौद्ध धर्म चिरडून टाकला... हिंदूंनी त्यांची मंदिरे उद्ध्वस्त केली...

कोणत्याही घटनेचे विवरण केले जात असताना आपल्याला एकच विचारधारा दिसून येते... आर्य व द्रविड यांच्यातील विरोध, इस्लामी आक्रमणांचे स्वरुप, इस्लामी राज्यपद्धती, स्वातंत्र्यलढ्याची वैशिष्ट्ये याची माहिती देताना एकच सूत्र–सत्य दडपायचे व असत्य सुचवायचे (म्हणजे असत्यच सत्य आहे असे सांगायचे.) गेल्या तीस वर्षांतील इतिहास लेखनातील ही अत्यंत निंद्य पद्धत आहे. या 'नामवंत विद्वानांनी' ICHR संस्था ताब्यात घेतल्याने हे कुकर्म करणे त्यांना शक्य झाले. असत्य निपटून काढण्याकरता त्यांचे वर्चस्व संपुष्टात आणले पाहिजे.

◆

१२
‘उदार सहिष्णुतेचे’ धोरण!

अकरावी इयत्तेच्या पाठ्यपुस्तकात नामवंत इतिहासकार सतीशचंद्र लिहितात, “सनातनी धर्ममार्तंडांच्या एका गटाने दबाव आणला तरी ‘उदार सहिष्णुते’चे हे धोरण सल्तनतच्या कालखंडात कायम राहिले” खरेच?

त्या काळच्या इस्लामी इतिहासकारांच्या लिखाणातून आपल्याला कोणते धोरण दिसून येते? आपल्या विद्वान इतिहासकारांनी ज्यांच्या ग्रंथांच्या आधारे आपले प्रतिपादन केले आहे त्यांच्या लेखनातूनही आपल्याला काय सापडते? कोणत्या घटनांचा विजयोत्सव त्यांनी साजरा केला? तत्कालिन राज्यकर्त्यांचे कोणते हेतू होते याविषयी या इतिहासकारांनी काय लिहून ठेवले आहे?

सुदैवाने सीताराम गोयल या निर्भय लेखकाने आपल्या निर्णायक ग्रंथात, तत्कालिन अग्रेसर इस्लामी इतिहासकारांच्या पुस्तकातून पुरावे व परिच्छेदाची चारशे पाने उद्‌धृत केली आहेत. त्यांच्या ग्रंथाचे नाव– What happened to them, The Islamic evidence, Volume II [१] आपल्या नामवंत इतिहासकारांनी किती दडवून ठेवले आहे हे आपल्याला या डोंगराएवढ्या पुराव्यातील लहानशा नमुन्यावरूनही कळून येईल.

सुलतान जलातुद्दिन खिलजी (१२९०-१२९६) तारिख ई-फिरुजशाही – लेखक झियाउद्दिन बरानी (जन्म १२८५-८६) झैन (राजस्थान) “हिजरी सन ६८९(ख्रिस्तपूर्व १२९०) मधे सुलतानाने रणथंबोरवर स्वारी केली... झैनवर कब्जा करून त्याने मूर्ति असलेली देवळे उद्‌ध्वस्त केली व मूर्तींची तोडफोड करून त्या जाळून टाकल्या.”

विदिशा (मध्य प्रदेश) – त्या काळात कारा प्रदेशावर अल्लाऊद्दिनचा अंमल होता. सुलतानाची परवानगी घेऊन त्याने भैलसनवर (भिलसा) स्वारी केली. हिंदू देवतांच्या ब्रॉंझच्या काही मूर्ती ताब्यात घेऊन त्या एका गाडीतून सुलतानाला आणखी मौल्यवान वस्तूंसह नजराणा म्हणून दिल्या. या मूर्ती बदाऊन द्वारात ठेवण्यात आल्या. इस्लामनिष्ठ लोक त्यांना तुडवून पुढे जाऊ शकत होते. (अशीच हकिकत निझामुद्दिन अहमद बिन मुहम्मद मुकित अल्-हरबी याच्या तबकात-इ-

अकबरी या ग्रंथात आहे.)

सुलतान अल्लाउद्दिन खिलजी (१२९६-१३१६) तारिक्-इ-फिरुझशाही मधील मजकूर –

सोमनाथ (गुजराथ) ''उलुघखान आणि नुसरतखान यांनी आपल्या कारकिर्दीच्या तिसऱ्या वर्षीच्या आरंभी आपले अमीर सेनापती यांच्यासह मोठे सैन्य घेऊन गुजराथवर स्वारी केली... सर्व गुजराथ प्रांत आक्रमकांच्या स्वारीला बळी पडला. सुलतान मुहमूदला विजय मिळाल्यावर हिंदूंच्या सोमनाथ मंदिराची नासधूस करून झाल्यावर देवतेची मूर्ती दिल्लीला नेण्यात आली व लोकांच्या पायदळी पडेल अशा ठिकाणी ठेवण्यात आली. (अशाच आशयाचा मजकूर तबकात-इ-अकबरीमधे आणि मुल्ला अबदुल कादिर बदाऊनीच्या मुन्तखाबूत-तवारिखमधे सापडतो. मुल्ला अबदुलच्या पुस्तकात 'मंदिराच्या जागी मशीद बांधण्यात आली' असा उल्लेख आहे.)''

सुलतान फिरुजशहा मुघलक (१३५१-१३८८) फिरुजशहाचा सरदार शमसुद्दिन-बिन-सिराजुद्दिन याच्या तारिख-ई-फिरुजमधे–

पुरी (ओरिसा) : ''शिकारीनंतर सुलतानाने आपला मोर्चा जाजनगरच्या रायकडे वळवला. त्याच्या राजवाड्यात प्रवेश केल्यावर अनेक सुंदर इमारती सुलतानाच्या नजरेला पडल्या. असे सांगण्यात येते की, रायच्या किल्ल्यात एक दगडी मूर्ती होती. काफिर त्या मूर्तीला जगन्नाथ म्हणत आणि त्याची पूजा करीत. सुलतान फिरोजने महमूद सबक्तिजिनचेच अनुकरण करून मूर्ती तेथून उखडून दिल्लीला नेली आणि तिचा अवमान होईल अशा ठिकाणी ठेवली...''

जाजनगर (ओरिसा) : ''मूर्तीभंजन, इस्लामच्या शत्रूंची हत्या आणि पद्मतलावाच्या जवळ हत्तींची शिकार यासाठी जौनपूरहून यशस्वी सैन्य बाहेर पडे. सर्व पर्यटकांनी प्रशंसा केलेले जाजनगर सुलतानाने पाहिले... जाजनगरच्या आसपास विद्ध्वंस करण्यासाठी नेमलेल्या सैन्याने आपल्या तलवारी आणि भाल्यांनी काफिरांचे गर्वहरण केले. त्या प्रदेशात जेथे जेथे मंदिरे आणि मूर्ती आढळल्या तेथे मुसलमानांच्या घोड्यांनी ती पायदळी तुडवली... विजय मिळवून, समुद्रावर जाऊन आणि जगन्नाथ मंदिराचा विद्ध्वंस करून तसेच भक्तांची हत्या करून विजयी सैन्याने दिल्लीकडे कूच केले...''

इस्लामच्या सेवेखातर मिळवलेल्या या यशाची हकिकत सिरात-फिरोजशाही मधे खालीलप्रमाणे सांगितली आहे–

''अल्ला हा एकमेव देव असून तो स्वयंभू आहे. त्यानेच इस्लामच्या राजाला पूर्वेकडील समुद्रकिनाऱ्यावरील प्राचीन मंदिर उद्ध्वस्त करण्याची शक्ती दिली आहे. त्यानंतर जगन्नाथाच्या मूर्तीचे नाक तोडून ती जमिनीवर फेकून देण्याची आज्ञा केली.

जाजनगर राज्यातील अनेकेश्वरवादी लोकांच्या पूजनीय मूर्ती त्यांनी उकरून काढल्या आणि जगन्नाथाच्या मूर्तीप्रमाणेच त्या फेकून दिल्या. सुन्नी आणि मुसल्ली (प्रार्थनेसाठी जाणारा जनसमुदाय, यांच्या मशिदीकडे जाणाऱ्या रस्त्यांवर मूर्ती अशा तऱ्हेने फेकल्या की आतबाहेर जाताना मुस्लिमांच्या पादत्राणांनी त्या तुडवल्या जाव्यात.''

सुलतान फिरुजशहा तुघलकने स्वत: लिहिलेल्या फुतुहत-इ-फिरुजशाही या ग्रंथात खुतबा पठणात खालील नावे आणि पदे असावीत अशी नोंद आहे – ज्या इस्लामी राजांच्या सुखी कारकिर्दीत काफिर देशांवर विजय मिळवला, ज्या राजांची निशाणे अनेक देशांत फडकली, ज्यांच्या आज्ञेनुसार मूर्ती असलेली मंदिरे उद्ध्वस्त करून तेथे मशिदी व धर्मोपदेशासाठी व्यासपीठे बांधली गेली त्यांची प्रशंसा करण्यात यावी आणि त्यांना पापमुक्त करण्यासाठी प्रार्थना म्हटल्या जाव्यात.

दिल्ली व आसपासच्या भागात मूर्तिपूजेचे उच्चाटन करण्यासाठी सुलतान फिरोजशहाने केलेल्या प्रयत्नांविषयी अशी नोंद आहे : ''हिंदूधर्मीय आणि मूर्तिपूजकांनी स्वत:च्या व आपल्या कुटुंबियांच्या सुरक्षिततेसाठी व आपल्या धर्माचरणाला मुभा मिळण्यासाठी द्रव्य (झार-इ-झिमिया) देण्याचे कबूल केले होते व जिझिया करासही संमती दिली होती.'' मूर्ती असलेली मंदिरे उभारण्यात येऊ नयेत या प्रेषिताच्या कायद्याचे उल्लंघन करून, या लोकांनी शहरात व आसपास नवी मूर्ती-मंदिरे बांधली. मी देवाज्ञेवरून या मोठाल्या इमारती पाडल्या आणि दुसऱ्यांना चुकीची वाट दाखवणाऱ्या द्रोही नेत्यांना ठार केले. त्यांनी पुन्हा असे करू नये म्हणून मी इतर सामान्य जनांना फटक्याची शिक्षा दिली. एक उदाहरण पहावे : मालुहा गावात एक पाण्याचा तलाव आहे त्याला ते 'कुंड' म्हणतात. येथे त्यांनी एका देवतेची मंदिरे उभारली. काही विशिष्ट दिवशी हिंदू लोक शस्त्रे घेऊन घोड्यावरून तेथे जात. त्यांची बायकामुले सुद्धा मेण्यातून किंवा गाड्यातून जात. हजारो लोक तेथे जमून मूर्तिपूजा करीत... मला याची खबर मिळाल्यावर माझ्या धार्मिक भावना चेतल्या. इस्लाम धर्माचा अवमान करणारे हे कृत्य ताबडतोब चेचून टाकले पाहिजे असे मला वाटले. जत्रा भरण्याच्या दिवशी मी स्वत: तिथे गेलो आणि त्यांचे नेते व या नीच कृत्यात सहभागी असणाऱ्यांचा शिरच्छेद करण्याची मी आज्ञा दिली. सामान्यपणे हिंदूंना कडक शिक्षा देण्यास मी मनाई केली होती. पण मी मूर्ति-मंदिरे उद्ध्वस्त करून तेथे मशिदी उभारल्या. तुघलकीपूर व सलारपूर नावाची भरभराटीला आलेली दोन गावे मी वसवली. जेथे काफिर आणि मूर्तिपूजक मूर्तींची पूजा करीत होते तेथे आता अल्लाच्या कृपेने मुसलमान आपल्या खऱ्या देवाची भक्ती करीत आहेत. देवाची प्रार्थना आता तेथे ऐकू येते. नवसपूर्तीही होते. आधी काफिरांचे असलेले स्थान आता निष्ठावान मुसलमानांचे झाले आहे. तेथे ते आपले धर्माचरण व प्रार्थना करू शकतात... सालिहपूर येथे काही हिंदूंनी नवे मूर्ती-मंदिर बांधले असून तेथे पूजाअर्चा

चालते असे माझ्या कानावर आल्यावर मी ते मंदिर पाडून टाकण्यासाठी तिकडे काही माणसे पाठवली. चुकीच्या मार्गाने जायला चिथावणी देण्याचा प्रकार मी हाणून पाडला.''

जवळच्या गोहना बद्दल फिरोजशहा सांगतो, ''गोहना (हरयाणा) : गोहना गावात काही हिंदूंनी एक नवे मूर्ति-मंदिर उभारले व भक्त मंडळी तेथे पूजाअर्चा करण्यासाठी जात असत. या लोकांना गिरफदार करून माझ्यापुढे उभे करण्यात आले. या नेत्यांच्या दुष्कृत्याची विकृत वागणूक जाहीरपणे सर्वांना दाखवावी आणि राजवाड्याच्या दारासमोर ठार करण्यात यावे अशी मी आज्ञा दिली. त्यांची विद्रोही पुस्तके, त्यांच्याबरोबर असलेल्या मूर्ती आणि पूजेची भांडी देखील जाहीरपणे जाळून टाकावीत असाही आदेश मी दिला. इतरांना धमक्या, शिक्षा आणि ताकीद देऊन कोणत्याही 'झिम्मी' ने मुसलमान देशात अशी गैरकृत्ये करू नयेत अशी तंबी दिली.''

मुहम्मद कासिम हिंदुशहा फिरिश्ता आपल्या तारिख-इ-फिरिश्ता या पुस्तकात हिमाचल प्रदेशातील कांग्रा नागरकोट येथील सुलतान फिरुजशहाबद्दल सांगतो : ''...तेथून राजाने जेव्हा नागरकोटच्या पहाडाकडे कूच केले तेव्हा तेथे गारा आणि हिमवृष्टीने त्याला घेरले. काही नुकसान सोसून नागरकोटचा राजा शरण गेला पण त्याला त्याचा प्रदेश परत करण्यात आला. या प्रसंगानंतर नागरकोट हे नाव बदलून दिवंगत राजाच्या स्मृत्यर्थ महमदाबाद असे ठेवण्यात आले... काही इतिहासकारांच्या मते या प्रसंगी फिरोजने नागरकोटची मूर्ती फोडली व मूर्तीचे तुकडे गोमांसात मिसळून ते थैल्यांमधे भरले आणि त्या थैल्या ब्राह्मणांच्या गळ्यात बांधून छावणीतून त्यांची वरात काढली. असेही म्हटले जाते की त्याने नौशाबाची मूर्ती मक्केला रस्त्यावर फेकून यात्रेकरूंच्या पायदळी तुडवली जाण्यासाठी पाठवली. तसेच त्याने मंदिराचे सेवक व भक्तमंडळींमधे वाटण्यासाठी १ लाख 'टंका' पाठवले.''

या सुलतानांच्या मनातील हेतूंबद्दल या हकिकती वाचून काही शंका शिल्लक राहते का? या विजयी आणि झळाळत्या हकिकती वाचून दिल्लीच्या सुलतानांची 'उदार सहिष्णुता वृत्ती' होती हे म्हणायला काही जागा उरते का?

याह्या बिन अहमद बिन अबदुल्ला सिरहिंदीच्या तारिख-इ-मुबारकशाहीमधे सुलतान शमसुद्दिन अल्तुमिश (१२१०-१२३६). ''यानंतर तो उज्जयिनीकडे वळला आणि ते शहर जिंकून त्याने महाकाली देवतेचे मंदिर जमिनदोस्त केले. विक्रमजितच्या पुतळ्यासह चबुतऱ्यावर असलेले सर्व पुतळे व मूर्ती उखडून त्याने त्या दिल्लीला आणल्या आणि जामा मशिदीपुढे जाण्या-येण्याच्या वाटेवर लोकांच्या पायदळी जातील अशा ठेवून दिल्या. (अशा आशयाच्या हकिकती मुंताखबूत-तवारिख आणि तारिख-इ-फिरुजशाही तसेच तबाखत-इ-अकबरीमधे आहेत.)

मुहम्मद बिहामद खानी याच्या तारिख-इ-मुहम्मदी मधे सुलतान नासिरुद्दिन महमुद शहा तुघलक (१३८९-१४१२) :

"इतिहासकारांनी नोंद केली आहे की, जिरी सन ७९२८ ख्रिस्तपूर्व (१३८९-९०) या शुभ वर्षात सुलतान नासिरुद्दिनने प्रेषित मुहम्मदाच्या नावावरून मुहम्मदाबाद शहर काल्पी नावाच्या शहराच्या जागी वसवले. काल्पी शहर निंद्य काफिरांचे शहर होते. तेथील मंदिरांच्या जागी त्याने अल्लाच्या भक्तीसाठी मशिदी उभारल्या. तसेच त्याने तेथे महाल, थडगी आणि शाळा उभारल्या व काफिरांच्या दुष्कृत्यांची वासलात लावून प्रेषित मुहम्मदाच्या 'शारियत'चा प्रसार आरंभिला."

सुलतान सिकंदर लोदी (११४८९-१५१७) अहमद यादगारच्या तारिख-इ-शाही मधे :

"सुलतान सिकंदर धार्मिक वृत्तीचा होता... त्याच्या कारकिर्दीत इस्लामला फार मोठी प्रतिष्ठा होती. काफिरांची मूर्तिपूजा करण्याची किंवा तीर्थक्षेत्री कुंडात स्नान करण्याची हिंमत नव्हती. त्याच्या पवित्र कारकिर्दीत मूर्ती जमिनीत पुरून ठेवल्या जात. नागरकोटच्या दगडा (मूर्ती) मुळे संपूर्ण जगाचा गैरसमज झाला होता. तो दगड खाटकांना त्यावर मांस चिरून वापरण्यासाठी दिला."

शाख रिझुल्ला मुस्ताकीच्या 'वकियत-इ-मुश्ताकी'मधे अशाच आशयाची हकिकत आहे. सिकंदर लोदीच्या मथुरा येथील धार्मिक कृत्यांचाही असा उल्लेख आहे. "काफिरांच्या देवळांची त्याने तोडफोड केली. काफिर जेथे स्नान करीत त्या जागी त्यांची काहीही नावनिशाणी शिल्लक ठेवली नाही. काफिले राहू शकतील अशा वस्तीच्या जागा त्याने बांधून घेतल्या. लोक तेथे राहू शकत. तसेच कसाई, बबर्जी, मिठाईवाले अशा व्यावसायिकांसाठी दुकाने थाटून दिली. एखादा हिंदू तिथे चुकून स्नानासाठी गेला तर त्याला आपला एखादा अवयव गमवावा लागे आणि कडक शिक्षाही मिळे. हिंदू तेथे हजामत देखील करू शकत नसे. कितीही पैसे देऊ केले तरी कोणताही न्हावी हिंदूंच्या जवळ जात नसे..."

'तबक्त-इ-अकबरी'मधे सुलतान सिकंदर लोदी मंद्रेल (मध्य प्रदेश) मधे गेल्याची हकिकत आहे :

"त्यानंतर त्याने स्वतःच मंद्रेल किल्ल्याला वेढा घातला. किल्ल्यावर राहणारे लोक त्याला शरण आले व त्यांनी तहावर सह्या केल्या. सुलतानाने मंदिरे उद्ध्वस्त करून तेथे मशिदी उभारल्या... आणि मग पावसाळा संपल्यावर त्याने उदितनगर किल्ल्यावर हल्ला करण्याची मोहिम आखली. (हिजरी सन ९१२-ख्रिस्तपूर्व १५०६-०७). किल्ल्यावरच्या रहिवाशांनी आपल्याला माफी मिळवण्याचा आटोकाट प्रयत्न केला पण त्याने त्यांचे ऐकले नाही. किल्ल्याला अनेक ठिकाणी भगदाडे पाडून त्याने किल्ला जिंकून घेतला... आपल्या विजयानंदात सुलतानाने अल्लाला धन्यवाद

दिले... मंदिरे उद्ध्वस्त करून तेथे मशिदी बांधल्या...''

अबुल्लाहच्या तारिख-इ-दौदीमधे सुलतान सिकंदर लोदी मथुरेत (उत्तर प्रदेशात): ''तो इतका उत्साही मुसलमान होता की, त्याने काफिरांची विविध पूजास्थाने नष्ट करून त्यांचा मागमूसही ठेवला नाही. असंस्कृततेचा मूर्तिमंत पुतळा असलेल्या सुलतानाने मथुरेतील सर्व पवित्र स्थानांचा नाश केला आणि इतर हिंदू पूजास्थानाच्या ठिकाणी सराया आणि महाविद्यालये उभारली. हिंदूंच्या दगडी मूर्ती खाटकांना मांसावर वजन ठेवण्यास दिल्या. तसेच मथुरेतील सर्व हिंदूंना मुंडन करण्यास व दाढी करण्यास बंदी करण्यात आली. विधिपूर्वक स्नानालाही त्यांना मनाई होती...''

आणि मग (मध्य प्रदेशात) धोलपूर येथे : ''धुलपूर किल्ला ताब्यात घेण्यासाठी त्या वर्षी सुलतानाने खावस खानाला पाठवले. तेथील राजा युद्धास सामोरा आला व रोज लढाई होऊ लागली. धुलपूरचा राजा खंबीरपणे युद्धाला सामोरा आल्याचे कळताच सुलतान स्वत: तेथे गेला. पण तो तेथे पोचताच राजाने न लढताच पलायन करण्याचे ठरवले... आपल्या यशाबद्दल त्याने सुयोग्य बक्षिसी दिल्या. त्याच्या सैन्याने चौफेर लुटालूट केली. धुलपूरला ७ कोस अंतरापर्यंत सावली देणाऱ्या बागातील सर्व झाडे उपटून टाकली. सुलतान सिकंदरने तेथे महिनाभर वास्तव्य करून मूर्ती-मंदिराच्या जागी मशीद बांधली आणि मग आग्र्याच्या दिशेने कूच केले.''

सुलतान महमूद-बिन इब्राहिम शारकी (ख्रिस्तपूर्व १४४०-१४५७) तबाकत-इ-अकबरी मधील उल्लेख :

''काही काळानंतर त्याने जिहादच्या हेतूने ओरिसाकडे कूच केले. आसपासच्या ठिकाणांवर हल्ले करून त्याने नासधूस केली. मंदिरे पाडून नंतर नष्ट करून टाकली.''

माळव्याचा सुलतान महम्मूद खिलजी (ख्रिस्तपूर्व १४३६-१४६९) तबाकत-इ-अकबरीतील उल्लेख :

''चितोडगड (राजस्थान) : भीम नदी ओलांडल्यावर त्याने रोज चितोडच्या दिशेने फौजा पाठवून तेथील लोकांना कैद करणे व प्रदेश उजाड करून सोडण्यास सुरुवात केली. मंदिरे जमीनदोस्त करून तेथे मशिदी बांधायलाही आरंभ केला. प्रत्येक ठिकाणी तो २-३ दिवस राहून पुढे जाई.''

जलालुद्दिन मुहम्मद अकबर पादशहा गाझी (ख्रिस्तपूर्व १५५६-१६०५) मुन्तखाबूत-तवारिख :

''शहराबाहेर असलेले नगरकोट मंदिर सुरुवातीलाच ताब्यात घेण्यात आले... या प्रसंगी अनेक गिर्यारोहक तलवारीला बळी पडले. मंदिराच्या घुमटावर असलेल्या सोन्याच्या छत्रीवर बाणांचा मारा करण्यात आला... हिंदूंना गायीबद्दल अपार आदर

असल्याने ते गायींची प्रत्यक्ष पूजा करतात. गाई मंदिराला अर्पण करण्यात येतात. त्याही तेथे अभय मिळाल्याप्रमाणे राहतात. अशा सुमारे दोनशे काळ्या गाईंना मुसलमानांनी मारून टाकले. मूर्तिपूजेबद्दल असलेल्या अतोनात तिटकाऱ्याच्या व उत्साहाच्या भरात मुसलमानांचे बाण आणि गोळ्या पावसाच्या थेंबांप्रमाणे अविरत भडिमार करीत होत्या. आपले रक्ताने भरलेले जोडे त्यांनी मंदिराच्या भिंतींवर व दारावर फेकले...''

हाच प्रकार दक्षिणेतही चालू होता. सुलतान अल्लाउद्दिन मुजाहिदशहा बहामनी (ख्रिस्तपूर्व १३५७-१३७८) तारिख-इ-फरिश्ता मधील हकिकत :

विजयनगर (कर्नाटक) : ''या प्रसंगी मुजाहिदशहाने अल्लाउद्दिन खिलजीच्या अधिकाऱ्यांनी बांधलेल्या मशिदींची दुरुस्ती केली. त्याने मूर्तिपूजकांची मंदिरे जमीनदोस्त केली व तो प्रदेश उजाड करून टाकला. यानंतर तो त्वरेने बीजानगरला गेला... राजाने आपले सैन्य पुढे चाल करून नेले आणि एका सरोवराच्या काठी तळ ठोकला. राय राहत असलेला किल्ला आणि त्याचा तळ यामधे ते सरोवर होते. या जागेजवळच असलेल्या एका टेकडीवर, सोन्या-चांदीच्या पत्र्यांनी मढवलेले रत्नजडित देऊळ होते. हिंदूंच्या या अति पवित्र मंदिराला तेथील भाषेत 'पुतुक' म्हणत. हे मंदिर जमिनदोस्त करणे हे आपले धार्मिक कर्तव्य मानून राजा टेकडीवर चढला व ते उद्ध्वस्त करून त्याने त्यातील जडजवाहिर हस्तगत केले.''

सुलतान अहमदशहा वाली बहामनी (ख्रिस्तपूर्व १४२२-१४३५) तारिख-इ-फिरिश्ता मधील मजकूर :

विजयनगर (कर्नाटक) : ''अहमदशहाने हिंदूंची राजधानी काबीज करण्याची वाट न पाहता मोकळी भूमी पादाक्रांत केली. आणि जेथे जेथे तो गेला तेथे तेथे त्याने स्त्री-पुरुष, मुले यांची निर्घृणपणे हत्या केली. त्याचा नातलग व आधी सत्तेवर असलेला मोहम्मद शहा आणि बीजानगरचे राय यांच्यात झालेल्या तहाच्या विरुद्ध हे कृत्य होते. हत्या केलेल्या लोकांची संख्या जेव्हा वीस हजारावर जाई तेव्हा तो तेथे ३ दिवस थांबून या रक्तपाताचा उत्सव साजरा करी. मूर्ती असलेली मंदिरे आणि ब्राह्मणांची महाविद्यालये त्याने जमीनदोस्त केली. आपल्या धार्मिक वास्तू उद्ध्वस्त होताना पाहून आणि आपल्या देवदेवतांची अवहेलना होत आहे हे पाहून सुमारे ५ हजारांच्या हिंदू समुदायाने हतबलतेने राजाचा वध करण्याची शपथ घेतली. आपल्या यातनांना जबाबदार असणाऱ्या या राजाच्या वधासाठी प्राणार्पण करण्याचीही त्यांनी तयारी ठेवली.''

सुलतान मुहम्मद शहा बहामनी (ख्रिस्तपूर्व १४६३-१४८९) तारिख-ई-फिरिश्तामधील मजकूर :

कोमडापल्ली (आंध्रप्रदेश) : ''किल्ला पाहण्यास गेलेल्या राजाने तेथील एक

मूर्ती-मंदिर पाडले. काही ब्राह्मणांना मारले आणि एक धर्मकृत्य समजून तेथील पुरोहिताला स्वत:च्या हातांनी मारले. मंदिराच्या पायवर एक मशिद उभारण्याचा आदेश देऊन, चबुतऱ्यावर चढून त्याने प्रार्थना म्हटली. भिक्षा वाटली आणि आपल्या नावाने खुतबा-पठण करण्याची आज्ञा दिली. राजाने स्वत:च्या हाताने काही काफिरांना मारण्याचे महान कृत्य केल्याने आता त्याला 'गाझी' हा अभिमानास्पद किताब द्यावा असे खाजा महंमद गावन याने सुचवले. ब्राह्मणाला मारणारा महमूदशहा हा त्याच्या वंशातला पहिला राजा होता.''

... एकामागून एक ही अशी वर्णने! परधर्माच्या पवित्र मंदिरांच्या उद्ध्वस्त जागेत संपूर्ण जगात उंच ठरेल अशा दगडाधोंड्याच्या राशीत दुसऱ्या धर्माला वंद्य मानणाऱ्यांच्या मृतदेहांचा सर्वात मोठा ढीग! तरीसुद्धा आपले नामवंत इतिहासकार म्हणतात की, ही उदार मनाची सहिष्णुता होती! सर्वस्वी धार्मिक हेतू असलेली ही सहिष्णु वृत्ती!

मंदिरे उद्ध्वस्त केली गेल्याचा प्रचंड पुरावा देऊन सीताराम गोयल लिहितात, ''नवव्या शतकाच्या उत्तरार्धात अलबिलाधुरी याने अरेबिकमधे लिहिलेल्या पुस्तकापासून, विसाव्या शतकाच्या चौथ्या दशकात सय्यद महमुदल याने इंग्रजीत लिहिलेल्या पुस्तकापर्यंत पोचून, आम्ही बाराशे वर्षांचा कालखंड वर्णन करणाऱ्या ८० इतिहासांच्या पुस्तकातील मजकूर उद्धृत केला आहे. त्यात ६१ राजे, ६३ सेनापती, आणि १४ सूफींचा मूर्तिभंजक असा उल्लेख आहे. पश्चिमेकडील खुरासनपासून पूर्वेकडे उत्तरेकडील ट्रान्सोक्सिआनापासून दक्षिणेत तामिळनाडूपर्यंत ११०० वर्षे मंदिरे उद्ध्वस्त केली गेली. बहुतेक ठिकाणी मंदिरांच्या जागी मंदिराचेच सामान वापरून मशिदी, मदरसे आणि खानवचा उभारले गेले. या पवित्र कार्याद्वारे मुहम्मदाच्या धर्माची सेवा करण्याची शक्ती मूर्तिभंजकाला मिळाली याबद्दल अल्लाची प्रत्येक वेळी कृपा मानून प्रार्थना करण्यात येई...''[२]

हा सगळा विध्वंस लुटालुटीसाठी किंवा राजकीय एकसत्ता प्रस्थापित करण्याच्या निर्धाराने झाला नसून केवळ धार्मिक ऊर्मीमुळे झाला. म्हणजे अल्लाच्या आज्ञेवरून व प्रेषिताच्या सुन्नाहला अनुसरून झाला! गोयल यांनी अगदी बरोबर म्हटले आहे. ''सातव्या शतकाच्या मध्यापासून ते अठराव्या शतकाच्या अखेरपर्यंत अकराशे वर्षांहून अधिक काळ इस्लामी आक्रमकांनी हिंदू मंदिरे उद्ध्वस्त केली. उत्तरेतील सिनकियांगपासून दक्षिणेत तामीळनाडूपर्यंत आणि पश्चिमेकडील ख्रिस्तानपासून पूर्वेकडे आसामपर्यंत हिंदू धर्माची पाळेमुळे उखडून टाकण्याचे प्रकार चालू होते.''

''नासधूस करताना आपण आपल्या धर्मातील तत्त्वांचे आचरण करीत आहोत. याबद्दल मूर्तीभंजकांच्या मनात अजिबात संदेह नव्हता. आपल्या या धार्मिक कृत्याची नोंद करून ठेवण्याची दक्षताही त्यांनी घेतली. या नोंदीतील भाषा सर्व काही सांगून

जाते. आपल्या या विध्वंसक कृत्याचा त्यांना अत्यंत अभिमान वाटत होता हेही यावरून कळून येते.

"अनेक वर्षे, विस्तृत प्रदेशाभर सातत्याने एकाच तऱ्हेची वागणूक आढळून येते याचे स्पष्टीकरण एकमेव विध्वंसाखेरीज दुसरे काही असू शकेल हे पटत नाही. प्रस्थापित धर्मकल्पना हेच ते कारण होते. अनेक लहान मोठ्या मंदिरांचा पूर्ण नाश अथवा तोडफोड आणि नंतर त्या जागी मुस्लिम इमारती बांधणे याला आर्थिक किंवा राजकीय स्पष्टीकरण देणे तद्दन खोटे व व्यर्थ आहे. अशी स्पष्टीकरणे दिखाऊ सुद्धा ठरत नाहीत."[३]

गोयल यांनी आपल्या पुस्तकातील संपूर्ण सोळाव्या प्रकरणात, प्रेषिताच्या चरित्र लेखकांनी, खुद्द प्रेषिताने मंदिरे उद्ध्वस्त केल्याचे एकामागून एक प्रसंग वर्णिले आहेत. प्रेषिताने जे केले त्याला 'सुन्नाह' म्हणतात. इस्लामची कुराणाबरोब सुन्नाह ही दोन प्रमुख तत्त्वे असून प्रत्येक श्रध्दाळू व्यक्तीने या दोन तत्त्वानुसार वर्तन करावयाचे असते. सीताराम गोयल यांचा निष्कर्ष कोणीही खोडून काढू शकत नाही. तो असा– "मूर्ति व मूर्ति-मंदिरे या संदर्भात प्रेषित आणि सुन्नाहनुसार वागणे हे कुराणातील तत्त्वानुसारच आहे असे मानल्याने इस्लामी धर्माचरणात मूर्तिभंजन असले पाहिजे यावर शिक्कामोर्तब झाले. तेव्हापासून इस्लाम धर्मतत्वात मूर्तिभंजन हे कायमचे प्रमुख असे अंग झाले."

अल्लाने मूर्ति आणि मूर्तिपूजेचा उपहास करून ते तिरस्कृत ठरवले होते. म्हणून त्याच्या प्रेषिताने मूर्तींची तोडफोड व दहन केले आणि मंदिरे जमीनदोस्त केली.

प्रेषिताने यात स्वत:चे असे काही प्रकार अंतर्भूत केले. त्याने पवित्र मंदिरातील सामानसुमान आणि जागा मशिदीसाठी वापरली. अनेक ठिकाणी मंदिरातील मूर्ती मशिदीच्या पायरीवर बसवण्यात आल्या. ज्यायोगे श्रद्धाळू मुस्लिमजन आत जाता येता त्यावर पाय ठेवून पुढे जाऊ शकत होते. अशा कृष्णकृत्यांचा कित्ता इतर मुस्लिम आक्रमकांनी गिरवला."[४]

एकाच शब्दात सांगायचे म्हणजे जे काय केले गेले ते 'चुकून' झालेले नाही. इतरधर्मियांची पूजास्थाने उद्ध्वस्त करा असा अल्लाचा आदेश होता. जेव्हा जेव्हा प्रसंग आणि योग्य वाटेल तेव्हा प्रेषिताने या आज्ञेचे पालन केले. प्रेषिताने जे केले त्याला 'सुन्नाह' संबोधून कुराणासारखीच ती आदर्श आचरणाची कृती मानून अनुसरावी असे होते. हेच या राज्यकर्त्यांनी, आक्रमकांनी व संतांनी केले. त्यांच्या इतिहासकारांनी हेच सांगितले आहे.

आणि नेमके हेच आपले नामवंत इतिहासकार दडवून ठेवीत आहेत.

◆

१३
'लिटमस' परीक्षा

या नामवंत इतिहासकारांपैकी अधिक ख्यातनाम इतिहासकार सतीशचंद्र यांची (NCERT) ने प्रकाशित केलेल्या अकरावी इयत्तेच्या पाठ्यपुस्तकात मध्ययुगीन हिंदुस्थान– या पुस्तकात अशाच तऱ्हेचा मजकूर आहे : "त्या काळात शीख आणि मुगल सत्ताधाऱ्यांमधे कोणत्याही तऱ्हेचे संघर्षाचे वातावरण नव्हते असे दिसते. तसेच हिंदूंचा पद्धतशीरपणे छळ होत नव्हता. म्हणून धार्मिक छळवणुकीविरुद्ध हिंदूंची बाजू उचलून धरण्यासाठी शीख किंवा अन्य पंथीयांनी पुढे येण्याचा प्रश्नच उद्भवत नव्हता. गुरू आणि मुगल राज्यकर्त्यांमधे अधूनमधून होणारा संघर्ष धार्मिक स्वरुपापेक्षा वैयक्तिक आणि राजकीय स्वरुपाचा होता. आपल्या कारकिर्दीच्या प्रारंभी शहाजहानने आपली सनातनी आणि काही मंदिरे उद्ध्वस्त करून असहिष्णुतेची वृत्ती दाखवली असली तरी त्याचा दृष्टिकोन संकुचित नव्हता. कारकिर्दीच्या अखेरच्या दिवसात त्याच्या दारा या पुत्राच्या उदारमती वृत्तीमुळे तोही मवाळ झाला."[१]

असे जर असेल तर, गुरु नानकाबद्दल ग्रंथसाहेबात लिहिलेले आणि नानकाच्या जळजळीत आक्रोशाबद्दल या नामवंत इतिहासकारांना काय म्हणायचे आहे?

नानक– "सुरासन खत्यमाना किया हिंदुस्थानु डरैया आपई दोसु ना देयी कर्ता जामु कारी मुगलु छडैया ऐती मार पायी करलंदे तै को दर्दु ना ऐया करता तु सबना का सोई. जे सकात सकते कायु मारे ता मनी रोसु ना होई रतन विगाडी विगोये कुहिन मुईया सार ना कोई." (पंजाबी मजकूर) (महला १.३६०)

इस्लामला डोक्यावर घेऊन तुम्ही हिंदुस्थानला दुर्दशेत लोटले आहे... त्यांच्यावर इतके अत्याचार केले गेले आहेत तरी बादशहाच्या हृदयाला पाझर फुटत नाही... सबलाने तुल्यबळ सबलावर हल्ला केला तर मनाला इतक्या वेदना होत नाहीत. परंतु जेव्हा सामर्थ्यशाली लोक असहाय, दुर्बल लोकांना चिरडून टाकण्याचा प्रयत्न करतात तेव्हा त्यांच्या रक्षणकर्त्याला जाब विचारावासा वाटतो... हे परमेश्वरा, हिऱ्यासारखा लखलखीत हिंदुस्थानाचा या कुत्र्यांनी नाश केला आहे... (त्यांची इतकी दहशत आहे की) ज्यांना ठार केले आहे त्यांच्याविषयी कुणी बोलतच नाही आणि तरीही हे प्रभो, तू इकडे लक्षही देत नाहीस?

बाबराच्या आज्ञेवरून आक्रमकांनी नववधूंचे तारुण्य, दागदागिने, प्रतिष्ठा लुटल्याविषयी गुरु नानकांनी लिहिलेल्या संबंधी या मंडळींना काय म्हणायचे आहे? त्यांच्या करुण आकांताबद्दल काय म्हणायचे आहे?[२]

"इकना वखत खुवाई आही इकनाला पूजा जायी चौके विनु हिंदवंदियान किया तिक कढायी नायी रामु ना काभु चेट्टिया हुनी कहनी ना मिले खुदाई (महला १.४१७)"

मुस्लिमांच्या नमाजाच्या वेळी हिंदूंना प्रार्थना करायची बंदी, हिंदूंनी स्नान करायचे नाही, कपाळावर तिलक लावायचा नाही. ज्यांनी कधी 'राम' शब्दाचा उच्चारही केलेला नाही त्यांनी "खुदा खुदा" म्हटले तरीही त्यांची सुटका होत नाही... बाबरच्या तुरुंगातून सुटलेले लोकही विव्हळतात... संपूर्ण प्रदेशावर नैराश्याची कळा आली आहे... काही वंशांचा समूळ नाश केला आहे... त्यांचा अपमान केला गेला आहे..."

हे लेखन कुणा नामवंत इतिहासकाराचे नसून गुरु नानकांचे आहे. शतकांपूर्वी केल्या गेलेल्या नोंदी बघून हा मजकूर लिहिलेला नसून प्रत्यक्ष पाहिलेल्या त्या काळच्या परिस्थितीचे यथार्थ वर्णन आहे. गुरु नानक स्वत: या परिस्थितीचे साक्षीदार होते.

गुरु नानकांचा हा आक्रोश मुद्दाम घुसडलेला मजकूर असे या नामवंत धर्मनिरपेक्ष व्यक्ती म्हणतील ते ऐकून घेऊ. गुरु गोविंदसिंगांचे अवघे जीवन व जीवित हेतू प्रगाढ धार्मिक ऊर्मीतून व्यतीत झाले होते, असे मानण्याऐवजी त्याला 'वैयक्तिक आणि राजकीय' हेतू होता, म्हणून या संदर्भातील त्यांची स्वत:ची भावनेच्या आहारी न जाता केलेले लेखन आणि हृदय हेलावून टाकणारे हे सर्व फसवाफसवीचे लेखन आहे असे हे लोक म्हणणार असे गृहीत धरू या.

अकबर म्हणजे मूर्तिमंत सहिष्णुता. शाहजहानने प्रारंभी "सनातनी वृत्ती दाखवली आणि असहिष्णुतेची थोडी कृत्ये केली" तरी तो उदार मनाचा होता.[३] त्याच्या उदारमतवादी धोरणाला विरोध फक्त 'सनातनी घटकां'करवी व्हायचा पण येथे सुद्धा सतीशचंद्र 'समतोल' राखण्याचा प्रयत्न करतात. हे 'सनातनी घटक' म्हणजे नेहमीच 'दोन अग्रेसर धर्म-हिंदू व इस्लाम' असा एकत्र उल्लेख असतो.[४] हे दोन्ही घटक इस्लामी राज्यकर्त्यांच्या उदारमतवादी धोरणाला एकाच ऐहिक हेतूने विरोध करतात. तो हेतू म्हणजे त्यांचे त्यात गुंतलेले हितसंबंध.

औरंगजेबाची सनातनी वृत्ती अर्थातच सर्वस्वी नाकारता येत नाही. म्हणून त्याबद्दल एकावर एक स्पष्टीकरणे... धर्मनिरपेक्ष स्पष्टीकरणे – शोधून काढली जातात. सतीशचंद्र म्हणतात, "औरंगजेबाने आपल्या कारकिर्दीच्या अकराव्या वर्षांत काही कर्मठ म्हटले जाणारे उपाय योजले ते वास्तविक आर्थिक व सामाजिक

स्वरुपाचे व अंधश्रद्धाविरोधी होते... याच तऱ्हेचे आणखी काही नियम, काही नैतिक स्वरुपाचे, साधेपणाची भावना रुजवण्यासाठी जारी करण्यात आले...''[५]

औरंगजेबाने देवळे उद्ध्वस्त करण्याचे जे सत्र आरंभले त्याबद्दल साहजिकच लांबलचक स्पष्टीकरणे देण्यात येतात. प्रथम आपल्याला असे सांगण्यात येते की, ''जे काय औरंगजेबाने केले ते शारियतमधील पूर्वीच्या तत्त्वांचे पुनरुज्जीवन होते. नवी मंदिरे उभारायची नाहीत. ही आज्ञा नवी नव्हती. सल्तनत कालखंडात जी परिस्थिती होती तिचाच हा पुनरुच्चार होता.'' लक्षात ठेवा की हा कालखंड 'विशाल सहिष्णुते'चा होता! सतीशचंद्र आणखी एक स्पष्टीकरण देतात. ''प्रत्यक्षात असे झाले की, 'बरेच दिवस अस्तित्वात असलेली मंदिरे' याबाबत स्थानिक अधिकाऱ्यांना आपापल्या तऱ्हेने अर्थ लावण्यास वाव मिळाला.''[६]

आणि या सर्व प्रकाराला सौम्य स्वरुप देण्यासाठी नवीनच तिसरा मुद्दा शोधून काढला जातो. औरंगजेब गुजरातचा बादशहा असताना त्याने मंदिरे उद्ध्वस्त केली आणि 'शारियत'च्या स्थायी आदेशाचे त्याने पुन: पालन केले हे सांगून सतीशचंद्र म्हणतात, ''नवी मंदिरे उभारण्यावर औरंगजेबाने घातलेल्या मनाईमुळे त्याच्या कारकिर्दीच्या सुरुवातीच्या काळात मंदिरांची मोठ्या प्रमाणावर तोडफोड झाली असे दिसून येत नाही.'' ''मराठा, जाट इत्यादी अनेकांकडून जेव्हा त्याला विरोध होऊ लागला'' तेव्हाच म्हणे त्याने ''नवा पवित्रा घेतला असे दिसते.'' जेव्हा त्याचा ''स्थानिक लोकांशी संघर्ष'' होऊ लागला तेव्हाच त्याने त्या लोकांना इशारा व शिक्षा बसावी या हेतूने पुरातन मंदिरे उद्ध्वस्त करण्यास कायदेशीर मुभा देण्याचा विचार केला.[७] प्रथम सांगायचे की ही आज्ञा नवी नसून पूर्वीचीच होती! मग म्हणायचे या आदेशामुळे स्थानिक अधिकाऱ्यांना अंमलबजावणी करण्यात खूप वाव मिळाला. तिसरा मुद्दा मांडताना म्हणायचे की, हा आदेश ''कारकिर्दीच्या प्रारंभी'' जारी करण्यात आला नव्हता. चौथा मुद्दा म्हणजे औरंगजेबाला जेव्हा राजकीय विरोधाला तोंड द्यावे लागले आणि स्थानिक लोकांशी संघर्ष झाला तेव्हा त्याने हिंदू मंदिरांचा नायनाट करण्याचा विचार मनात आणला. पाचवा मुद्दा हा ''नवा पवित्रा'' नुसता पवित्रा बरं का... त्याने अंगिकारला ''असे दिसते!''

सतीशचंद्र आणखी सांगतात की, औरंगजेबाने मंदिरे उद्ध्वस्त करण्याचे कारण त्याला ''त्या जागा विद्रोह कल्पनांचा प्रसार करण्याची केंद्रे'' बनतील असे वाटू लागले. सनातनी घटकांना मान्य न होणाऱ्या कल्पनांचा प्रसार होऊ नये असे त्याला वाटत होते म्हणून बनारस येथील काशी विश्वेश्वराचे आणि मथुरा येथील मंदिर उद्ध्वस्त करण्यात आले. मंदिरे उद्ध्वस्त करण्यामागे राजकीय कारणे होती यावर भर देऊन सतीशचंद्र म्हणतात, ''गेल्या १०/१२ वर्षांत ओरिसात उभारण्यात आलेली मंदिरेही याच संदर्भात पाडण्यात आली.'' नंतर सतीशचंद्र म्हणतात, ''पण

मंदिरे सरसकट पाडून टाकण्याचे आदेश देण्यात आले होते असे मानणे चुकीचे आहे." समकालीन इतिहासकारांच्या लिखाणातून कुणी मजकूर उद्धृत करील या आशंकेने प्रत्यक्ष काय घडले याचे स्पष्टीकरण देण्यासाठी आणखी एक वाक्य : "तथापि वैरभावनेच्या काळात परिस्थिती वेगळी होती."[८]

सर्वसाधारणपणे निष्कर्ष : औरंगजेबाच्या आधीच्या राज्यकर्त्यांच्या उदारमती सहिष्णुतेच्या धोरणाची त्याच्या कृत्यांमुळे पीछेहाट झाली![९] आणि त्याने जे केले ते धर्मनिरपेक्ष कारणांनी! शिवाय या कारणांमुळे त्याला जे करावेच लागले ते फारच थोड्या दिवसांपुरते आणि तेसुद्धा 'स्थानिक घटकांनी' चिथावल्यामुळे, उत्पन्न झालेल्या वैरभावामुळे! शेवटी सतीशचंद्र असा निष्कर्ष काढतात की, "मंदिरे उद्ध्वस्त करण्याचा औरंगजेबाचा उत्साह १६७९ नंतर कमी झाला असे दिसते. कारण १६८१ ते त्याच्या मृत्यूपर्यंत १७०७ पर्यंत दक्षिणेत मंदिरे मोठ्या प्रमाणात जमीनदोस्त झाल्याचे आपल्याला आढळत नाही."[१०]

औरंगजेबाने जिझिया कर लादला हे मान्य करून सतीशचंद्र म्हणतात, "परंतु याचा हेतू आर्थिक दबाव आणून हिंदूंना जबरदस्तीने धर्मांतर करविण्याचा नव्हता कारण तसे फारच थोडे प्रकार घडले." या विधानाला पुरावा म्हणून सतीशचंद्र दोन बाबी सांगतात: पहिली "स्त्रिया, मुले, अपंग, दरिद्री अशा लोकांना म्हणजे ज्यांचे जेमतेम पोटापुरते उत्पन्न आहे अशांना करमाफी होती."[११] "ज्यांना जेमतेम पोटापुरते मिळत होते" त्यांच्याकडून औरंगजेबसुद्धा कसा कर मिळवू शकला असता? आणि जे लोक सरकारी सेवेत होते म्हणजेच इस्लामी राज्याचे हितरक्षण करीत होते त्यांच्याकडून तो हा अपमानास्पद व भेदभाव दाखवणारा कर का गोळा करीत होता? सतीशचंद्र दुसरा पुरावा देताना म्हणतात, "वास्तविक, या जिझिया करामुळे फारच थोड्या लोकांनी धर्म बदलला..."[१२] थोड्याच लोकांनी धर्म बदलला याचे कारण हिंदूंची धर्मनिष्ठा जाज्वल्य होती असे नसेल काय? औरंगजेबाच्या उदारमतापेक्षा त्यांची चिकाटी अधिक नव्हती काय?

जिझिया कर "कठीण आर्थिक परिस्थितीमुळे लागू करण्यात आला नव्हता." सतीशचंद्रांच्या म्हणण्यानुसार तो पुन: लागू करण्याचे कारण "राजकीय व वैचारिक असे दोन्ही प्रकारचे होते." राजकीय अशा अर्थाने की, "मुस्लिम सत्तेविरुद्ध ठाकलेले मराठे व राजपूत यांना तोंड देऊन स्वसंरक्षण करण्यासाठी तसेच दक्षिणेकडील मुस्लिम राज्ये विशेषत: गोवळकोंडा काफिरांना सामील झाल्याने त्यांच्याही विरोधात सर्व मुस्लिमांना एकत्र आणणे"[१३]

पुन: एकदा सादृश्य दाखवणे : एक म्हणजे जसे मराठा आणि राजपूत त्याचे विरोधक म्हणून एकत्र आले तसेच तो मुस्लिमांना एकत्र आणण्याचा प्रयत्न करीत होता. शिवाय काहीही असले तरी त्याचे विरोधक "काफिर" होते!

आणि "वैचारिक" ऊर्मीविषयी काय? त्यात इस्लामची प्रेरणा नव्हती म्हणे!

आणखी पुढे सतीशचंद्र स्पष्ट करतात की, "जिझिया कर गोळा करण्याचे काम प्रामाणिक, पापभीरू मुस्लिमांकडे सोपवण्यात आले होते. त्यांची त्यासाठी खास नियुक्ती करण्यात आली होती. करातून मिळणारा पैसा 'उलमा' साठी राखून ठेवण्यात आला होता."[१४] कराची रक्कम 'उलमा'साठी वापरण्यात येत असताना हा कर लागू करण्याचे एक धार्मिक कारणही होते – "बेकारीची परिस्थिती असलेल्या धर्ममार्तंडांना लाच देणे" हे एक कारण व दुसरे करसंकलन करणारे लोक 'प्रामाणिक, पापभीरू' मुस्लिम असल्याने ते कुराणातील अल्लाप्रमाणे समजुतदार असल्याने ज्यांना कराचा बोजा झेपणार नाही अशा लोकांवर सक्ती होत नव्हती याची आपल्याला खात्री पटते!

औरंगजेबाने योजलेले उपाय हिंदुस्थानचे रुपांतर दार-उल-इस्लाममधे करण्यासाठी होते असे काही आधुनिक लेखकांचे मत आहे असे सांगून सतीशचंद्र म्हणतात, खरे पाहता "इस्लाममधे धर्मांतराला औरंगजेबाने प्रोत्साहन दिले असले तरी मोठ्या प्रमाणवर जबरदस्तीने धर्मांतर झाल्याचा पुरावा मिळत नाही."[१५]

आणि शेवटी, धर्मनिरपेक्षतावाद्यांचा आवडता पुरावा : टी.व्ही कार्यक्रमात श्रीमाळी काय म्हणाले ते आठवून पहा, "... हिंदू सरदारांबाबत मुळीच पक्षपात झाला नव्हता. औरंगजेबाच्या कारकिर्दीच्या उत्तरार्धात त्याच्या हिंदू मुस्लिम सरदारांची संख्या वाढली होती असे अलिकडील एका अभ्यासावरून दिसून येते. शहाजहानच्या वेळी हिंदू, मुस्लिम सरदारांची संख्या १/४ होती तर औरंगजेबाच्या दरबारात १/३ होती."[१६] अशा तऱ्हेचा युक्तिवाद इंग्रज राजवटीबद्दलही करता येईल... रायसाहेब, रायबहादूर, सरदार वगैरे मानमरातब ९८% हिंदवासीयांना देण्यात येत होते! हे हिंदवासीय इंग्रज सरकारची इमानेइतबारे चाकरी करीत होते म्हणून त्यांना हा सन्मान प्राप्त होत होता. तसेच औरंगजेबदेखील त्याची निष्ठेने चाकरी करणारांनाच दरबारात घेत असे हे मात्र अकरावी इयत्तेतील मुलांना सांगून उगीच त्यांच्या डोक्यात गोंधळ कशाला माजवायचा!

आपल्या नामवंत इतिहासकारांच्या धर्मनिरपेक्षतेने शेवटी केलेले मूल्यमापन भलतेच जोरदार आहे! प्रथम 'औरंगजेबाची धार्मिक श्रद्धा त्याच्या राजकीय धोरणाचा पाया नव्हती.' यावर सतीशचंद्र भर देतात. औरंगजेब "सनातनी वृत्तीचा मुस्लिम होता." मान्य आहे. "कायद्याचे तंतोतंत पालन होण्याची त्याची इच्छा होती." खरे आहे. पण तो एक राज्यकर्ता होता व "साम्राज्य वाढवण्याची व ते बळकट करण्याची त्याची इच्छा होती." पहिल्या कारणासाठी त्याला हिंदूंशी खंबीरपणे वागावे लागत होते. आणि दुसरीकडे "हिंदूंचा शक्य तितका पाठिंबा मिळवणे" आवश्यक होते. दोन भिन्न ऊर्मी – एक म्हणजे त्याच्या धार्मिक कल्पना आणि

श्रद्धा, दुसरी– साम्राज्याच्या गरजा "या दोन्हीमुळे कधीकधी त्याला परस्परविरोधी धोरणे अंगीकारावी लागत व साम्राज्याला हानी पोहचत असे."[१७]

यानंतर आपले नामवंत इतिहासकार मराठा, जाट, गोवळकोंडा आणि विजापूरच्या मोहिमा यांची हकिकत सांगतात. प्रत्येक टप्प्यावर ते हे दाखवण्याचे कष्ट घेतात की, 'बंडखोरा' विरुद्ध औरंगजेबाने घेतलेल्या भूमिकेचा आणि त्याच्या धार्मिक भावनांचा फारसा संबंध नव्हता. साम्राज्याला आव्हान देणाऱ्या बंडखोरांच्या संदर्भात औरंगजेबाचे धार्मिक धोरण समजून घेतले पाहिजे असे आपल्याला सांगण्यात येते! सतीशचंद्रांचा शेवटी निष्कर्ष असा–

"औरंगजेबाचे धार्मिक धोरण सामाजिक आर्थिक आणि राजकीय संदर्भात समजून घेतले पाहिजे. औरंगजेब सनातनी वृत्तीचा होता व इस्लामी कायद्याची चौकट कायम ठेवण्याचा त्याने प्रयत्न केला. तथापि कायदा हिंदुस्थानाबाहेर अत्यंत भिन्न परिस्थितीत तयार झाला असल्याने हिंदुस्थानात त्याची कडक अंमलबजावणी करता येत नव्हती. त्याच्या बिगर मुस्लिम प्रजेच्या नाजूक मनोभावनांचा आदर करण्यात त्याला अनेक वेळा आलेले अपयश, मंदिरांविषयी दीर्घकाळ चालू राहिलेले धोरण आणि इस्लामी कायद्यानुसार जिझिया कर पुन: लागू करणे इत्यादीमुळे मुस्लिमांना आपल्या बाजूला ओढून घेणे त्याला शक्य झाले नाही. तसेच इस्लामी कायद्याचा पाया असलेल्या राज्याशी निष्ठेची विशाल भावना निर्माण करता आली नाही. उलट हिंदू समाजातील काही लोक दुरावले आणि ते मुगल साम्राज्याला राजकीय किंवा अन्य कारणांनी विरोध करणाऱ्या लोकांना जाऊन मिळाले व त्यांचे हात बळकट केले. खरे तर धर्माचा प्रश्न विवाद्य नव्हता. औरंगजेबाच्या मृत्यूनंतर ५-६ महिन्यातच जिझिया कर रद्द करण्यात आला आणि नवी मंदिरे उभारण्यावरील बंदीही उठवण्यात आली."[१८]

शेवटी सतीशचंद्र समारोप करतात की, "एकंदरीत पाहता साम्राज्याचा विनाश व ऱ्हास आर्थिक, राजकीय आणि संस्थात्मक घटकांमुळे झाला." बघा– यात धार्मिक घटकांचा उल्लेख नाही! साम्राज्याचा ऱ्हास होणाऱ्या कारणांवर नियंत्रण ठेवण्याचा अकबराने काही काळ प्रयत्न केला. तथापि समाज-संरचनेत मूलभूत बदल घडवून आणणे त्याला अशक्य झाले असे आपले लेखक म्हणतात. आणि म्हणून–

"औरंगजेब गादीवर येईपर्यंत ऱ्हासाच्या सामाजिक-आर्थिक शक्ती आधीच सबळ झाल्या होत्या. सामाजिक चौकटीत मूलभूत बदल घडवून आणण्यास आवश्यक अशी दूरदृष्टी आणि चातुर्य त्याच्या ठायी नव्हते. तसेच परस्परात चढाओढ करणाऱ्या विविध घटकांचा तात्पुरता मेळ घालून देणारी धोरणे आखणे त्याला जमले नाही."

"अशा तऱ्हेने औरंगजेब परिस्थितीचा बळी ठरला आणि त्याने अशी परिस्थिती निर्माण होण्यास हातभार लावला की, तोच त्यात बळी गेला."[१९]

मूर्तिमंत सहानुभूती!

या विवेचनात कोणती गोष्ट प्रथम खटकत असेल तर ती म्हणजे दुटप्पीपणा. प्राचीन हिंदुस्थानाविषयी दूरगामी सिद्धांत पुराव्याशिवाय आपल्या नामवंत इतिहासकारांनी कसे मांडले आहेत हे आपण लौकरच पाहू या... तो कालखंड कसा तणावग्रस्त, अन्यायी आणि जुलुमशाहीचा होता हे सांगितले जाते आणि त्याचबरोबर औरंगजेब आणि सल्तनतविषयी धडधडीत पुरावे डोळ्यासमोर असताना तिकडे डोळेझाक केली जाते. थोडक्यात म्हणजे त्यांनी लिहिलेले इतिहास एका विशिष्ट सूत्रात बांधले गेले आहेत– इस्लामपूर्व हिंदुस्थान म्हणजे संघर्ष-भूमी, पराकोटीचा अन्याय आणि जुलूम यांनी ग्रासलेल्या सामाजिक व राजकीय पद्धतीच्या जोखडात अडकलेला देश असे वर्णन पुरावा न देता करायचे आणि इस्लामी कालखंडाचे वर्णन पुराव्याशिवायच 'संमिश्र संस्कृती' बहरून आलेला कालखंड, ज्यात 'उदारमती सहिष्णुता' हा दंडक होता, या मार्गापासून कुणी ढळले तर ते व्यक्तीगत होते आणि काही नीतिभ्रष्टता सर्वस्वी धार्मिक कारणांनी झालेली दिसते, अशा तऱ्हेने करायचे.

दुसरा खटकणारा मुद्दा म्हणजे त्यांचा आवाका आणि एकसारखे तेच सांगणे. पश्चिम बंगाल माध्यमिक मंडळाने औरंगजेबाबद्दलचा कोणता मजकूर गाळायला सांगितला होता ते आठवा. त्याचे कोणते व्यक्तिचित्र मुलांसमोर उभे राहील याची त्यांनी खात्री करून घेतली – तो सामान्यांहून वेगळा होता. त्याने संगीतावर बंदी घातली – त्याला धर्मनिरपेक्षतेचे वावडे होते. जेव्हा त्याने इतरांविरुद्ध कारवाई केली ती केवळ साम्राज्याचे संरक्षण करण्यासाठी. सर्वस्वी धर्मनिरपेक्ष भावनेने केले. हिंदूंविषयीच्या त्याच्या धोरणाचा उल्लेख आला की, लगोलग पुरवणीवजा मजकूर आलाच पाहिजे याचीही मंडळाने खात्री करून ठेवली हेही आठवा. त्याचे हिंदुविषयीचे धोरण म्हणजे नियमाला अपवाद होता. विशेषतः अकबराचे धार्मिक सहिष्णुता व समान वागणूक असे सर्वसाधारण धोरण होते. बंगालमधील प्राथमिक पाठ्यपुस्तकांसाठी दिलेल्या मार्गदर्शक सूचनांचे आपल्या दिल्लीतील नामवंत इतिहासकाराने किती प्रामाणिकपणे पालन केले आहे पहा!

या हकिकती व स्पष्टीकरणातील तिसरी खटकणारी बाब म्हणजे, इश्तिआक हुसेन कुरेशी यांच्या लिखाणाशी मिळतीजुळती पोपटपंची ते कशी करतात ही! कुरेशी दिल्ली विद्यापीठात इतिहासाचे अध्यापन करीत असत व नंतर त्यांनी पाकिस्तानात स्थलांतर केले हे सर्वांना माहीत आहेच. तेथे ते इस्लामीकरणाचे जाज्वल्य प्रचारक बनले. पाकिस्तान-कॉंस्टिट्यूअंट असेंब्लीने १९४९ मधे संमत केलेल्या 'Objective Resolution' चे ते प्रमुख रचयिता होते असे श्रेय त्यांना

दिले जाते व स्वत:ही ते घेतात. इस्लामीकरणाचे ते उद्‌गाते बनले. लियाकत-अली-खानांच्या सरकारात त्यांना मंत्रिपद मिळाले व नंतर ते पाकिस्तान-हिस्टौरिकल-सोसायटीचे अध्यक्ष झाले. या सर्वांची परिणती त्यांना पाकिस्तानमधील सर्वोच्च 'सितारा-इ-पाकिस्तान' हा सन्मान मिळण्यात झाली.

आपल्या 'इंडो-पाकिस्तान उपखंडातील मुस्लिम समाज' या ग्रंथात कुरेशी औरंगजेबाने जिझिया कर पुन: जारी केल्याविषयी ते लिहितात–

"११५ वर्षांच्या अवधीनंतर पहिल्या आलमगीरने जिझिया कर पुन: लागू केल्यावर एकाएकी पुष्कळ धर्मांतर झाल्याची नोंद नाही. निश्चित संख्या उपलब्ध नसताना निर्णायक निष्कर्ष काढणे कठीण आहे. तथापि जिझिया कर पुन: लागू करणारा कट्टर समर्थक मुझादिद-इ-अल्फ-इ थानी याच्या लिखाणात देखील, जिझिया कर रद्द केल्याने इस्लामच्या प्रसारावर प्रतिकूल परिणाम झाल्याचे म्हटलेले नाही, अकबराने सनातनी परंपरा पाळल्या नाहीत याबद्दल खेद व्यक्त करणाऱ्या बदाऊनीने जिझिया कर रद्द करण्यास विरोध केला होता. साम्राज्याच्या कारभारात हिंदूंचे वर्चस्व वाढत आहे याबद्दलही त्याने चिंता व्यक्त केली होती. अशा बदाऊनीने सुद्धा जिझिया कर रद्द करण्यामुळे इस्लामच्या प्रसाराला पायबंद बसला असे म्हटलेले नाही. जिझिया कर रद्द होणे अथवा पुन: लागू होणे यामुळे धर्मांतरात काही लक्षणीय फरक झाल्याची कोठेही नोंद नाही. अशा तऱ्हेचा बदल झाला असता तर वृत्तांत लेखकांचा नजरेतून तो सुटला नसता. विशेषत: अकबराच्या धर्मविषयक धोरणाविरुद्ध जेवढे म्हणून लिहिता आले असते तेवढे लिहिणाऱ्या बदाऊनीसारख्या लेखकाने निश्चितच त्याची दखल घेतली असती.

"जिझियाच्या बोजामुळे बिगर-मुस्लिम अगदी मोडून पडतील असे असते तर ते धर्मांतराकडे वळले असते. परंतु तो कर इतका भारी नव्हता. स्वत:ला व आपल्या कुटुंबाला पोसून ज्या धट्ट्या-कट्ट्या कमावत्या पुरुषांजवळ जादा पैसा उरत होता त्यांना फक्त हा कर द्यावा लागे. पुरोहित अथवा महंत यासारख्या धार्मिक वर्गाला या करातून सूट होती. करपात्र व्यक्तींच्या मिळकतीवर स्थानिक चलनात बारा, चोवीस आणि अठ्ठेचाळीस अशा दराने कर आकारला जात असे. कर-आकारणी फारच सौम्यपणे केली जात असावी कारण ह्या करामुळे महसुलात फारशी लक्षणीय भर पडत नव्हती. मोठ्या प्रमाणावर बिगर-मुस्लिम लोकांना या ना त्या कारणाने करातून सूट मिळत होती. जरी कर भारी परंतु सह्य असेल तर त्यातून सूट मिळण्यासाठी लोक धर्मांतराला प्रवृत्त होणार नाहीत. आणि मग तो जर भारी नसेल तर धर्मांतराला कारणच उरणार नाही. तेव्हा जिझिया करामुळे इस्लाममधे लक्षणीय धर्मांतर झाले असे म्हणायला जागा उरत नाही."[२०]

आणि आमचे नामवंत इतिहासकार म्हणतात,

"गादीवर आल्यावर औरंगजेबाने अनेक वेळा जिझिया कर पुनः सुरू करण्याचा विचार केला परंतु राजकीय विरोधाच्या भीतीने त्याने तो अंमलात आणला नाही. शेवटी आपल्या कारकिर्दीच्या बाविसाव्या वर्षात १६७९मधे त्याने तो पुनः लागू केला. औरंगजेबाने योजलेल्या या उपायाच्या हेतूसंबधी इतिहासकारात भरपूर चर्चा झाली आहे. त्याची नकारात्मक बाजू आपण प्रथम पाहू. हिंदूंनी इस्लाममधे धर्मांतर करावे यासाठी आर्थिक कोंडी करण्याचा हेतू नसावा कारण तसे धर्मांतर झाल्याची उदाहरणे थोडी आहेत. स्त्रिया, मुले, अपंग, दरिद्री अशा लोकांची मिळकत पोटापुरती सुद्धा नसल्याने त्यांना, तसेच सरकारी सेवकांना करातून सूट मिळत असे. करामुळे लक्षणीय संख्येने हिंदूंनी धर्मांतर केले असेही दिसून येत नाही. दुसरे असे की, कठीण आर्थिक परिस्थिती सावरण्यासाठी कराचा उपाय योजला असेही नाही. जिझिया करातून सरकारला बऱ्यापैकी उत्पन्न मिळत असल्याचे म्हटले जाते तरी औरंगजेबाने 'अब्बाब' नावाचे अनेक कर काढून टाकून पुष्कळ पैसा गमावला. हे कर 'शारा' ने संमत केले नसल्याने बेकायदा समजले जात. वास्तविक जिझिया कर पुनः लागू करणे हे राजकीय व वैचारिक स्वरुपाचे होते. बंडखोर मराठे व रजपूत यांना तोंड देण्यासाठी तसेच दक्षिणेतील गोवळकोंड्यासारखी काफिरांशी हातमिळवणी केलेल्या मुस्लिम राज्यांविरुद्ध मुस्लिम जनतेला एकत्र आणण्यासाठी या कराचा उपयोग होत होता. दुसरे म्हणजे जिझिया कर गोळा करण्यासाठी नेमलेले अधिकारी प्रामाणिक व पापभीरू मुस्लिम होते. कराची रक्कम 'उलमा' साठी राखून ठेवण्यात येई. बेकार अवस्थेत असलेल्या धर्म-मार्तंडांना ही फारच मोठी लाच होती."[२१]

कराची अंमलबजावणी करण्यातील त्रुटी इतिहासकार दाखवतात, परंतु त्यांचा अखेरचा निष्कर्ष कुरेशींप्रमाणेच समजुतीचा असतो–

"हिंदुस्थानात 'दार-उल्-हार्ब' (म्हणजे काफिर) फार झाल्याने त्याचे रुपांतर 'दार-उल्-इस्लाम' (म्हणजे मुस्लिम देश) मधे करण्याची औरंगजेबाची इच्छा असल्याने त्याने अनेक उपाय योजले असे काही आधुनिक लेखक म्हणतात. इस्लाममधे धर्मांतराला प्रोत्साहन देणे न्यायसंमत आहे असे औरंगजेबाला वाटत असले तरी पद्धतशीरपणे जबरदस्तीने धर्मांतर घडवून आणले गेल्याचा पुरावा मिळत नाही. तसेच हिंदू सरदारांबाबत पक्षपातही होत नव्हता."[२२]

गोवळकोंडा व विजापूरवर स्वारी करायला औरंगजेबाला भाग पडले. दुसरा पर्यायच नव्हता यावर कुरेशी भर देतात. ते लिहितात,

"आपल्या प्रदेशातही शांतता राखणे सल्तनतला शक्य होत नव्हते. त्यामुळे तेथे लुटालूट करणे मराठ्यांना फावले. मराठ्यांचे सामर्थ्य सल्तनतच्या दुबळेपणामुळे वाढत होते तरीही सल्तनत त्यांना गुप्तपणे पैशाची व इतर साधनसामग्रीची मदत करीत असे. गोवळकोंड्यातील परिस्थिती फारच वाईट होती कारण तेथील खरी

सत्ता मदण्णा आणि अकण्णा अशा ब्राह्मण अधिकाऱ्यांच्या हाती एकवटली होती. त्यांच्या जुलुमशाहीची मुस्लिम जनतेला अत्यंत चीड येत असल्याने ते मराठ्यांना उत्साहाने पाठिंबा देत. अशा परिस्थितीकडे दुर्लक्ष करणे वेडेपणाचे ठरले असते.''[२३]

आपल्या 'राजकारणात उलेमा' या ग्रंथात कुरेशी पुन: याच मजकुराची पुनरावृत्ती करताना लिहितात,

''दक्षिणेतील सल्तनतला मराठ्यांनी इतके खिळखिळे करून टाकले होते की, तेथे अराजक माजले होते. या दुबळेपणामुळे मराठे त्यांच्या प्रदेशातून आपल्याला हवी असलेली साधनसामुग्री हिसकावून घेत. सल्तनतचा प्रदेश मराठ्यांसाठी जणू भांडारच झाला होता. मुगलांकडून असणारा धोका नष्ट झाल्यावर मराठ्यांना सहजपणे काबूत ठेवता येईल अशी त्याची गैरसमजूत झाल्याने ते मराठ्यांशी हातमिळवणी करीत राहिले. मराठ्यांच्या संभाव्य पराक्रमाबद्दल ते कमालीचे गाफील राहिले. अलमगीराबद्दल बोलायचे म्हणजे त्याला दुसरा पर्यायच राहिला नाही. मराठे आणि सल्तनत मिळून एकच प्रश्न निर्माण झाला. एकापासून दुसरा दूर करता येईना. सल्तनतला मराठ्यांच्या विरुद्ध कारवाई करायला अथवा मराठ्यांच्या विस्ताराला अडथळा करायला उद्युक्त करावे असे सुचवणारांना परिस्थितीचे नीट आकलन झालेले नाही.''[२४]

आपल्या नामवंत इतिहासकारांचा अगदी तंतोतंत हाच निष्कर्ष आहे– ''दक्षिणेतील राज्यांची मराठ्यांविरुद्ध एकी घडवून आणणे औरंगजेबाला जमले नाही अशी त्याच्यावर टीका करण्यात येते. किंवा असाही दोष देण्यात येतो की त्यांच्यावर विजय मिळवून त्याने 'आपले साम्राज्य इतके मोठे केले की ते स्वत:च्या वजनानेच कोसळले.' १६३६ चा तह फेटाळल्यानंतर दक्षिणी राज्ये आणि औरंगजेब यांचे मनोमीलन होणे ही एक 'मानसशास्त्रदृष्ट्या अशक्य' बाब होती. शहाजहानच्या कारकिर्दीतच ही घटना घडली. गादीवर आल्यावर औरंगजेबाने दक्षिणेत जोरदार चाल करण्याचा मनसुबा सोडून दिला. वस्तुत: दक्षिणी राज्ये जिंकून आपल्या साम्राज्याला ती जोडण्याचा निर्णय त्याने शक्य तितका लांबणीवर टाकला. मराठ्यांचे वाढते सामर्थ्य, गोवळकोंड्याचे मदण्णा आणि अकण्णा यांनी शिवाजीला दिलेला पाठिंबा, मराठ्यांचे प्राबल्य असलेला गोवळकोंडा आणि विजापूर शिवाजीच्या वर्चस्वाखाली जाईल ही भीती इत्यादी कारणामुळे औरंगजेबाला आपला निर्णय घेणे भाग पडले. नंतर बंडखोर राजपुत्र अकबर याला आश्रय देऊन संभाजीने औरंगजेबाला प्रत्यक्ष आव्हानच दिले. विजापूर आणि शक्य झाल्यास गोवळकोंड्याला नमवल्याखेरीज मराठ्यांशी दोन हात करणे जमणार नाही हे औरंगजेबाच्या लगेच लक्षात आले.''[२५]

सतीशचंद्र एक बाब मान्य करतात की, ''विजापूर आणि गोवळकोंड्यामधील काही भाग आपल्या साम्राज्याला जोडावा व दक्षिण कर्नाटकातील दूरवरच्या भागावर

देखरेख करणे नाही तरी शक्य होत नव्हते तो प्रदेश त्यांच्याकडेच राहू द्यावा असे औरंगजेबाच्या ज्येष्ठ पुत्राने – शहा आलमने सुचवलेले औरंगजेबाला कदाचित पसंत पडले असेल.'' सतीशचंद्र असे लिहित असले तरी औरंगजेबाला काही बाबी का कराव्याच लागल्या यासंबंधी त्यांचेही कुरेशीप्रमाणेच मत आहे!

औरंगजेबाने नवे कायदे प्रस्थापित केले नाहीत व म्हणून साम्राज्याचा ऱ्हास त्याच्या धार्मिक धोरणापायी झाला असे म्हणता येत नाही यावर कुरेशी अशा तऱ्हेने भर देतात :

''या उपखंडात मुस्लिम साम्राज्य अनेक शतके टिकले. पारंपरिक इस्लामी कायद्यांची अंमलबजावणी पुरतेपणी वेगवेगळ्या प्रमाणात होत असे. पहिल्या आलमगिराने नवे कायदे केले नाहीत. या अनेक शतकांच्या कालखंडात जिझिया कर फक्त एकशे पंधरा वर्षे अनिश्चित स्थितीत राहिला. अनधिकृत मंदिरे पाडण्यात यावीत हा हुकुम शहाजहानच्या कारकिर्दीत देण्यात आला होता. आलमगिरने काही प्रथम त्याची अंमलबजावणी केली नाही. पहिल्या आलमगिरनंतर साम्राज्य पत्त्याच्या बंगल्याप्रमाणे कोसळले असते तर त्याची कारणे त्याच्या धर्मविषयक धोरणापेक्षा इतरत्र शोधावी लागतील. अर्थात या कारणामुळे साम्राज्याचा ऱ्हास होण्यास हातभार लागला होता.''[२६]

आपले नामवंत इतिहासकार त्याच मुद्यावर जवळजवळ याच शब्दात एकामागून एक संदर्भ देऊन भर देतात : ''मंदिराविषयी औरंगजेबाचा आदेश काही नवा नव्हता. सल्तनत कालखंडात अस्तित्वात असलेली परिस्थिती आणि शहाजहानने आपल्या कारकिर्दीच्या प्रारंभी याच परिस्थितीची पुनरावृत्ती केली... आणि जिझिया कर काही प्रथमच लागू केला जात नव्हता... ११५ वर्षांच्या खंडानंतर तो पुन: जारी करण्यात आला एवढेच!''[२७]

एकंदरीत हे असेच युक्तीवाद चालू राहतात. औरंगजेबाच्या धोरणांचे स्पष्टीकरण 'तंतोतंत तेच'' आहे. काही वेगळे असेल तर हे की कुरेशींनी उधळलेली स्तुतिसुमने या मजकुरात नाहीत.

चौथा मुद्दा, आपले इतिहासकार बेधडकपणे पुरावे दडपतात आणि असत्यात शिरतात हा आहे. एकच उदाहरण द्यावयाचे म्हणजे, मंदिरासंबंधीच्या औरंगजेबाच्या कृत्यांच्या हकिकतीचा सतीशचंद्र असा समारोप करतात. ''मंदिरे पाडून टाकण्याचा हुकुम नव्याने देण्यात आला नव्हता; शिवाय हा आदेश फक्त नव्या मंदिरांसाठी होता, जुन्या बांधकामांसाठी नव्हता. शिवाय या आदेशात स्थानिक अधिकाऱ्यांना खूप सवलत मिळत होती. राजकीय विद्रोहाला तोंड देण्याची वेळ आली तेव्हा आणि ही मंदिरे 'विद्रोही कल्पना' पसरवण्याची केंद्रे झाली तेव्हा औरंगजेबाने 'नवा पवित्रा' घेतला. ज्या कालखंडात वैरभावना प्रसृत होत होती तेवढ्याच काळात मंदिरे

उद्ध्वस्त केली गेली.'' आणि शेवटी, ''मंदिरे पाडून टाकण्याचा औरंगजेबाचा उत्साह १६७९ नंतर कमी झालेला दिसतो कारण दक्षिणेत १६८१ ते त्याच्या मृत्यूपर्यंत १७९७ पर्यंत मंदिरे मोठ्या प्रमाणावर उद्ध्वस्त करण्यासंबंधी उल्लेख नाहीत.''

औरंगजेबाचे स्वत:चे 'अखबरात' आणि त्या काळातील आणखी हकिकतीतील मजकुराचा आणि वर उल्लेखिलेल्या विधानांचा कसा मेळ घालायचा? खालील नोंदी पहा–

''२५ मे १६७९ खान-इ-बहादूर जोधपूरहून मंदिरांची तोडफोड करून गाड्या भरून मूर्ती घेऊन परतला. सोने, चांदी, तांबे अथवा दगडाच्या या रत्नजडीत मूर्ती दरबारच्या चौकात व जामा मशिदीच्या पायऱ्यांवर लोकांच्या पायदळी तुडवल्या जातील अशा तऱ्हेने टाकण्यात आल्या.''

जानेवारी-फेब्रुवारी १६८० : (उदेपूर येथील) ''महाराण्याच्या महालासमोर एक अतिभव्य मंदिर होते. त्या काळातील या अतिसुंदर मंदिरासाठी काफिरांनी खूप खर्च केला होता. ते फोडून आतील मूर्तीही मोडून टाकण्यात आल्या,''

''२९ जानेवारी रोजी उदयपूरच्या आसपासची आणखी १७२ मंदिरे पाडल्याची हसनअली खानने खबर दिली.'' ''२२ फेब्रुवारी रोजी बादशहा चितोड पहाण्यास गेला असता त्याच्या आज्ञेवरून त्या भागातील ६३ मंदिरे पाडण्यात आली.''

१० ऑगस्ट १६८० : ''अबू तराबने अंबरमधील ६६ मंदिरे पाडून टाकल्याची खबर दरबारात परतल्यावर दिली. २ ऑगस्ट १६८०: पश्चिम मेवाडमधील सोमेश्वर मंदिर उद्ध्वस्त करण्याचा आदेश मिळाला.''

सप्टेंबर १६८७ : ''गोवळकोंडा जिंकून घेतल्यावर बादशहाने हैद्राबाद शहरचा ताबेदार म्हणून अबदुल रहिम खानची नेमणूक केली आणि काफिरांचे रीतीरिवाज तसेच परंपरागत सोहळ्यांना बंदी घालण्याचा हुकुम दिला. तसेच मंदिरे पाडून त्या जागी मशिदी बांधण्याचा आदेश दिला.''

सिरका १६९० औरंगजेबाने उद्ध्वस्त केलेली मंदिरे : वेरूळ, त्र्यंबकेश्वर, नरसिंगपूर (साप, विंचू आणि अन्य विषारी प्राण्यांमुळे त्याचा प्रयत्न फसला.) पंढरपूर, जेजुरी (देवतेमुळे प्रयत्न फसला.) आणि यवत (भुलेश्वर) ही उदाहरणे श्री. के.एन्. साने यांनी 'वार्षिक इरिब्रित्ता' शके १८३८ या पुस्तकात पृष्ठे १३३-१३५ वर दिली आहेत.

१६९३ : सम्राटाने वाडनागर येथील हाटेश्वर मंदिर पाडून टाकण्याचा आदेश दिला. नागर ब्राह्मणांचा विशेष पालनकर्ता देव होता.

३ एप्रिल १६४९ : दिल्लीमधील एका गुप्त बातमी लेखकाकडून बादशहाला कळले की, ''जयसिंगपुरा येथील बैरागी मूर्तिपूजा करीत. हे पर्यवेक्षक-अधिकाऱ्याला

कळल्यावर तो तेथे गेला आणि त्याने श्रीकृष्ण बैरागीला अटक करून त्याच्या जवळच्या १५ मूर्ती ताब्यात घेऊन त्याला आपल्या घरी नेले; यानंतर राजपूत लोक एकत्र झाले आणि त्या अधिकाऱ्याच्या घरी जाऊन त्यांनी तेथील तिघा सेवकांना जखमी केले. तसेच खुद्द पर्यवेक्षकालाही ताब्यात घ्यायचा प्रयत्न केला. बैराग्याला सोडून देण्यात आले व तांब्याच्या मूर्ती गावातील सुभेदाराकडे पोचत्या करण्यात आल्या.''

१६९७ च्या मध्यकाळात : ''विजापूर येथील मंदिर पाडून त्या जागी मशिद उभारण्याच्या कामावर नेमलेल्या हमिदुद्दिनने आपले काम पुरे केले. तो दरबारात परत आल्यावर बादशहाने त्याची प्रशंसा केली.''

''मंदिरे जागची हलू शकत नसल्याने ती केव्हाही पाडता येतात.'' असे औरंगजेब झुल्फिकार खान व मोगलखानशी बोलताना म्हणाला.

'कालिमत-इ-औरंगजेब' मधे औरंगजेब रुहुल्ला खानशी म्हणाला : ''या प्रदेशातील (महाराष्ट्रातील) घरे पूर्णपणे दगड व लोखंड वापरून बांधली असल्याने ती अत्यंत भक्कम आहेत. मी स्वारी करीत जात असताना सरकारच्या शस्त्रधारी सेवकांना वाटेत दिसणारी मंदिरे जमीनदोस्त करण्याइतकी शक्ती व वेळ मिळत नाही. या कामासाठी तुम्ही एखाद्या दरोग्याची नेमणूक करावी म्हणजे तो नंतर सावकाशीने ही मंदिरे समूळ उखडून टाकू शकेल.''

१ जानेवारी १९०५ : ''बादशहाने शस्त्रधारी आणि मुहम्मद खलिल यांना बोलावले... पंढरपूर येथील मंदिर उद्ध्वस्त करण्याचा तसेच छावणीतील कसायांना बरोबर नेऊन देवळात गोहत्या करण्याचा आदेश दिला... हे काम पूर्ण करण्यात आले.''

संशोधन अथवा इतिहास लेखनाच्या प्राथमिक स्त्रोतांचा अभ्यास करण्याचे कष्ट या नामवंत इतिहासकारांनी घेतले नाहीत. सर यदुनाथ सरकार यांनी लिहिलेल्या सुप्रसिद्ध 'हिस्टरी ऑफ औरंगजेब' या ग्रंथाच्या तिसऱ्या खंडाच्या परिशिष्टात अशा तऱ्हेच्या अनेक नोंदी त्यांना आढळून आल्या असत्या. हा 'इतिहास' १९२८ पासून प्रचलित आहे![२८] १९९६ मधे लेखन करणारे आपले लेखक सोयिस्करपणे या पुराव्याकडे डोळेझाक करतात. औरंगजेबाच्या कालखंडाचा प्राथमिक अभ्यास करणाऱ्या विद्यार्थ्याला सुद्धा हा पुरावा सहजी उपलब्ध होण्यासारखा आहे.

तथापि येथे एक रहस्य आहे. पुरोगामी इतिहास लेखनाचे दोन आधारस्तंभ आहेत. एक– हिंदूधर्मीय असहिष्णु होते हे प्रस्थापित करण्यासाठी बनावट पुरावे तयार करणे, दुसरी– इस्लामी जातीयवादाबद्दल आदर आणि सहानुभूतीपूर्ण समज दाखवणे.

आणि 'लिटमस्-परीक्षा!' ही की तुम्ही धर्मनिरपेक्ष इतिहासलेखन करणार का औरंगजेबाचे समर्थन करीत राहणार!

◆

१४
खोडून टाकून समानता दाखवणे आणि नंतर पाप-विमोचन

कुराण, 'हादी' आणि इस्लामी राजवट यांच्याशी अगदी थोडी ओळख असणाऱ्या कुणालाही कळून येते की, इस्लामवर श्रद्धा असणारे आणि नसणारे असे स्पष्ट विभाजन हेच इस्लाम धर्माचे सार आहे.[१] इस्लाम धर्माची ही तत्त्वे आणि त्याला अनुसरून झालेल्या स्वाऱ्या, मोहिमा आणि कृत्यांच्या जबाबदारीतून इस्लामला पूर्णपणे मुक्त करावयाचे असा आमच्या नामवंत इतिहासकारांनी चंगच बांधला आहे. मुस्लिम नेते व राज्यकर्त्यांच्या कृत्यांची जेव्हा नोंद घ्यावीच लागते तेव्हा ते याची जबादारी व्यक्तिगत चुकांवर ढकलतात. आतापर्यंत आपण पाहिल्याप्रमाणे, नंतर ते त्या व्यक्तींच्या वर्तनाविषयी लांबलचक स्पष्टीकरणे देतात. बळी पडलेल्या लोकांच्या मनोवृत्ती व कृत्यांमुळेच असे वर्तन करणे भाग पडले यावर ते वारंवार भर देतात. मुस्लिमांच्या असहिष्णुतेचा अथवा धर्मवेडाचा जेव्हा जेव्हा उल्लेख होतो तेव्हा ते सर्वसाधारणपणे असेच घडत असे, असे सांगून त्यात हिंदूंचाही समावेश करून टाकतात.

NCERT ने प्रसिद्ध केलेले बारावी इयत्तेसाठी असलेले 'मॉडर्न इंडिया' हे क्रमिक पुस्तक, आपल्या पूर्वपरिचयाचे इतिहास लेखक बिपिनचंद्र यांचे आहे.[२] पुस्तकाच्या प्रस्तावनेत NCERT चे संचालक म्हणतात की, "या पुस्तकाची पहिली आवृत्ती बिपिनचंद्रांनी संपादकीय मंडळाच्या विद्यमाने तयार केली होती." संपादकीय मंडळात आपल्या परिचयाचे एस्. गोपाल, एस. नुरुल हसन, सतीशचंद्र आणि रोमिला थापर हे लोक होते हे कळून आपल्याला आश्चर्य वाटण्याचे कारण नाही!

अलीगढ चळवळ स्थापन करण्यातील सय्यद अहमद खान यांची भूमिका, नुकत्याच अस्तित्वात येणाऱ्या राष्ट्रीय चळवळीपासून व काँग्रेसपासून मुस्लिमांनी दूर रहावे आणि इंग्रजांशी एकनिष्ठ रहावे याकरता त्यांनी घेतलेले परिश्रम, आधुनिक काळात द्विराष्ट्रवादाचे जनक इत्यादींची नोंद आहे. तसेच मुस्लिम लीगच्या कार्याचीही

नोंद आहे. तथापि दोहोंबाबत इतकी काही स्पष्टीकरणे देण्यात आली आहेत की, कसेही करून त्यांना निर्दोष ठरवले जावे. आपण सय्यद अहमद खानविषयी वाचतो, ''वाढत जाणाऱ्या राष्ट्रीय चळवळीत आपल्या अनुयायांनी सहभागी होऊ नये या विचाराने ते आपल्या आयुष्याच्या अखेरच्या दिवसांत हिंदूंच्या वर्चस्वाबद्दल बोलू लागले. मूलतः ते कम्युनिस्ट नसल्याने असे बोलणे दुर्दैवाचे ठरले. मुस्लिम समाजातील मध्यम व उच्च वर्गाचा मागासलेपणा जावा एवढेच त्यांना हवे होते. इंग्रज सरकारला सहजासहजी हटवता येणे शक्य नसल्याने राजकीय प्रगती ताबडतोब होणार नाही असा त्यांचा दृढ विश्वास होता. परिणामी त्यांचे राजकारण अशा स्वरूपाचे झाले. शैक्षणिक प्रयत्न ही काळाची गरज असल्याने दुसरीकडे अधिकारी वर्गाला विरोध करणे धोक्याचे ठरेल असे त्यांना वाटले. हिंदुस्थानी जनता आचारविचारात जेव्हा इंग्रजाइतकी आधुनिक बनेल तेव्हाच परकीय सत्तेला यशस्वी रीत्या आव्हान देता येण्याची आशा आहे असे त्यांना वाटे. म्हणून त्यांनी सर्व हिंदुस्थानी जनतेला विशेषतः शैक्षणिकदृष्ट्या मागासलेल्या मुस्लिम बांधवाना पुढील काही दिवस राजकारणापासून दूर राहण्याचा सल्ला दिला. राजकारणात पडण्याची अद्यापि वेळ आलेली नाही असे ते म्हणत. वास्तविक त्यांनी आपले महाविद्यालय आणि शैक्षणिक उद्दिष्टांशी इतकी बांधलकी मानली होती की, इतर सर्व विषयांना बाजूला सारण्याची त्यांची इच्छा होती. परिणामी, सनातनी मुस्लिमांनी आपल्या महाविद्यालयाला विरोध करू नये या हेतूने त्यांनी धार्मिक सुधारणेच्या बाजूने कौल देऊन आपले आंदोलन जवळजवळ सोडूनच दिले. याच कारणासाठी सरकारची खप्पामर्जी होईल असे काहीही ते करू इच्छित नव्हते, उलट त्यांनी जातीयवादाला व विभाजनाला प्रोत्साहनच दिले. अर्थातच राजकीयदृष्ट्या ही एक गंभीर चूक झाली. नंतरच्या काळात याचे दुष्परिणाम होणार होते. शिवाय त्यांच्या काही अनुयायांचा दृष्टिकोन त्यांच्याइतका विशाल राहिला नाही. दिवसेंदिवस ते इस्लाम व त्याच्या भूतकाळाचा उदोउदो करीत इतर धर्मांवर टीका करू लागले.''[३]

थोडक्यात म्हणजे एक 'राजकीय चूक', अशी चूक जिला अनेक मोठीमोठी कारणे होती! तसेच मुस्लिम लीगच्या बाबतीत त्या पक्षाचा संधिसाधूपणा, इंग्रजांची री ओढणे, अज्ञ जनतेला धर्माच्या आधारे चिथावणी देणे या सर्वांची माहिती दिली आहे. या पक्षाचे राजकारण म्हणजे इंग्रजांची चिथावणी हे सांगून त्यांना 'हिंदू जातीयवाद्यांच्या कारवायामुळे बळ मिळाले असे वारंवार भर देऊन म्हटले आहे.' आपल्याला असे सांगण्यात येते : ''हिंदूधर्मियांमधील हिंदुमहासभेसारख्या जातीयवादी संघटनांमुळे मुस्लिम लीगच्या प्रचाराला फायदा झाला. हिंदू राष्ट्र हे एक स्वतंत्र राष्ट्र असून हिंदभू फक्त हिंदूंचीच आहे असे उद्गार हिंदू जातीयवादी हिरिरीने काढून मुस्लिम जातीयवाद्यांचीच मते बोलून दाखवू लागले. म्हणजे त्यांनीही द्विराष्ट्राची

कल्पना स्वीकारली आहे. बहुसंख्याक अल्पसंख्याकांवर वर्चस्व गाजवतील ही भीती घालवण्याकरता अल्पसंख्याकांचे सुयोग्य हितरक्षण करण्याच्या धोरणाला त्यांनी जोरदार विरोध केला.''[४]

एवढेच नव्हे तर, बिपिनचंद्र पुन: नेहमीचे धर्मनिरपेक्ष 'तत्त्वज्ञान' गळी उतरवण्याचा प्रयत्न करतात. एका झटक्यात दोन्ही जातीयवादांना समसमान लेखायचे आणि दुसऱ्याच क्षणी म्हणायचे की हिंदू जातीयवाद 'कमी समर्थनीय' आहे. म्हणून त्याच्यावर परिणामाची अधिक जबाबदारी आहे असा अर्थ काढायचा. बिपिनचंद्र हा विचार अशा तऱ्हेने मांडतात :

''एका बाबतीत हिंदू जातीयवादाला काहीच समर्थन नाही. कोणत्याही देशात धार्मिक, भाषिक किंवा राष्ट्रीय अल्पसंख्याकांना आपल्या कमी संख्याबळामुळे आपल्या सामाजिक आणि सांस्कृतिक हिताला धोका पोचेल असे केव्हा ना केव्हा वाटतेच. परंतु बहुसंख्याकांनी त्यांना आपल्या शब्दांनी व कृतीने त्यांची भीती निराधार असल्याचे दाखवून दिले तर त्यांना अभय मिळते. तथापि बहुसंख्याकांपैकी एक समाज जेव्हा जातीयवादी व गटबाजी करणारा होतो आणि अल्पसंख्याकांविरुद्ध बोलणे व कृती करू लागतो तेव्हा अल्पसंख्याकांना असुरक्षित वाटणे स्वाभाविक आहे. यामुळे अल्पसंख्याकांमधील जातीयवाद व गटबाजी करणारे नेतृत्व दृढ होते. उदाहरणार्थ, १९३० मधे ज्या भागात मुस्लिम अल्पसंख्याक होते तेथेच फक्त मुस्लिम लीग सामर्थ्यशाली होती. दुसरीकडे वायव्य सरहद्द प्रांत, पंजाब, सिंध बंगालमधे मुस्लिम बहुसंख्याक असल्याने त्यांना तुलनेने अधिक सुरक्षित वाटले आणि मुस्लिम लीग कमजोर होती. एक लक्षणीय बाब अशी की जातीयवादी गट मग ते हिंदू असोत की मुस्लिम, काँग्रेसच्या विरोधात एक होण्यास मुळीच बिचकले नाहीत. वायव्य-सरहद्द प्रांत, पंजाब, सिंध आणि बंगालमधे हिंदू जातीयवाद्यांनी, मुस्लिम लीगला व अन्य जातीयवादी गटांना काँग्रेसच्या विरोधात मंत्र्यांची खाती बनवायला मदत केली. भिन्नभिन्न जातीयवादी गटांचे एक वैशिष्ट्य म्हणजे सरकारला अनुकूल अशी राजकीय भूमिका घेण्याकडे कल असणे. हिंदू आणि मुस्लिम राष्ट्रवादाचा प्रचार करणाऱ्या कोणत्याही जातीयवादी गटाने अथवा पक्षाने परकी सत्तेविरुद्धच्या लढ्यात क्रियाशील भाग घेतला नाही हेही आपण लक्षात ठेवले पाहिजे. त्यांना वाटायचे की दुसऱ्या धर्माचे लोक आणि राष्ट्रवादी नेते हेच आपले खरे शत्रू आहेत.''

''राष्ट्रवादी चळवळीत सामान्य माणसाच्या सामाजिक आणि आर्थिक मागण्यांचा अधिकाधिक विचार होत होता. त्यापासूनही जातीयवादी गट आणि पक्ष बाजूला राहिले...''[५]

बिपिनचंद्र भर देऊन पुन:पुन: सांगतात की, ''राष्ट्रवादी चळवळीच्या स्वरूपामुळेच

मुस्लिम जनता त्यापासून दुरावली आणि राष्ट्रवादी लढ्याच्या वैशिष्ट्यामुळेच बहुसंख्य मुस्लिम लोक त्या चळवळीपासून दूर राहून त्यांनी अखेरीस मुस्लिम लीगला पाठिंबा दिला.'' म्हणजे पुन: दोषाचे खापर हिंदूंच्याच माथी फोडायचे!

सय्यद अहमद खानांच्या प्रचाराचा इत्यर्थ बिपिनचंद्र सांगतात– तो म्हणजे... ''हिंदू व मुस्लिम हे दोन अगदी भिन्न देश आहेत. त्यांचे हितसंबंध एकासारखे एक राहणारच नाहीत. हिंदु मुस्लिमांवर कुरघोडी करतील म्हणून मुस्लिमांनी ब्रिटिशांच्या बाजूने रहावे'' असे सांगून बिपिनचंद्र म्हणतात, ''ही मते अर्थातच अशास्त्रीय आणि वास्तवाचा आधार नसलेली होती. एकाच प्रदेशातील व एकाच वर्गातील हिंदु-मुस्लिम इतर प्रदेश, वर्ग व सहधार्मियांपेक्षा एकमेकांच्या अधिक जवळ होते.''[६] मग ते मुस्लिमांमधील शैक्षणिक, व्यापार व उद्योग यांतील मागासलेपणाच्या संदर्भात फुटिरतेचा विचार कसा उदयाला आला हे स्पष्ट करतात. या मागासलेपणामुळे त्यांच्यात 'प्रतिगामी मोठ्या जमिनदारांचे वर्चस्व' निर्माण झाले असे सांगतात.[७] यानंतर त्यांच्या नेहमीच्या युक्तिवादाची मालिका सुरू होते. प्रथम ते सांगतात, ''त्या काळी शाळा-कॉलेजात ज्या तऱ्हेने हिंदुस्थानचा इतिहास शिकवला जाई त्यामुळे सुशिक्षित हिंदू-मुस्लिमांमधे जातीयवादी भावना वाढीला लागली.'' आणि या इतिहास लेखनातील दोष काय तर या नामवंतांनी धर्मनिरपेक्ष विचारसरणीची जशी कास धरली आहे तशी त्यात दिसून येत नाही. आपल्या इतिहासकारांनी काढलेला निष्कर्ष पुन: आठवून पहायचा–

''राजकारण जसे सर्वत्रच आर्थिक आणि राजकीय घटकांवर आधारलेले असते तसेच ते प्राचीन आणि मध्ययुगीन हिंदुस्थानात होते, धार्मिक भावनांवर आधारित नव्हते हे सत्य उकलून सांगणे त्यांना जमले नाही. राज्यकर्ते आणि बंडखोर यांनी ऐहिक हित व महत्त्वाकांक्षेला धार्मिक आवाहनाच्या रंगात लपेटून टाकले. शिवाय इंग्रजांनी आणि जातीयवादी इतिहासकारांनी हिंदुस्थानातील समन्वित संस्कृतीच्या कल्पनेवर हल्ला चढवला.''[८]

लगेच पुढच्या वाक्यात नेहमीप्रमाणे सर्व जबाबदारी हिंदूच्या माथ्यावर टाकून बिपिनचंद्र लिहितात,

''इतिहासाचा हिंदू जातीयवादी दृष्टिकोन एका भ्रामक समजुतीवर आधारित होता. ती म्हणजे प्राचीन कालखंडात अत्युच्च शिखरावर पोचलेला हिंदुस्थानी समाज आणि संस्कृती, मध्ययुगीन कालखंडातील 'मुस्लिम' राजवटीच्या वर्चस्वामुळे सतत अवनतीला लागली. मध्ययुगीन कालखंडात हिंदुस्थानची अर्थव्यवस्था, तंत्रविज्ञान, धर्म, तत्त्वज्ञान, कला, वाङ्मय, संस्कृती, समाज, भाजीपाला-फळे, पोषाख इत्यादींचा मूलभूत विकास झाला हे मात्र नाकारले गेले.''[९]

मुस्लिम इतिहासकारांचा आणि त्यांनी हिंदुस्थानाविषयी काय लिहिले आहे याचा

एका शब्दानेही वरील मजकुरात उल्लेख नाही हे पाहून घ्या. शहा वालिउल्ला आणि शेख अहमद सरहिंदी यांच्यासारख्या मान्यवरांच्या लिखाणाप्रमाणेच, ती इतिहासाची पुस्तके मुस्लिम समाजाच्या विजयाची स्तुतिपर लेखनाची होती. एकोणिसाव्या शतकाच्या अखेरीस व विसाव्या शतकाच्या आरंभी मौलाना अहमद रिझा खान यासारख्या व्यक्तींनी मुस्लिम विचारसरणीची जडणघडण करणाऱ्या लेखकांनी कित्येक ग्रंथ लिहिले त्यासंबंधी चकार शब्दही आढळत नाही.

तीन परिच्छेदानंतर केवळ कोणत्या तरी अनामिक जातीयवादी इतिकासकारावर बिपिनचंद्र शरसंधान करतात असे नसून संपूर्ण राष्ट्रवादी चळवळ व तिच्या नेत्यांवरही टीका करतात. सर्वांचे मूल्यमापन ते अशा तऱ्हेने करतात :-

"लढाऊ राष्ट्रवादाची चळवळ ही अनेक अर्थांनी पुढे जाण्यासाठी टाकलेले एक महत्त्वाचे पाऊल होती तरी दुर्दैवाने राष्ट्रीय एकात्मतेच्या वाढीच्या संदर्भात ती एक पाऊल मागेच आली. काही लढाऊ राष्ट्रवादी नेत्यांची भाषणे आणि लिखाणाला हिंदू धर्म आणि हिंदुत्व याचा दाट रंग होता. प्राचीन भारतीय संस्कृतीवर भर देताना ते मध्ययुगीन हिंदुस्थानी संस्कृतीचा उल्लेखही करीत नसत. हिंदुस्थानी संस्कृती आणि हिंदू राष्ट्र म्हणजे फक्त हिंदू धर्म आणि हिंदूधर्मिय लोक असेच समीकरण त्यांनी मांडले. समन्वित संस्कृतीतील घटकांकडे पूर्णत: दुर्लक्ष करण्याचा त्यांनी प्रयत्न केला. उदारहणार्थ, शिवाजी व गणेशोत्सवाचा टिळकांनी केलेला प्रचार, अरविंद घोष यांची हिंदमाता व राष्ट्रधर्म ही संकल्पना, कालीमातेसमोर आतंकवाद्यांनी घेतलेल्या शपथा, गंगास्नान करून फाळणी-विरोधी आंदोलनाचा प्रारंभ या घटना मुस्लिमांना रुचणाऱ्या नव्हत्या. किंबहुना अशा कृती त्यांच्या धर्मात बसणाऱ्या नसल्याने ते यामधे व अशासारख्या वर्तणुकीत सहभागी होत नव्हते. तसेच शिवाजी व प्रताप यांचा जयजयकार केवळ त्यांच्या ऐतिहासिक कर्तृत्वाच्या संदर्भात न होता त्यांनी 'परकीया'शी लढा दिला यास्तव होत असताना मुस्लिम जनता त्यात उत्साहाने सहभागी होण्याची अपेक्षा करता येत नव्हती. अकबर किंवा औरंगजेब यांना कोणत्याही व्याख्येनुसार परकीय ठरवता येत नव्हते. 'मुस्लिम' म्हणजे 'परकीय' असे मानले तर वेगळे. वस्तुत: प्रताप व अकबर आणि शिवाजी व औरंगजेब यांच्यातील संघर्षाकडे त्या विशिष्ट ऐतिहासिक परिस्थितीतील राजकीय संघर्ष अशा दृष्टीने पाहिले पाहिजे. अकबर आणि औरंगजेब यांना 'परकीय' आणि प्रताप व शिवाजी यांना राष्ट्रवादी वीर मानणे म्हणजे विसाव्या शतकातील भारताचा जातीय दृष्टिकोन गतेतिहासाला लागू करणे असे होईल. हे म्हणजे चुकीचा इतिहास असेच केवळ नव्हते तर राष्ट्रीय एकात्मतेला धक्काही मिळाला."[१०]

या बोटावरची थुंकी त्या बोटावर करताना ते म्हणतात, "झुंजार राष्ट्रवादी लोक मुस्लिम विरोधी अथवा पूर्णतया जातीयवादी असे नाही. उलट, त्यापैकी बहुतेकजण

टिळकांसहित हिंदू-मुस्लिम ऐक्याला अनुकूल होते. त्या बहुतेक लोकांची मायभूमी किंवा भारतमातेसंबंधी ''धर्माशी काहीही संबंध नसलेली'' अशी आधुनिक कल्पना होती.''

भारत म्हणजे हिंदू धर्माचा गाभा असलेला प्राचीन अमर देश या कल्पनेच्या अगदी विरुद्ध असा विचार होता. आपल्या इतिहासकारांच्या चष्म्यातून पाहता ते जवळजवळ धर्मनिरपेक्ष होते! त्यांच्यापैकी सर्वात बेडर लोकांना मिळालेली प्रेरणा अगदी परदेशी असण्याइतकी आधुनिक होती! बिपिनचंद्र म्हणतात, ''क्रांतिकारक अतिरेक्यांना देखील युरोपीय क्रांतीकारकांपासून प्रेरणा मिळाली. काली व भवानी माता पंथापासून प्रेरणा मिळाली नसून आयर्लंड, रशिया, इटली या देशांकडून मिळाली.'' असे सर्व असले तरी त्यांनी अखेर केले काय तर राष्ट्रीय एकात्मतेला धोका पोचवला. अशा तऱ्हेने गोलमाल पद्धतीने लिहून आपले इतिहासकार पुनः आपल्या मूळ निष्कर्षाकडे वळतात.

''या आधी निर्देश केल्याप्रमाणे, लढाऊ राष्ट्रवादी लोकांच्या राजकीय कल्पना व कार्याला हिंदुत्वाचा एक प्रकारचा रंग होता. यामुळे नुकसानच झाले कारण चतुर इंग्रज व इंग्रज-समर्थकांनी मुस्लिमांच्या मनात विष कालवण्यासाठी हिंदुत्वाच्या रंगाचा उपयोग करून घेतला. परिणामी, अनेक सुशिक्षित मुस्लिम वाढत्या राष्ट्रीय चळवळीपासून अलिप्त तरी राहिले किंवा विरोध करू लागले; आणि मग विभाजनवादाला सहज बळी पडले. हिंदुत्वाच्या छटेमुळे हिंदु जातीयवादाला वर डोके काढायला वाव मिळाला आणि राष्ट्रवादी चळवळीत तळागाळापर्यंत पोचलेल्या जातीय, राजकीय आणि वैचारिक हिंदू मनोवृत्तीला हटवणे जड जाऊ लागले.''[११]

एकच रुपेरी किनार अशी की, राष्ट्रवादी चळवळीला हिंदुत्वाची छटा होती तरी ''पुरोगामी मुस्लिम बुद्धिवंत मोठ्या संख्येने स्वदेशी चळवळीत सहभागी झाले. तसेच ते राष्ट्रीय काँग्रेस आणि क्रांतिकारी अतिरेक्यांमधेही मिळून गेले. चिथावणी मिळूनही ते किती सौजन्यतेने वागले! कारण काय? तर ''राष्ट्रीय चळवळीची भूमिका मूलतः धर्मनिरपेक्ष आणि वैचारिक होती.'' असा खुलासा आपले इतिहासकार करतात.[१२]

या संदर्भात हिंदू समाजसुधारकांचा परिणाम असाच होता असेही बिपिनचंद्र आपल्याला शिकवतात. त्यांच्या प्रयत्नांचा आढावा घेताना ते म्हणतात,

''शिवाय सुधारकांनी सांस्कृतिक वारशाच्या धार्मिक आणि तत्त्वज्ञानाच्या पैलूंवर एकांगी भर दिला. हे पैलू सर्व लोकांच्या समान वारशाचे नव्हते. दुसऱ्या बाजूला कला आणि वास्तुशास्त्र, वाङ्मय, संगीत, विज्ञान आणि तंत्रज्ञान या क्षेत्रात समाजाच्या सर्व घटकांनी बजावलेल्या समान भूमिकेला त्यांनी पुरेसे महत्व दिले नाही. भरीस भर म्हणजे हिंदू सुधारकांनी हिंदुस्थानाच्या गतकाळाची प्रशंसा करताना

नेहमीच प्राचीन कालखंड विचारात घेतला. स्वामी विवेकानंदांसारख्या उदारमनस्क व्यक्तीनेसुद्धा याच अर्थाने हिंदुस्थानातील भूतकाळातील यशाच्या घटना व भावना यांचा ऊहापोह केला. या सुधारकांनी हिंदुस्थानच्या इतिहासातील मध्ययुगीन कालखंड म्हणजे ऱ्हासाचा काळ असे मानले. हे ऐतिहासिकदृष्ट्या खरे नव्हतेच पण सामाजिक आणि राजकीय दृष्ट्या हानिकारक होते. यामुळे त्यावेळचा समाज दोन भिन्न वर्गांचा होता अशी कल्पना निर्माण होते. प्राचीन कालखंडातच अगदी खालच्या जातीच्या लोकांना जातिभेदामुळे अत्यंत हीनदीन जीवन शतकानुशतके जगावे लागले होते. त्यांना प्राचीन कालखंडाची निर्दोष स्तुती रुचली नव्हती. या विविध घटकांमुळे त्यांना प्राचीन कालखंड व धर्माची निखालस स्तुती पूर्णपणे स्वीकाराविशी वाटत नव्हती. या परिस्थितीचा परिणाम असा झाला की गतकाळातील ऐहिक व सांस्कृतिक विकासाबद्दल समस्त हिंदुस्थानी लोकांना समान अभिमान आणि त्यातून प्रेरणा असे न घडता तो भूतकाळ केवळ काही थोड्या लोकांचा वारसा ठरला. आणखी असे की, त्या भूतकाळातही पक्षपाती विभाग होते. मुस्लिम मध्यमवर्गीयांपैकी अनेक जण आपल्या परंपरा व अभिमान विषयासाठी पश्चिम-आशियाच्या इतिहासाकडे वळले. परिवर्तन-चळवळीने भारून गेलेले हिंदू, मुस्लिम, शीख, पार्शी आणि नंतर खालच्या जातीतील हिंदू एकमेकांपासून जास्त प्रमाणात दूर जाऊ लागले. या उलट परिवर्तन चळवळीचा वाराही न लागलेले हिंदू व मुस्लिम सामान्यजन तरीदेखील एकोप्याने आपले भिन्न धर्माचरण करीत राहिले. अनेक शतके चालू असलेली समन्वित संस्कृतीच्या उत्क्रांतीची प्रक्रिया काही प्रमाणात खंडित झाली. मात्र इतर क्षेत्रात हिंदुस्थानी लोकांच्या राष्ट्रीय एकात्मतेला वेग मिळाला. राष्ट्रीयत्वाची जाणीव झपाट्याने वाढत असताना मध्यम वर्गात दुसरीच एक जातीयतेची जाणीव निर्माण होऊ लागली ही अनिष्ट बाब उघडपणे दिसून येऊ लागली. आधुनिक काळात जातीयतेचा उद्‌भव होण्यास अनेक कारणे नि:संशयपणे जबाबदार आहेत. तरीदेखील धार्मिक-सुधारणा चळवळीच्या स्वरूपामुळे त्याला मदत झाली.''[१३]

''इस्लाम हा शांतीचा धर्म आहे'', ''कुराण आणि प्रेषिताची शिकवण आहे की ज्याने त्याने आपापला धर्म पाळावा.'' असा मंत्रघोष सतत चाललेला पाहून कुराणातील 'आयत' आणि 'हादी' 'फतवा' यांच्यातील खालील मजकुराचा दाखला दिल्यावर धर्मनिरपेक्षवादी काय म्हणतात? ''... इस्लामनिष्ठांनी इस्लामशी निष्ठा न दाखवणाऱ्या लोकांनी इस्लाम धर्म स्वीकारेपर्यंत त्यांच्याशी संबंध ठेवू नये. त्यांच्यावर बहिष्कार टाकावा, नमवावे आणि दडपून टाकावे.'' ते म्हणतात, ''परंपरेचे आकलन होण्यासाठी श्रद्धावान परंपरेत काय म्हणतो याकडे आपण लक्ष दिले पाहिजे.'' मात्र हिंदुत्वाचा विषय आला की हे पुरोगामी धर्म व परंपरातून मुक्त होण्याचे गोडवे गातात त्यानुसार आपण वागले पाहिजे असे आहे!

"अनेक मध्यमवर्गीय मुस्लिम परंपरा व अभिमान विषयासाठी पश्चिम आशियाकडे वळले." हा काय राष्ट्रीय चळवळीला आपल्या नेत्यांनी व सुधारकांनी हिंदुत्वाचा रंग दिल्याचा परिणाम आहे?

दिवसातून पाचदा पश्चिम आशियातील काबाकडे तोंड करून नमाज पढण्यासाठी श्रद्धाळू मुस्लिमांनी हिंदू सुधारकांच्या चिथावणीची गरज होती काय? मक्का व मदिना आपली पवित्र तीर्थस्थळे मानण्यासाठी त्याना हिंदू नेत्यांच्या व सुधारकांच्या चिथावणीची आवश्यकता होती काय? अरेबिक ही सर्वोच्च आदरणीय भाषा मानण्यासाठी त्याना या सुधारकांची व नेत्यांची चिथावणी उपयोगी पडली काय? कुराणात स्वत: अल्लानेच नाही का वारंवार सांगितले आहे की, कुराणातील अरेबिक भाषेतूनच त्याने ज्ञानबोध दिला आहे? अल्लाने म्हटले आहे,

"हीच चिन्हे आहेत (कवितेची)
सुबोध पुस्तकाची
ती पृथ्वीवर पाठवली आहेत 'अरबी' कुराणात" (१२.१.२)

आणि पुन:

"अशा तऱ्हेने आम्ही स्पष्ट केली आहे
अधिकारवाणी – अरबी भाषेत –" (१३.३७)

आणखी एकदा

"आम्हाला माहित आहे असं म्हणतात"

आणखी पुन:

"म्हणूनच आम्ही पाठवलं आहे
पृथ्वीवर... अरबी कुराण" (२०.११३)

आणखी पुन:

"जगत्तिगंत्ला परमेश्वराकडून आलेले हे प्रकट स्थान आहे
ते मनोभावे आत्मसात करून सत्य, श्रद्धा या भावना तुम्ही
सुस्पष्ट अरेबिक भाषेत सांगाव्यात." (२६.१९२.९५)

आणखी पुन:

"(हा ग्रंथ) कुराण अरबी भाषेत आहे."

आणि पुन:

"हा ग्रंथ ज्यात कवितांचा अर्थ सविस्तरपणे विशद केला आहे
अरबी भाषेतील कुराणामधे–" (४१.३)

आणि पुन:

"जर आम्ही हे कुराण अरबीशिवाय (दुसऱ्या भाषेत)

पाठवले असते तर म्हणाले असते ते लोक
का नाही यातील कविता विशद केल्यात सविस्तरपणे?
कसं होईल असं? अरबी भाषेत (ग्रंथ) नाही
(दूत) अरबी नाही?'' (४१.४४)

आणि पुन:

''अशा तऱ्हेनं आम्ही
तुम्हाला प्रेरणा दिलीय्
अरबी कुराणाद्वारे'' (४२.७)

आणि पुन:

''आम्ही अरबी भाषेत कुराण लिहिलंय्'' (४३.३)

आणखी पुन:

''आणि याआधी होता मोझेसचा ग्रंथ,
कळकळीने मार्ग दाखवणारा दयार्द्र,
या ग्रंथानं त्यालाच पुष्टी दिलीय्
अरबी भाषेत...'' (४६.१२)

अल्ला स्वत:च निष्ठावानांना आठवण करून देतो आहे की, 'अरबी कुराण' पाठवलं आहे, 'अरबी भाषेतील कुराण' दिलं आहे. असे असताना मग हिंदू परिवर्तनवाद्यांनी इतर भारतीय भाषांपेक्षा अरबी भाषेला उच्च स्थान दिल्याची चिथावणी श्रद्धावानांना मिळण्याची गरजच काय?

अरब हे देवाचे लाडके आहेत व त्यांची आज्ञा श्रद्धावानाने पाळलीच पाहिजे व त्यांच्या गळी उतरण्यासाठी नेते आणि परिवर्तनवाद्यांनी दिलेल्या 'हिंदुत्वाच्या रंगा'ची गरज होती काय? जो कोणी श्रद्धावान अरबांचा तिरस्कार करील तो पर्यायाने प्रेषिताचाच तिरस्कार करील असे प्रेषिताचे स्वत:चेच वचन आहे ना? ''जो कोणी अरब द्रोही असेल त्याचा माझ्या प्रार्थनेत समावेश नसेल आणि माझे प्रेम त्याला लाभणार नाही.'' असा इशारा स्वत: प्रेषितानेच दिलेला नाही काय? ''जगबुडीचे अखेरचे लक्षण म्हणजे अरबांचा नाश'' असाही इशारा प्रेषितानेच दिला आहे ना? ''अरबांवर तीन कारणास्तव प्रेम करा, पहिले मी अरब आहे, दुसरे कारण अरबी भाषेत आहे व तिसरे स्वर्गातील लोक अरबी भाषेतच बोलतील.''[१४] अशी ताकीदही प्रेषितानेच दिली आहे ना?

श्रद्धाळू इस्लाम हिंदूंच्या चिथावणीमुळे प्रेरणेसाठी पश्चिम-आशियाकडे वळतात का 'हादी'मधे तसे वचन आहे म्हणून वळतात? ते वचन असे.

''परमेश्वराने इब्राहिमचा पुत्र इस्माईल याच्या वंशजांची उत्तम व्यक्ती म्हणून निवड

केली आहे. परमेश्वराने (प्रेषिताच्या जथ्याला) 'क्लारिश' ला उत्तम गट म्हणून निवडले आहे. 'क्लारिश' मधून परमेश्वराने बानू हाशिम (प्रेषिताचे अनुयायी) यांना उत्तम ठरवले आहे. आणि त्यांच्यातून मुहम्मद याला सर्वोत्तम व्यक्ती निवडले आहे...''

अशा तऱ्हेने अरबांना मान मिळून, त्यांच्यातूनही क्वारिशला मान दिला गेल्यावर सुद्धा हिंदु सुधारक आणि राष्ट्रीय नेत्यांनी श्रद्धाळूंना चिथावणी दिली हे कसे काय? श्रद्धावानांनी क्वारिशपुढे नतमस्तक झाले पाहिजे तसेच खालिफात हा क्वारिशचा हक्क आहे असे स्वत: प्रेषिताने सांगितलेले नाही काय?[१५] धर्मतत्त्वे अल्लानेच सांगितली आहेत. क्वारिश सर्वश्रेष्ठ असून अत्यंत आदरणीय आहे हे सांगून अल्लाने कुराण अरबी भाषेत पाठवले आहे. अल्लाचे वचन प्रेषित स्पष्टपणे सांगून म्हणतो की, कुराणाची अरबी भाषा 'क्वारिश' पोटभाषा आहे... ही भाषा टोळीवाल्या अरबांच्या भाषेपक्षा सर्वस्वी भिन्न आहे. हे सर्व स्पष्ट असताना श्रद्धावानाला हिंदू सुधारक आणि धार्मिक नेत्यांच्या चिथावणीची गरजच कशी पडते.[१६]

ज्याला इस्लामची अगदी जुजबी माहिती आहे त्यालासुद्धा हे सहजपणे समजून येईल. ही काही गहनगूढ तत्त्वे नाहीत. श्रद्धावानाच्या धर्मांतराच्या क्षणापासून ही तत्त्वे जणू बाळकडूप्रमाणे त्याच्या मनात भरवली जातात. श्रद्धाळू इस्लामधर्मियांना त्यांची भूमी, त्यांची भाषा, त्यांचा पेहराव आणि पूर्वीची श्रद्धास्थाने यांच्यापासून दुराग्रहाने दूर करून अरब, अरबी भाषा, अरबी लोककथा व दंतकथा याकडे वळवण्याचा हा प्रयत्न प्रत्येक निरीक्षकाला खटकला आहे. व्ही.एस.नायपॉल यांनी आपल्या अलीकडील Beyond Belief या पुस्तकात या दुराग्रहाचा हृदयपरिवर्तन झालेल्या लोकांच्या मनावर किती खोलवर परिणाम झाला आहे याचे मर्मभेदक वर्णन केले आहे. एका ठिकाणावरून दुसऱ्या पवित्र स्थानी गेल्यावर, एकामागून एक संभाषणे झाल्यावर सत्याचे चित्र रेखाटून मिळते. श्रद्धाळू लोकांमधे प्रवास करताना नायपॉल या दुराग्रहाच्या परिणामांचे हृदयस्पर्शी वर्णन करतात. श्रद्धावानांनी सांगितलेल्या बाबींवर भाष्य करताना ते म्हणतात, ''इस्लामचा उगम अरब धर्मात सापडतो. जो अरब नाही असा मुस्लिम बाटलेला आहे. इस्लाम म्हणजे केवळ खासगी श्रद्धा अथवा सदसद्विवेकबुद्धीची बाब नाही. इस्लामकडून अचाट मागण्या केल्या जातात. बदललेल्या मुस्लिमांचा एकंदर दृष्टिकोन बदलतो. त्यांची तीर्थस्थाने अरब देशात, त्यांची पवित्र भाषा अरबी होऊन जाते. इतिहासासंबंधीची त्याची कल्पनाही बदलते. तो स्वत:चे असे जे असते ते गमावून बसतो. त्याला आवडो अथवा न आवडो तो अरब जीवन कहाणीचा एक भाग बनतो. बदललेल्या व्यक्तीला स्वत:च्या सर्व गोष्टींपासून दूर व्हावे लागते.''

यासंबंधी ज्यांना आस्था आहे त्यांना हे उखडले जाणे, अरब, अरेबिया, अरबी

भाषा, अरबी लोककथा, दंतकथा हे सर्व खटकले आहे. कुराण आणि 'हादी' च्या या मागण्या आहेत. आज उपखंडातील सर्वात विशाल इस्लामी संघटना 'तबलिघी जमात' ही आहे. तिचे एकमेव उद्दिष्ट म्हणजे मुस्लिम लोक आपल्या बिगर-मुस्लिम शेजाऱ्यासारखे जे रीतीरिवाज अजूनही पाळतात किंवा ज्या श्रध्दा अजूनही शाबूत आहेत त्या नामोहरम करणे हे आहे. परंतु आपल्या नामवंत इतिहासकारांच्या मते इस्लाममुळे इस्लामी लोक हिंदुस्थानाकडून पश्चिम आशियाकडे वळले असे नव्हे तर आपल्या सुधारक आणि राष्ट्रीय चळवळीच्या नेत्यांनी चळवळीला हिंदुत्वाचा रंग दिल्याने ते तिकडे ढकलले गेले!

एखाद्या हिंदूने इस्लाममधे धर्मांतर केले तर त्याला सुधारक व नेत्यांच्या चिथावणीची गरज भासते का? काफिरांशी संबंध ठेवू नयेत किंवा हिंदू धर्मावर श्रद्धा असणारांच्या जीवनपद्धतीचा मागमूसही ठेवू नये असे ते सांगतात काय? हिंदुस्थानात इस्लामने प्रवेश केल्यापासून इस्लामी धर्मोपदेशक व सुधारक यांचे एकच ध्येय होते ते म्हणजे: कोणतीही समान कल्पना आणि आचरण खोडून टाकणे, धर्मांतर केलेल्या व्यक्तीला पहिल्या क्षणापासून त्याचे पूर्वीचे बंध तुटतील असे करायला लावले जाते. धर्मांतराची दीक्षा देण्याच्या समारंभातच पूर्वीचे भावबंध दांडगेपणाने तोडण्याची, हिंदू भूतकाळाचे बंध तोडण्याची कृती करावी लागते. हिंदूधर्मीय गायीला पवित्र मानतात म्हणून मुद्दाम याच कारणास्तव भावबंध तोडण्यात गोमांसाचा उपयोग केला जातो हे अलिमियाँ आणि इतरांनी बोट ठेवून दाखवून दिले आहे. धर्मांतरानंतर जे भोजन असते त्यावेळी नव्या धर्मांतरित व्यक्तीला उघडपणे, जाहीरपणे गोमांस भक्षण करण्यास भाग पाडले जाते.

मूर्तिपूजक व इस्लामवर श्रद्धा न ठेवणाऱ्या लोकांपासून दूर जाण्याकरता मुस्लिमाला एखाद्या हिंदू सुधारकाची वाट पहावी लागते का? कुराणच त्याला शिकवत नाही का की, "ते लोक नीच प्रतीचे प्राणी आहेत आणि ते अखेर नरकातील आगीत होरपळत राहतील."[१७] ते लोक 'क्षोभ आणि जुलुमाला कारणीभूत होतात' असे कुराणातूनच ते वाचत नाहीत का? अल्लाकडे जाण्याच्या मार्गात ते अडथळे आणतात म्हणून त्यांना ठार केले पाहिजे कारण "हत्येपेक्षा क्षोभ आणि जुलुम फार वाईट असतो. दुसऱ्या धर्माचे लोक स्वत:च्या धर्माकडे पाठ फिरवून इस्लाममधे येईपर्यंत इस्लाम धर्मियांनी त्यांच्याशी सतत लढत रहावे अशीच कुराणची शिकवण आहे ना?"[१८] इतर धर्मियांची इच्छा तुम्ही तुमचा धर्म सोडून त्यांच्या धर्मात यावे अशीच असते. म्हणून तुम्ही त्यांच्याशी मैत्री करू नये आणि स्वत:चा धर्म सोडून ते इस्लाममधे येईपर्यंत त्यांच्याशी सलोख्याने वागू नये असेच कुराण शिकवीत नाही का?[१९] कुणी दयानंद किंवा टिळक त्यांच्याविरुद्ध कट करीत आहेत असे त्यांच्या गळी उतरवण्याची गरजच काय? अल्लाने स्वत:च कुराणात

म्हटले नाही का की, इस्लामवर श्रद्धा नसलेले लोक अल्लाकडे जाणाऱ्या मार्गावर अडथळे आणण्यासाठी आपली संपत्ती वाटतात आणि ते तसेच करीत राहतील.[२०]

कुराणच मुस्लिमांना हे शिकवीत नाही का की, "श्रद्धावानांशी शत्रुत्व करण्यात सर्वात शक्तीशाली कोण असतील तर ज्यू आणि मूर्तिपूजक;[२१] हिंदूंपासून तसेच राष्ट्रीय लढ्यापासून दूर राहण्यास प्रवृत्त करायला कुणा हिंदू राष्ट्रवादी नेत्याने स्वातंत्र्य लढ्याला हिंदुत्वाचा रंग देण्याची गरज होती का? खुद्द अल्लानेच म्हटले नाही का की, ...हे श्रद्धावानांनो– मूर्तिपूजक खरोखरीच घाणेरडे आहेत..."[२२] प्रेषिताची माता मुस्लिम श्रद्धावान नव्हती म्हणून तिच्या मृत्यूनंतर तिच्यासाठी प्रार्थना करण्यास अल्लाने बंदी केली असे असताना, हिंदू आणि हिंदुत्वाशी संबधित सर्व गोष्टींपासून दूर राहण्यास मुस्लिमांनी आणखी कोणत्या चिथावणीची गरज आहे?[२३]

टिळकांनी गणेशोत्सवात स्वातंत्र्य लढ्याचा अंतर्भाव केला म्हणून मुस्लिम त्यापासून दूर राहिले असे चित्र आपले इतिहासकार रंगवतात त्यावर आपला विश्वास बसतो का? बिगर-मुस्लिमांना मुद्दाम चुकीचा मार्ग अल्लाने दाखवला आहे असे खुद्द अल्लानेच सांगून ठेवलेले नाही का? मुस्लिमांची अल्लावर किती श्रद्धा आहे याची परीक्षा घेण्यासाठी त्यांच्या मार्गात अल्लाने मुद्दाम श्रद्धा नसलेल्यांना पाठवले आहे असे खुद्द अल्लानेच सांगितलेले नाही का? अश्रद्ध लोक जे काय करतीय त्याचा माझ्यावर काहीही परिणाम होणार नाही असे अल्लानेच म्हटलेले नाही का?[२४]

स्वातंत्र्यलढ्याकडे तोंड फिरवायला मुस्लिमांना कोणा टिळक, अरविंद अथवा गांधींनी चळवळीला हिंदुत्वाचा रंग देण्याची गरज होती काय? मुस्लिमांनी नेहमी काय करावे हे प्रेषिताने एकामागून एक 'हादी' मधे सांगितलेले नाही का की, त्याने बिगर-मुस्लिम जे करतील त्याच्या बरोबर विरुद्ध करावे?[२५]

आपला धर्म म्हणजे काय याची समज मुस्लिम व्यक्तीला ज्या क्षणापासून येते तेव्हापासून त्याला हीच शिकवण मिळत असते. त्यांच्या धर्माचा हाच गाभा आहे. कुराण व हादी या त्यांच्या पायाभूत धर्मग्रंथात याच कल्पना आणि असाच उपदेश आग्रहपूर्वक केलेला आहे. परंतु आपले इतिहासकार मात्र याकडे डोळे घट्ट मिटून बघतच नाहीत, समन्वित संस्कृती, समन्वित संस्कृती असा जप ते करीत असतात. राष्ट्रवादी नेत्यांनी स्वातंत्र्य-चळवळीला हिंदुत्वाचा रंग दिल्यामुळे तसेच राष्ट्रवादी इतिहासकारांनी लिहिलेल्या एकांगी इतिहासामुळे मुस्लिम जनता स्वातंत्र्य लढ्यापासून दूर राहिली असा आरोप ते करतात. बिपिनचंद्र राष्ट्रीय नेत्यांविषयी लिहिताना जी भूमिका घेतात त्याच्या बरोबर विरुद्ध 'अहरार' विषयी लिहिताना त्यांची भूमिका असते. हे नामवंत इतिहासकार 'अहरार-चळवळ लढाऊ वृत्तीची राष्ट्रीय चळवळ' असे म्हणतात. देवबंदच्या 'दार-उल्-उलुम' विषयी लिहिताना ते आपल्याला

आठवण करून देतात की, "देवबंद विचारसरणीच्या नेतृत्वाखालील पारंपरिक मुस्लिम अभ्यासकांच्या एका गटात अशाच तऱ्हेच्या राष्ट्रवादी भावना निर्माण होत होत्या."[२६] अहरारमुळे होणारा परिणाम आणि देवबंदच्या दार-उल्-उलुम सारख्या संस्थांची वर्णने यावरून एकच निष्कर्ष निघतो तो म्हणजे फसवाफसवी किंवा मुस्लिमांचे वाङ्मय व राजकारणासंबंधी या लोकांचे घोर अज्ञान. देवबंद विचारसरणीचे अहरार आणि मुफ्ती किफायतुल्ला सारख्या लोकांची एकूण भूमिकाच अशी होती की, संपूर्ण उपखंडात मुस्लिमांचे वर्चस्व स्थापण्यासाठी संधी असताना मुस्लिम लीग स्वतंत्र पाकिस्तानची मागणी करून इस्लामला एका कोपऱ्यात बसवून ठेवत आहेत. अहरारांना राष्ट्रवादी दृष्टिकोनातून जिनांचे वागणे दोषार्ह वाटले नाही किंवा ते फार इस्लामवादी आहेत यात काही गैर वाटले नाही. उलट त्यांची जिनांबद्दलच्या दोन ओळींची कविता प्रसिद्ध आहे तीअशी–

"एका काफिरासाठी इस्लामला सोडले
हे कायदे आझम म्हणायचे की काफिरेआझम"

तथापि आपले इतिहासकार या सर्व बाबींकडे मुद्दाम दुर्लक्ष करतात कारण हिंदु-मुस्लिमांची जातीयवादात कशी बरोबरी होती हे प्रस्थापित करण्याच्या त्यांच्या प्रयत्नांना बाधा येते ना?

या पुस्तकात प्रत्येक टप्प्यावर मुस्लिमांचा उदोउदो केलेला दिसून येतो. पुस्तकात इकबालवर एक परिच्छेद आहे. इकबाल 'आधुनिक भारताचा एक महान कवी' होता हे निखळ सत्य असूनही आपल्या इतिहासकारांच्या मते तो स्वामी विवेकानंद आणि मानवेंद्रनाथ रॉय यांचे मिश्रण होता! इतिहासाच्या विद्यार्थ्यांना सांगण्यात येते की, "स्वामी विवेकानंदांप्रमाणे त्याने सतत परिवर्तन आणि अविरत काम यावर भर दिला. तसेच नियतीशरणता, आत्मसंतुष्टता आणि नुसता विचार करीत राहणे त्याज्य मानले. जगात परिवर्तन घडवून आणण्यासाठी एक प्रगतीशील दृष्टिकोन अंगिकारला पाहिजे असे त्याने कळकळीने सांगितले. मूलत: तो मानवतावादी होता." एवढे सांगून परिच्छेदाच्या अखेरीस एक ओळ हळूच घुसडली जाते. "... आपल्या सुरुवातीच्या काव्यात त्याने देशभक्तीचे स्तोत्र गायले असले तरी नंतर त्याने मुस्लिम विभाजनाला प्रोत्साहन दिले."[२७]

आपल्या नामवंत इतिहासकारांनी इकबालचे राजकीय लिखाण, इस्लामसंबंधीचे लेखन आणि त्याचा 'शिकवा' वाचण्याचे कष्ट घेतले असते, निदान त्याच्यासंबंधी पाकिस्तानात एकामागून एक लिहिले गेलेले ग्रंथ वाचले असते, पाकिस्तानी इतिहास लेखक, राज्यशास्त्र आणि राजकारणी लोक इकबालला पाकिस्तान निर्मितीत एवढे महत्त्वाचे स्थान का देतात हे सर्व त्यांनी वाचले असते तर हे आधाराशिवायच लिहिले गेले आहे काय असा प्रश्न त्यांना पडला असता.

त्याचप्रमाणे बिपिनचंद्र विद्यार्थीवर्गाला सांगतात की, ''श्रद्धेच्या पायावर व विशिष्ट जीवनपद्धतीनुसार अनुसरण्यात येणारा धर्म आणि धर्माधिष्ठित सामाजिक-राजकीय अस्तित्वाची विचारप्रणाली म्हणजे जातीयवाद यातील फरक आपण जाणून घेतलाच पाहिजे.''[२८] मग प्रेषिताने इस्लामविषयी अधिकारवाणीने म्हटले आहे त्याचे काय? त्याने म्हटले आहे की, इस्लाम म्हणजे केवळ वैयक्तिक श्रद्धेची बाब नसून तो संपूर्ण जीवनस्पर्शी आहे. इस्लाम म्हणजे पूर्णार्थाने एक विचारसरणी आहे असे गेली चौदाशे वर्षे सांगण्यात येते आहे त्याचे काय? इस्लाम धर्मनिष्ठांनी आपले व्यक्तिगत, राजकीय जीवन, इस्लामी समाजजीवन या विचारसरणीला धरूनच आखले पाहिजे असे सांगण्यात येते. बिपिनचंद्रांनी जो फरक समजून घ्यायला सांगितला आहे त्या व्याख्येनुसार इस्लामच 'जातीयवादी' ठरत नाही का?

मूलभूत तथ्यानुसार बिपिनचंद्र निसटून दूर जातात असेच केवळ नाही तर पुढे ते आणखी गोंधळ निर्माण करतात. ते म्हणतात, ''जातीयवादाचे मूळ धर्मात नाही आणि जातीयवादही धर्मामुळे उफाळून येत नाही. धर्माशी संबंधित नसलेल्या क्षेत्रात राजकारण आणण्याकरता जातीयवादात धर्माचा शिरकाव होतो. जातीयवाद म्हणजे धर्मातील राजकीय व्यापार असे त्याचे यथार्थ वर्णन केले गेलेले आहे. १९३७ नंतर जातीयवाद्यांनी लोकांना एकत्र आणण्यासाठी धर्माचा उपयोग करून घेतला.''[२९]

शेवटच्या वाक्याकडे लक्ष द्या. १९३७ नंतर धर्माचा असा उपयोग कोणी करून घेतला? जिना आणि मुस्लिम लीग यांनी म्हणजेच मुस्लिम जातीयवाद्यांनीच केला. तथापि हिंदू-मुस्लिम वागणुकीत समानता दाखवण्यात आपले नामवंत इतिहासकार कटिबद्ध असल्याने त्यांनी सर्वसाधारणपणे 'जातीयवादी' हा शब्द वापरून, हिंदू-मुस्लिम दोन्ही समाजांनी १९३७ नंतर जनजागृतीसाठी धर्माचा उपयोग करून घेतला असे वाक्य आपल्या लेखनात घुसडून ठेवले आहे.

एकंदरीतच, विद्यार्थ्यांच्या मनात एक विशिष्ट 'विचारसूत्र' ठसवण्याचा हा प्रयत्न आहे: सर्व धर्मांमधे जातीयवाद निर्माण करण्याची संभाव्य शक्ती आहे. इस्लामच्या अंगभूत वैशिष्ट्यांमुळे मुस्लिमांमधे जातीयवाद वाढीला लागला असे नसून काही आगंतुक कारणांमुळे विशेषतः, हिंदू सुधारक व राष्ट्रवादी नेत्यांच्या भूमिकेमुळे आला. हिंदूंच्या जातीयवादाला मुस्लिम नेत्यांच्या जातीयवादापेक्षा फारच कमी समर्थन आहे. जातीयवाद प्रथम हिंदूंमुळे निर्माण म्हणून तो अधिक निंद्य आहे.

एकामागून एका विषयाची माहिती देताना सामाजिक सुधारणेच्या विषयापासून घटना ठरवण्याच्या विषयापर्यंत या विद्वानांनी काही सांकेतिक क्लृप्त्या भरपूर प्रमाणात योजल्या आहेत. समाजसुधारकांविषयी सांगताना आंबेडकारांविषयी पुष्कळ माहिती दिली आहे तर नारायण गुरूंबद्दल एक शब्दही नाही. घटना कशी अस्तित्वात आली हे सांगताना, ''जवाहरलाल नेहरू व बाबासाहेब आंबडेकर यांच्या मार्गदर्शनाखाली

घटनासमिती उभारण्यात आली'' असे विद्यार्थ्यांना सांगण्यात येते![३०]

१९४० नंतरच्या दशकात कम्युनिस्ट पक्षाची कोणती भूमिका होती हे सत्य, आपले कटिबद्ध इतिहासकार सांगतील अशी अपेक्षा आपण अर्थातच करू शकत नाही. क्रिप्स् शिष्टमंडळ आले पण अपयश पदरी घेऊन गेले. अखिल भारतीय काँग्रेस समितीने 'चले जाव' ठराव संमत केला. नेत्यांची धरपकड होऊन त्यांना कारागृहात ठेवण्यात आले. देशात उत्स्फूर्त निषेध आणि हिंसाचार उफाळून आला. इंग्रजांनी अभूतपूर्ण दडपशाही आरंभली असे सांगून आपले इतिहासकार म्हणतात, ''१९४२ ची चळवळ चिरडून टाकण्याचे सरकारने शर्थीचे प्रयत्न केले. त्यावेळच्या दडपशाहीला काही मर्यादाच नव्हत्या. वर्तमानपत्रातांची पुरेपूर मुस्कटदाबी केली गेली. निदर्शने करणाऱ्या जमावावर मशीनगनने गोळ्या झाडण्यात आल्या. तसेच वरून बाँबही टाकण्यात आले. बंदीवानांचा छळ करण्यात आला. पोलिस आणि गुप्त पोलिसांचेच सर्वत्र राज्य होते. लष्कराने अनेक शहरे आणि गावे ताब्यात घेतली. पोलिसांच्या आणि लष्कराच्या गोळीबारात दहा हजारांहून अधिक लोक प्राणाला मुकले. खेडोपाडी बंडखोरपणा दिसून आला तर तेथे त्यांना मोठ्या रकमेचा दंड भरावा लागे. तसेच गावकऱ्यांना मारहाण सोसावी लागे. १८५७ च्या बंडानंतर हिंदुस्थानात अशा तऱ्हेची दडपशाही झाली नव्हती.''[३१]

ही 'अभूतपूर्व आणि अमर्याद' दडपशाही पाहून कोणाला आनंद होत होता? कोण याला मदत करीत होते? आपले नामवंत इतिहासकार म्हणतात, ''सर्वसामान्यपणे विद्यार्थी, कष्टकरी व कामकरी हे लोक या 'बंडखोरी'चा कणा होते; तर उच्चवर्गीय आणि नोकरशहा सरकारला निष्ठा दाखवीत होते.'' भारतीय कम्युनिस्ट पक्ष काय करीत होता? त्या पक्षाचे वरिष्ठ कार्यकर्ते इंग्रज सरकारच्या ज्येष्ठ अधिकाऱ्यांबरोबर गुप्त बैठका घेत नव्हते का? या इंग्रज अधिकाऱ्यात गृह-खात्याचे अतिरिक्त सचिव सर रिचर्ड टॉटेन हॅम आणि गृह खात्याचे सदस्य सर रेजिनाल्ड मॅक्सवेल यांचा अंतर्भाव होता. या दोघांनीच व्यक्तिश: नाही का अमर्याद दडपशाहीचे आदेश दिले? १९४२ च्या चळवळीचा बीमोड करण्यासाठी कम्युनिस्ट पक्ष कार्यकर्ते करीत असलेल्या सत्कृत्याचा 'प्रगती-अहवाल' पक्षातर्फे इंग्रज सरकारला सादर करण्यात येत होता त्याचे काय?[३२] त्याविषयी या नामवंत लेखकांकडून एक शब्दही नाही?

म्हणूनच वस्तुनिष्ठ इतिहास बनावट आहे असे म्हणावेसे वाटते.

◆

१५
"कदाचित, बहुतेक करून, संभाव्यपणे... म्हणून..."

देवेश्वर इंद्र "आडदांड आणि नीतीभ्रष्ट होता."[१] भगवान् श्रीकृष्णाचे "व्यक्तिगत चारित्र्य तितके स्वच्छ नव्हते."[२] भगवान् शंकर म्हणजे "पुरुषलिंग पंथाच्या विकासा"चे द्योतक आहे.[३] भक्ती म्हणजे "भारतीय सरंजामशाहीतील जमीनदारांवर सर्वस्वी अवलंबून असलेल्या गुलामांचा किंवा कुळांचा पक्ष आहे."[४]

अशा मतप्रदर्शनाच्या 'पुराव्यात'च काही गोष्टी गृहीत धरल्या आहेत तर काही अनुमाने आहेत हे तथ्य थोडे बाजूला ठेवून म्हणावेसे वाटते की, हा विकृत मनाचा आविष्कार आहे! कृष्ण चरित्रात त्यांना सवंग बाबी आढळाव्यात आणि स्टेला क्रॅमरिशसारख्या परदेशी व्यक्तीला सुद्धा शिवलिंगाच्या संकल्पनेत ओजस्विता आढळावी हे लक्षणीय आहे. परंतु आपल्या नामवंत इतिहासकाराला मात्र फक्त पुरुषलिंगाचे महत्त्व जाणवते आणि भक्तीपंथात सरंजामशाहीचे प्रतिबिंब आढळते! मेकॉले, ख्रिस्ती धर्मप्रचारक आणि मार्क्स यांच्या विजयाचा केवढा मोठा हा पुरावा!

भक्तीद्वारे देव सर्वांना प्राप्त होतो असे सांगून आपले इतिहासकार म्हणतात की, "त्या काळच्या सामाजिक मनोवृत्तीशी हे मिळते-जुळते होते. सामंत वर्ग आपल्या स्वामीच्या चरणांशी ध्यानधारणा करीत बसलेला असतो असे मानले जाई."[५] सरंजामशाहीचे एक वैशिष्ट्य म्हणजे मालक किंवा राजापाशी सामान्यजन पोचू शकत नव्हते... त्यांचे सुदैव असेल तर ते त्यांच्यावरील पदावरच्या मध्यस्थाला भेटू शकत. त्यांच्या दुःखाच्या कहाण्या फार क्वचितच वरपर्यंत ऐकू जात. त्या काळच्या "समाजमनाशी मिळत्या जुळत्या परिस्थितीनुसार" जगदीश्वराने स्वतःला सामान्यांना अप्राप्य असे का केले नाही? मग 'भक्ती'द्वारे भगवानापर्यंत पोचता येते असे का म्हटले गेले?

एका नामवंत इतिहासकाराकडून जे अपेक्षित आहे तेच ते शिकवू पाहतात. "ब्राह्मण आणि क्षत्रियांनी मिळून एक 'वर्ग निर्माण केला होता.' आणि म्हणून हिंदुस्थानात इतरत्र जसे झाले तसेच घडले. त्यानंतर पुरोहित वर्ग राज्यकर्त्यांच्या खालोखाल सत्ताधारी बनले व त्यांनी इतरेजनांकडून गैरफायदे उकळण्याचे आरंभले."[६] पुरोहितमंडळींनी एक 'वर्गीय कारस्थान रचले', 'ते राज्यकर्त्यांच्या खालोखाल

सत्ताधारी झाले' आणि त्यांनी 'गैरफायदे उकळण्यास सुरुवात केली' या सगळ्याला पुरावा कोणता तर एक शब्दही नाही. आम्ही नामवंत इतिहासकार म्हणतो तेच सत्य– पुराव्याची गरजच नाही!

अशा ठराविक नमुन्याची ठाम विधाने आपल्याला या नामवंत इतिहासकारांच्या लिखाणात सापडत असतात. डी. एन. झा यांच्या Ancient India, An Introductory Outline या ग्रंथात अशी विधाने जागोजागी आढळतात. 'शिया' विद्वान आणि इतिहासकारांनी "योग्य मार्गदर्शन मिळालेल्या तीनचार खलिफांविषयी आणि प्रेषिताच्या स्वतःच्या कुटुंबातील काही सदस्याविषयी जे लिहिले आहे ते जर आम्ही त्यांनी शिव व कृष्णासाठी वापरलेली विशेषणे आणि वर्णनाशिवाय पुनः लिहून दाखवले तर ते उफाळून येऊन ताबडतोब ओरडा करतील की, "इस्लाममधील आदरणीय व्यक्तीवर ही चिखलफेक चालली आहे." पण हिंदू देव-देवतांबद्दल अशी विशेषणे वापरलेली चालतात. एवढेच नव्हे तर शिष्टाचाराला धरूनच आहेत!

एका मुद्यापाठोपाठ दुसरा मुद्दा मांडताना या नामवंत इतिहासकारांना यासाठी काही पुरावा देता येत नाही हे कबूल करावेच लागते. परंतु लगेच दुसऱ्या परिच्छेदात किंबहुना दुसऱ्या वाक्यात ते तो निराधार मुद्दा तथ्य म्हणून समजतात.

आपले लेखक म्हणतात, "दक्षिण हिंदुस्थानातून 'कदाचित' सोन्याची आयात होत असेल... चांदी 'कदाचित' अफगाणिस्तान आणि इराणमधून तर तांबे दक्षिण हिंदुस्थानातून आणले जात असेल... पूर्व आणि पश्चिमेकडील अनेक ठिकाणांहून कदाचित अल्बास्टर आणले जात असेल..."[७] अशा अनिश्चित माहितीच्या आधारे आपले लेखक अगदी विश्वासपूर्ण पद्धतीने हरप्पन जीवनाचे कल्पित चित्र रंगवतात.

हरप्पन संस्कृतीचा वायव्येत मुसाखेळ पासून दक्षिण महाराष्ट्रात कोल्हापूरपर्यंत व अतिपूर्वेकडील काही ठिकाणी विस्तार झाला होता असे उत्खननावरून दिसून येते. आर्य संस्कृतीच्या काही थोड्या 'गटांनी' या विशाल प्रदेशातील संस्कृतीवर कोणत्याही वास्तुशास्त्रीय अथवा वाङ्मयीन खुणा न ठेवता कब्जा केला याचे स्पष्टीकरण दिले जात नाही. परंतु 'आर्य लोक मेसापोटेमियांतून' आले हा सिद्धांत ते ठरवून घेतात व त्यांनी एतद्देशीय द्राविडी लोकांना आपल्या वर्चस्वाखाली ठेवले यावर सविस्तरपणे भर देतात.

आर्यांनी वस्ती करण्यासाठी, गुरेढोरे, लूट मिळवण्यासाठी जीव पाखडला असे लिहिताना ते थोडासा सुद्धा पुरावा देत नाहीत. यातूनच मग पुढची माहिती, "यामुळे आर्यांच्या विविध टोळ्यांत संघर्ष होऊ लागला" अशी येते. या माहितीच्या पुष्ट्यर्थ आपले लेखक सांगतात की, ऋग्वेदात दहा राजांच्या लढाईचा उल्लेख आहे. आणि मग लिहितात की, "त्या काळात टोळ्या-टोळ्यांमधे अशा तऱ्हेच्या लढाया होत असतील ज्याची आपल्याला नोंद मिळत नाही!"[८]

अशा पुस्तकात प्राचीन हिंदुस्थानात गोमांस भक्षण केले जात होते असे लिहिणे अगत्याचे असल्याने आपल्याला पुढील मजकूर वाचायला मिळतो. "या वेळेपर्यंत गाईला पवित्र मानले जात नव्हते. गाई, बैल दोहोंचीही अन्नासाठी हत्या होत होती. गोमांस पाहुण्यांना सुग्रास म्हणून वाढण्यात येत होते..." "ऋग्वेदात एकदोन ठिकाणी गाईला 'अघन्य' म्हणजे मारू नये असे म्हटले आहे." हा उल्लेख करून लेखक लगेच म्हणतात की, "असे कदाचित आर्थिक कारणासाठी असेल."[९]

नेहमीच्या ठराविक क्लृप्त्या– आर्य बाहेरून आले. एतद्देशीय द्रविडांना त्यांनी नमवले; आपली वांशिक शुद्धता राखण्याचा त्यांनी प्रयत्न केला म्हणून चातुर्वर्ण्य![१०] याला पुरावा? "आदिवासी टोळ्यांमधील सामान्य लोक आर्यांच्या जीवनाच्या परीघाबाहेरचे आहेत असे कदाचित समजले गेले असेल आणि म्हणून नव्या समाजव्यवस्थेत त्यांना अगदी खालच्या स्तरावर ठेवले गेले असेल. जसजसे आर्य या भागात स्थिरस्थावर होऊ लागले तसतसे काळ्या रंगाच्या लोकांत मिसळल्यामुळे आपले रक्त शुद्ध राहणार नाही व आपले स्वतंत्र अस्तित्व राहणार नाही अशी भीती त्यांना वाटू लागली. (या ठाम विधानाला कोणत्याही तऱ्हेच्या पुराव्याची गरज नाही!) त्यांच्या शरीरात अनार्य रक्त होते तरीही त्यांना अशी भीती वाटत होती."[११] हे शेवटचे विधान जर खरे असेल तर आर्य "आपल्या रक्ताची शुद्धता राखण्यासाठी" प्रयत्नशील राहिले असते का?

त्यांच्यात 'विणकाम' मोठ्या प्रमाणावर चाले पण कदाचित ते महिला वर्गापुरते असावे.[१२] असे आपल्याला सांगण्यात येते. नंतर अशी माहिती दिली जाते की, "नवीन कलाकुसरीच्या निर्मितीमुळे कदाचित प्राथमिक स्वरुपातील विक्रीयोग्य वस्तू व व्यापाराला सुरुवात झाली असेल. या काळात वैश्य वर्गातील लोक हा व्यापार करीत असतील..."[१३]

"तीन उच्चवर्णीय वर्गांची सेवा करण्याचे काम शूद्रांकडे होते व त्यांच्यामुळे कष्टकरी वर्ग तयार झाला. सर्व समाजाने त्यांच्यावर एकंदर नियंत्रण ठेवले असावे. याबाबतीत त्यांची स्पार्टाच्या गुलामांशी तुलना करता येईल."[१४] नंतर आपल्याला सांगितले जाते की, "वैदिक कुटुंबातील 'गहपती' तुलनेने सधन कुटुंबाच्या प्रमुखपदी असण्याला सुरुवात झाली हे समाजातील संपत्तीच्या विषमतेचे गमक असू शकेल. सामान्य लोक, गुलाम आणि श्रमजीवी लोकांना या संपत्तीची अभिलाषा उत्पन्न झाली असावी आणि ते कुटुंबप्रमुखाचे वाईट चिंतू लागले असावेत असे दिसते. स्वसंरक्षणासाठी त्याने अंगरक्षक नेमल्याचे वर्णनही आढळते."[१५] पुढे असे म्हटले आहे की, "आदिवासी प्रामुख्याने शिकारी आणि पारधी असल्यामुळे त्यांच्यात व चातुर्वण्यात सांस्कृतिक अंतर पडले असावे आणि म्हणून वैदिकोत्तर काळात अस्पृश्यता फोफावली असेल."[१६] "राज्यातील लष्करी सामर्थ्य आणि दडपशाही प्रचंड प्रमाणात

वाढल्याने मौर्य राजांचा दबदबा आणि प्रतिष्ठा वाढल्यासारखे दिसते...''[१७]

''अर्थशास्त्रातील तरतुदी प्रत्यक्ष कितपत आचरणात आणल्या जात होत्या हे निश्चित करणे कठीण आहे. राज्यशासनाच्या गरजा भागवण्यासाठी मौर्यांना आपल्या अधिकाऱ्यांच्या संख्येत वाढ करावी लागली यात काहीच शंका नाही. मौर्यपूर्व काळात क्षत्रियांचे महत्त्व वाढत जात असल्याने अशा परिस्थितीत राजसत्ता अत्युच्च मानली गेली असेल...''[१८] ''कारागीर बहुतेक करून शूद्र होते. कौटिल्याने त्यांचे वेतन ठरवून दिले होते. सर्वात कमी वेतन मिळणारे तेच लोक होते... लष्करात वैश्यांना व शूद्रांना भरती करावे असे त्याने सुचवले होते. तरी प्रत्यक्ष त्यांना लष्करात घेतले का याबद्दल शंकाच आहे.''[१९] कौटिल्याचा एखादा सिद्धांत त्यांच्या विचारसरणीच्या पुष्ट्यर्थ असला की लगेच ते त्याचा पुरावा म्हणून वापर करतात. पण कौटिल्याचा सिद्धांत त्यांच्या विचारसरणीच्या विरुद्ध जाणारा असेल तर अनुभवजन्य पुराव्याच्या अभावी ''अत्यंत शंकास्पद'' ठरवला जातो! असे पुरावे कधी उपलब्ध नसतात व उद्‌धृतही केले जात नाहीत.

एका पानावर आपल्याला एक आश्चर्यजनक माहिती दिली जाते. ''कौटिल्य ब्राह्मण असूनही त्याने राजाला मंदिरातील संपत्ती जप्त करण्यास सांगितले. काहीतरी चमत्कार करून दाखवला आणि भाविकांकडून पैसा मिळवण्यासाठी नव्या मूर्ती बसवल्या.''[२०] दोन पानांनंतर कौटिल्यावर आरोप केला जातो की, ''पूर्वी आर्य असलेल्या गुलामांचे संरक्षण करण्याची त्याला जितकी चिंता वाटत असे तेवढी अनार्य वा शूद्र गुलामांच्या संरक्षणाची वाटत नव्हती.'' मग झा म्हणतात की, ''हे समजू शकते कारण कौटिल्य ब्राह्मण होता.''[२१]

झा म्हणतात की, ''ब्राह्मण लोकांनी बनवलेल्या कायदेकानूंनुसार समाजव्यवस्था सुरळित चालेल अशी त्यांची कल्पना होती परंतु तसे झाले नाही. क्षत्रिय आणि वैश्यांना आपल्या खालच्या स्थानाबद्दल असमाधान वाटत होते.'' आणि त्यांच्या विचारसारणीद्वारे आपल्याला असे सांगण्यात येते की, ''शूद्र लोक उच्चवर्णियांशी काही कमी वैरभावना बाळगून नव्हते. आपल्या परिस्थितीबद्दल त्यांच्या मनात प्रचंड असंतुष्टता होती व ते गुन्हेगारीकडे वळत असत.''

(या टप्प्यावर खोडसाळपणे कारण कसे शोधून ठेवले आहे पाहून घ्या – शूद्र गुन्हेगारीकडे वळले कारण त्यांच्या जीवनक्रमाबद्दल त्यांना भयंकर असमाधान वाटत होते.)

''संशयित आणि गुन्हेगारांच्या कौटिल्याने केलेल्या यादीत शूद्रांचाच समावेश होता. शूद्र जेव्हा स्वत:ला ब्राह्मण समजतो, देवकाळातील संपत्ती चोरतो, राजाला मानत नाही तेव्हा त्यांच्या डोळ्यात विषारी मलम घालून त्याला अंध करावे किंवा आठशे पन्नांचा दंड करावा असे कौटिल्याने आदेश दिले होते. याचाच अर्थ असा

होतो की, "काही शूद्रांना पुरोहित व राज्यकर्त्या वर्गाबद्दल वैरभाव वाटत होता."[२३] कदाचित याउलटही असू शकणार नाही का? जे गुन्हेगारीकडे वळत त्यांना शूद्र मानून समाजाच्या परीघांबाहेर ठेवत आणि असे लोक अगदी थोडेही असतील?

पुढच्या वाक्यात त्यांनी आपले म्हणणे आणखी स्पष्ट केले आहे. आपले लेखक म्हणतात की, "त्याकाळी विविध धार्मिक पंथ असल्याने ताणतणाव व संघर्षाची परिस्थिती उद्‌भवली असावी असे आमच्या माहिती स्त्रोतावरून दिसून येते."[२३]

आणि अर्थातच हिंदूंचे स्वतःचे मूलगामी असे काही नाहीच. हिंदूंच्या पूजनीय देवदेवता त्यांनी दुसरीकडून घेतल्या आहेत असे सांगितल्यावर या विधानाच्या पुष्ट्यर्थ त्यांना परदेशी पुस्तकांचा उल्लेख करणे भाग पडते! लेखक म्हणतात की, "मथुरा विभागात हराक्लिसची पूजा होते असे ग्रीक राजदूत सांगतात. हा देव म्हणजेच नंतरच्या पौराणिक कथातील श्रीकृष्ण असावा."[२४] असेच आणखी एक उदाहरण देण्यात येते. "अर्थशास्त्रातील श्री म्हणजे (विष्णुपत्नी) लक्ष्मी असावी. ती मुळातील सुपीकतेची अनार्य देवता असून नंतर ब्राह्मणी धर्मात गेली असावी."[२५] ...खुद्द देवदेवतांची अशी वासलात लावल्यानंतर पुढच्या विधानावर विश्वास ठेवावाच लागतो... "मौर्य कलांना पार्शियन राजांच्या कलांमुळे प्रामुख्याने प्रेरणा मिळाली असावी."[२६]

आणि मग लौकरच मतभेदांमुळे संघर्ष आणि संघर्षामुळे सामाजिक व धार्मिक ताणतणाव निर्माण होतात! आपले लेखक पुढे लिहितात, "वैदिक ब्राह्मण आणि नव्याने उदयाला आलेल्या प्रॉटेस्टंट पंथाच्या अनुयायांमधील वैचारिक संघर्षामुळे सामाजिक व धार्मिक तणाव निर्माण होण्याचा संभव होता. मात्र याचा ठोस पुरावा देता येत नाही."[२७]

एखाद्या नेत्याने हिंदु धर्माचा धिक्कार केला नाही किंवा मूर्तींची तोडफोड केली नाही तर तो चांगला ठरू शकतो का? अशोकाने आपल्या अनुयायांना स्वतःच्या धर्माची प्रशंसा आणि परधर्माचा उपहास करू नये अशी आज्ञा दिल्याने सर्वश्रुत आहेच यात आपल्या नामवंत इतिहासकारांना काय दिसून येते? तर विचार स्वातंत्र्याची गळचेपी! ते म्हणतात, "मतभेद मुक्तपणे व्यक्त करण्याची मुभा न दिल्याने दडपलेले ताणतणाव अधिक चिघळतात." "मतभेद बोलून दाखवू नयेत हा अशोकाचा आग्रह साम्राज्यात एकीची गरज असल्याच्या संदर्भात समजून घेणे आवश्यक आहे."

अशोकाने मौजेखातर भरणाऱ्या सभा व सोहळे यावर बंदी घातली होती याची आठवण करून झा म्हणतात की, "मतभेदांमुळे संघर्ष निर्माण होईल या भीतीने त्याने कदाचित असे केले असेल." असे अनुमान काढायचे आणि लगेच दुसऱ्या वाक्यात याच पायावर पुढील मते मांडायची अशी त्यांची सवय आहे. ते म्हणतात,

"मौर्य साम्राज्याचे प्रशासन पूर्णपणे केंद्रवर्ती होते. त्याला धरूनच ही उपाययोजना होती. राजाच्या नव्या कल्पनांवर टीका व हल्ले करण्यासाठी या जाहीर सभांचा उपयोग झाला असता. तेव्हा राजाच्या कल्पना व प्रशासकीय उपायांना प्रजेचा विरोध असल्यास तो दडपून टाकण्यासाठी अशी बंदी घालण्यात आली असावी असे दिसते."[२८] 'म्हणून', 'तेव्हा', 'असे दिसते', 'असे असावे' अशी वाक्यरचना एकाच वेळी अगदी स्वल्पविराम देखील न घालता केलेली आहे!

बुद्धाच्या शिकवणुकीतील तत्त्वानुसार अशोकाने लोकांना "निरुपयोगी सोहळे व यज्ञ" करू नयेत असे आग्रहपूर्वक सांगितले. मात्र आपल्या लेखकांची वाक्यरचना? "कर्मकांडे व यज्ञयागादी सोहळ्यांवरचे अशोकाने हल्ले पौरोहित्य करणाऱ्या पुजाऱ्यांचे महत्त्व कमी करण्याकरता होते. हे लोक जनतेच्या अंधश्रद्धांचा फायदा उपटत होते."[२९]

या विवेचनाचा क्रम पहा. हे नामवंत इतिहासकार पुरावा असो वा नसो असे गृहीत धरतात की तत्कालिन समाजात तणाव होता. आपल्या साम्राज्यात "एकी असावी अशी अशोकाला तळमळ" असल्याने त्याने आपल्या नव्या कल्पनांना विरोध होईल म्हणून सभा-समारंभावर बंदी घातली. लेखकाने स्वत: केलेल्या विश्लेषणावरून आपण हे गृहीत धरायचे की, अशोकाने योजलेल्या या उपायामुळे सामाजिक व धार्मिक तणाव वाढलेच असणार. तरीही पुरोहित वर्गाचे वर्चस्व कमी करण्यासाठी अशोकाने ही बंदी चालूच ठेवली. आपले लेखक म्हणतात की, "पशुबळी देण्याच्या प्रथेवर ब्राह्मणांची उपजीविका अवलंबून असल्याने अशोकाच्या अहिंसा तत्त्वाचा त्यांना फटका बसला."[३०] अशा तऱ्हेने वर्तुळ पूर्ण होते– ब्राह्मणांनी वर्चस्व स्थापले, त्यांची उपजीविका यज्ञयागावर अवलंबून होती. अशोक अहिंसेवर भर देतो व पशुहत्येवर बंदी घालून ब्राह्मणांच्या वर्चस्वाला शह देतो! वर्तुळ पूर्ण! सिद्धांताला पुष्टी!

परस्पर-साह्य-संस्था उभारल्या जातात, अनेक उद्योगधंदे भरभराटीला येतात. आपल्या लेखकाला नाईलाजाने कारागिरांची स्थिती सुधारल्याचे मान्य करावे लागते. पण लगेच ते आपला पवित्रा बदलतात आणि म्हणतात की, "या कालखंडात कलावंत आणि कारागिर बहुतांशी शूद्र वर्गातील होते. व्यापार व कारागिरीचा विकास झाल्याने त्यांना द्रव्यलाभ व प्रतिष्ठा मिळाली... वैश्य आणि शूद्र यांच्यातील आर्थिक फरक हळूहळू कमी होऊ लागला..." या सत्य परिस्थितीला आपले लेखक टाळू शकत नाहीत म्हणून ते चटकन् त्याची वासलात लावून टाकीत म्हणतात, "... शिलालेखामुळे जे कारागिर सर्वांना माहीत झाले त्यापैकी बहुतेक मथुरा विभाग व पश्चिमी दख्खन विभागातील होते. त्यामुळे अन्य ठिकाणच्या बहुसंख्य शूद्रांच्या जीवन परिस्थितीत कितपत बदल झाला हे सांगणे कठीण जाते."

असे तर नसेल का की शूद्रांचे जीवन सर्वसामान्यपणे सुधारले होते परंतु त्याची माहिती मथुरा व पश्चिम दख्खन मधील शिलालेखांवरून मिळाली? त्या काळच्या दळणवळणाच्या प्राथमिक पद्धतींमुळे या दोन दूरवरच्या विभागात शिलालेख सापडले यावरून हेच दिसते की शूद्रांची परिस्थिती सर्वत्रच सुधारलेली होती.

या मुद्याची चर्चा करताना आपले लेखक कसे ठोस पुराव्याची बिनदिक्कत मागणी करतात हेही पाहून घ्या. आणि दुसऱ्या स्वत:चे पूर्वग्रह असलेल्या बाबतीत मात्र ते 'कदाचित, 'असे असेल', बहुतेक संभाव्य' असे शब्द वापरतात, तेव्हा त्यांना पुराव्याची गरज भासत नाही हेही लक्षात घ्या. यानंतर काही वाक्ये लिहून आपले लेखक विवेचनावर चांगली मांड बसवून एक निश्चित निष्कर्ष काढतात. "बहुतेक सर्व शूद्रांच्या मनात असंतोष खदखदत होता. चातुर्वर्ण्याच्या विचारसरणीशी शक आणि कुशान यासारख्या परकीय सत्ताधाऱ्यांची काहीच बांधिलकी नसल्याने त्यांच्या राजवटीत शूद्र ब्राह्मणांच्या विरोधात गेले असण्याचा संभव आहे. शूद्रांच्या विद्रोही वागणुकीविरुद्ध काही सुरक्षित उपाय मनूने का सुचवले हे यावरून स्पष्ट होते!"[३१]

आणखी काही पृष्ठानंतर याच नामवंत इतिहासकाराच्या इतर काही पुस्तकात जे ठराविक सूत्र मांडण्यात येते तेच पुन: येथे सांगण्यात येते. "बौद्ध व इतर भिन्न धर्मांच्या वाढत्या लोकप्रियतेमुळे जनमत, पशुबळी देणाऱ्या वैदिक यज्ञयागांविरुद्ध गेले. वैदिक संस्था आणि यज्ञयागावर झालेल्या पाखंडी हल्ल्यामुळे ब्राह्मणांची प्रतिष्ठा व अधिकारावर चांगलाच प्रतिकूल परिणाम झाला..." आत्तापर्यंत आपल्याला एका विचारसरणीची ओळख झाली आहे. ब्राह्मण यज्ञयागावर अवलंबून होते. बौद्ध धर्माने अहिंसा तत्त्व ठसवून लोकांना त्यापासून दूर केले. पुढे अशा घटना झाल्या. स्वत:ला वाचवण्यासाठी ब्राह्मणांनी "अनेक लोकप्रिय पंथ काढून लक्षणीय अनुयायी मिळवले." असे सांगून लेखक म्हणतात की, "या प्रक्रियेत ब्राह्मणी धर्मात अनेक महत्त्वाचे बदल झाले व बहुतेक वैदिक देवदेवता विस्मृतीत गेल्या." आणि त्यांची जागा ब्रह्मा, विष्णू आणि शिव यांनी घेतली.

आणि अर्थातच या देवतांचे गुणविशेष मूळ हिंदूंचे नसावेत! जेव्हा जगात दुष्कृत्यांचा बुजबुजाट होतो तेव्हा विष्णू सर्वांच्या रक्षणार्थ पृथ्वीवर अवतार घेतो ही कल्पनासुद्धा लेखक म्हणतात, "बुद्धाच्या बोधिसत्व तत्त्वज्ञानावरून उचलली असेल. विष्णू व कृष्ण एकच मानण्याच्या कल्पनेतून ती निर्माण झाली असेल..."[३२]

शूद्रांची परिस्थिती सुधारल्याबद्दल आपल्या लेखकाला अगदी बिनतोड ठोस पुरावा पाहिजे होता पण चंद्रगुप्ताच्या अंतर्मनातील भावभावना आकळण्यात त्यांना कोणतीच अडचण येत नाही! या पुस्तकातील The Myth of the Golden Age या प्रकरणात लेखक म्हणतात की, "शतकानुशतके चाललेल्या अराजकतेनंतर

ख्रिस्तपूर्व ३१९ मधे गुप्त राजांच्या अधिपत्याखाली साम्राज्य स्थापन झाले. त्यांचे मूळ व कूळ निश्चित करता येत नाही. परंतु बहुतेक करून ते जमीनदार असावेत आणि त्यांनी मगध प्रांतात राजकीय वर्चस्व मिळवले असेल. लक्षात घेण्याजोगा गुप्त राजा म्हणजे पहिला चंद्रगुप्त होय. लिच्छवी राज्यकन्येशी विवाह करून त्याने प्रतिष्ठा मिळवण्याचा प्रयत्न केला असेल मात्र ''वैशाली'' चा त्याच्या साम्राज्यात अंतर्भाव नव्हता...''[३३]

'कदाचित' शब्द पुढे 'म्हणून' असा वापरून आपला हा सिद्धांत खरा ठरवण्याचा प्रयत्न... की, कारागिर व शेतकऱ्यांचा आपसातील मिलाफ क्रमाक्रमाने कमी होत गेला आणि ते फक्त हितसंबंधी लोकांचे दास झाले! आपले लेखक आणखी सांगतात की, ''पाश्चिमात्य देशांबरोबरचे व्यापारी संबंध कमकुवत झाल्याने कदाचित कारागिर व शेतकरी एका ठिकाणाहून दुसऱ्या ठिकाणी जाणे थांबले. एकाच जागी रहावे लागल्यामुळे साहजिकच त्यांचे त्या गावाशी निकटचे संबंध उत्पन्न झाले. तेथेच राहून ते स्थानिक लोकांच्या उपयोगाच्याच वस्तू निर्माण करू लागले. कालांतराने शेतकऱ्यांप्रमाणे तेही गावकऱ्यांच्याच ऋणाखाली राहू लागले.''[३४]

ब्राह्मण कायदेपंडितांनी कितीही परिश्रम आणि वक्तव्ये केली तरी, ''चातुर्वर्ण्य समाजव्यवस्था नेहमीच सुरळितपणे चालली नाही'' असे आपले नामवंत इतिहासकार विद्यार्थ्यांना सांगून म्हणतात की, ''महाभारतातील शांतिपर्व कदाचित गुप्त काळासंबंधी असेल. त्यातील नऊ श्लोकात ब्राह्मण आणि क्षत्रियांच्या मिलाफाच्या आवश्यकतेवर भर देण्यात आला आहे; यातून कदाचित वैश्य आणि शूद्रांचा एकत्रित विरोधाचा निर्देश होत असेल...''[३५]

वैश्य आणि शूद्र हट्टाने ब्राह्मण स्त्रियांशी विवाह करीत होते असे एका श्लोकात आहे असे लेखक म्हणतात. या एका श्लोकावरून लेखक असा निष्कर्ष काढतात की, ''त्यावेळच्या समाजपरिस्थिती विरुद्ध शूद्र विशेष करून बंडखोरी करीत होते.'' ''महाभारतातील अनुशासन पर्वात त्यांना राजाचा नाश करणारे असे म्हटले आहे. आणखी एका समकालिन ग्रंथात (नाव दिलेले नाही) त्यांचे हिंसक, रागीट, अप्रामाणिक, भांडकुदळ असे वर्णन केलेले आढळते.'' हे सर्व आणि काही कायद्याच्या पुस्तकातील मजकुरावरून शूद्र व राज्यकर्त्यांमध्ये संघर्ष होता असे दिसते. तथापि ''शूद्रांनी उच्चवर्गाविरुद्ध खरोखरीच बंड केल्याचे संदर्भ मात्र मिळत नाहीत.''[३६]

असे पुनःपुनः सांगून आणि असल्या 'पुराव्या'च्या आधारावर हे नामवंत इतिहासकार एका अशा असंतुष्ट समाजाचे चित्र रंगवतात की जेथे जनसामान्यात दारिद्र्यात व हालअपेष्टात जीवन कंठावे लागत होते. अत्यंत दरिद्री लोकांच्या बंडाची आणि असंतोषाची धार कमी करण्यासाठी चलाख ब्राह्मणांनी हिंदुत्वाचा बागुलबोवा निर्माण

करून एकीकडे स्थानिक पंथ-संप्रदायांना आपलेसे केले आणि जनसामान्यांच्या मनात मोठाली तत्त्वे आणि कल्पना घुसडवून त्यांना आहे त्या दुरावस्थेत राहण्यास राजी केले.

ब्राह्मणांनी राज्यकर्त्यांबरोबर एक 'वर्गीय साथीदारी' जमवून आणल्यानंतर 'घृणास्पद फायदे' मिळण्याची सोय केल्यानंतर मग ब्राह्मणवर्ग दोन आव्हानांना तोंड देण्यास सज्ज झाला. बौद्धांनी पशुबळी यज्ञयागाला घातलेली बंदी आणि वाढती वैराग्य परंपरा ही ती आव्हाने होत. आपले लेखक सांगतात की, ''या आव्हानांना तोंड देण्यासाठी ब्राह्मणांनी आर्यांच्या जीवनात चार आश्रमांची (टप्प्यांची) योजना केली.''[३७]

प्रत्येकाने या जन्मात आपल्या स्वामीची मनोभावे सेवा करावी म्हणजे पुढच्या जन्मात याचे फळ मिळेल असा 'कर्मयोगाचा सिद्धांत' ब्राह्मणांनी जनसामान्यांपुढे मांडला. नंतर 'अवतारवादा'चे तत्त्वज्ञान सांगून लोकांना असे पटवून देण्याचा प्रयत्न केला की, तुमच्या हालअपेष्टा पाहून प्रत्यक्ष परमेश्वर एक अवतार घेऊन पृथ्वीवर येईल व तुम्हाला तुमच्या दुःखापासून सुटका मिळेल. आपल्या कर्मावर आपले जीवन अवलंबून असते असे शिकवणारा 'कर्मयोग' आपल्याला स्वस्थ बसायला शिकवतो का? ''मी काय करणार आता? पूर्वजन्मी माझ्या हातून पाप घडले असेल म्हणून मला आत्ता त्याची फळे भोगावी लागत आहेत'' असे म्हणायला शिकवतो का? उलटपक्षी आपल्याला आश्वासन मिळत नाही का की, ''ऊठ, उभा रहा, आपले कर्तव्य करीत रहा. जे करशील त्यामुळेच तुझे भवितव्य ठरेल?'' अवतारवादाबद्दल 'परित्राणायां साधूनाम् विनाशाय च दृष्कृताम् शत्रूबुद्धि विनाशाय संभवामि युगे युगे' असे आश्वासन अर्जुनाला देऊन परमेश्वर कृष्णरुपात पृथ्वीवर येतो आणि माझ्यावर हवाला ठेवून स्वस्थ बैस असा उपदेश करतो काय? उलट तो अर्जुनाला लढायला उद्युक्त करीत नाही का? अनिष्टाचा नाश करायला सांगत नाही का?

हिंदुधर्माच्या सर्वसमावेशक वैशिष्ट्याचा पुरावा म्हणून जे सर्वमान्य आहे त्याच वैशिष्ट्याचा आपल्या लेखकांनी बागुलबोवा उभा करून ठेवला आहे. ते म्हणतात, ''हिंदूधर्माने विविध देवतांना सामावून घेऊन, भिन्न श्रद्धा आणि वैष्णवांचे लोकभ्रमही आपलेसे केले म्हणजेच हिंदूधर्माने विविध लोकप्रिय संप्रदायांना आपल्यात सामावून तर्कबुद्धीऐवजी श्रद्धेला स्थान दिले. जनसामान्यांनी आपापल्या नियतीपुढे मान तुकवून प्राप्त परिस्थितीशी जुळवून घ्यावे यासाठी त्यांनी धर्म साधन म्हणून वापरला व वर्णाधिष्ठित समाजव्यवस्था चालू राहील असे पाहिले.''[३८]

या पुस्तकांचे ठळक वैशिष्ट्य जितके दुटप्पीपणा हे आहे तितकेच नवे शोध आणि अनुमाने हेही आहे. ज्या कारणास्तव ते इस्लामचे गोडवे गातात, ज्यासाठी सोव्हिएट युनियनचा उदो उदो करतात त्याच कारणांसाठी ते हिंदूंची त्यांच्या ग्रंथांची, गुरुंची आणि राज्यकर्त्यांची निंदा करतात!

भक्ती म्हणजे सरंजाम शाहीतील जहागिरदारांपुढे असहाय्य नोकरांची लाचारी असे ते म्हणतात. 'इस्लाम' या शब्दाचा अर्थच मुळी 'शरण जाणे' असे आहे असे सांगून लगेच म्हणतात– पहा केवढी उदात्त भावना आहे– अल्लापुढे संपूर्ण शरणागती!

झा आपल्या लिखाणाद्वारे अशी कल्पना करून देतात की, मौर्य राजांनी लादलेले कर जबरदस्तीने ते गोळा करणाऱ्या नोकरदारांना पोसण्यासाठी उपयोगात आणले जात होते.[३९] अशा नोकरांची संख्या दिवसेंदिवस वाढत होती. पण सुलतानांनी अंमलात आणलेला 'जिझिया' कर मात्र हिंदूंना सर्वसामान्य जीवन जगता यावे यासाठी लागू केलेला लहानसा कर होता हे वर्णन आपण या आधी वाचलेच आहे. औरंगजेबाने तो पुन: सुरू केला ते हिंदूंवर धर्मांतरासाठी दबाव आणण्याकरता नव्हे किंवा साम्राज्याच्या आर्थिक अडचणी सोडवण्यास हातभार लावण्यास नव्हे हेही आपण वाचले आहे. कर वसूल करण्याचे प्रमाण बेताचेच होते व प्रामाणिक, अल्लानिष्ठ, पापभीरू मुस्लिमांकरवी तो गोळा केला जाईल याची खात्री करून घेण्यात येई! आणि हो, या करातून अनेकांना सूट मिळत असे हे विसरू नका. स्त्रिया, मुले, अपंग, कंगाल आणि ज्यांची प्राप्ती पोटापुरते मिळवण्याचीही नाही अशांना करमाफी होती. तसेच साम्राज्यात नोकरीला राहून उपयोगी पडणारांनाही करातून वगळण्यात येई!

मौर्यांनी एक केंद्रस्थानी सत्ता असलेले उद्दाम राज्य स्थापन केले. त्यांचे लष्कर वर्चस्व राखण्याचे साधन असून राजाच्या वतीने जबरदस्ती करणारी फौज होती. त्यांची कायदा व न्यायव्यवस्था अशा राजपद्धतीत असते तशीच "सत्ताधाऱ्यांच्या हातातील जुलुम जबरदस्तीचे महत्त्वाचे अस्त्र"[४०] अशीच होती. नेहमीचीच विचारधारा : पश्चिम बंगालमधील तिसऱ्या इयत्तेच्या पाठ्यपुस्तकापासून महाविद्यालयीन पुस्तकापर्यंत एकच आहे. या लेखकांची ही दृढ विचारसरणी असताना तिचा अनेक वेळा पुनरुच्चार केल्यानंतर आपल्या नामवंतांनी असे कधीच कसे म्हटले नाही की, इस्लामी कायदे, सुलतान आणि मोगल राज्यकर्त्यांनीसुद्धा वर्चस्व, जबरदस्ती, नियंत्रण यासाठी हीच शस्त्रे वापरली होती?

आपले लेखक पुढे असाही आरोप करतात की, "प्राचीन हिंदुस्थानातील प्रजासत्ताक राज्यात, राज्यकर्त्यांचे हात इतक्या दूरवर पसरले होते की, व्यक्ती व कुटुंबांच्या खासगी आयुष्यावर देखील त्यांचे नियंत्रण राहत होते."[४१] पण औरंगजेबाने मंदिरे उद्ध्वस्त करण्याचा आदेश दिला त्याचे काय? स्थानिक अधिकाऱ्यांना कारवाई करण्याची पुष्कळ मुभा दिली होती, शिवाय ही कारवाई काही नवीन नव्हती, आणि १६७९ नंतर तो आदेश अंमलात आणला जात नव्हता, मंदिरे उद्ध्वस्त करण्यात यावीत असा सरसकट हुकुम देण्यात आला नव्हता, आणि

काहीही असले तरी हिंदूंना आपल्या घरात खासगी रीत्या आपल्या देवतांची पूजा करण्याची मुभा होतीच की! हे सर्व आपण याआधी पाहिलेच आहे.

कौटिल्य आणि पतंजली यांची विधाने उद्धृत केली आहेत... अज्ञानी लोकांकडून पैसे उकळण्याकरता नवे संप्रदाय निर्माण करा, भोळ्याभाबड्या लोकांकडून पैसा मिळवण्यासाठी अचानक काहीतरी चमत्कार घडल्याचे भासवा, बंडखोर टोळ्यांचा बीमोड करण्यासाठी, हेर, वेश्या, साधुबैरागी, विष, रोख रक्कम कशाचाही उपयोग करा... आणि हाच त्यावेळच्या जीवनक्रमाचा पुरावा आहे.[४२] कौटिल्याने असे लिहिले आहे म्हणजे त्याकाळी हे असेच घडत असले पाहिजे. असा त्यांचा युक्तिवाद आहे. पण जेव्हा मी पुरावा म्हणून कुराण, हादी, फतवे यातून पाचशे पानांचा मजकूर दाखवून देतो तेव्हा ते नेहमीचे उत्तर देतात "हे सर्व कोणी आचरणात आणत नाही."

त्यांच्या युक्तिवादाची पद्धत दुसऱ्या तऱ्हेनेही वापरली जाते... सिद्धांतात न बसणारी निश्चित कथने उदाहरणार्थ, धर्मग्रंथात स्पष्टपणे म्हटले आहे कोणतीही व्यक्ती केवळ जन्माने ब्राह्मण ठरत नाही तर ब्राह्मणत्वासाठी घालून दिलेल्या यमनियमांचे पालन करणारा तो ब्राह्मण... हे बाजूला सारले जाते. आपले तत्त्वज्ञानी म्हणतात की, "या सर्व आवश्यक बाबी होत्या. सदाचरणाच्या संहितेप्रमाणे आयुष्यक्रम चालू होता याला काही पुरावा नाही." मनूस्मृतीत एकाच अपराधासाठी वेगवेगळ्या शिक्षा सांगितल्या संबंधीची विधाने म्हणजे प्रत्यक्षात शिक्षा देताना पक्षपात केला जाई असा अर्थ काढायचा!

१९३७ मधे स्टॅलिनने तयार केलेल्या घटनेत राष्ट्रीयत्वाबद्दल स्वयंनिर्णयाची तरतूद होती. याचा उल्लेख या पाठ्यपुस्तकात न चुकता केला जातो. अशी तरतूद म्हणजेच राष्ट्रीयत्व स्वीकारण्याचा पर्याय स्टॅलिनने देऊ केला होता याला पुरावाच आहे! प्रत्यक्षात घडले ते असे की, १९१७ ते १९८५ पर्यंत या तरतुदीचा कोणीही फायदा घेतला नाही म्हणजे जणू सोव्हिएट लोकांनी राष्ट्रीयत्वाचा प्रश्न सोडवून टाकला होता!

इतर पाठ्यपुस्तकांप्रमाणेच या पाठ्यपुस्तकातही हिंदू धर्माने स्थानिक संप्रदायांना सामावून घेतल्याचा आरोप करण्यात आला आहे. हा आरोप दुप्पट उपयोगी पडतो... एकीकडे म्हणता येते की, हिंदूधर्मात स्वत:चे असे मूलभूत काहीच नाही. स्थानिक, सर्वांभूती आत्मा आहे असे मानणारा पंथ, फलवत्ता संप्रदाय इत्यादींमधून अनेक कर्मकांडे या धर्मात आहेत. विशेषत: फलवत्ता संप्रदायावर विशेष भर देऊन असे म्हणण्यात येते. दुसरीकडे म्हणायचे की, हा धर्म इतर कोणत्याही धार्मिक परंपरा टिकू देत नाही असा भयंकर आहे. आणखी असेही म्हणायचे की, इतके असूनही जुन्या परंपरा व श्रद्धा टिकल्या व लोक त्या पाळत असत.[४३] विशेषत:

भुताखेतांवरचा विश्वास अजूनही प्रचलित आहे. अलीदाश्ती आणि इतरांनी 'हाज'शी निगडित संपूर्ण सोहळ्याविषयी जे लिहिले आहे तसे या विद्वानांनी कुठे लिहिल्याचे आपल्याला आढळते का? 'हाज'शी निगडित संपूर्ण सोहळे हे इस्लामपूर्व मूर्तिपूजेची कर्मकांडेच आहेत असे त्यांनी लिहिले आहे. कुराणात दुष्टबुद्धी भुताखेतांबद्दल पुष्कळ कडवी आहेत हे तरी आपल्या लेखकांनी कधी कुठे उद्‌धृत केले आहे का?

अशोकाची सहिष्णुता म्हणजे सक्तीची व नाईलाजाची कृती होती असे दाखवले जाते. आपल्या साम्राज्यात एकी राहण्याच्या गरजेतून त्याला सहिष्णुतेचा पवित्रा घ्यावा लागत होता असे आपल्याला सांगण्यात येते.[४४] तथापि कुराणातील दोन वाक्ये "तुझा धर्म तुला, माझा मला", "आणि धर्मात कोणत्याही प्रकारे सक्ती नसते." – यातील तत्त्वांना त्याच ग्रंथातील मजकुरानेच हरताळ फासला गेला आहे; १४०० वर्षांहून अधिक काळातील इस्लामी राजवटीच्या संपूर्ण इतिहासाबद्दल काही बोलायचे नाही. इस्लाम धर्म केवळ शांती व सहिष्णुतेला बांधिल आहे याचा ठोस पुरावा म्हणजे ती दोन वाक्ये एवढेच नव्हे तर इस्लाम हा शांती-सहिष्णुतेचा धर्म आहे याचाही पुरावा म्हणजे ती दोन वाक्ये आपल्यापुढे सतत आणून ठेवली जातात!

कनिष्काने चौथी बौद्ध परिषद भरवली, बौद्ध विद्वान आणि गुरूंशी त्याचा निश्चितपणे निकटचा संबंध होता असे असतानाही आपले नामवंत इतिहासकार म्हणतात की, कनिष्काने बौद्ध धर्म स्वीकारला याचे कारण 'राजकीय' होते. कनिष्क कोणत्याही सखोल अनुभवातून गेला नाही असे ते सांगतात.[४५] इस्लामी आक्रमकांनी व राज्यकर्त्यांनी तलवारीच्या पात्यावर लाखो लोकांचे धर्मांतर घडवून आणले त्यावेळी कोणता 'सखोल अनुभव' दिसला. असो प्रश्न या नामवंतांना कधी पडल्याचे तुम्हाला दिसून येते का? किंवा आजही ख्रिस्ती धर्मप्रचारक सामूहिक धर्मांतर करतात त्यावेळी तरी असा अनुभव येतो का? हे धर्मांतराचे प्रकार म्हणजे 'सखोल अनुभवांची परिणती मानायची काय?'

आपले नामवंत लेखक पुढे लिहितात, "विविध देवदेवतांच्या निर्मितीबरोबरच ब्राह्मणवादी धर्माने विविध लोकप्रिय संप्रदाय आपलेसे केले. प्राणी, झाडे, पर्वत व नद्या इत्यादींना देवत्व बहाल केले. गाय एक पूजनीय प्राणी ठरली. आधुनिक जातीयवादी राजकारणाची बीजे अशा तऱ्हेने 'पवित्र पशू'च्या संदर्भात पेरली गेली..."[४६] कुराणात गोहत्या सांगितली नसताही हिंदुस्थानातील इस्लामी धर्ममार्तंडांनी मजकूर बदलला. यात आपल्या लेखकाला बीजे दिसत नाहीत![४७] अली मियासारखे 'मुस्लिम दैवी' पुरुष मुस्लिमांना गोहत्या करण्याची मुद्दाम चिथावणी देतात कारण हिंदू लोक गायीला पवित्र मानतात. यात त्यांना जातीयवादी राजकारणाची बीजे आढळत नाहीत! अली मियांनी स्पष्ट शब्दात तसा आदेश दिला आहे.[४८]

याच विचारसरणीच्या इतर पुस्तकांप्रमाणे झा यांच्या पुस्तकातही हिंदूंना 'पशुबळी'बद्दल नेहमीच निंद्य ठरवले आहे. अशोक आणि बौद्ध धर्माने लोकांना पशुबळीच्या यज्ञयागापासून परावृत्त करूनही हिंदूंनी तीच प्रथा कायम ठेवल्याबद्दल त्यांची टिंगल केली जाते. ईदच्या दिवशी गाई, शेळ्या, बकऱ्या अशा लाखो प्राण्यांची दर वर्षी हत्या होते. हे नामवंत लेखक कधी याबद्दल ब्र काढताना ऐकले आहे काय? आणि समजा एखाद्या मेजवानीप्रसंगी कुणी हिंदू व बौद्ध युक्तीने शाकाहारी अन्नाची विनंती केली तर हे आधुनिक जेट-युगातील पुरोगामी लोक त्याला बाळबोध समजून त्याचा उपहास करतात.

समाजातील विविध वर्गातील लोकांची भिन्न भिन्न कामे असावीत असे मनू सांगतो तेव्हा तो शोषणयुक्त समाज पद्धतीचा पुरस्कार करीत आहे असे मानले जाते. त्याचबरोबर गुप्त काळात समाजातील सर्व विभागातून तेच काम सक्तीने करून घ्यावे या मागणीबद्दल त्यांनाही दूषण दिले जाते! आपले नामवंत इतिहासकार क्रोधाविष्ट होऊन म्हणतात, ''मौर्य काळात गुलाम आणि मजुरांना सक्तीने शारीरिक कष्टाची कामे करावी लागत. त्यांच्या कामावर देखरेख करण्यास एक पगारी अधिकारी नेमला जाई. परंतु गुप्त काळात हे सक्तीचे कष्टाचे काम समाजातील सर्व विभागातील लोकांना करावे लागत असे व त्यात अनेक प्रकारच्या कामाचा समावेश होता.'' सोव्हिएट रशियात सर्व तऱ्हेची कामे, समाजातील सर्व वर्गातील लोकांना मजूर छावण्यात करावी लागत ते मात्र वर्गविरहित समाजनिर्मितीचा पुरावा मानायचा! समानतेचे नंदनवन पृथ्वीवर आणायचा तो प्रयत्न होता असे म्हणायचे!

आपल्या लेखकाच्या पुढील विवेचनात म्हटले आहे की, ''वात्स्यायनाच्या कामसूत्रात शेतकरी महिलांना अनेक कामे विनावेतन करावी लागत. गावप्रमुखाच्या घरी धन्य नेऊन कोठार भरणे, घरातील वस्तूंची ने-आण, घराची स्वच्छता, कापूस, लाकूड, अंबाडी, ताग, धाग इत्यादींची खरेदी-विक्री किंवा त्याबद्दल काही वस्तू घेणे इत्यादी कामे त्यांना करावी लागत.''[४९] हे नामवंत ज्या देशाला 'एकमेव पितृभूमी' म्हणतात त्यात सोल्झेनित्सिन सारख्या अनेकांना लाखो लोकांना ज्या तऱ्हेच्या कामाला जुंपले त्याच्या तुलनेने वरील कामे फारशी कष्टदायक नव्हती असे मला वाटते आणि आपण जर अशा सत्य बाबींकडे त्यांचे लक्ष वेधले किंवा त्यांचा दुटप्पीपणा दाखवून दिला आणि त्याहीपेक्षा सोव्हिएट समाजातील विषमता मुक्त समाजापेक्षा अधिक तीव्र होती हे दाखवून दिले तर लगेच ते आपल्यावर प्रतिगामी, जातीयवादी फॅसिस्ट असा शिक्का मारतात!

गतकाळातील ज्या गोष्टींचा आपल्याला अभिमान वाटावा त्या लांच्छनास्पद होत्या असे इतरांप्रमाणेच सांगण्याचा झा कसून प्रयत्न करतात. राजेशाहीच्या जागी प्रजासत्ताक राज्ये आली त्यात लोकशाही होती असे तुम्ही म्हणता काय? लगेच

आपले इतिहासकार तुच्छतेने म्हणतात, ''उगीच उदोउदो केलेली'', ''फार गाजावाजा केलेली कल्पना!'', ''सर्व महत्त्वाच्या गोष्टी विधानसभेत ठेवल्या जात आणि सर्वांचे एकमत झाल्याशिवाय त्यावर निर्णय घेतला जात नसे हे खरे आहे. पण विधानसभेत बहुसंख्य क्षत्रिय असत. तेव्हा हे प्रजासत्ताक देश खरे पाहता अल्पलोकसत्ताक राज्ये होती.''[५०] खऱ्या अर्थाने लोकशाही नव्हती. जसे काही सोव्हिएट-सोशालिस्ट रिपब्लिक आणि पीपल्स् रिपब्लिक ऑफ चायना ही राज्ये लोकशाही होती आणि अल्पसत्ताक नव्हती!

शेवटच्या प्रकरणात तर कळसच गाठला आहे. झा म्हणतात, ''राष्ट्रवादी इतिहासकारांनी गुप्त कालखंडाला सुवर्णकाळ म्हटले आहे. ही एक भ्रामक समजूत आहे. तो काळ मुळीच तसा नव्हता.''

गुप्त राजांनी साम्राज्याचा विस्तार केला हे आपल्या इतिहासकारांना मान्य करणे प्राप्तच आहे. पण ते म्हणतात, ''तरी संपूर्ण हिंदुस्थानभर विस्तार झाला नव्हता.'' त्यांना 'संपूर्ण लोकशाही' हवी होती. १५०० वर्षांपूर्वीच्या हिंदुस्थानाविषयी बोलताना सबंध हिंदुस्थान एक देश असायला हवा होता असे ते म्हणतात. दक्षिणेकडील राज्यकर्ते गुप्त राजांना खंडणी देत. एका दक्षिणेतील राजाने काहीतरी करण्यासाठी गुप्त राजाची अनुमती मागितली हे जरी सत्य असले तरी त्यावरून गुप्त राजांचे त्यांच्यावरील आधिपत्य सिद्ध होत नाही असे झा यांचे म्हणणे आहे.

मौर्यांनी केंद्रवर्ती प्रशासन स्थापित केले म्हणून त्यांचा उपहास करावयाचा आणि गुप्त राजांनी सत्तेचे विकेंद्रीकरण केले म्हणून त्यांचा उपहास करायचा अशी आपल्या या नामवंत इतिहासकारांची क्लृप्ती आहे.

तत्त्वज्ञान, कला, वाङ्मय समृद्ध झाले... अंजठा, वेरुळ, कालिदास, आर्यभट्ट... या सर्वांची आपल्या बिचाऱ्या इतिहासकाराला दखल घ्यावी लागली, पण म्हणून ते आपले म्हणणे सोडत नाहीत. अजंठ्याच्या भित्तीचित्रात त्यांच्या शोधक नजरेला वर्गीय वृत्ती दिसते! ते म्हणतात, ''अजंठ्याच्या भित्तिचित्रांची भूमिका धार्मिक असली तरी त्यात राजपुत्र, सरदार, योद्धे, संत यांच्याच जीवनाचे चित्र दिसते. ही चित्रे पाहून वरच्या वर्गाच्या संपन्नतेचे दृश्य आपल्यापुढे येते. खेडोपाडी राहणाऱ्या लोकांच्या जीवनाचे चित्रण यात नाहीच.''

संस्कृत वाङ्मयाला त्या काळात बहर आला होता हे मान्य करून ते लगेच त्याला वर्गीय-विश्लेषणाचा निकष लावतात! ते म्हणतात, ''कलेप्रमाणे संस्कृत वाङ्मयाचा आनंद दरबारी लोक, उच्चवर्गीय आणि खानदानी अभिजनच घेऊ शकत होते. अशिक्षित जनसामान्यांना ही अलंकृत भाषा समजत देखील नव्हती मग तिचा आनंद कुठून घेणार? त्या काळातील नाटकातील प्रमुख पुरुष पात्रे उच्चभ्रू समाजातील असत व सफाईदार संस्कृत भाषा बोलत आणि कमी प्रतिष्ठेची पात्रे व स्त्रिया प्राकृत

बोलत यात काहीच नवल नाही.'' लेनिनचे `Collected Works' हे पुस्तक किती अशिक्षित लोकांना समजले हे आम्हाला कळेल का? माओच्या `Philosophical Essays' बद्दल तर बोलायलाच नको!

आर्यभट्ट आणि वराहमिहिर यांची खगोलशास्त्रीय पुस्तके महत्त्वपूर्ण आहेत हे आपले लेखक मान्य करतात. लगेच शेरा मारतात की, ''पण त्यांच्या अभिज्ञानाचा कुणी पाठपुरावा केला नाही.'' काहीही असले तरी अशा निरीक्षकांच्या लेखनातून दिसणारी प्रगती काही भागात मूळच्या परंपरेतून झाली होती. पाच खगोलशास्त्रीय पद्धतीपैकी वराहमिहिराने चर्चिलेली एक पद्धत रोमन व दुसरी एक अलेक्झांड्रियाच्या पॉलची होती. उरलेल्या तीन पद्धतींचे काय? आर्यभट्टाच्या सूक्ष्म निरीक्षण शक्तीचे काय?– त्यात एक सिद्धांत आहे की पृथ्वी सूर्याभोवती फिरते. स्वत:चा असा एक अक्ष तिला आहे. याबद्दल काय? अशा सूक्ष्म निरीक्षण शक्तीविषयी आपले लेखक 'हे ज्ञान कोपर्निकस किंवा केप्लरच्या किती तरी पुढचे होते' हे मान्य करीत नाहीत तर 'हे ज्ञान प्रस्थापित भारतीय कल्पनेच्या विरुद्ध होते' असे म्हणतात.

त्यांच्या मतानुसार 'तथाकथित हिंदू प्रबोधन' केवळ कालिदासाच्या वाङ्मयापुरते आहे. आपले हे इतिहासकार पुढे म्हणतात की, ''तथापि कालिदासाच्या वाङ्मयामुळे बौद्धिक पुनर्जन्म किंवा वाङ्मयीन चळवळीचे पुनरुज्जीवन झाले असे मानता येत नाही. आधीच्या काळात विकसित होत असलेले वाङ्मयीन आकृतीबंध आणि शैलीचा आणखी विकास होत होता एवढेच त्याच्या साहित्यसंपदेवरून कळून येते.''

कालिदासाबद्दल एवढे बोलून ते थांबत नाहीत तर त्यांचे पुढील प्रतिपादन असे, ''गुप्त-काळाच्या कितीतरी आधी, पुराणे स्तुतिपाठक पोवाड्यांच्या स्वरुपात अस्तित्वात होती.'' शेक्सपीअरने त्याच्या नाटकांसाठी ज्या कथा वापरल्या त्या तत्पूर्वी अस्तित्वात नव्हत्या का? म्हणजे त्याचे सर्व वाङ्मय 'केवळ वाङ्मयीन आकृतीबंध व शैलीचा अधिक विकास' असे मानायचे का?

समाजात जुलुमजबरदस्ती वाढू लागल्याने 'भक्ति' मार्गाची वाढ झाली असा पुरावा हे इतिहासकार नेहमी देतात. आता हा युक्तिवाद कदाचित राष्ट्रवाद्यांच्या दृष्टीने फायदेशीर ठरेल अशा आशंकेने त्याचाही उपहास केला जातो. मग आपले लेखक सांगून टाकतात की, ''वैष्णववाद व शैववादाला मिळणारी वाढती लोकप्रियता म्हणजे धार्मिक पुनरुत्थान नव्हे. या दोन धर्मांचे मूलभूत सिद्धांत (येथे दोन वेगळे धर्म म्हटले आहे संप्रदाय नव्हे हे लक्षात घेणे जरूरीचे आहे.) पूर्वीच्या काळचेच आहेत. आता वाढत्या सरंजामशाहीच्या संदर्भात त्यांना अधिक अनुयायी मिळत आहेत.''

''हिंदू हा शब्दच मुळी चुकीच्या तऱ्हेने वापरला जातो.'' असे ठासून सांगून

आपले इतिहासकार म्हणतात की, ''मग तथाकथित हिंदू प्रबोधनाबद्दल काय बोलायचे? गुप्त काळानंतर प्रथम अरबांनी हा शब्द हिंदुस्थानात राहणाऱ्या लोकांचे वर्णन करताना वापरला. प्राचीन हिंदुस्थानी लोक स्वत:ला कधीच हिंदू समजत नव्हते.'' ते स्वत:ला नेमके कोण समजत होते हा इतका नगण्य तपशील आहे की, इतक्या नामवंत अधिकारी अभ्यासकाला त्याचा शोध घ्यावासा वाटत नाही. वाटल्यास इतरांनी हे काम करावे!

त्यांचे काम एवढेच की एक विचारसरणी मांडणे आणि ते हे काम स्वत:ला साजेल अशा ठाशीवपणे करतात. त्यांचा निष्कर्ष असा की, ''खूप गाजावाजा केलेले हिंदू-प्रबोधन हे प्रबोधन तर नव्हतेच आणि हिंदू तर मुळीच नव्हते.''[५१]

झा यांनी विजयी भावनेने असा समारोप केला आहे की, ''काही भारतीय इतिहास लेखक गुप्त-राजवटीबद्दल इतके भारून गेले आहेत की ते न कंटाळता गुप्त-काळ म्हणजे भारतीय इतिहासातील सुवर्णकाळ म्हणत राहतात. (या मान्यवरांना जे लेखक आवडत नाहीत ते 'न कंटाळता' लिहितात असे म्हणायचे मग हे लोक कसे प्रतिपादन करतात 'कंटाळा येईपर्यंत'?) अत्यंत भावनाप्रधानतेने लिहिलेल्या अनेक-खंडी ग्रंथात आपल्याला सांगण्यात येते की 'त्या काळी जीवन फार सुखी होते.' (दुसऱ्या लेखकांचे लिखाण 'अत्यंत भावनाप्रधान' आणि या मान्यवरांचे लेखन मात्र तसे कधीच नसते!) तरीही याच गुप्त राजांच्या काळात देशातील काही भागात (नेमक्या कोणत्या भागात, लोकसंख्येचे प्रमाण काय?) गुलामगिरीचा उदय झाला आणि शेतकऱ्यांचे आर्थिक दास्यत्व सुरू झाले. स्त्रिया मालमत्तेचाच एक भाग समजल्या जाऊ लागल्या. कला व वाङ्मयात त्यांना देवतास्वरुप दिले गेले तरी त्या सदैव पुरुषांच्या गुलामगिरीत राहिल्या. (कला आणि वाङ्मयात समाजजीवनाचे पडणारे प्रतिबिंब त्यांच्या सिद्धांताच्या विरुद्ध जाऊ लागले की ते 'आदर्शस्वरुपाचे' होते असे म्हणायचे; मनूस्मृतीत त्यांच्या सिद्धातांला पुष्टी मिळणारे काही आढळले की ते वास्तव परिस्थितीचा पुरावा म्हणून हातीशी धरायचे!)'' वर्गीय विषमता आणि त्यातील कट्टरपणा पूर्वीपेक्षा अधिक तीव्र झाला. कायदा आणि न्यायाचे पारडे निश्चितपणे उच्चवर्णीयांकडे झुकत होते. (त्यांना फायदेशीर वाटेल अशा 'पुराव्या'च्या आधारे ते अशी विधाने करतात. परंतु त्यांच्या प्रमुख साक्षीदारांपैकी एकाचे विधान त्यांच्या सिद्धांताला छेद देते तेव्हा ते काय म्हणतात बघा.) चिनी बौद्धधर्मीय विद्वान यात्रेकरू फा-हेन दुसऱ्या चंद्रगुप्ताच्या कारकिर्दीत हिंदुस्थानात आला होता. त्या काळात लोक सुखासमाधानात नांदत होते असे त्याने लिहून ठेवले आहे. उच्चवर्गीय लोक सुखसमृद्धीत होते व आरामात रहात होते हे खरे आहे. त्या काळातील कला व वाङ्मयावरून आपल्याला याचा पुरावा मिळतो पण खालच्या जातीतील लोकांबद्दल असे मुळीच म्हणता येत नाही. चिनी यात्रिकाने चांडाळ लोकांच्या दुरवस्थेबद्दल

लिहिले आहे. समाज-जीवनाच्या उतरंडीत अस्पृश्य वर्गाच्या हालअपेष्टांना पारावार नव्हता. सामाजिक ताणतणाव चालूच राहिले. परंतु वर्ण-विभागणीच्या समाजाचे जतन होण्यासाठी धर्माचा साधन म्हणून उपयोग करण्यात आला.

तात्पर्य काय?

"इतिहासात सर्व काळात उच्च वर्गीयांना सुवर्णकाळच होता. परंतु जनसामान्यांना नव्हता."

म्हणून आपल्या दु:खसागरात बुडालेल्या जनतेला हे मान्यवर लेखक अखेरचा संदेश देतात, "लोकांसाठी सुवर्णयुग भूतकाळात नसते तर भविष्यकाळात लाभते."[५२] कदाचित १९१७ मधे!

◆

१६
'गवाह चुस्त मुद्दायी सुस्त!'

एकंदरीत काय की, हिंदूंचे देव 'आडदांड अनीतिमान' आणि 'चांगले वैयक्तिक चारित्र्य' नसलेले असे आहेत– ते म्हणजे प्राणीपूजा, सुपीकता आणि इतर, विशेषत: पुरुषलिंग पूजा अशा प्राथमिक पंथातून विकसित झालेले आहेत! अशोकाचे सहिष्णुतेचे धोरण मनाला पटले म्हणून नव्हे तर राज्यकारभाराच्या कारणास्तव सक्तीने अंगिकारलेले होते. कनिष्काचा बौद्धधर्म सुद्धा काही आंतरिक गहन अनुभवातून सुचलेला नव्हता तर केवळ ते राजकारण होते. आर्यभट्टाच्या सूक्ष्म निरीक्षणशक्तीची दखल घेण्याचे कारण नाही कारण त्याचे सिद्धांत त्यावेळच्या भारतीय गृहीत कल्पनांविरुद्ध होते! कालिदासाची वाङ्मयनिर्मिती म्हणजे तोपर्यंत जे काही लिहिले गेले होते त्याची नुसती पुढची पायरी होती. त्यावेळची एकंदर समाजव्यवस्था हिंदुस्थानच्या इतिहासात नोंदवल्याप्रमाणे शोषणाची आणि असंतोष, तणावांनी खदखदलेली होती. विशेषत: गुप्त-राजांचा काळ हा मुळीच सुवर्ण-पर्व-काळ नव्हता! असा सुवर्णकाळ भविष्यात अपेक्षित आहे. तो भविष्यकाळ १९१७ मधे!

ईश्वरी आज्ञेबाबत केवढी निष्ठा! त्रिमूर्तीतील पहिल्या व्यक्तीने (मार्क्सने) इशारा दिलेला नाही का की, "काळाच्या पडद्याआड गेलेल्या परंपरांचे बुद्धीवर भयावह ओझे होऊन बसते." म्हणूनच त्याने आदेश दिला आहे की, "एकोणिसाव्या शतकातील सामाजिक उत्क्रांतीला आपली समृद्धी भूतकाळातून लाभणार नाही तर ती फक्त भविष्यकाळाकडूनच मिळेल. भूतकाळातील सर्व अंधश्रद्धा, लोकभ्रमाचा पूर्णपणे त्याग केल्याशिवाय सामाजिक क्रांतीला आरंभच करता येणार नाही. या आधीच्या क्रांतीच्या वेळी जगाच्या इतिहासातील घटना स्वत:ला जाणून घेण्यासाठी लक्षात ठेवाव्या लागल्या. परंतु एकोणिसाव्या शतकातील क्रांतीच्या वेळी तिचे स्वरूप जाणून घेण्यासाठी 'जुने जाऊ द्या मरणालागुनि' असे केलेच पाहिजे..."[१]

म्हणून सुवर्णकाळ प्रकरण बाजूला ठेवा. तुम्ही म्हणता असा सत्याचा विपर्यास आणि डळमळीत माहितीच्या आधारे काढलेले निष्कर्ष वस्तुनिष्ठ नाहीत का? त्रिमूर्तीतील तिसऱ्या व्यक्तीने लेनिनने दाखवून दिलेले नाही का की, लेखनातील 'स्वातंत्र्य' म्हणजे आपण ज्यांची सेवा करीत आहोत त्याचे 'खरेखुरे' हित मुखवट्यामागे

दडवणे आहे अशी वस्तुनिष्ठता नाही का? त्याने असेही दाखवून दिले नव्हते का की, 'लेखनाद्वारे व्यक्तींना अथवा समूहांना शहाणपणा शिकवता येत नाही' आणि हे काम एकट्यादुकट्या व्यक्तीचे नाही. तसेच मजूर वर्गाच्या हिताचेही होणार नाही. म्हणूनच त्याने असा आदेश दिला ना– "नि:पक्षपाती लेखकांचा धि:कार असो! साहित्यीकि महान पुरुषांचाही धि:कार असो! वाङ्मय मजूर वर्गाच्या समान हिताचाही एक भाग असले पाहिजे. श्रमजीवी वर्गाचे राजकीय जाणीवपूर्वक हितरक्षण करणाऱ्या सामाजिक लोकशाही राज्यपद्धतीच्या यंत्रणेतील ते दाते आणि स्क्रू असले पाहिजे..."

"अर्थात ज्याला जे वाटेल ते कोणतेही बंधन न पाळता लिहिण्याची मुभा आहे" असे आश्वासनही त्याने दिले होते. "भाषणस्वातंत्र्याच्या नावाखाली मी तुम्हाला आरडाओरडा करण्याची, खोटे सांगण्याची आणि मनाला वाटेल तितके लिहिण्याची परवानगी देत आहे. त्याचबरोबर तुम्हीही मला विशिष्ट मते मांडणाऱ्या लोकांना जवळ करणे किंवा दूर ठेवणे याचीही मुभा दिली पाहिजे."

... आता राज्यावर माझे नियंत्रण आहे. आणि तुम्ही ओरडता, खोटे बोलता आहात... स्वत:चे समाधान करण्याकरता वाटेल ते लिहिता आहात म्हणून...!

तुम्ही स्वातंत्र्य आणि वस्तुनिष्ठतेविषयी बोलता... ते 'निखळ दुतोंडीपणाचे आहे.' त्याने 'दाखवून नव्हते का दिले!' ...संपत्तीच्या बळावर आधारलेल्या समाजात, श्रमजीवी वर्ग दारिद्र्यात राहत असताना आणि मूठभर श्रीमंत लोक बांडगुळासारखे राहत असताना तेथे खरेखुरे व परिणामकारी 'स्वातंत्र्य' अस्तित्वात येऊच शकत नाही. लेखकमहाशय, सांगा बरे तुम्ही तुमच्या बूर्झ्वा प्रकाशकापासून स्वतंत्र आहात का? ते तुम्हाला अश्लील चित्रे, रंगचित्रे आणि वेश्यावृत्तीचे वर्णन करायला लावीत नाहीत काय? अश्लीलता–वेश्यावृत्तीच्या चित्रणात 'पवित्र कला' आहे असे म्हटले नाही का? संपूर्ण स्वातंत्र्य हा एक 'बूर्झ्वा' व 'अराजकता माजवणारा' वाक्प्रचार आहे... समाजात राहून समाजापासून स्वातंत्र्य मिळवणे कुणालाच शक्य होणार नाही. बूर्झ्वा लेखक, कलावंत अथवा अभिनेत्यांचे स्वातंत्र्य म्हणजे पैशाची थैली. भ्रष्टाचार आणि वेश्यावृत्तीने झाकलेले अवलंबित्व (किंवा दुतोंडीपणाने झाकलेले) आहे."

एकूण काय की स्वातंत्र्य म्हणजे सत्ताधाऱ्यांचे हित जपण्यासाठी चढवलेला मुखवटा, त्यांना कामोत्तेजक वाङ्मय व वेश्याजीवन पुरवणे असे असल्याने, शोषित आणि पददलित जनसामान्यांच्या हितासाठी त्याचा त्याग केला तर काय बिघडले? म्हणून एकामागून एक दुर्गुण दाखवायचे व एकामागून एका लेखकाला निकालात काढायचे. तेव्हा आता त्यांचे हेच कर्तव्य उरते की हे मुखवटे ओरबाडून त्यामागचे स्वातंत्र्याचे व वस्तुनिष्ठतेचे वास्तव रूप दाखवायचे.

"आणि आम्ही समाजवादी हे मुखवटे फाडण्याचे व खोट्या चिठ्ठ्या टरकावण्याचे

काम वर्गविहीन कला व वाङ्मय निर्मितीसाठी करीत नसून, वरकरणी मुक्त परंतु वस्तुत: बूर्झ्वा कल्पनांशी निगडित वाङ्मयापेक्षा वेगळे असे, खऱ्या अर्थाने मुक्त व श्रमजीवी वर्गाशी निगडित असे वाङ्मय निर्माण करण्यासाठी करीत आहोत...''[२]

पणीक्करांच्या लेखनातील क्रोधाविष्ट आवेश आठवून पहा, ''ते (म्हणजे मी– अरुण शौरी) स्वत: शरीरविक्रय करून शुद्ध राहण्याची आशा बाळगू शकत नाहीत. माझ्याविषयी (म्हणजे पणीक्करांविषयी) बोलायचे म्हणजे मी कुत्र्यांबरोबर शिकार करीत ससे घेऊन पळत नाही. मी स्वत:च्या नावे लेख लिहून कम्युनिस्ट पक्षाच्या प्रकाशनाकडे पाठवतो कारण माझा त्यांच्या तत्त्वप्रणालीवर विश्वास आहे.''

समाजाने स्वीकारलेल्या संस्कृतीची पाळेमुळे उखडणे, भूतकाळातील ज्या घटनांचा व स्वत्वाचा अभिमान वाटावा त्यांचा नाश करणे, या गोष्टी सध्याच्या पुरोगाम्यांच्या हेतूसाठी आवश्यक आहेत. पूर्वी एकोणिसाव्या शतकात मिशनरी लोक व मेकॉले यांनाही याचीच आवश्यकता वाटायची. तेव्हा हे लोक जे करीत आहेत ते उदात्त हेतूसाठी असल्याने वस्तुनिष्ठता व खरेखोटेपणा पडताळून पाहणे हे बूर्झ्वा निकष त्यांना लागू नसतात. बाकीचे लोक जे करतात ते श्रमजीवी सामान्य लोकांच्या शोषणासाठी करीत असतात. मग आम्ही आमचा 'उदात्त हेतू' साध्य होण्यासाठी एखाद दुसरी गोष्ट बनवून लिहिली म्हणून काय बिघडते!

एकूण काय– की लेखकांनी 'उदात्त हेतू' साठी लेखन केले पाहिजे. एखाद्या देशाच्या इतिहाससंबंधी लिहायचे असेल तर महान लोकांनी काही ''अभिजात'' ग्रंथात ते आधीच लिहून ठेवले आहे.

मार्क्स – उत्पादित वस्तूंचे संबंध उत्पादन पद्धतीमुळे निश्चित होतात. नंतर यामुळे क्रमाने सामाजिक, राजकीय, बौद्धिक प्रक्रिया निश्चित होत जातात. प्रथम मालमत्तेवर सर्वांची मालकी असते. समाज वर्गविहीन आणि समतावादी असतो. लोकसंख्येच्या वाढत्या गरजा पुरवणे या व्यवस्थेतील क्षमतेच्या आवाक्याबाहेर जाते म्हणून जमिनीची कमतरता भासते. खासगी मालकी निर्माण होते आणि समाजात वेगवेगळे वर्ग तयार होतात... श्रमविभागणी, वर्गविषमता वाढीला लागते... भिन्न भिन्न वर्गातील वैरभाव दृढ होतो... राज्यपद्धतीचे स्वरूप... त्यातील मालकीवस्तू कायदा, नोकरशाही, जबरदस्ती करणारी यंत्रणा जनमानसावर ठसण्याची विचारसरणी, धर्म, आपले धुरिणत्व कायम ठेवण्याची सत्ताधारी वर्गाची ही सर्व साधने आहेत.

एंजल्स् – हा क्रम पाच टप्प्यातून जातो. अर्थव्यवस्था, सरंजामशाही, भांडवलशाही, समाजवाद आणि अखेरीस कम्युनिस्ट विचारसरणी.

लेनिन – 'The origin of the family, private property and the State' आपल्या पुस्तकात एंजल्सने हा क्रम दाखवला असून हे पुस्तक ''समाजवादाचा मूलभूत ग्रंथ आहे. त्यातील प्रत्येक वाक्य विश्वासपूर्वक स्वीकारता येते. त्याचे

लेखन उद्देशहीन नसून विपुल ऐतिहासिक आणि राजकीय माहितीवर आधारलेले आहे.'' हा क्रम सर्वव्यापी नियम असून 'सर्व' देश व समाज यातून जात असतात.

''हजारो वर्षे सर्व मानवी समाजाचा विकास एकाही अपवादाशिवाय सर्व देशात याच सर्वव्यापी नियमानुसार सातत्याने व सुसंगतपणे होत असलेला दिसून येतो...'' हे सर्व टप्पे 'अभिजात ग्रंथात' सविस्तरपणे देण्यात आले असून त्यांची वैशिष्ट्ये देखील सांगण्यात आली आहेत–

''... प्रथम आपल्यामधे वर्गविहीन समाज होता... मुळातील पितृसत्ताक प्राथमिक समाज... ज्यात उच्चभ्रू लोक नव्हते, नंतर गुलामीचा पाया असलेला समाज उदयाला आला... गुलामांच्या मालकांचा समाज... गुलाम आणि त्यांचे मालक अशी पहिली महत्त्वाची वर्गविभागणी झाली. त्या काळात मालकवर्ग कितीही गरीब व प्राथमिक अवस्थेत असला तरी उत्पादनाची सर्व साधने जमीन, शेतीची अवजारे तसेच मजूर लोक त्यांच्या मालकीचे होते. या लोकांना गुलामांचे मालक म्हणत तर श्रम करणारांना व मजूर पुरवणाऱ्यांना गुलाम म्हणत.''

आपण ज्या पुस्तकाचे परीक्षण करीत आहोत त्या पश्चिम-बंगालच्या चौथ्या इयत्तेच्या पाठ्यपुस्तकात ते आपल्या नामवंतांनी लिहिलेल्या विद्वत्तापूर्ण ग्रंथात अगदी याच शब्दांची पुनरुक्ती आहे हे आपल्याला आठवेलच! मग आपल्या नामवंतांना पुढचा टप्पा प्राचीन भारतात आढळून येतो.

''...इतिहासात या प्रकारानंतर पाठोपाठ दुसरा प्रकार... सरंजामशाही येतोच. बहुसंख्य देशांत विकासात गुलामीनंतर गुलामांचा वर्ग अस्तित्वात आला. मग समाजात दोन मूलभूत वर्ग निर्माण झाले... एक सरंजामदार व दुसरा वेठबिगार शेतकऱ्यांचा. लोकांच्या आपसातील संबंधात बदल झाले... शेतमजूर सरंजामदारांची मालमत्ता समजले जात नसले तरी त्यांनी फक्त एकाच मालकाचे काम करणे व आणखी काही सेवा करणे बंधनकारक होते... प्रत्यक्षात दास्यत्व गुलामगिरीपेक्षा काही वेगळे नव्हते...''

त्यानंतर सरंजामशाहीत आणखी एक नवा वर्ग– भांडवलदारांचा...

''जमीनमालक वर्गाची आर्थिक कुवत कमी होऊ लागली. भांडवलशाहीच्या प्रतिनिधींच्या नव्या वर्गाची शक्ती वाढू लागली. सर्व नागरिक समान असावेत अशी समाजाची पुनर्रचना झाली. गुलामांचा वर्ग व गुलाम मालकांचा वर्ग अशी जुनी विभागणी नाहीशी झाली. कोणाजवळ किती संपत्ती आहे हे गैरलागू ठरले व कायद्यासमोर सर्व समान मानले गेले. कुणाजवळ खासगी मालमत्तेची जमीन असो की एखाद्या गरिबाजवळ केवळ त्याची श्रमशक्ती असो कायद्यासमोर सर्वजण सारखेच होते. कायदा सर्वांचे समान संरक्षण करतो. मालमत्ता-धारकांवर मालमत्ता नसलेल्या लोकांकडून हल्ले झाल्यास कायदा त्यांचे रक्षण करतो. ज्यांच्यापाशी

श्रमशक्ती खेरीज काहीही नाही ते दिवसेंदिवस दरिद्री होतात व त्यांचा मजूरवर्गात समावेश होतो. भांडवलशाही समाज हा असा असतो. स्वातंत्र्याच्या नावाखाली समाजाने गुलामीविरुद्ध, जुन्या सरंजामशाही विरुद्ध लढा दिला पण स्वातंत्र्य कुणाला मिळाले तर मालमत्ता असणाऱ्यांना...

पुन्हा एकदा हेच शब्द जसेच्या तसे आपल्या पुस्तकांमधे देण्यात आले आहेत. परस्परविरोधी बाबींवर अधिक जोर देणे, कोलमडणे, वाढती जागरूकता आणि श्रमजीवी वर्गाचे ऐक्य... आणि मग सुवर्णयुग...

म्हणनूच निश्चयी सल्ला... तो सुद्धा एकाच चष्म्यातून 'सर्वकाही' पाहण्याचा...

"प्राथमिक गुलामीच्या स्वरूपापासून संपूर्ण दास्यत्वाकडे परिवर्तन झालेली समाजव्यवस्था आणि अखेर भांडवलशाही हे मूलभूत तथ्य आपण नेहमी लक्षात ठेवले पाहिजे. कारण हे लक्षात ठेवल्यानेच आणि या मूलभूत व्यवस्थेतील राजकीय तत्त्वांचे परीक्षण केल्यानेच तुम्ही या तत्त्वांचे मूल्यमापन करू शकाल व समजून घेऊ शकाल. मानवजातीच्या इतिहासातील अनेक महान कालखंडात प्रत्येकात गुलामांवर मालकी, सरंजामशाही, भांडवलशाही हे प्रकार शतकानुशतके चालू होते. प्रत्येक प्रकार, तसेच विविध राजकीय तत्त्वप्रणाली, मतमतांतरे आणि अनेक क्रांत्या दिसून येतात. ही पराकोटीची भिन्नता आणि कमालीची विविधता (विशेषत: बूर्झ्वा विद्वान आणि राजकारणी लोकांच्या राजकीय, तत्त्वज्ञानविषयक आणि इतर सिद्धातांच्या संदर्भात) समजावून घेतली पाहिजे. हे करण्यासाठी समाजातील वर्गविभागणी हे मार्गदर्शक सूत्र घट्ट पकडून ठेवून या बदलामुळे वर्गवर्चस्व कसे आले तसेच आर्थिक, राजकीय, अध्यात्मिक आणि धार्मिक इत्यादी प्रश्नांचा ऊहापोह झाला पाहिजे."

NCERT साठी पाठ्यपुस्तके लिहिताना आपल्या इतिहासकारांनी कोणती मार्गदर्शक सूत्रे स्वीकारली याबद्दल काही शंका आहे का? प्राचीन हिंदुस्थानातील प्रजासत्ताक राज्यांकडे गौरवाने पाहिले जात नव्हते हे ठासून सांगण्यासाठी हे नामवंत लेखक किती परिश्रम घेतात याचे आपल्याला आश्चर्य वाटेल का? कारण त्यांच्या गुरूंनी सांगून ठेवले आहे.

"प्राचीन काळातील इतिहासाचा परामर्श घेताना प्रत्येक वेळी आणि या विषयावरील प्रत्येक भाषणात त्या काळात राजेशाही व प्रजासत्ताक देशातील संघर्षाबद्दलच ऐकू येते. परंतु एक मूलभूत सत्य असे आहे की गुलामांना माणूस म्हणून वागवण्यात येत नव्हते... त्यांना नागरिक मानले जात नव्हते. एवढेच नव्हे तर त्यांना मानवप्राणी मानले जात नव्हते. रोमन कायद्यानुसार त्यांना मालकीची वस्तू समजले जात असे. मनुष्यहत्या अथवा व्यक्तीच्या संरक्षणाचे इतर कायदे गुलामांना लागू नव्हते. या कायद्यांखाली फक्त गुलामांच्या मालकांचे संरक्षण होई. फक्त त्यांनाच नागरिकत्वाचे

पूर्ण हक्क मिळत. राजेशाही अस्तित्वात होती की प्रजासत्ताक पद्धती, काहीही असले तरी ती गुलामांच्या मालकांची राजेशाही किंवा प्रजासत्ताक मालकांची पद्धती होती. गुलामांच्या मालकांना सर्व हक्क लाभत तर कायद्याच्या दृष्टीने गुलाम म्हणजे मालकीची वस्तू असे होते. गुलामांवर कोणताही अत्याचार एवढेच नव्हे तर त्याला मारून टाकणे याला गुन्हा समजत नसत. गुलाम-मालकांच्या प्रजासत्ताक पद्धतीत अंतर्गत संघटनेत फरक होता. काही बड्या उमरावांची प्रजासत्ताक राजपद्धती होती तर काही लोकशाही पद्धतीची होती. उमरावी-प्रजासत्ताकात विशेष हक्क असलेले थोडेच लोक निवडणुकीत भाग घेत तर लोकशाही प्रजासत्ताकात सर्वजण निवडणुकीत भाग घेत. सर्वजण याचा अर्थ गुलामांशिवाय इतर सर्व! ही मूलभूत सत्य बाब आपण नेहमी लक्षात ठेवली पाहिजे. कारण यामुळेच राज्य पद्धतीचे स्वरूप व प्रश्न यावर अधिक प्रकाश पडतो.

पश्चिम बंगालमधील तिसऱ्या इयत्तेच्या पाठ्यपुस्तकात पुढील मजकूर वाचून आपल्याला आश्चर्य का वाटावे? "... वैयक्तिक मालमत्तेचा उदय, विविध वर्गांची वाढ, श्रीमंत लोकांनी गरिबांचे शोषण करणे, गरीबांना त्यांचे हक्क मिळणे बाजूलाच राहिले पण त्यांना अत्याचारही सोसावे लागले, गुलामांचे बंड, त्यांना शिस्त लावून नमवण्यासाठी श्रीमंतांनी निर्माण केलेले कायदे, पोलिस, न्यायालये... 'मौर्य राजांनी साम्राज्यविस्तार व एकसंधता आणली याचाच अर्थ, सत्ताधारी वर्गाने जबरदस्तीची साधने निर्माण केली हे दिसून येते." हा विचार प्रस्थापित करण्यासाठी आपले परिचित नामवंत लेखक किती कष्ट घेतात याबद्दल आपण कशाला आश्चर्य करायचे? त्या काळात समाजात संघर्ष आणि तणाव होता त्याला पुरावा उपलब्ध नसला तरी तशी परिस्थिती होतीच असे आपले इतिहासकार आग्रहाने सांगतात याचे आपल्याला का आश्चर्य वाटावे? त्यांच्या गुरूने सिद्धवचन लिहून ठेवलेले नाही का? " राज्य म्हणजे एका वर्गाने दुसऱ्या वर्गाची छळणूक करण्याची यंत्रणा... एका वर्गाचे अन्य खालच्या वर्गांनी आज्ञापालन करण्याची यंत्रणा... अल्पसख्य लोकांचे बहुसंख्याकांवर जबरदस्तीशिवाय अफाट वर्चस्व, गुलामी किंवा सरंजामशाहीमधे कुठेच राहू शकणार नाही. पददलितांनी जुलुम जबरदस्तीविरुद्ध बंडाचे प्रयत्न केल्याची उदाहरणे इतिहासात किती तरी ठिकाणी मिळतात... आपली सत्ता आणि वर्चस्व राखण्यासाठी सरंजामशहांना काहीतरी साधन निर्माण करणे भाग पडले. त्याद्वारे सर्वसामान्य जनतेला नमवून आपल्या नियंत्रणाखाली आणण्यासाठी काही नियम व कायदे केले गेले. या सर्व कायद्यांचा मूलभूत हेतू एकच शेतकरी गुलामांवर आपली सत्ता राखणे."[३]

त्याच त्याच शब्दांची वारंवार पुनरुक्ती... आपल्या नामवंत इतिहासकारांनी लिहिलेल्या प्राचीन हिंदुस्थानाच्या इतिहासाच्या पुस्तकापासून ते तिसरी इयत्तेच्या

पाठ्यपुस्तकापर्यंत तोच मजकूर आहे. 'सोव्हिएट युनियनमधील कम्युनिस्ट पक्षाचा संक्षिप्त इतिहास' यात स्टॅलिनने हे सिद्धांत व कालखंड शिलालेखात लिहिल्यासारखा कायम केला. तोच मजकूर या निष्ठावानांनी पाठ करून ठेवला आहे! खरेच, प्राचीन हिंदुस्थानाविषयींची आपल्या मित्रांची पुस्तके म्हणजे त्या पुस्तकांतील एखादा परिच्छेद घेऊन त्याविषयी भारतीय उदाहरणे देऊन त्या मजकुराची भलावण करायची! पश्चिम बंगाल सरकारच्या इयत्ता तिसरी ते सहावी पर्यंतच्या पाठ्यपुस्तकात हे परिच्छेद जसेच्या तसे उतरवलेले दिसतात!

स्टॅलिनच्या 'वेदवचना'त जे म्हटले आहे तेच गोळाबेरीज करून आपल्याला असे शिकवण्यात येते– "प्राथमिक समाजात लोक लहान लहान गट करून राहत. आणि जमीन, खनिजे, वनसंपत्ती, पाणी आणि श्रमशक्तीची अवजारे इत्यादी उत्पादन साधनांवर सामूहिक मालकी असे. तेव्हा श्रीमंत व गरीब असा भेदभाव नव्हता. सर्वजण समान होते. तथापि हळूहळू उत्पादन-साधनांवरची खाजगी मालकी उदयाला आली आणि समाजात मालमत्ताधारक व मालमत्ताहीन अशी विभागणी झाली. उत्पादन साधनांचे मालक तशी साधने नसणाऱ्या लोकांचे शोषण करू लागले."

अशा तऱ्हेने समाजात गुलाम आणि गुलाममालक अशी फार प्राचीन काळची विभागणी झाली. गुलामांना काहीही हक्क नव्हते. त्याला माणूस म्हणून समजले जात नव्हते. मालकाचे "बोलणारे साधन" समजले जाई. गुलाम-मालकी पद्धतीनंतर सरंजामी पद्धत आली. त्यानुसार सरंजामशहा आणि शेतकरी नोकर असा समाज अस्तित्वात आला. शेतात कायम राबणाऱ्या शेतकऱ्यांची स्थिती गुलामांपेक्षा काही फार वेगळी नव्हती. परंतु जमीनमालकाने त्यांना दिलेल्या लहान भूखंडावर ते वैयक्तिक शेती करू शकत व त्याच्या बदल्यात त्यांना आपल्या मालकांसाठी काही ठराविक दिवस काम करावे लागे. सरंजामशाहीतूनच भांडवलशाहीला वाट मिळाली. भांडवलशाही समाजात उत्पादनाच्या मूलभूत साधनांवर भांडवलशहांची व जमीन मालकांची मालकी असते. गुलाम आणि शेतमजुरांपेक्षा कामगार निश्चितच स्वतंत्र असतो. मात्र स्वतःच्या हाताच्या कसबाशिवाय इतर कशावरही त्याची मालकी नसते. आपल्या उपजीविकेसाठी त्याला भांडवलशहाचा पगारी नोकर म्हणून राहणे भाग पडते. आपली श्रमशक्ती विकावी लागते. म्हणजेच भांडवलशाही ही गुलामी विकत घेण्याची स्वभावसिद्ध पद्धत आहे."[४]

प्रत्येक लेखक दुसऱ्याने जे म्हटले आहे तेच पुनः सांगून 'तत्त्व' सिद्ध करण्याचा प्रयत्न करतो. त्या 'महान व्यक्तींनी इतिहासावर नियंत्रण ठेवणारे सर्वकालिक व अपरिवर्तनीय कायदे करून ठेवल्याने, सर्व काळातील समाज न चुकता काही टप्प्यातून जातातच असे सांगितल्यामुळे निष्ठेचा मापदंड म्हणजे हीच तत्त्वे पुनःपुनः

मांडत राहणे. हीच विद्वत्तेची कसोटीही ठरली. या "अभिजात" ग्रंथातील तत्त्वे 'सिद्ध' करण्यासाठी काहीतरी फुसकट शोधून काढायचे आणि ते हिंदुस्थानाला लागू पडत होते असे म्हणायचे. लेखकाला एवढेच करावे लागे की, आपल्या प्रतिपादनात या विधानांची गुंफण करावयाची किंबहुना आपले प्रतिपादन अशा तऱ्हेने फुलवत न्यायचे की अधूनमधून ही विधाने यात तार्किकतेने येत राहतील. आणि गरज पडल्यास असे निश्चितपणे सांगायचे की 'जरी पुरावा मिळत नसला तरी' या विधानानुसार परिस्थिती उद्‌भवलीच असेल! आणि समजा कुणी याबद्दल शंका घेतलीच तर 'शंका घेणे' म्हणजेच शोषक-वर्गाचे हितसंबंध राखण्याच्या उद्देशाने शंका घेतली जात आहे असे म्हणायचे!

पुन:पुन: जोरजोराने तेच तेच वाक्प्रचार वापरणे, काही पानांनंतर परत पुनरुक्ती करणे म्हणजे विद्वत्तेचे पुरेसे प्रदर्शन आवश्यक ठरल्याने आपल्या इतिहासकारांनी आणखीही करामती केल्या– लेनिनचे एकच, भाषण घ्या. स्टॅलिनच्या `Short History' पुस्तकातील तो परिच्छेद विचारात घेऊन पहा म्हणजे तुम्हाला आपल्या नामवंत इतिहासकारांनी प्राचीन भारतातील परिस्थितीचा केलेला विश्लेषणात्मक सारांश मिळेल. गेल्या तीस वर्षांत इतिहासलेखनाची ही अशी दयनीय अवस्था झाली आहे. या अवस्थेची एक हास्यास्पद बाजूही आहे.

प्राचीन जगाबद्दल अधिकाधिक सत्य गोष्टी उपलब्ध झाल्यावर, मार्क्सवादी विद्वानांनी मार्क्स व एंजल्स यांनी प्रतिपादन केलेले टप्पे व कायदे यांना 'सुधारित रूप' आणि त्यांचे आणखी 'विवेचन' केले. हे जास्तच गरजेचे झाले कारण युरोप बाहेरील प्रदेशासंबंधी अधिक माहिती उपलब्ध झाली. सोव्हिएट युनियनमधे सुद्धा, स्टॅलिनच्या भीतीयुक्त राजवटीच्या दशकांमधे देखील, मार्क्सवादी विद्वानांनी प्रस्थापित कायदे व टप्प्यांच्या परीघाबाहेर जाऊन विवेचन करण्याचा प्रयत्न केला. काही व्यक्ती सत्ताधाऱ्यांच्या मर्जीतून उतरल्याचा बहुधा हा परिणाम असावा. कधी एम्. एन्. पोक्रोव्हास्की सर्वांचा अग्रणी आणि मार्क्सच्या ऐतिहासिक लिखाणाचा नमुना समजला जात असे. काही दिवसांनी लगेच त्याने मार्क्स नीट समजून घेतलेला नाही व त्याच्या लिखाणाचा चुकीचा अर्थ लावून ठेवला आहे असा आरोप त्याच्यावर केला जायचा आणि त्याचे निंदक मार्क्सच्या विधानांविषयी विरुद्ध तऱ्हेचे प्रतिपादन करतात... काही दिवसांनी याच प्रतिपादनाच्या विरुद्ध मतमांडणी... प्रत्येक कोलांट्या उडीमुळे वेगळी परिस्थिती निर्माण व्हायची आणि त्यासाठी नवी बाजू मांडणे आवश्यक व्हायचे. अभिजात ग्रंथाचा नवा 'अन्वय' आणखी 'निर्माणक्षण विकास'...

प्राचीन ग्रीस आणि रोम विषयी मिळालेली नवी माहिती, मार्क्स आणि एंजल्सच्या तत्त्व प्रणालीशी पूर्णपणे जुळणारी नव्हती हे मान्य झाले होते: उदाहरणार्थ, पूर्वीच्या काळातील ग्रीक-रोमन समाजात गुलामगिरी प्रचलित होती असे एंजल्सने ग्रीक

शहरातील व राज्यातील गुलामांच्या संख्येची अतिशयोक्ती करून म्हटले हे नाकारता येत नाही. इतिहास-पूर्व समाजाविषयी अधिक माहिती उपलब्ध झाल्यावर, सामूहिक मालमत्ता हे या समाजांचे वैशिष्ट्य होते व समतापूर्ण सुसंवाद होता ही काल्पनिक विचारसरणी तग धरणे जास्तच कठीण होऊ लागले. तसेच प्राणीजगतात समूहाच्या संरचनेत विविध स्तर होते हे मान्य करणे अवघड झाले.

याच तऱ्हेने आशियाई समाजाची वर्गवारी करणे कठीण होऊन बसले. युरोपातील राज्ये व समाजाच्या उत्क्रांतीविषयीच्या माहितीवरूनच वर्गवारी अस्तित्वात आली. ती सुद्धा एकोणिसाव्या शतकाच्या मध्यातील माहिती होती. तेव्हापासून आतापर्यंत युरोपविषयींची ढीगभर माहिती मिळाली असून आणखी ढीगभर माहिती चीन, हिंदुस्थान आणि अन्य समाजांबद्दल मिळाली आहे. उप-वर्गवारी व उप-कालखंड त्यानुसार तयार झाले आहेत.

तथापि येथे भारतात आधी उपयोगात आणले गेलेले वाक्प्रचार व वर्गवारी यांची फक्त पुनरुक्ती करणे पुरेसे ठरते. या नामवंत इतिहासकारांच्या लेखनाचे वैशिष्ट्य म्हणजे फक्त गुरूशी निष्ठा एवढेच नाही. त्यांच्या मनाचा साधेपणा हे वैशिष्ट्य आहे!

मात्र याला एक आणखी पैलू आहे. या इतिहासकारांच्या लेखनाचे वैशिष्ट्य इस्लामी राजवटीची उजळ प्रतिमा दाखवणे एवढेच नाही तर इस्लामपूर्व कालखंड व या देशाच्या परंपरा यांचा प्रच्छन्न तिरस्कार करणे हाही आहे. उदाहरणार्थ, सोव्हिएट एन्सायक्लोपीडिया मधे हिंदुस्थानविषयी अनेक वर्षे अधिकाधिक लवचिक उल्लेख झाले आहेत. चीन आणि हिंदुस्थानसारख्या देशांची वर्गवारी व कालखंड याबद्दल वेगळा अर्थ लावण्याची कदाचित गरज भासेल असे बिचकत मान्य करायला त्यांनी सुरुवात केली. भिन्न भिन्न काळात वेगवेगळे 'टप्पे' एकाच वेळी अस्तित्वात होते व एकात एक मिसळले होते हेही मान्य करायला त्यांनी सुरुवात केली. आणि कदाचित चलाखीच्या कारणास्तव ते काही तपशील डावलू लागले. आपल्या परंपरांचा होणारा उपहास टाळण्याची काळजी घेऊ लागले.[५] उदाहरणार्थ 'A History of India' या द्विखंडी सोव्हिएट ग्रंथात हिंदुस्थानच्या इतिहासातील वेगवेगळ्या कालखंडांचे दाखवलेले वैशिष्ट्य आपल्या नामवंत इतिहास लेखकांच्या ग्रंथात दाखवल्याप्रमाणे तेच आहे. परंतु सोव्हिएट ग्रंथात, आपल्या इतिहासकारांच्या ग्रंथाप्रमाणे कोणत्याही प्रकारची तुच्छता अथवा वैरभाव दिसून येत नाही.

सोव्हिएट इतिहासकारांच्या लेखनात खालील मुद्देही येतात–

कलिंग युद्धानंतर "अशोकाने काही प्रमाणात आपल्या पद्धती फक्त बदलल्या..." "मौर्य राजाने आपले सामर्थ्य न विसरता जेथे आवश्यकता पडेल तेथे बळाचा वापर केला. आपली प्रमुख वैचारिक आणि चातुर्याची अस्त्रे उपयोगात आणली..." "खास नियुक्ती केलेल्या अधिकाऱ्यांवर अवलंबून राहून व शिष्टाई योजना आखून, त्याने

तोपर्यंत न जिंकलेल्या प्रदेशावर आपला प्रभाव पाडण्याचा प्रयत्न केला. त्याकरता त्याने तेथील रहिवाशांना सम्राटाचे प्रेम, काळजी, पित्यासारखे पालन आणि हरतऱ्हेचा पाठिंबा देण्याचे आश्वासन दिले.''[६] या इतिहास लेखकांनी आणखी असेही म्हटले आहे की, ''अशोकाला धार्मिक सहिष्णुतेच्या धोरणाचा काही प्रमाणात पाठपुरावा करावाच लागत होता. कारण सनातनी व थोतांडी शिकवणुकीचा (बौद्ध तत्त्वज्ञान सोडून) जबर प्रभाव जनमानसावर होता. सहिष्णुता दाखवण्याखेरीज त्याला दुसरा उपाय नव्हता...'', ''त्याच्या या तऱ्हेच्या धार्मिक सहिष्णुतेच्या धोरणामुळेच बौद्धधर्माचा परिणामकारी प्रसार झाला. आपले धोरण राबवताना त्याने हुशारीने विविध धर्मपंथांच्या जीवनक्रमावर राज्याचे नियंत्रण ठेवले. यामुळे ब्राह्मण, आजीवक तसेच जैन अशा प्रभावी सामाजिक थरांबरोबरचा संघर्ष तो टाळू शकला...'', ''अशोकाने आपल्या कारकिर्दीच्या अखेरच्या दिवसात धार्मिक सहिष्णुतेच्या आपल्या धोरणाचा त्याग करून उघडपणे बौद्धधर्मीय धोरण स्वीकारल्यामुळे इतर धर्मियांचा त्याला कडवा विरोध झाला. त्यामुळे त्याच्यावर व प्रशासनावर गंभीर परिणाम झाला.''[७] थोडक्यात म्हणजे, या सोव्हिएट ग्रंथातसुद्धा अशोकाची सहिष्णुता आक्रमक धोरणाची होती अशीच भूमिका घेतलेली आहे.

अशोकाने पशूबळी-यज्ञयागांना बंदी घातल्यामुळे ब्राह्मणवर्गाचे उदरनिर्वाहाचे साधन नष्ट झाल्याने ते त्याच्याविरुद्ध गेले असा सिद्धांत आपले इतिहासकार मांडतात तर सोव्हिएट इतिहास लेखक सर्व दोष अशोकाचाच होता असे प्रतिपादन करतात. ते लिहितात, ''अशोकाने आपल्या कारकिर्दीच्या अखेरच्या काळात बुद्धाच्या शिकवणुकीच्या प्रचारासाठी बौद्ध धर्मप्रचारकांना इतक्या सढळ हाताने पैशांची मदत केली की, राज्याच्या तिजोरीत खडखडाट झाला.'' हे इतिहासलेखक म्हणतात की, अशोकाच्या अधिकाऱ्यांनी त्याचा नातू संपदी याला असा सावधगिरीचा इशारा दिला होता की, ''सम्राट मठाधिपतींना फारच सढळ हाताने मदत करीत आहे ते थांबवावे.''

''संपदीने आदेश देऊनही धर्मप्रचारकांना मदत करणाऱ्या अशोकाच्या सूचना चालूच राहिल्या.'' ते म्हणतात की, ''अनेक ठिकाणांहून मिळालेल्या माहितीच्या आधारे असे कळून येते की, संपदी आणि त्याची राणी तिष्यरक्षिता (बौद्धधर्माची विरोधक) जैनधर्मीय होते व त्यांनी या कारस्थानात भाग घेतला होता.''

प्रजासत्ताक राजपद्धतीविषयी सोव्हिएट इतिहासकारांनी सविस्तर लेखन केले आहे. आपल्या नामवंत इतिहासकारांच्या लिखाणात याविषयी जी तिरस्काराची भावना आढळते किंवा इतक्या जुन्या काळात लोकशाही पद्धतीची राज्यव्यवस्था असावी याची शंका असते याचा मागमूसही सोव्हिएट लेखकांच्या पुस्तकात आढळत नाही. उलटच आढळते. सोव्हिएट इतिहासकारांनी त्या प्रजासत्ताक संघटनांनी

"राजेशाही विरुद्ध झुंजार लढा देऊन अनेक वेळा प्रभावी यश मिळवले." अशी नोंद केली आहे. "काही बौद्ध माहिती स्रोतात देखील प्रजासत्ताक राज्ये म्हणजे महान देश आहेत" असा उल्लेख असल्याचे सोव्हिएट लेखकांनी सांगून पुढे लिहिले आहे की, "काही प्रमाणभूत आणि हिंदुस्थानी माहिती-ग्रंथात या राजेशाही नसलेल्या राज्यपद्धतीचे देश भरभराटीला आले होते तसेच प्रशासन सुरळितपणे चालू होते आणि तेथे उच्च दर्जाची संस्कृती होती." या लेखकांनी अर्थातच असे लिहिण्याची काळजी घेतली आहे की, "या प्रजासत्ताक संघटनात खरी सत्ता क्षत्रियांच्या उच्चभ्रू मंडळाच्या हातात एकवटली होती." त्यांच्या विधिमंडळात "अंतर्गत झगडे" आणि वर्गीय तंटेबखेडे होते अशी नोंदही त्यांनी करून ठेवली आहे. त्याचबरोबर पुढे असेही लिहिले आहे की, "या राजकीय संघटनेचे सर्वात महत्त्वाचे, राजेशाहीपेक्षा अगदी वेगळे, वैशिष्ट्य म्हणजे जनसामान्यातील विविध थरातील लोकांचा राजकीय व्यवहारात सहभाग हे होते. त्यामुळेच या संघटना दृढ होऊन बऱ्याच काळ टिकल्या."[८]

"कनिष्क हा प्राचीन हिंदुस्थानातील एक सुप्रसिद्ध राजा होता." असेही हे सोव्हिएट लेखक नमूद करतात. बौद्धधर्माशी त्याचा निकटचा संबंध होता असे सांगताना ते त्याच्या धर्मांतराला आंतरिक प्रगाढ अनुभव नसल्याबद्दल त्याचा उपहास करीत नाहीत![९]

अनेक गोष्टी त्यांनी नमूद करून ठेवल्या आहेत. उदाहरणार्थ: भगवद्‌गीतेतील बौद्धिक आणि अध्यात्मिक मिलाफ, निष्काम कर्मयोगासारखी काही मूलभूत आणि महान तत्त्वे त्यात आहेत. लोकांच्या मनावर या तत्त्वज्ञानाचे महत्त्व ठसले याची उदाहरणे म्हणजे टिळक, गांधी, श्री अरविंद, जवाहरलाल नेहरूसकट सर्व महान नेते याच तत्त्वाला अनुसारून कसे आचरण करीत होते हेही नमूद केलेले आहे. मात्र 'भक्ती म्हणजे सरंजामशाहीची दासी' असे तुच्छतेचे उद्‌गार आपल्या नामवंत इतिहास लेखकांच्या ग्रंथात सापडतात तसे या लिखाणात आढळत नाहीत.[१०]

कालिदासाच्या वाङ्‌मयाचा उल्लेख "प्राचीन भारतीय वाङ्‌मयातील एक रत्न" असाच केलेला असून "जागतिक संस्कृतीच्या इतिहासातील दैदिप्यमान पान" असा गौरवही केला आहे. अश्वघोषाच्या लिखाणात कालिदास "बुद्धाचा आदर्श प्रतिमेच्या व त्याच्या निष्ठावान शिष्यांच्या" पलिकडे जाऊन जीवनदर्शन घेऊ शकला असे म्हटले आहे. आपल्या नामवंत इतिहासकारांपेक्षा अगदी विरुद्ध असे मत सोव्हिएट इतिहासकारांच्या ग्रंथात सापडते: "पूर्वपरंपरांपासून अगदीच फटकून न राहता कालिदास अनेक नव्या कल्पनांचा उद्‌गाता होता. शतकानुशतके भारतीय जनमानसावर त्याच्या वाङ्‌मयाचा अमिट प्रभाव का पडला हे यावरून कळून येते."[११]

प्राचीन भारतातील वैज्ञानिकांच्या कार्यावरही आपले नामवंत इतिहासकार जसे

पाणी टाकतात तसे न करता सोव्हिएट इतिहास लेखक लिहितात की, "ख्रिस्तपूर्व पहिल्या काही शतकात वैज्ञानिक क्षेत्रात महत्त्वाचे शोध लागले. विशेषेकरून गणित, खगोलशास्त्र, वैद्यकशास्त्र आणि रसायनशास्त्रात नवे मूलभूत सिद्धांत निर्माण झाले. अनेक ज्ञानशाखात संशोधनात्मक निबंध लिहिले गेले. अर्थव्यवस्थेच्या गरजांमुळे गणितशास्त्राचा विकास होण्यास मदत झाली. धार्मिक वास्तूंचे बांधकाम आणि पूजेसाठी गणितशास्त्र फार महत्त्वाचे होते."

"प्राचीन कालखंडात आणि मध्ययुगाच्या प्रारंभीच्या काळात आर्यभट्ट (पाचव्या आणि सहाव्या शतकाच्या प्रारंभीचा काळ) वराहमिहिर (सहावे शतक) आणि ब्रह्मगुप्त (सहाव्या शतकाच्या अखेरच्या आणि सातव्या शतकाच्या प्रारंभीच्या काळात) यांच्यासारखे महनीय गणितज्ञ होऊन गेले. आधुनिक काळातील अनेक वैज्ञानिक सिद्धींचा उगम त्यांच्या शास्त्रीय शोधकामात आहे. आर्यभट्टाला pi = ३.१४१६ हे समीकरण माहीत होते. आपल्याला माहीत असलेले पायथागोरस प्रमेय या काळातही ज्ञात होते. दोन अज्ञात घटक असलेल्या रेखायुक्त समीकरणाला आर्यभट्टाने संपूर्ण अंक असलेले मूलस्वरूपी गणिती उत्तर सुचवले. त्याचे आधुनिक उत्तराशी निकटचे साम्य आहे."

प्राचीन भारतीयांनी 'शून्य' अंकाचा उपयोग करून एक गणन पद्धती तयार केली. नंतर ती अरबांनी उचलली (तथाकथित अरब आकडे) आणि नंतर त्यांच्याकडून इतरांनी उचलली. आर्यभट्ट विचारपद्धती Sine व Cosin या संकल्पनांशीही परिचित होती.

"आर्यभट्टाचा अनुयायी ब्रह्मगुप्त याने अनेक समीकरणांच्या मालिकांना उत्तरे शोधली."

"या काळातील भारतीय अभ्यासकांनी खगोलशास्त्राच्या क्षेत्रातही महत्त्वपूर्ण यश मिळवले. या काळातील काही खगोलशास्त्रीय निबंध जतन करून ठेवण्यात आले असून त्यातील सिद्धांतावरून तत्कालीन भारतीयांनी किती उच्च दर्जाचे खगोलशास्त्रीय ज्ञान प्राप्त करून घेतले होते याची साक्ष पटते."

"गुप्त-काळातील विद्वानांना आकशस्थ ग्रह-नक्षत्रे, सूर्य व चंद्रग्रहणाची कारणे इत्यादी माहिती होती. पृथ्वी आपल्या आसाभोवती गोलगोल फिरत असते" हा नामांकित सिद्धांत आर्यभट्टाने मांडला.

"गुरुत्वाकर्षणामुळे वस्तू जमिनीवर पडतात हे ब्रह्मगुप्ताने (न्यूटनच्या आधी अनेक शतके) दाखवून दिले होते."

"वराहमिहिराच्या बृहत्संहितेत खगोलशास्त्र, भूगोल आणि खनिजशास्त्रासंबंधी अनेक लक्षणीय माहिती मिळते..."[१२]

प्राचीन कालखंडात भारतीय कला आणि वास्तुशास्त्रात झालेल्या प्रगतीला

आपले नामवंत इतिहासकार तुच्छ लेखतात. हे सर्व इतर देशातून उचललेले असून त्यात विशेष हक्क असलेल्या वर्गातील लोकांच्या जीवनाचे प्रतिबिंब आहे असे म्हणतात. परंतु सोव्हिएट इतिहासकार मात्र भारतीयांनी या क्षेत्रात मिळवलेल्या उच्च दर्जाबद्दल लिहितात. हे आद्य व कल्पक स्वरूपाचे आहे असे म्हणतात. अजंठा लेण्यात ''भारतीय कलाजगतातील अत्यत्कृष्ट नमुने'' आहेत असे म्हणतात.[१३]

मात्र आपले परिचित 'भक्ती' भावनेला तुच्छ लेखून म्हणतात की, दासाने आपली व्यक्तिगत निष्ठा मालकाशी आहे हे दर्शवण्यासाठी 'भक्ती' हे साधन निर्माण केले गेले; तर सोव्हिएट इतिहासकारांना त्यात मुक्तीचा मार्ग दिसतो. भक्तिमार्गद्वारे लोकांनी कर्मकाडांपासून स्वत:ची सुटका करीत आपल्या पूजनीय व्यक्तित्वाशी प्रत्यक्ष संवाद साधण्याची वाट शोधली. थोडक्यात म्हणजे त्यांच्या मते 'भक्ती' सामाजिक निषेधाचे साधन झाली. सामाजिक बंधने घट्ट करण्याचे साधन नव्हते.[१४]

आपले मित्र सुलतानांच्या धार्मिक धोरणाची रंगसफेदी करून त्यांचे धोरण म्हणजे 'सर्वसामान्य सहिष्णुता' होती असा बनाव करतात तर सोव्हिएट इतिहास लेखक त्यासंबंधी अधिक स्पष्ट व पूर्वग्रहरहित असे लिहितात. मुहमद तुघलकाच्या विनाशकारी कारकिर्दीच्या दुष्परिणामांचा प्रभाव कमी करण्याच्या हेतूने फिरोज तुघलकने योजलेल्या उपायासंबंधी ते लिहितात, ''तरीही त्याच वेळी फिरोज, हिंदु आणि मुस्लिमांचा छळ करून सर्व पाखंडी चळवळी निर्दयपणे दडपून टाकीत होता. हिंदू संस्थानाविरुद्ध (विशेषत: कटेहर) आखलेल्या मोहिमेत त्याने स्थानिक लोकांना गुलाम करून त्यांना शाही जमीनजुमल्यावर मजूर म्हणून कामाला जुंपले. सुलतानाच्या उदाहरणाचे अनुकरण करीत त्याचे अधिकारीही गुलाम मिळवू लागले. बरानी या इतिहासकाराच्या हकिकतीनुसार, त्या काळात देशात जवळजवळ एक लाख ऐंशी हजार गुलाम होते.''[१५]

आपले मित्र दिल्ली सल्तनतच्या 'सर्वसामान्य सहिष्णुते' विषयी लिहितात तर सोव्हिएट इतिहासकार लिहितात, ''दिल्ली सल्तनत प्रस्थापित झाल्यानंतर हिंदुस्थान देश तथाकथित, मुस्लिम जगाच्या परीघात आला. इस्लामी कल्पनांचा शिरकाव सिंधमधे सातव्या शतकात तर उत्तर हिंदुस्थानाच्या इतर भागात नवव्या शतकात झाला. परंतु दिल्ली सल्तनतमधे इस्लामला राजधर्माची प्रतिष्ठा देण्यात येऊन स्थानिक लोकांवर तो बळजबरीने लादला गेला. हिंदु लोकसंख्येतील विविध घटकांनी जबरदस्तीने इस्लाम धर्म स्वीकारला तर काही लोकांनी उच्च पदाच्या अभिलाषेने स्वीकारला. कारण उच्च पदावर फक्त मुस्लिमांचीच नियुक्ती केली जाई. हिंदु जनतेतील तिसऱ्या प्रकारच्या लोकांनी जिझिया करातून सुटका मिळण्यासाठी इस्लाम धर्म स्वीकारला. खालच्या जातीतील लोकांनी आपल्या जीवनातील तोटे टाळता येतील या आशेने इस्लाम धर्माचा अंगिकार केला.''[१६]

औरंगजेबाच्या धार्मिक धोरणाचे स्पष्टीकरण देताना आपले नामवंत इतिहासकार एकामागून एक समर्थने देत असतात तर त्या उलट सोव्हिएट इतिहासकार लिहितात, "औरंगजेब तख्तावर आल्यावर, जहागिरदारांच्या प्रतिगामी गटाला दरबारात निर्णायक महत्त्व प्राप्त झाले. हा निर्दय हिकमती राजकारणी माणूस कडवा मुस्लिम होता. दाराशुखाह वर त्याने मिळवलेला विजय म्हणजे हिंदूंचे सर्व हक्क हिरावून घेणे व शिया मुस्लिमांचा छळ करणे या त्याच्या धोरणाचाच विजय होता. इस्लाम धर्माच्या तत्त्वानुसार देशातील जनजीवन चालू रहावे म्हणून औरंगजेबाने शिया सण, मद्यपान, संगीत, चित्रकला, नृत्य, भांगेसारख्या मादक पदार्थांची मशागत या सर्वांवर बंदी घातली. इसवी सन १६६५ आणि १६६९ मधे त्याने हिंदू मंदिरे उध्वस्त करण्याचे आणि त्याच जागी, त्याच ढिगाऱ्यातून मशिदी बांधण्याचे आदेश दिले. हिंदूंना कोणतीही मानचिन्हे वापरण्याची आणि हत्तीवरून जाण्याची मुभा नव्हती." इत्यादी.

"अकबराने रद्द केलेला जिझिया कर पुन: १६७९ मधे लागू करण्यात आला. बिगर मुस्लिम जनतेवर हा फारच मोठा भार होता. यामुळे दिल्ली, गुजरात, बऱ्हाणपुर विभागात लोकक्षोभ उफाळला. मराठा, राजपूत आणि जाट सर्वच लोकांनी याविरुद्ध आवाज उठवला. अफगाण मुस्लिमांनीही याविरुद्ध बंडाची भाषा केली. मोगल सत्तेच्या जोखडापासून सुटका आणि स्वातंत्र्य मिळवण्याची इच्छा यावरून अनेक हिंदुस्थानी लोक राष्ट्रीय जागृतीची प्रथम चिन्हे दाखवू लागली होती ही सत्यस्थिती कळून येते. मुगल राज्य म्हणजे एक प्रकारची जुलुमशाही आणि परकी सत्ता असून तिच्यामुळे आपल्या धार्मिक भावना दुखावल्या जात आहेत असे त्यांना तीव्रतेने वाटू लागले होते. मुगल साम्राज्याच्या बळाची लोकमान्य चळवळीच्या नेत्यांना कल्पना आली नाही."[१७]

सोव्हिएट पाठ्यपुस्तकात जेव्हा १९३० नंतरचे दशक व पुढील वर्षाच्या हकिकती लिहिल्या गेल्या तेव्हा हे सर्व हास्यास्पद झाले. या दशकातील घटना या पाठ्यपुस्तकात सध्याच्या वृत्तपत्रांप्रमाणे लिहिल्या आहेत! "हिंदुस्थानात कम्युनिस्ट चळवळीचा उदय आणि शेतकरी-कामकऱ्यांच्या राजकीय संघटनांची बांधणी.', "राष्ट्रीय चळवळीत डाव्या शक्तींचे स्थान बळकट... नेतृत्वासाठी संघर्षाचा जोर...", "वर्गीय संघर्ष तीव्र..."

या कालखंडाच्या संदर्भात आणि १९४२च्या कम्युनिस्ट पक्षाच्या दप्तरातही, सोव्हिएट पाठ्यपुस्तकात, आपल्या मित्रांनी लिहिलेल्या इतिहासापेक्षा अधिक प्रामाणिकपणा दिसून येतो. आपण पाहिलेच आहे की, आपल्या इतिहासाच्या पुस्तकात कम्युनिस्टांनी नेमके काय केले... विशेषत: 'चले जाव' चळवळीच्या वेळची त्यांची भूमिका याविषयी वाचकाला पूर्णत: अंधारात ठेवले आहे. याउलट, सोव्हिएट पाठ्यपुस्तकात

असे लिहिले आहे की, ''या टप्प्यावर पक्षाच्या राजकीय भूमिकेबाबत आणि त्यांनी अंगिकारलेल्या डावपेचात दोन्हीही बाबतीत काही चुका झाल्या हे नंतर भारतीय कम्युनिस्ट पक्षाने मान्य केले. या चुकांमुळे साम्राज्यविरोधी शक्तींना आळा घातला जाण्याऐवजी त्या शक्तींचे ऐक्य कमी लेखले गेले. भारतीय कम्युनिस्ट पक्षाच्या केंद्रीय समितीने 'ऑगस्ट क्रांती' बाबत नकारात्मक भूमिका आणि 'मुस्लिम लीग'ने तयार केलेल्या 'लाहोर ठरावा'ला पाठिंबा दिला. या ठरावात ज्या प्रदेशात मुस्लिमांची लोकसंख्या अधिक आहे. तेथे सार्वभौम राज्ये स्थापन करावीत असे सुचवण्यात आले होते. १९४२ च्या सप्टेंबर महिन्यात भारतीय-कम्युनिस्ट-पक्षाच्या केंद्रीय समितीने गांधी व इतर नेत्यांची सुटका करावी, दडपशाहीचे उपाय थांबवावेत, राष्ट्रीय काँग्रेसला मान्यता द्यावी अशा मागण्या केल्या असताही भारतीय-कम्युनिस्ट-पक्षसदस्य व काँग्रेसचे नेते यांच्यातील संबंध बिघडत गेले. भारतीय-कम्युनिस्ट-पक्षाने १९४२-४५ मधे मोठ्या सार्वजनिक संघटनांमधे आपला शिरकाव करून वर्चस्व लक्षणीयरीत्या वाढवले. यावरूनही वरील घटनेचे स्पष्टीकरण देता येते.''[१८]

संपूर्ण सत्य नव्हे. फक्त येवढेच सत्य नाही... कम्युनिस्ट पक्षाने त्यावेळी ज्या 'चुका' केल्या त्या मॉस्कोहून थेट स्पष्टपणे आलेल्या सूचनांमुळे झाल्या हे ते लोक मान्य करतील ही फारच मोठी अपेक्षा आहे! तथापि सत्याचा थोडा तरी अंश दृश्यमान झाला!

एकूण दोन मुद्दे आपण लक्षात ठेवले पाहिजेत. पहिला मुद्दा, आपले मित्र काही केवळ मार्क्सवादी नाहीत ते मेकॉलेवादी देखील आहेत. दुसरे असे की, ते एका विशिष्ट अर्थाचे मार्क्सवादी आहेत. मार्क्सवादी लोकांचे वाक्प्रचार आणि गृहीत तत्त्वांचा सतत पुनरुच्चार केल्याने आपण मार्क्सवादी बनतो असे वाटून घेत राहिल्याने ते मार्क्सवादी ठरतात. परंतु ते मार्क्सवादी इतिहासलेखक होण्याऐवजी प्रस्थापित इतिहासकार झाले. त्यांची तत्त्वे आणि सिद्धांत 'प्रमाणभूत' मार्क्सवाद-लेनिनवादाशी जुळतात एवढेच नव्हे तर त्यांची विचारसरणी म्हणजेच त्यांची तत्त्वप्रणाली काँग्रेस-सत्ताधाऱ्यांच्या गरजांशी मिळती-जुळती आहे.

◆

संदर्भ आणि परिणाम

१७
बौद्धिक पद्धतींची रस्सीखेच

इतिहास हा अनेक विषयांपैकी एक विषय आहे. Indian Council of Historical Research ही सुद्धा अनेक संस्थापैकी एक संस्था आहे. या बुद्धिवंतांनी गेल्या काही वर्षांत अनेक संस्था आणि व्यवसायांवर कब्जा केला आहे. आपल्या आधिपत्याखालील या क्षेत्रातून त्यांनी सर्वसामान्यपणे जनसामान्यांना दिल्या जाणाऱ्या माहितीवर आपले नियंत्रण ठेवले आहे. त्यांनी एक बौद्धिक पायंडा पाडून ठेवला तसेच राजकीय दृष्ट्या काय बरोबर आणि काय चूक हेही त्यांनीच ठरवले. त्याचे परिणाम आपल्याला अवतीभोवती सर्वत्र दिसून येतात. आपल्याला रोज आढळून येणाऱ्या अनिष्ट घटना हे याचे ढळढळीत उदाहरण आहे. प्रारंभी या घटना संदर्भरहित वाटतात पण फक्त 'सुरुवातीसच–'

विसाव्या शतकात अस्पृशता निर्मूलनासाठी गांधींइतके कार्य कोणीच केलेले नाही. स्वराज्य प्राप्तीपेक्षा हिंदू धर्मातून अस्पृश्य-निर्मूलनाला त्यांनी जास्त महत्त्व दिले. या भूमिकेवरून ते तसूभरही ढळले नाहीत म्हणून त्यांनी सनातनी मताच्या लोकांचा रोष ओढवून घेतला. परंतु काही दिवसांपूर्वी एकदा संसदेच्या अधिवेशनात काशीराम यांनी अस्पृश्यता निर्मूलन हा विषय गांधींच्या कार्यात नव्हताच असे विधान केले. तेव्हा एकही सदस्य त्यांना विरोध दर्शवण्यास उभा राहिला नाही. आपल्या देशाच्या अलीकडील चाळीस वर्षांच्या इतिहासातील नोंदी दाखवून देण्यासही कोणी पुढे आले नाही.

याचप्रमाणे, एक 'दलित' राजप्रमुख असलेल्या सरकार ऐवजी दुसऱ्या एखाद्या सरकारने शंभर कोटी रुपये एक उद्यान बनवण्यास खर्च केले असते तर वृत्तपत्रांनी काय म्हटले असते याचा विचार करा. आणि मायावतीच्या कृतीबद्दल त्यांची प्रतिक्रिया काय झाली याचा विचार करून पहा. दुसऱ्या एखाद्या सरकारने सार्वजनिक पैसा वापरून श्रीरामाचे पुतळे उभारले असते तर याच वृत्तपत्रांनी केवढा आरडाओरडा केला असता याची कल्पना करून पहा. आणि मायावतीने सार्वजनिक पैशानेच रामस्वामी नायकर आणि आंबेडकर यांचे पुतळे उभारल्यावर हीच वृत्तपत्रे कशी मुकाट्याने मूग गिळून बसली आहेत तेही पहा.

मायावतीने आपल्या सहा महिन्यांच्या कारकिर्दीत शेवटी शेवटी कोणता प्रकल्प हाती घेतला ते पहा. 'दलितां'ना बंदुकीचे परवाने देण्याची त्वरा करावी असे आदेश तिने आपल्या अधिकाऱ्यांना दिले. म्हणजे अशा लोकांना की, तिच्या पक्षातील हरकाम्या नोकरांनी ज्यांची बंदुकीकरता शिफारस केली आहे त्यांना! अशा तऱ्हेच्या साहसी जोखमीच्या प्रकारामुळे अनर्थ होणारच. मुलायमसिंग जेव्हा सत्तेवर येतील तेव्हा ते 'इतर मागासवर्गीयांना' म्हणजेच त्यांच्या पक्षाच्या गटाला बंदुकीचे परवाने द्यावेत असा आदेश आपल्या अधिकाऱ्यांना देतील. अशा प्रकारे दोन सशक्त गट उत्तर-प्रदेश राज्यात बिहारसारखी वाईट परिस्थिती आणून ठेवतील. तथापि वृत्तपत्रांनी यासंबंधी पूर्णपणे मौन बाळगले आहे.

मौलाना वाहिदुद्दिन यांनी मुस्लिम लोकांच्या एकत्रित विभागात बराच प्रवास केला असल्याने आणि त्यांचा या लोकांशी निकटचा परिचय असल्याने त्यांनी आपल्या Indian Muslims, Need for a positive look[१] या पुस्तकात व्यक्त केलेले विचार महत्त्वपूर्ण आहेत. ते म्हणतात, "पूर्वीपेक्षा म्हणजे साधारणपणे फाळणीच्या वेळेपेक्षा मुस्लिम समाज आज अधिक चांगल्या परिस्थितीत आहे." आपल्या या विधानाला पुष्टी देणारी अनेक तथ्यपूर्ण उदाहरणे त्यांनी दिली आहेत. तथापि जाहीरपणे हे मान्य करणे म्हणजे मुस्लिम समाजाशी द्रोह करणे आहे असे समजले जाते असेही ते सांगतात.

सोव्हिएट युनियन कोलमडून पडेपर्यंत आपले कम्युनिस्ट पक्ष आणि कम्युनिस्ट सदस्यांना मॉस्कोमधील त्याच वृत्तीच्या लोकांकडून तसेच इतरांकडून तऱ्हेतऱ्हेची 'मदत' मिळाली. याबद्दल त्यांनी जे मौन बाळगले त्यावरून असे दिसते की या 'मदती'बद्दल उदारमतवादी लोकांनी गप्प बसणे हुकुमबद्ध होते. एवढेच नाही तर कम्युनिस्टांनी अशी मदत घेणे पूर्णपणे 'कायदेशीर' मानले गेले. एका उदात्त कारणासाठी ते ही मदत घेत आहेत याबद्दल कुणी शंका घेतली तर त्याची कंबक्तीच भरली असती. या उलट ज्या कुणाला अशी मदत नकोशी वाटली त्यांच्या संदर्भात प्रामाणिकपणा म्हणजे 'कडवी धर्मनिष्ठा' असा उपहास केला गेला. प्रामाणिकपणाचे 'स्तोम माजवले जात आहे' 'प्रदर्शन केले जात आहे' अशी टिंगलही केली गेली.

"Worshipping False Gods" या माझ्या पुस्तकाविषयी एका प्रमुख वृत्तपत्राच्या संपादकाने मला सांगितले की, "तुमच्या पुस्तकावर मला स्वत:ला अभिप्राय लिहावासा वाटतो. परंतु मी त्याची प्रशंसा केली तर माझ्यावर टीका होईल. मीही जातीयवादी उच्चवर्णीय आहे म्हणून प्रशंसा करीत आहे असे म्हटले जाईल." एका मान्यवर समीक्षकाने माझ्या पुस्तकाबद्दल म्हटले, "अरुण, किती चमकदार पुस्तक आहे... अगदी भारून टाकणारे आहे." त्याने लिहिलेला अभिप्राय साधारण स्तुतिपर होता. परंतु तो म्हणाला, "मला जे मनापासून वाटले ते लिहिता

आले नाही. तुझे लिखाण खरोखरीच ओजस्वी आहे. इतके संशोधन, इतके विचार तू यात कसे काय मांडू शकलास?''

माझ्या पुस्तकावर अभिप्राय देणे कोणावर सोपवले गेले आहे यावरून असेच दिसून येते. एखाद्या डाव्या विचारसरणीच्या लेखकाने पुस्तक वेगळ्या विचारसरणीच्या समीक्षकाकडे अभिप्रायासाठी देणे त्यांना कधीच आवडत नाही. तसे झाल्यास संपादकाला स्पष्टीकरण द्यावे लागते. ''तुम्ही मुद्दामच उजव्या विचारसरणीच्या समीक्षकाकडे दिलेत'' असे ते म्हणतील. या उलट, एखादे पुस्तक त्यांच्या मताप्रमाणे उजव्या विचारसरणीच्या लेखकाचे असेल तर अभिप्रायासाठी ते ''उजव्या विचारसरणीचा'' असा शिक्का बसलेल्या समीक्षकाकडे देणार नाहीत. संपादकाने मुद्दामच जो त्या पुस्तकाची प्रशंसा करील अशा माणसाकडेच ते अभिप्रायासाठी दिले असा कांगावा करतील म्हणून एखादे विशिष्ट पुस्तक अशाच व्यक्तीकडे अभिप्रायार्थ देण्यात येते की, जो त्यावर ''टीकेचा वर्षाव'' करील!

Worshipping "False Gods"या माझ्या पुस्तकाबद्दल एका मित्राचे वक्तव्य एका वर्तमानपत्राने प्रसिद्ध केले होते ते असे : ''अरूण शौरींनी या ग्रंथाच्या पाच खंडातून आंबेडकरांचे विचार जसेच्या तसे शब्दशः उद्धृत केले आहेत. विशिष्ट मजकुराची निवड करूनच त्यांनी हे उद्धृत केले ही त्यांची चूक आहे. एके ठिकाणी आंबेडकरांनी म्हटले आहे की ते मसुदा-समितीचे अध्यक्ष होते व अय्यर, बी. एन्. राव आणि टी. टी. कृष्णम्माचारी सारख्या लोकांनी त्यांना घटनेचा आराखडा बनवण्यास मदत केली होती. हा भाग शौरींनी वगळला आहे अशा प्रकारे जे नको ते वगळायचे आणि संबंधित व्यक्तीला तुच्छ लेखून त्याच्या जीवनाशीही त्याचा संदर्भ लावायचा हे योग्य नाही...'' यातील शेवटच्या वाक्याचा उत्तरार्ध मला समजत नाही. त्यातील संदिग्धता कदाचित् वार्ताहराच्या लिखाणामुळे आली असेल. परंतु मुख्य मुद्दा ''निवडक मजकूर वगळण्याचा'' आणि त्यासाठी दिलेले उदाहरण : माझ्या पुस्तकाचा प्रसार होण्यात ज्या मित्रांनी मदत केली त्यामधे हा मित्रही होता; त्याने ज्या विशिष्ट परिच्छेदाचा उल्लेख केला होता तो परिच्छेद माझ्या पुस्तकात पृष्ठ ५९६ व ५९७ वर पुन: उद्धृत करण्यात आला होता. त्या मित्राची आणि माझी चांगलीच ओळख आहे. मी चुकीचे काहीतरी लिहिले आहे असे त्याने म्हटले आहे तसे करणारांपैकी मी नव्हे हे तो चांगलेच जाणतो. तो परिच्छेद अनुक्रमणिकेत असल्याने त्याला तो निश्चितच सापडला असता याची मला मुळीच शंका नाही. आम्हाला दोघांनाही जाणणाऱ्या तिसऱ्या एका मित्राने मला सांगितले की, ''त्याच्या दुकानातून तुझ्या पुस्तकाची विक्री होत रहावी यासाठी त्याला तसे म्हणणे भाग पडले.''

या विचाराशी सहमत होण्याकरता काही गोष्टी केल्यावाचून गत्यंतर नसते याचा

पुरावा मला वरचेवर मिळत असतो. आंबेडकरांविषयी सत्य गोष्टी हुडकून काढून त्या उजेडात आणून मी देशाची "फार मोठी सेवा केली आहे" असे सांगणारे पुष्कळ लोक मला भेटले आहेत. मला भेटण्याचा त्रास घेऊन कितीतरी लोकांनी मला हे सांगितले त्यांच्या संख्येने मी भारावून गेलो. यामधे विविध राजकीय पक्षांचे लोक, महार नसलेल्या प्रसिद्ध 'दलित' व्यक्तींचाही समावेश होता. माझे आंबेडकरांवरील पुस्तक प्रसिद्ध होईपर्यंत मला खरोखरीच महार नसलेल्या 'दलितांना' आंबेडकरांना देवस्वरूप मानल्याबद्दल काय वाटते हे कळले नव्हते. तथापि हे सर्व खासगीतील बोलणे आणि तेसुद्धा गुपचूप केलेले. आंबेडकरासंबंधी भ्रामक समजूत उजेडात आणल्याबद्दल मला नुसते भरघोस धन्यवाद देऊन नव्हे परंतु माझ्या पुस्तकाच्या अनेक प्रती विकत घेऊन आपापल्या राज्यात त्यांचा प्रसार मान्यवरांमधे करणाऱ्या व्यक्तींनीच एका प्रसंगी, जाहीरपणे माझा धि:कार केला आणि या पुस्तकावर बंदी आणावी अशी मागणी करणाऱ्यांच्या गटात ते सामील झाले!

किंवा याहीपेक्षा अधिक व्यापक प्रमाणावरचा एक चमत्कार पहा. पक्षाची प्रकाशने आणि काही वृत्तपत्रे वगळता इतर सर्व वृत्तपत्रे भांडवलदारांच्या मालकीची आहेत याची आपल्याला आठवण करून देण्यास आपले समीक्षक कधी कंटाळत नाहीत आणि याच वृत्तपत्रांनी कुणाच्याही आठवणीत राहील अशा तऱ्हेने भांडवलशाहीचा निषेध केला, अनेक दशके नक्षलवादाचा उदो उदो केला आणि सोव्हिएट युनियन, माओच्या चीनविषयी सत्य बोलण्यास बंदी घातली होती.

प्रथमदर्शनही ही उदाहरणे कदाचित सुसंबद्ध वाटणार नाहीत. खरे तर त्या चमत्काराला यामुळे पाठिंबाच मिळतो– संबंधित काळातील प्रचलित बौद्धिक प्रघाताचा जोर. भारतात गेल्या अर्धशतकात डाव्या विचारसरणीच्या लोकांनी हा प्रघात पाडला. हाही एक चमत्कार असून त्याचे स्पष्टीकरण व आकलन करण्याची गरज आहे. वरवर पाहता असे वाटते या लोकांनी अशी पद्धत सुरू करून चालू ठेवावी ही पूर्णत: विसंगती आहे. आधीच्या दशकात हेच लोक स्वातंत्र्य चळवळीच्या विरोधात उभे ठाकले होते. "सोव्हिएट युनियन ही आमची एकमेव 'पितृभूमी' असे ते बेधडकपणे सांगत." अतोनात बढाईच्या त्यांच्या "सिद्धांता"नुसार वर्तवलेले प्रत्येक भविष्य पूर्णपणे खोटे ठरले हे नंतरच्या घटनाक्रमावरून दिसून आले. त्यांचा होरा असा होता: भांडवलशाही अर्थव्यवस्थेत नफ्याचे प्रमाण कमीकमी होत जाईल; अधिकाधिक तीव्र अडचणींमुळे भांडवलशाही अर्थव्यवस्था डळमळीत होईल, श्रमजीवी लोक अधिकाधिक संघटित होतील; ते मागील बाजूने कम्युनिस्ट पक्षाची फळी उभारतील; मग शोषित जनता शोषकांना धूळ चारतील, ज्यांनी इतरांची 'मालकी' काढून घेतली त्यांचीच 'मालकी' काढून घेतली जाईल.

पण तरीही सर्व उलटयाचे पालटे झाले. त्यांचा सिद्धांत योग्य असल्याची एकच

परीक्षा आहे असे ते म्हणत ती म्हणजे त्यांच्या सिद्धांताचा व्यवहारात सतत उपयोग... ती सुद्धा अपयशी ठरली. सोव्हिएट युनियनमधील निष्ठुर कार्यक्षमतेमुळेच त्यांची अर्थव्यवस्था कोलमडली. आणि तरीही ते भारतात तोच सिद्धांत प्रमाण मानतात!

याच्या स्पष्टीकरणात एकावर एक अनेक थर आहेत. स्वातंत्र्य-लढ्यातील त्यांच्या वर्तणुकीचा दाखला समोर असूनही मेकॉले-मिशनरी-मार्क्स या वर्गावर १९४७ नंतर सत्ता येऊन पडली. सुरुवातीला असे झाले की पंडित नेहरुंसारखे लोक युरोपात त्या काळी प्रचलित असलेल्या बौद्धिक पद्धतीकडे आकर्षित झाले. नुसतेच 'आकर्षित' झाले असे नव्हे. त्यापेक्षा फार प्रभावित झाले असे म्हणावे लागते. कम्युनिस्ट लोक एकसारखे पंडितजींना "साम्राज्यशाहीचे लांगूलचालन" करणारी व्यक्ती असे म्हणून त्यांना नावे ठेवत, कुचेष्टा करत. हे सर्व श्रुतच आहे. त्यांच्याबद्दल वापरलेल्या अनेक अपशब्दांच्या मानाने हा शब्द तर फार सौम्य आहे. परंतु ते पंडितजींबद्दल कितीही अपशब्द वापरत होते तरीही त्यांच्याशी अधिक संघर्ष नसावा याची काळजी पंडितजी घेत असावेत असे वाटे. काही क्षेत्रात ते त्यांना जास्त सवलती देत. एवढेच नव्हे तर त्यांचे संरक्षण करणे, त्यांची बाजू घेणे असेही नेहरू स्वतःची प्रतिष्ठा पणाला लावून करीत. श्रीमती गांधी यांना अर्थातच कम्युनिस्ट-सिद्धातांशी काही देणे-घेणे नव्हते. मते मिळवण्याकरता त्यांनी पुरोगामित्वाचा नारा लावला होता. घोषणाबाजी व नारेबाजी करण्याचा जणू या मंडळींनी एकमेव हक्क मिळवून ठेवला होता. श्रीमती गांधी यांनी त्यांना आपले स्वाभाविक मित्र मानले. त्याचबरोबर गरीब जनता व मुस्लिमांसारख्या गटांना, त्या त्यांच्या हितकर्त्या आहेत हे पटवून देण्याच्या कामात या मंडळींची आपल्याला मदत होईल याची त्यांनी खात्री करून घेतली होती. मते मिळवण्याची चिंता, त्याच्या जोडीला त्यांचे कम्युनिस्ट 'तत्त्वज्ञाना'बद्दलचे व प्रत्यक्ष घटित याबद्दलचे अज्ञान आणि सर्वात महत्त्वाचे म्हणजे त्यांचा स्वतःच्या कार्यक्षमतेबद्दलचा आत्यंतिक विश्वास यामुळे डाव्या विचारसरणीच्या लोकांना त्यांच्या भोवती राहणे सोपे गेले आणि स्वतःला अशी पदे मिळवून ठेवली की ज्यामुळे विद्यापीठे, तसेच Indian Council of Historical Research यासारख्या संस्थात आपल्या हुजऱ्यांच्या नेमणुका करणे त्यांना सहजसाध्य झाले.

त्यांनी स्वतःच्या अधिकाराचा उपयोग करून अशी परिस्थिती निर्माण केली आहे की आपला सेवाकाल संपला तरी ती परिस्थिती तशीच पुढे चालू रहावी! यापुढे दीर्घकाळ ही परिस्थिती खरोखरीच चालू राहील. विद्यापीठातील लोकांचा सेवाकाल, वृत्तपत्रकारितेतील तशाच तऱ्हेचे लोक, श्रमिक-पत्रकार-कायदा या सर्वांद्वारे यापुढे दहा वर्षे किंवा अधिक काळही कोणती बौद्धिक विचारसरणी शिकवावी, वर्तमानपत्रात कशा तऱ्हेच्या बातम्या याव्यात, सरकारी नोकरभरती करताना कोणत्या तऱ्हेची

प्रश्नोत्तरे व्हावीत यावर त्यांचे नियंत्रण राहील याची त्यांनी व्यवस्था करून ठेवली आहे. म्हणून प्रथमतः दिलेली स्पष्टीकरणे ऐतिहासिक, अगदी योगायोगाची आहेत. नंतर संस्था आहे त्या पद्धतीने काम करीत राहिल्या. तरीही या संबंधात आणखी काही सांगण्यासारखे आहे.

काही बाबींना विशिष्ट रूप देण्यात आले असून त्या करामतीला दशकानुदशके अधिक धार लावली गेली. ही मंडळी सतत 'जनसामान्यां'बद्दल बोलत असतात. अगदी पहिल्यापासून त्यांना उच्चपदस्थांच्या वर्चस्वाचे महत्त्व कळले आहे. भारतासारख्या विशाल देशातील समाजातसुद्धा निर्णय घेणे काही हजार व्यक्तींच्या हातात असते हेही त्यांनी ओळखले आहे. यातील काही लोकच राज्ययंत्रणा आणि मते बनवणारांची साधने असतात. म्हणून त्यांनी या गटांकडे सतत पुष्कळ लक्ष दिले आहे. एकीकडून दुसऱ्याकडे जाणे : राज्य प्रशासनात असणाऱ्या लोकांवर त्या त्या वेळच्या बौद्धिक प्रवाहाचा मोठा प्रभाव पडलेला असतो. प्रसारमाध्यमातील लोकांना राजाश्रय देऊन त्यांच्यामार्फत सरकारतर्फे माहिती प्रसारित करता येते. या गटांकडे लक्ष देणे स्वाभाविक आहे असे वाटेल तथापि 'जनसामान्यांचे हित' या कल्पनेवर विश्वास ठेवणाऱ्यांनी उच्चपदस्थ लोकांच्या वर्चस्वाची या पुरोगाम्यांप्रमाणे दखल घेतलेली नाही.

त्यांचे प्रयत्न आणि या क्षेत्रातील त्यांच्या हुशारीचे ढळढळीत उदाहरण म्हणजे वृत्तपत्रे. आपल्या विचारसरणीच्या व्यक्ती आणि त्याबद्दल सहानुभूती वाटणारे लोक पत्रकारितेत शिरतील याची त्यांनी वेळीच व्यवस्था करून ठेवली आहे. आणि पत्रकारिता क्षेत्रात देखील लहानसहान गोष्टींसाठी खास जागा तयार करून ठेवल्या आहेत. एखाद्या पुस्तकाचेच बघा. त्यांच्यापैकी एखाद्याने पुस्तक लिहिले आणि ते वर्तमानपत्राकडे अभिप्रायार्थ गेले की त्यावर कोणी अभिप्राय लिहायचा त्या व्यक्तींची नावे सुचवली जातात. मी याआधी सांगितल्याप्रमाणे, जर एखाद्या संपादकाने याला हरकत घेतली व वेगळ्या विचाराच्या, व्यक्तीकडे ते अभिप्रायार्थ पाठवण्याचे ठरवले तर तो मुद्दाम पूर्वग्रहदूषित व नकारात्मक समीक्षण छापून आणण्याचा प्रयत्न करीत आहे असे त्याला भासवले जाते. मग त्याच्या मनात अपराधीपणाची भावना उद्भवते. आपल्या यादीतील व्यक्तीची समीक्षणासाठी निवड केली की स्तुती देखील पूर्वग्रहामुळेच होईल हा मुद्दा मात्र बाजूला सारला जातो. प्रचलित मतांचा इतका दबाव असतो आणि अनावस्था प्रसंग टाळण्यास संपादक इतके उत्सुक असतात की ते लगेच शिफारस केलेल्या व्यक्तीपैकी एकाची निवड करून टाकतात. विचारसरणी आणि पुस्तके यांचे महत्त्व या पुरोगामी लोकांनी चांगलेच ओळखले आहे. पत्रकारितेत पुस्तक-परिचय करून देणारे पान किंवा संपादकांना येणारी पत्रे या विभागाला बेताचेच महत्त्व असले तरी ते ओळखून या लोकांनी अनेक दिवस

आपली माणसे याठिकाणी घुसवून ठेवली आहेत. त्यामुळे नेमके काय लिहून येणार हे निश्चित होते.

गेल्या पन्नास वर्षांतील वृत्तपत्रातील आणि मासिकातील पुस्तक-परिचयाची पाने आपण जरी नुसती वरवर चाळून पाहिलीत तरी तुम्हाला या लोकांच्या साध्या हिकमतीचा निर्णायक परिणाम कसा झाला आहे हे दिसून येईल. सर्व प्रकाशन संस्थात महत्त्वाच्या जागी त्यांची माणसे होती. म्हणूनच त्यांना हवी असलेली पुस्तकेच प्रसिद्ध होत. नंतर ते एकमेकांच्या पुस्तकावर अभिप्राय देत आणि त्या पुस्तकांची शिफारस करीत. या प्रकाशित ग्रंथांच्या आधारे ते एकमेकांना विद्यापीठात व तत्सम संस्थात चांगल्या पदांवर नेमण्यात हातभार लावीत. काही संस्थांचे अस्तित्वही आपल्याला माहीत नव्हते अशा संस्थांवरही आपले लोक नेमून त्यांनी त्यांचा भरपूर उपयोग करून घेतला. सरकारी आणि अन्य वाचनालयांसाठी मोठ्या प्रमाणावर पुस्तक-खरेदी करणाऱ्या संस्थेची आपल्यापैकी किती जणांना माहिती असेल? पण त्यांना आहे! या संस्थेमार्फत कोणत्या तऱ्हेची पुस्तके वर्षानुवर्षे मागवली जात आहेत हे तुम्ही नुसते वरवर जरी पाहिलेत तर तुम्हाला (लाल आणि गुलाबी रंगछटेची) कम्युनिस्ट विचारसरणीची पुस्तकेच आढळून येतील.

आणि पुनः तुम्हा-आम्हाला हा प्रकार काही फारसा महत्त्वाचा नाही असे वाटेल. काय बिघडले या संस्थेचे एखाद्या पुस्तकाच्या शेकडो, हजारो प्रती विकत घेऊन काही प्रकाशकांना मदत केली तर असे आपण म्हणू. याचे कारण असे की आपल्याला प्रकाशन व्यवसायातील खाचाखोचा माहीत नसतात. आपल्या प्रकाशकांची धंद्याची जेमतेम परिस्थिती लक्षात घेता एखाद्या पुस्तकाच्या पाचशे प्रतीची विक्री साखळीद्वारे होत असेल आणि दुसऱ्या एखाद्या पुस्तकाबाबत तशी खात्री नसेल तर प्रकाशक काय निर्णय घेईल ते सांगायला नकोच.

एकूण काय– तर त्यांच्या पुस्तकांची प्रकाशनासाठी निवड होते. ते लोक एकमेकांच्या पुस्तकांवर अभिप्राय लिहितात. अशा रीतीने लौकिक वाढवला जातो आणि त्यातून पदे मिळवली जातात. विद्यार्थ्यांच्या एका नव्या पिढीवर आपल्यासारखे चष्मे चढवून त्यांना दुसऱ्या विचारसरणीपासून दूर नेले जाते... याचाच अर्थ याच विचारसरणीची आणखी एक पिढी प्रसारमाध्यमात, आणखी एक पिढी सनदी नोकरशाहीत, आणि विद्यापिठातील शिक्षकवर्गात... हेच लोक पुनः...

त्यांच्या कारवायात पुस्तके फारच लहान कामगिरी बजावतात. ''संपादकांना पत्रे'' याच पद्धतीने ठरवून लिहिली जातात. आणि कशाचेही 'विश्लेषण' याच तऱ्हेने केले जाते. एकजण म्हणतो, ''हे पुस्तक म्हणजे दुसरेतिसरे काही नसून ब्राह्मणी आक्रोश आहे...'' दुसऱ्या एका वर्तमानपत्रात लिहिताना दुसरा एकजण म्हणतो, ''शौरींच्या अलीकडील निंदात्मक लिखाणाच्या त्यांनी केलेल्या जोरदार

विश्लेषणावरून असे दिसून येते की हे पुस्तक म्हणजे दुसरे-तिसरे काही नाही तर ब्राह्मणांचा हा अखेरचा आक्रोश आहे...' गृहीत धरलेले सुस्थापित करून टाकायचे! आपल्या समाजासारख्या असंघटित, शंका न घेणाऱ्या समाजात, अशा सर्वस्वी संघटनात्मक करामतीसुद्धा निर्णायक ठरतात. तरीदेखील एका अर्थाने या करामती कशाचा तरी परिणाम आहेत– कारणे नव्हेत. काहीही असले तरी सत्तास्थानी असलेल्यांना असे लोक इतके उपयुक्त का वाटले? त्या लोकांनी प्रस्तृत केलेल्या सार्वत्रिक दृष्टिकोनाला काडीचाही पुरावा आढळत नसताना बुद्धिजीवी मंडळींनी त्यांचीच री का ओढली?

◆

१८

त्या 'सिद्धांता'चे आकर्षण आणि त्यावरील उतारा

ज्या तऱ्हेच्या पुरोगामी मंडळींच्या कारवायांची आपण माहिती करून घेत आहोत त्यांनी तत्त्वविचार व पुरावा यांचे सामर्थ्य चांगलेच ओळखले होते, म्हणनूच जे लोक अशा गोष्टी निर्माण करून त्यांचा प्रसार करतील, जतन करतील अशांचे महत्त्वही त्यांनी ओळखले होते. या कामासाठी त्यांनी आपला वेळ व साधन-सामग्री उपयोगात आणून नव्या क्लृत्या लढवून त्याविषयी आवेशपूर्ण बोलू शकणाऱ्या लोकांना आपल्या परिवारात घेतले. तसेच 'बुद्धीजीवी' व्यक्तींचे एक जाळेच तयार केले.

कोणतीही कल्पना दोन पातळ्यांवर राबवावी लागते याकडे त्यांनी नेहमीच लक्ष पुरवले. प्रथम बुद्धिवंतांना आकर्षित करण्याकरता एखादा तत्त्वविचार– सर्वंकष तत्त्वविचार असला पाहिजे– म्हणजेच बुद्धिवंतांना जिव्हाळ्याच्या वाटणाऱ्या विषयांचे एका विशिष्ट संदर्भात स्पष्टीकरण देणारा असला पाहिजे: मार्क्स वादाने नेमके हेच केले. दुसरे, तो तत्त्वविचार आकलनास कठीण असावा, असा संदिग्ध असावा की त्याचा 'अन्वय' लावण्यास बुद्धिवंतांना वर्षानुवर्षे लागली पाहिजेत आणि नंतर ते त्याचा 'विकास' करू पाहतील. मार्क्सची काही पहिली हस्तलिखिते त्याच्या नंतरच्या लिखाणापेक्षा अधिक बहारीची होती याचे कारण ती खूपच संदिग्ध होती. मार्क्सच्या लिखाणाचा अन्वय लावण्यात अभ्यासकांनी वर्षानुवर्षे घालवली. उदाहरणार्थ, नफ्याचे प्रमाण घटेल असाा मार्क्सचा होरा होता. अभ्यासकांनी ते प्रमाण किती असेल हे ठरवण्यासाठी आपल्या आयुष्यातील पुष्कळ काळ खर्ची घातला. मित्रमंडळींना विरोध केला. पण नफा घटवण्याचे चिन्ह दिसले नाही! माओचे निबंध "on contradiction", "on Practice", "on Dialectical Materialism" आणि नंतरचा निबंध "on Dialoctics हे कमालीचे संदिग्ध, क्लिष्ट आणि अवघड होते.

परंतु 'जनसामान्यांचा' विचार करता या कल्पनांमधील गुंतागुंत आणि अनाकलनीयता यांचा एक वेगळ्याच कामासाठी उपयोग झाला. त्यांना हे समजणार नाही हे स्वाभाविकच आहे. परंतु असे 'तत्त्वज्ञान' अस्तित्वात आहे असे त्यांना सांगणे शक्य

असते. याची कार्यक्षमता अजमावून पाहण्यात आली आहे आणि आता जे घडत आहे, इतिहासाला जे वेगळे वळण मिळत आहे हे सर्व त्या तत्त्वविचारानुसारच घडत आहे, पक्ष आणि पक्षप्रचारक हे बुद्धिवंत त्या सिद्धांतानुसार काय करावे हे सांगत आहेत, हा कार्यक्रम निश्चितच यशस्वी होणार कारण तो तत्त्वाला धरूनच चालला आहे. इतिहास कसा घडेल हे या तत्त्वविचारातून आधीच स्पष्ट झाले आहे... असे सांगितले जाते... अशा दृढ इंद्रजालात त्यांना अडकवले जाते.

आपल्या सिद्धांताद्वारे जनमानसाला भुलवता येते हे त्याचे महत्त्व पुरोगाम्यांनी केव्हाच ओळखले आहे.

त्यांनी अर्थातच इतर पुरोहितांनी आपल्या धर्माचे कर्मकांड व ग्रंथ गुप्त ठेवल्याबद्दल त्यांचा धि:कार केला आहे. परंतु स्वत:च्या प्रमाणभूत ग्रंथांबाबत मात्र त्यांनी ते जितके गूढगहन राहतील तेवढे ठेवण्याचा प्रयत्न केला. त्यांचे आवडते शब्द वापरायचे म्हणजे आपण जर एखाद्या प्रश्नाकडे वस्तुनिष्ठतेने पाहिले, एखाद्या कृतीचा इंद्रियग्राह्य परिणाम जर आपण पाहिला, तर आपल्या हे लक्षात येते की, त्यांचे सिद्धांत समजा एखाद्या परहितसाधकाने समजावून सांगितले तरी ते चटकन् आकलन न होणारे व गूढ आहेत असे ठसवण्याचाच प्रयत्न झाला आहे. थोड्याच विशिष्ट लोकांना त्यांचा अर्थ समजू शकतो, तो सामान्य माणसाच्या आवाक्याबाहेरचा आहे. असे म्हटल्यावर ओघानेच जनसामान्यांना बुद्धिवंतांची गरज आहे हे आले. त्याहीपेक्षा त्यांना मार्गदर्शन करणाऱ्या, सल्ला देणाऱ्या, ज्ञान देणाऱ्या पक्षाची अधिक गरज आहे. तथापि हे सिद्धांत जितके गुंतागुंतीचे व गूढ ठेवणे महत्त्वाचे होते तितकेच ते सोपे करून सांगणेही महत्त्वाचे होते. एक बाब पुरोगामी मंडळींना विशेषत्वाने जाणवली नव्हती ती त्यांच्या मार्गदर्शकांना म्हणजेच पक्ष व चळवळीचे नियंत्रक यांना जाणवली होती ती म्हणजे एकदा का जनसामान्यांना कळले की आपल्यासाठी जे केले जात आहे त्यामागे एक महान स्पष्टीकरण आहे की त्यांची श्रद्धा दृढ होते व ते तपशिलात शिरण्याच्या भानगडीत पडत नाहीत. एखाद्या घटनेचा प्रस्ताव असो की काही धोरणात्मक उपाय असो सामान्य माणसे त्यामागच्या कारणांबाबात खोलात शिरत नाहीत किंवा त्याला अनुकूल अशा पुराव्याकडे बघत नाहीत. साधारणपणे कशा तऱ्हेची वैचारिक परिस्थिती आहे हे ते बघतात. एखाद्या गटावर 'प्रतिक्रियावादी' असा छाप मारला जातो तर दुसरा गट पुरोगामी व धर्मनिरपेक्ष मानला जातो... एखादा प्रस्ताव 'जनता विरोधी' ठरवला जातो... असे शिक्के मारले गेल्यामुळे लोकांची प्रतिक्रिया बनते. एखाद्या गटावर किंवा एखाद्या प्रस्तावावर कोणता शिक्का बसणार हे त्यातील गुणवैशिष्ट्यांवर अवलंबून नसते हे पुरोगामी मंडळी जाणून असतात. काही विशिष्ट हेतू साध्य करून घेण्यासाठी वापरण्याचे कौशल्य व प्रयत्न यावर ते अवलंबून असते. लेनिन संबंधीचा एखादा

निबंध असो की सध्याच्या भाडोत्री लेखकाचा लेख असो. त्यात पुरावा आणि तर्कशुद्ध युक्तिवाद करण्याऐवजी, विरोधकांवर कसला तरी शिक्का मारण्यास अधिक जागा व अधिक आवेश वापरला जातो. ज्याला विरोध करायचा त्याच्यावर कसला तरी शिक्का मारणे व एक रंग देणे हाच त्या लेखनाचा प्रमुख हेतू असतो. व्हॅलेंटिनॉव्हने आपल्या 'Encounters with Lenin'[१] या पुस्तकात त्याला लेनिनने काय सांगितले ते उद्धृत केले आहे ते असे: ''प्लेखॉन्वहने मार्क्सवादावर टीका करणाऱ्याविषयी मला सांगितले होते. (मी त्याचे नाव विसरलो आहे) प्रथम एखाद्यावर गुन्हेगार असा शिक्का मारायचा आणि मग त्याच्या गुन्ह्याची तपासणी करायची. मला असे वाटते की आपणही मार्क्सवादाला विरोध करणारावर असाच 'गुन्हेगारीचा शिक्का मारू या' नंतर त्याच्या गुन्ह्याची चौकशी झाली नाही तरी चालेल. प्रत्येक कट्टर क्रांतिकारकाने अशीच प्रतिक्रिया व्यक्त केली पाहिजे.'' कुणावरही शिक्के मारण्याच्या आपल्या विशेष कौशल्याला या बुद्धिवंतांनी चांगलीच धार लावून ठेवली आहे.

आणि ज्याला एरिक हॉफार 'धार्मिकीकरण' म्हणतो ते म्हणजे साध्यासाध्या उद्योगांना किंवा डावपेचाच्या कृत्यांना पवित्र कार्याचे रूप देण्याचे कौशल्य! पुरोगामी मंडळींबाबत बोलायचे म्हणजे त्यांना हे जमले होते. प्राध्यापक हायेक यांनी स्पष्ट करून सांगितल्याप्रमाणे एकोणिसाव्या आणि विसाव्या शतकातील काही राजकीय हेतूसाठी असलेले 'वैज्ञानिक', 'तर्कशुद्ध', 'न्याय', 'समता' असे मोठेमोठे शब्द वापरून त्यांनी आपले ईप्सित साध्य केले. एखादा मूल्यविचार उघडपणे त्यांच्या विरोधी तत्त्वाशी निगडित असेल तर तो तद्दन मूळ स्वरूपापेक्षा कसा खोटा आहे हे ते पटवून देत. यासाठी त्यांच्या नेहमीच्याच क्लृप्त्या-पुनरुक्ती, एकाच मुद्याचे पडसाद उमटवायचे... वापरल्या जातात त्या मूल्यविचाराचे खरे स्वरूप एक 'पितृभूमीत'च आढळते व त्यासाठीच आमचे प्रयत्न चालू आहेत असे सांगतात. गांधीजी 'स्वातंत्र्या'बद्दल बोलू लागले की ते म्हणतात, ''गांधींची स्वातंत्र्याची कल्पना म्हणजे एक चतुराई आहे. शोषणयुक्त समाजव्यवस्था राखण्यासाठी त्या हुशार 'बनिया'ने योजलेली युक्ती आहे.'' पाश्चिमात्य समाजात निवडणुकीच्या स्वरूपात लोकशाही आहे परंतु प्रत्यक्षात शारीरिक बळ व पैशाच्या जोरावर निवडणुकांचे निकाल ठरतात. अशा समाजात तथाकथित स्वायत्त न्यायसंस्था असली तरी 'कायदा' म्हणजे अस्तित्वात असलेल्या व्यवस्थेचे जतन करण्याचे साधन आहे... उलट कामगारांच्या राज्यात खऱ्या अर्थाने लोकशाही असते... अगदी कमी संख्येच्या सत्ताधारी लोकांची स्वातंत्र्य ही मक्तेदारी नाही. स्वातंत्र्य सर्वांच्या हक्काचे असते. भांडवलशाही देशात कामगार-कायदे थोडे जरी कडक झाले की भांडवलशाही परिस्थिती बिघडत चालल्याची कबुलीच मिळाल्यासारखे आहे. असे कायदे म्हणजे

कष्टकरी जनतेच्या निर्दय मुस्कटदाबीचा पुरावाच आहे असे म्हणायचे. मात्र चीन आणि सोव्हिएट युनियनमधे कामगार व शेतकऱ्यांना संपाचा हक्कच नसणे हे मात्र स्वाभाविक समजायचे. कामाच्या सेवाशर्ती व परिस्थितीबद्दल वाटाघाटी करण्यास स्वत:ची अशी एक संघटना उभारण्यास मुभा नाही कारण राज्यच मुळी त्यांचे असते ना...

मूल्यविचारांच्या अर्थाच्या अशा विविध छटा असल्याने 'धार्मिकीकरण' शक्य झाले. हे बुद्धिवंत आणि त्यांचा पक्ष वा विचारसरणी हेच लोक फक्त 'न्याय', 'समता' स्वातंत्र्य याच्याशी बांधिलकी मानत होते. त्यांची बांधिलकी व ध्येयसिद्धी करता त्यांनी आखलेला मार्ग केवळ भावनाशीलतेवर आधारलेला नव्हता तर शास्त्रीय पद्धतीने केलेले विश्लेषण आणि इतिहासाची समज यावर आधारलेला होता. म्हणून जो कोणी पददलितांच्या उद्धार कार्याला विरोध करील तो शोषक वर्गाचा "जाणीवपूर्वक निवडलेला प्रतिनिधी" होता असे म्हटले गेले. या मतानुसार त्याला वाटेतून दूर करण्याच्या सर्व उपायांचे समर्थन केले गेले.

"धार्मिकीकरणा"चे त्यांचे कौशल्य त्यांनी धारदार केले होते आणि आपली विचारसरणी हाच धर्म असे म्हणून त्यांनी अनेक गोष्टी साध्य केल्या. भक्तगणांना रुखरुख वाटण्यापासून मुक्त केले गेले. विशेषत: 'बूर्झ्वा' खंतीपासून मुक्त केले. उदाहरणार्थ – मोठ्या प्रमाणावर मनुष्यहत्या, दुसऱ्यांना खाली खेचण्यासाठी कारस्थान रचणे, गुन्हेगारीचा शिक्का लावणे, निराधार अफवा पसरवणे, खोटे दस्तऐवज तयार करणे इत्यादीबाबत त्यांना रुखरुख, खंत वाटू नये अशी व्यवस्था केली गेली. प्रत्येक कृती ही क्रांतीसाठीच केली जात आहे असे म्हणणे – केवढी मोठी सोय झाली त्यामुळे! पुरोगामी बुद्धिवंत कुणालाही अमर्याद धाकदपटशा दाखवू शकत होते. आपली विचारसरणी त्यांना फारच आकर्षक वाटू लागली. आणि कोणत्याही बाबतीत सामान्य विधान करण्याच्या त्यांच्या हातोटीद्वारे त्यांनी आपल्या विचारसरणीच्या कक्षेचा "विस्तार केला." आपल्या वडिलांशी पटवून घेणे त्यांना जमेना. कुटुंब म्हणजे जुलुम करण्याचे एक साधन असा कुटुंबसंस्थेचा त्यांनी धि:कार केला. विवाहबाह्य लैंगिक संबंध ठेवण्याची त्यांना मोकळिक मिळाली. विवाह व नीतितत्त्वे म्हणजे 'बूर्झ्वा' समाजपद्धतीचे त्याज्य अवशेष आहेत असे ते म्हणू लागले...

या विचारसरणीचा अत्यंत मोह पडण्याचे कारण म्हणजे लेनिन, स्टॅलिन, माओ यासारख्या सत्ताधाऱ्यांनी तिचा अंगिकार केला होता. सत्ता काबीज करू पाहणारे गट ही विचारसरणी अंगिकारण्याच्या मार्गावर होते. उदाहरणार्थ – भारतातील अशा गटांना पुरोगामी मंडळींनी "पराभवानंतर पुनरुत्थान" झालेले गट असे नाव दिले. त्या विचारसरणीला पाठिंबा देऊन तिचा प्रसार करणाऱ्या लोकांनी आपण सत्ताकेंद्राच्या निकटचे आहोत अशी भ्रामक समजूत करून घेतली. एखाद्या पहिलवानाच्या

अंगावरच्या जळवांना जसे आपणच प्रतिस्पर्ध्याला चीतपट केले असे वाटेल तसेच या लोकांना वाटू लागले.

ती विचारसरणी आकर्षक वाटण्यास आणखी एक कारण आहे. प्रथमदर्शनी ते विरोधाभासाचे वाटेल. एका बाजूस पुरोगामी लोक रूढ संकेत, नीतीनियम, रुखरुख यापासून मुक्ती देणाऱ्या सत्तेच्या मागे लागले आणि सदर विचारसरणीमुळे त्यांना ते लाभले. दुसरी बाजू अशी की, या पुरोगामी मंडळींची मानभंगाची अतृप्त इच्छाही पुरी झाली. या विचारसरणीत पक्ष केंद्रस्थानी राहणे हा महत्त्वाचा मुद्दा लेनिनने आणि नंतर स्टॅलिन व माओने ठसवून ठेवला होता. आपल्याला कमी लेखले जावे व सतत मानभंग होण्याची त्यांची इच्छाही या विचारसरणीमुळे पुरी होत होती. लेनिन आणि माओ यांनी आपल्या निबंध लेखनात बुद्धिजीवी लोकांचा जितका उपहास केला आहे तितका अन्य कोणत्याही लिखाणात आढळत नाही. क्रांती आणि चळवळीच्या कार्यपद्धतीत एकामागून एक बुद्धिजीवी लोकांना मारून टाकण्यात आले किंवा हद्दपार केले गेले. असल्या घटनांमुळे त्या विचारसरणीने आणि खुद्द रशियात घडून आलेल्या क्रांतीने तेथील लोकांपेक्षा आपल्या येथील पुरोगाम्यांना अधिक मोहवून टाकले. स्वपीडनातून सुख मिळवण्याच्या आपल्या बुद्धिजीवींच्या इच्छा या विचारसरणीतून पूर्ण होत असल्याने ती लोकप्रिय झाली तसेच इतरांना धाकदपटशा दाखवून नमवण्याच्या त्यांच्या इच्छेचीही पूर्ती होत होती म्हणून ही विचारसरणी त्यांना आवडत होती.

आणि या विचारसरणीमधून निर्माण होणाऱ्या दोन्ही कसरती एकीकडे क्रांतीसाठी झटणे व दुसरीकडे फटकारे बसणे हे एकाच वेळी सोसून त्यांना अर्थातच स्वत: फार गुणी असल्याचे वाटे. गरिबांच्या नावाने ते घोषणा देत म्हणून त्यांना गरिबांचे 'कैवारी' समजले जाई. आणि ते 'कैवारी' आहेत म्हणून ते जे काय करतील ते समर्थनीय ठरे. ते स्वत: मुळीच गरिबीत राहत नव्हते. किंबहुना ही विचारसरणी आकर्षक वाटण्याचे एक कारण म्हणजे त्यामुळे त्यांनी आरामात राहणे समर्थनीय ठरत असे. आपण शोषकांना फसवणे योग्यच आहे, आपण त्यांची संपत्ती, स्त्रिया यांचा उपभोग घेण्यात काहीच गैर नाही अशी शिकवण त्यांच्या महान नेत्यांनी दिली होती.

आपण गरिबांसाठी कार्य करीत आहोत आणि असे कार्य फक्त आपणच करू शकतो अशी भावना त्यांच्या मनात या विचारसरणीमुळे दृढ झाली. विशेष म्हणजे गरीब लोक स्वत: अनेक वेळा आपल्या हिताला पोषक असे काही करीत नव्हते... त्या विचारसरणीचा हा फारच सोयीचा परिणाम होता... कारण मग असे म्हणता येऊ लागले की, 'अहितकारक जाणीवां' चे ते कैदी बनून राहिले आहेत. आठवते का? या लोकांनी पक्ष अथवा पक्षाच्या विचारसरणीला विरोध केला की म्हणायचे,

'हे लोक नकळत वस्तुनिष्ठतेने वागून त्यांच्या शोषणाचे साधनच बनत आहेत म्हणूनच या हरामखोरांना नेस्तनाबूद करणे भाग पडत आहे. यात लक्षावधी लोकांचा नाश झाला तरी त्यावाचून गत्यंतर नाही.'

अशा तऱ्हेचा हा फसवा विचारप्रवाह दीर्घकाळ म्हणजे गेली दीडशे वर्षे चालू आहे. ही विचारसरणी म्हणजे एखाद्या रिकाम्या पेटीसारखी आहे. तीत काहीही कोंबता येते व तिच्यातून काहीही क्लृप्त्या काढता येतात. प्रत्यक्षात दिवसेंदिवस तिला अपयशच येत होते. सोव्हिएट युनियन आणि चीनमधील सक्तीच्या श्रम छावण्या म्हणजे 'न्याय' असा दावा करणे? "Nomenklatmra" च्या नावाखाली 'समते'चा दावा? स्टॅलिनच्या रशियात आणि माओच्या चीनमधे 'स्वातंत्र्या'च्या नावाखाली लक्षावधी लोकांना मारणे? त्या अर्थव्यवस्था पूर्णत: कोलमडत असताही अति-कार्यक्षमतेचा दावा करणे?

या घटनांनंतर बुद्धिजीवी लोकांनी एक वेगळेच कौशल्य दाखवायला सुरुवात केली. जे चळवळीला फार उपयुक्त ठरले: कोणत्याही सत्य घटनेचे स्पष्टीकरण देऊन तिची वासलात लावणे हे विशेषत: भारतासारख्या देशात करावे लागे. कारण सोव्हिएट युनियन व चीन या त्यांच्या 'पूज्य' देशात स्पष्टीकरणे देण्यात येत नसत. सोव्हिएट रशियात पक्षातील नको असलेल्या लोकांना घालवून दिले?... ते म्हणजे एका व्यक्तीच्या स्टॅलिनच्या लहरीमुळे झाले. त्या देशाची कार्यक्षमता लाकडी निर्विकारता आहे म्हणता? ते म्हणजे एका व्यक्तीचा– ब्रेझनेव्हचा– विक्षिप्तपणा होता. अशी स्पष्टीकरणे मिळत. परंतु एका मुद्याचे स्पष्टीकरण कधीच दिले गेले नाही ती म्हणजे– फलनिष्पत्ती नेहमी उत्पादन साधनांच्या आकृती बंधासारख्या वास्तुशिल्पशास्त्रीय घटकांमुळे ठरते. व्यक्तीमुळे नाही असे या विचारसरणीद्वारे सतत ठासून संगितले जात असता एका व्यक्तीचा लहरीपणा अथवा भय यामुळे संपूर्ण राज्यपद्धतीवर कसा परिणाम झाला? आपल्या समाजासारख्या समाजात अस्तित्वात असलेल्या वास्तवतेची तुलना शब्दांची व विचारांची फिरवाफिरव करून कम्युनिस्ट तत्त्वज्ञांनी भासवून दिलेल्या नंदनवनाशी केली गेली. मात्र सोव्हिएट समाजात प्रत्यक्ष घडलेल्या घटना म्हणजे भांडवलशाही प्रचार किंवा तात्पुरते चरे असे 'दाखवले' गेले. समसमान गोष्टींची तुलना का करायची नाही? काही बाबी अस्तित्वात नसताना त्या सत्य आहेत असे प्रतिपादन का केले? (विसाव्या काँग्रेसमधील क्रुश्चेव्हचा भाषणानंतर सोव्हिएट लोकांनी ते मान्य केले.) या रूक्ष बाबींचे कधीच स्पष्टीकरण देण्यात आले नाही.

त्यांनी आत्मसात केलेले अस्सल कौशल्य असे की अशा तऱ्हेच्या प्रश्नांनी त्यांच्या प्रतिपादनात कधीच अडथळे येऊ नयेत. एकपक्षीय शासनपद्धतीच्या विचारसरणीत पूर्वीपासून अंमलात आणली जाणारी युक्ती येथेही अधिक धारदारपणे वापरली जाते.

ती म्हणजे, फक्त प्रश्नांचाच निकाल लावायचा नाही तर प्रश्नकर्त्यांनाही हटवायचे– एखाद्या पुरोगामी व्यक्तीने असे प्रश्न विचारले तर त्याने 'मर्यादेचे उल्लंघन' केले असे म्हणायचे, तो धर्मभ्रष्ट झाला असे ठरवायचे आणि म्हणूनच कोणत्याही कार्यक्रमाविषयीच्या त्याच्या प्रश्नाला उत्तर देण्याची गरज नाही असे समजायचे. पुरोगामी नसलेल्या एखाद्या व्यक्तीने प्रश्न विचारले तर तो 'जनसामान्यांच्या उद्धार' कार्याचा 'कट्टर शत्रू' आहे असे मानायचे. एकंदरीत ते 'काफिर' आहेत. शंकेखोरपणाची निष्ठावानांना बाधा होऊ नये म्हणून अशा लोकांना दूरच ठेवलेले बरे...

आजकाल ती 'विचारसरणी' ही 'सर्व प्रश्नांची उत्तरे देणारी विचारसरणी' असे कुणीच म्हणत नाही. वास्तविक भारताबाहेर या विचारसरणीला कोणी किंमतच देत नाही. या विचारसरणीनुसार जगरहाटी चालू रहावी यासाठी उभारण्यात आलेला इमला– म्हणजे सोव्हिएट राज्य– कोलमडल्यावर या तत्त्वांचे आपोआपच खंडन होऊन पीछेहाट झाली आहे.

सोव्हिएट युनियन कोलमडल्यामुळे जगातील इतर देशात या विचारसरणीचा अंत झाला आहे. पण भारतात मात्र पाठ्यपुस्तकातील शब्द आठवायचे म्हणजे 'पीछेहाट' झाली आहे. पुरोगामी मंडळींनी आपले सरावपूर्ण कौशल्य दुसरीकडे वळवले आहे: आपल्या परंपरांवर टीका करण्यावरून आजपर्यंत कोणालाही माहित नसलेल्या अगदी लहान गटांच्या हक्काचा आग्रह चालू ठेवला आहे. शिवाय, प्रसारमाध्यमात आणि शिक्षणक्षेत्रात ही मंडळी महत्त्वाच्या पदावर सतत राहिल्याने हेच लोक, जनसामान्यांनी कोणाचे मत प्रमाण मानावे हे ठरवून त्यानुसार तज्ज्ञांच्या नेमणुका करतात. अपप्रचाराच्या विषाच्या कुपीवर झाकण बसवले असले तरी यापुढील एकदोन दशके हे विष समाजात पसरत जाऊन आपल्याला कमकुवत करील.

याचा विचार करता ताजा इतिहास कोणता इशारा आणि आशा देतो ते पहायचे आहे. या लोकांच्या दुष्ट हेतूचे वर्चस्व आपोआप कमी होण्यास पुष्कळ काळ जावा लागेल असा इशारा आपल्याला मिळत आहे. त्यांनी व्यक्त केलेले अंदाज आपण टिपून ठेवले पाहिजेत. प्रत्यक्षात काय घडले याचीही नोंद केली पाहिजे. त्यांच्या विचारसरणीतील आढ्यतेचा फुगा आपण फोडला पाहिजे. त्याचबरोबर पर्यायी व्यवस्थेचा तपशीलही विचारपूर्वक ठरवला पाहिजे... सर्व प्रश्न छोट्या छोट्या मार्गाने दूर करायचे आहेत... "एका वेळी एक, थोडेथोडे आणि पुन:पुन:..." अशा तऱ्हेने समस्यांचे निराकरण करायचे आहे.

गेल्या ऐंशी वर्षातील वैचारिक इतिहासाकडे पाहता हे लक्षात येते की, या उद्दिष्टपूर्तीसाठी अगदी थोड्या, अगदी अपरिचित आणि विस्मृतीत जमा झालेल्या लोकांनी केलेल्या कार्याचाही दूरगामी परिणाम होतो. 'The God that Failed'

या ग्रंथासाठी योगदान केलेल्या किती जणांची आज दखल घेतली जाते? आणि त्या एकाच ग्रंथामुळे भिंतीला केवढे मोठे भगदाड पडले आहे! 'From under the Rubble' या पुस्तकाच्या लेखकांपैकी सोल्झेनित्शेन सोडल्यास कोणाचेही नाव आपण ऐकले नव्हते. तरीही त्यासारख्या गुप्तपणे एकेक प्रत टंकमुद्रित केलेल्या पुस्तकामुळे पर्यायी राज्यपद्धती निर्माण झाली. बोल्शेव्हिकांच्या विजयानंतर उदारमताच्या परंपरेला ग्रहण लागले. नियोजनाच्या यशाची टोलवाटोलवी होत राहिली. कार्यपद्धतीचा अन्य मार्ग सुचवणारे वैचारिक लेखनही पूर्णपणे सोडून देण्यात आले. प्राध्यापकहायेक यांनी लुडविग व्हॉन मिसेज यांना आदरांजली वाहताना, ज्या लेखकांच्या पुस्तकांमुळे अर्थशास्त्रात उदारमतवादी परंपरेचे पुनरागमन झाले त्यांची नावे दिली आहेत.[२] ही यादी अगदीच लहान आहे. त्यांच्यापैकी प्रत्येकजण एकांड्या शिलेदाराप्रमाणे लेखन करीत होता. आघाडीच्या बुद्धिवंतांनी त्यांचा उपहास जरी केला नव्हता तरी दुर्लक्ष केले होते. आणि या यादीतील किती जणांची आपले अर्थशास्त्रात आज दखल घेतली– एडविन कॅनन? थिओडोर ग्रेगरी? आल्नेल्डि प्लांट? फ्रॅंक एच् नाईट? लिगी ईनॉडी नंतर इटलीचा अध्यक्ष झालेला? वॉल्टर युकेन? व्हॉन् मिसेज बद्दल तरी आपल्याला काय आठवते? फक्त याचा 'वादविवाद' आपण महाविद्यालयात शिकल्याप्रमाणे त्याचे प्रतिपाद्य ऑस्कर लँगने निर्णायक रीत्या निकालात काढले एवढेच आपल्याला आठवते. स्वत: हायेकबद्दल काय आठवते?

तरी देखील या लोकांच्या एकेकट्याने परिश्रमपूर्वक लिहिलेल्या पुस्तकांमुळे जगभर वैचारिक मार्गाचे प्रभावी वर्चस्व राहण्याचा पाया घातला गेला.

विसाव्या शतकाच्या इतिहासाने असे लोक आणि त्यांच्या ग्रंथातील विचारांचा शाबूतपणा प्रस्थापित केला आहे. म्हणूनच पुढे जात रहा.

◆

१९
स्वनाशाचा कार्यक्रम

मार्क्सवादाच्या विचारसरणीनुसार भांडवलशाही मार्गापासून खूप पुढे जाऊन विकसित झालेल्या समाजात कम्युनिस्ट क्रांती प्रथम होणार होती. ज्या विद्वानांचा आपण परिचय करून घेत आहोत त्यांच्या बालेकिल्ल्यात म्हणजे आपल्या अनेक विद्यापीठात ही विचारसरणी अगदी प्रमाणभूत सत्य म्हणून शिकवली जात आहे. याचे कारण क्रांती कोणी बाहेरच्या किंवा इतरत्र असलेल्या माणसाने आणायची नव्हती. भांडवलशाही विकासाच्या अंगभूत तसेच आंतरिक घटकांच्या उलटापालटीने झालेला विस्फोट म्हणजे क्रांती असे होणार होते. परंतु प्रत्यक्षात काय झाले? प्रगत झालेली भांडवलशाही अर्थव्यवस्था आपल्या समस्यांना तोंड देण्यास शिकली. अशा अर्थव्यवस्थेची मोडतोड होईल असे मार्क्सने ज्या टोकाच्या परिस्थितीद्वारे 'दाखवून' दिले होते तशी परिस्थिति उद्‌भवू द्यायचीच नाही अशी संरचना आणि प्रक्रिया या अर्थतज्ञांनी विकसित केली हे अधिक महत्त्वाचे आहे. तशी टोकाची परिस्थिती (क्रांती) रशियामधे १९१७, चीनमधे १९४९ या वर्षी आणि भांडवलशाहीचा विशेष फैलाव न झालेल्या देशात निर्माण झाल्यावर त्यांची निर्मितीक्षमता घटली याबद्दल बोलायचेच नाही– याच टप्प्यावर क्रांती घडेल असे त्या महान विचारसरणीत म्हटले होते. दुसऱ्या स्वरुपाच्या 'क्रांती' या विचारसरणीच्या दृष्टीने अडचणीच्या ठरल्या– उदाहरणार्थ, पूर्व युरोपातील प्रत्येक देशात कम्युनिस्ट राजवटीची प्रतिष्ठापना बाह्य सत्तेचे केलेल्या आक्रमणाचा व Pustechs चा परिणाम होती. ज्या देशात अंतर्गत उठाव झाले तेथे, या विचारसरणीने ज्या गटांना निद्रिस्त समजले होते त्यांनीच ते घडवून आणले. मार्क्सने शेतकऱ्यांना "बटाट्यांची पोती" असे म्हणून नजरेआड केले होते; तेच चीन आणि व्हिएटनाममधील क्रांतीमधे आघाडीवर होते. आणखी वाईट म्हणजे मार्क्सने ज्या कारणामुळे उठाव होईल असे भाकित केले होते त्या कारणांनी क्रांतीचा उठाव झाला नाही. मार्क्सने पुढील कारणे दिली होती– भांडवल एका ठिकाणी व केंद्रस्थानी असणे, नफ्याचा दर घटणे, मोठमोठ्या उद्योग समूहात कामगारांना कामाला नेमणे, आणि त्याद्वारे लढाऊ 'कनिष्ठ वर्गाची जाणीव' वाढत जाणे इत्यादी इत्यादी. कम्युनिस्ट विचारसरणीने ज्या भावनेचा 'भ्रामक

जाणीव' असा उपहास केला होता त्याच साध्यासुध्या जुन्या राष्ट्रवादी भावनेतून जनता क्रांतीकडे झेपावली. चीनमधील जपान्यांविरुद्ध, जपानी लोक, मग फ्रेंच, अमेरिकन लोक आणि अखेर व्हिएटनाममधील चिनी लोकांविरुद्ध उठाव झाला.

कम्युनिस्ट विचारसरणीमुळे एक विशिष्ट दिशा सापडेल असे आग्रहपूर्वक सांगितले जात असता त्या दिशेने वाटचाल होत नाही हे शंभर वर्षांच्या पुराव्यावरून दिसून आल्यावर तरी निष्ठावानांनी ती विचारसरणी पुन: तपासून पहायला हवी होती. पण एकदा का ही विचारसरणी धर्मतत्त्व बनल्यावर, धर्माचा पाया झाल्यावर भाकित केल्याच्या विरुद्ध दिशेने जात आहे म्हणजे ती विचारसरणी नाकारणे असे नसून वास्तव सत्य परिस्थिती नाकारणे होय. नेमके हेच झाले. मार्क्सच्या सिद्धांताचा नवा अर्थ लावणारा एक मोठा उद्योग वाढीला लागला. 'किंमत', 'जास्तीची किंमत', 'कोणता दर घटणार', मार्क्सने 'भांडवल' आणि 'एका जागी ते असणे', 'मध्यवर्ती जागी असणे', 'भांडवलशाही एकाधिकार भांडवलशाही होते', 'साम्राज्यवादी साखळीतील कच्चा दुवा तोडणे', 'भांडवलशाही महानगरे पूर्वीच्या वसाहती असलेल्या ग्रामीण भागाने वेढून टाकणे'... अशा वाक्प्रचारांना नवा अर्थ देऊन जे घडते आहे ते त्याआधी केलेल्या भाकिताप्रमाणेच घडत आहे अशी निष्ठावानांची खात्री पटवून देण्याचा उद्योग सुरू झाला. आजमितीला सुद्धा आपल्या विद्यापीठात त्याच वाक्यरचना विद्यार्थ्यांना शिकवल्या जात आहेत.

लेनिन आणि मार्क्सच्या प्रत्येक वाक्प्रचाराचे विश्लेषण करण्याचा प्रयत्न झाला तसाच आमच्या या नामवंत इतिहासकारांनी इस्लामी धर्मतत्त्वांचे नवे स्पष्टीकरण देण्याचा प्रयत्न केला. कुराण आणि 'जिहाद' बद्दलच्या 'हादी'मधे फक्त चांगल्या-वाईटाचा अंतर्गत संघर्ष आहे असे म्हणतात. याचाच अर्थ हा की, महम्मदाच्या साक्षात्काराविषयी नवे सिद्धांत मांडण्याचा डाव यांनी मांडला. गेली चौदाशे वर्षे असा प्रयत्न करण्याचे कोणालाच सुचले नव्हते.

या प्रकारात एक तऱ्हेचा इशारा मिळतो तसेच एक सुगावाही लागतो. इशारा हा की, ज्या क्षणी एखादा ग्रंथ किंवा तत्त्व विचार साक्षात्कार-स्वरुप मानला जातो तेव्हा श्रद्धावानांना वाटते सर्व ज्ञान या पुस्तकात आहे– आणि जे यात नाही त्यात काही तथ्यही नाही आणि ते उपयुक्तही नाही. उदाहरणार्थ, 'उलेमा'चा कुराणासंबंधीचा नेहमीचा पवित्रा हा असाच आहे. मग त्या क्षणापासून कोणतीही शिकवण शृंखलेसमान होते. आणि सुगाव्यासंबंधी बोलायचे म्हणजे श्रद्धावानांची करणी पाहून घ्या... सत्य गोष्टी त्या विचारसरणीच्या चौकटीत बसण्याचा त्यांचा प्रयत्न चालतो म्हणजे कार्यसिद्धी झालीच.

मार्क्सवाद-लेनिनवादाच्या अलीकडली इतिहासातून आणखी काही बाबींकडे आपले लक्ष वेधले जाते. साक्षात्काराच्या सर्व घटनात असे घडते तसेच येथेही झाले

म्हणजे वेगवेगळ्या कल्पना व तत्त्वे यांचे स्वरुप आपल्या सिद्धांताद्वारे कमी कमी करीत शेवटी एकच सर्वसमावेशक तत्त्व बनवले गेले. अगदी प्रत्येक क्षेत्रात... सर्व चराचर सृष्टी, अर्थव्यवस्था, सामाजिक संबंध, व्यक्तींच्या मानसशास्त्रात, कला, साहित्य सर्व ठिकाणीच तर्काधारित चर्चा करून, भिन्न भिन्न तत्त्वे तसेच कल्पना यांतील वेगळेपणा बाजूला काढला व सर्वांचा मिलाफ होणारे एक तत्त्व निर्माण करून एक नवी विचारप्रणाली तयार केली. दुसरे असे की, सर्व साधनांचा वापर तसेच एकपक्षीय राज्यपद्धतीला त्यांनी कायदेशीर रूप दिले. सुरुवातीला त्याची रचना, राज्ययंत्रणेवर कब्जा करणे व नियंत्रण ठेवण्याकरता बळाचा व कपटाचा वापर कायदेशीर करण्यासाठी झाली होती. परंतु लौकरच लोकांच्या विचारशक्तीवरही नियंत्रण ठेवले जाऊ लागले. याचे कारण उघडच होते. कारण अशा राज्यपद्धतीला स्वतंत्र विचारशक्ती हातबॉंबपेक्षा अधिक मारक असते. शेवटी, या विचारसरणीचे पुनर्मूल्यांकन करण्याची वेळ आली असता म्हणजे नवे पुरावे मिळत असता १९१७ मधे ही शिकवण केवळ सिद्धांतरूप न राहता राजकीय धर्मच बनली– यानंतर या विचारसरणी संबंधी थोडी जरी शंका बाळगली म्हणजे नुसत्या चौकशीला आरंभ होई असे नव्हे तर तो पाखंडीपणा ठरे. आणि त्या विचारप्रणालीने सर्व साधनांचा वापर, तसेच महान ध्येय गाठण्यासाठी एकपक्षीय राज्यपद्धतीचा कारभार कायदेशीर ठरवल्याने, हा नवा धर्म म्हणजे महान ध्येयाप्रत नेणारा एकमेव मार्ग असे मानल्याने, पाखंडी मताचा सर्व साधनांनी नि:पात करणे केवळ कायदेशीरच नव्हे तर अत्यंत आवश्यक ठरले. याआधींच्या जुन्या धर्माविष्कारातही हे असेच म्हटलेले आहे.

या तिन्ही प्रकारांचे एकत्रित परिणाम काय झाले हे पाहिले तर आज हास्यास्पद वाटतात. असे घडले असेल यावर आपला विश्वासच बसत नाही. परंतु सोव्हिएट युनियनमधे तयार केलेले ज्ञानकोश आणि लहान धर्मग्रंथांकडे आपण वरवर नजर टाकली तरी आपल्याला दिसून येते की अगदी परवा परवापर्यंत असे परिणाम खरोखरीच व सर्वत्र घडून आले.

'डायलेक्टिकल माटिरिॲलिझम' मधे सर्व घटनांचे स्पष्टीकरण आहे असे ठरवले गेल्यामुळे आईन्स्टाईनचा विशेष व सर्वसामान्य सापेक्षतावादाचा सिद्धांत सोव्हिएट युनियनमधे अनेक दशके नाकारला गेला. त्याला छेद देणारी काही माहिती हाती आली म्हणून नव्हे तर त्यातील काही अनुमाने Dialectical Meterialisum मधील तत्त्वांच्या विरोधी होती म्हणून आईन्सटाईनच्या सिद्धांताची वासलात लागली. सापेक्षतावाद-सिद्धातांना मान्यता मिळाल्याखेरीज सोव्हिएट शास्त्रज्ञांना आपले काम चालू ठेवता येईना आणि मग मान्यता कशी दिली? नंतरच्या पुराव्यावरून ते सिद्धांत शाबीत झाले म्हणून नव्हे. त्यांची वैधता डायलेक्टिकल मटिरिॲलिझमच्या तत्त्वविरोधी आहे हे गैरलागू आहे की नाही याच्याशी संबंधित नाही म्हणून नव्हे तर

त्या सिद्धांतातून डायलेक्टिकल मटिरिॲलिझमला विरोधी काही नाही असा अर्थ काढण्याचा खटाटोप करून मान्यता देण्यात आली!

सापेक्षता-सिद्धांताच्या नशिबी जे आले त्यावरून इतर मूर्खपणाचे परिणामही कळून येतात. अनेक धार्मिक विश्वरचनाशास्त्रात म्हटल्याप्रमाणे विश्व मर्यादित व सीमित आहे का? किंवा आईन्स्टाईनने म्हटल्याप्रमाणे ते मर्यादित परंतु असीम आहे? या प्रश्नांची उत्तरे आपण नेहमीच्या वैज्ञानिक पद्धतींद्वारा मिळवू शकतो. परंतु सोव्हिएट-युनियनमधील वैज्ञानिकांना लेनिनने काय म्हटले आहे त्याची दखल घ्यावी लागते. त्याने आपल्या Materialism and Empirio Criticism या ग्रंथात विश्व अमर्याद आहे असे म्हणून ठेवले असल्याने आणि त्याचे वचन धर्माज्ञा मानायची असल्याने या प्रश्नांची उत्तरे मिळवताना त्याचे म्हणणेच वैज्ञानिक रास्त मानतात. अवकाश, काल व वस्तुजात यांचे अस्तित्व एकमेकांपासून स्वतंत्र आहे का पहिले दोन तिसऱ्याचा अविष्कार आहेत? १९५० नंतरच्या दशकाअखेरीपर्यंत सोव्हिएट वैज्ञानिकांना आईन्स्टाईनच्या सिद्धांतामुळे या प्रश्नाचे नेमके उत्तर काय आहे याचे आकलन झाले नव्हते. एंजल्स आणि लेनिन यांच्या तत्त्वप्रणालीची नुसती दखल घेऊन त्यांचे भागणार नव्हते तर या तीन घटकांच्या परस्परसंबंधाविषयी लेनिनने जे म्हटले तेच योग्य आहे असा दावा त्यांना करावा लागत होता. एंजल्स् किंवा लेनिन कोणीही पदार्थ वैज्ञानिक अथवा तत्त्वज्ञानी नसताही आणि दोघांपैकी एकानेही काळ, अवकाश किंवा वस्तुजात याविषयी पद्धतशीर संशोधन करून लिखाण केले नसताही सोव्हिएट वैज्ञानिक त्यांचेच म्हणणे प्रमाणभूत मानत राहिले!

विद्वनांनी ज्या मुद्यांवर लक्ष केंद्रित केले होते त्यापासून खूप दूर गेलेल्या क्षेत्रांमधे हा असा परिणाम झाला. मूळ विषयाशी निगडित असलेल्या विचारधारांवर अधिक दुष्परिणाम झाले. मार्क्सच्या मते व्याज हा प्रकार न्याय नव्हता. स्पर्धात्मक उपयोगासाठी असलेल्या मर्यादित भांडवलावर व्याज घेणे हेही बरोबर नाही. व्याज म्हणजे शोषकांनी शोषितांकडून बेकायदेशीरपणे घेतलेला पैसा होय असे त्याचे म्हणणे होते. वेगवेगळ्या क्षेत्रात केलेली भांडवल गुंतवणूक किंवा एखाद्या प्रकल्पासाठी तंत्रविज्ञानाची निवड याकरता व्याजाचा उपयोग या बाबीला सोव्हिएट नियोजनात मनाई होती. अत्यंत चणचणीच्या परिस्थितीत मग नियोजनकारांना भांडवलाचा 'सर्रास उपयोग' करावा लागला व त्याचा उघडच दुष्परिणाम झाला. तथापि मार्क्सने सांगितलेले सर्वच वेदवाक्य असल्याने त्यांना आज्ञाभंग करता येईना. कसेही करून भांडवल आणि व्याज या कल्पना कम्युनिस्ट विचारसरणीत कशा घुसवता येतील याचा विचार अर्थशास्त्रज्ञ आणि नियोजनकार वर्षानुवर्षे करीत होते. बाजारपेठेच्या प्रभावामुळे भांडवल गुंतवणूक वाढत जाते हे नाकारल्यामुळे वस्तूंच्या किंमती

ठरवण्यासाठी काही पायाच राहिला नाही. मार्क्सच्या मते सामाजिक श्रम, श्रममूल्य यावरून उत्पादित वस्तूंच्या किंमती ठरवल्या जाव्यात असे होते. या तत्त्वाच्या आधारे किंमती ठरवण्यासाठी काही दशकांचा काळ घालवला गेला. आपल्या भारतीय विद्यापीठात मार्क्सवाद-लेनिनवादाच्या निर्माणक्षण विकासाचा हा अत्त्युच्च बिंदू आहे असे विद्यार्थ्यांच्या अनेक पिढ्यांना शिकवण्यात आले. या सर्व प्रकारांमुळे अतार्किकता व असमतोल कसा वाढीला लागला हे सर्वांना माहीत आहेच.

मार्क्सवादाने व्याज नीतिबाह्य ठरवूनही सोव्हिएट अर्थतज्ञांनी व्याजाच्या कल्पनेची भुरळ पडून ती किती चलाखीने आपल्या अर्थपद्धतीत सामावून घेतली याचे समांतर उदाहरण म्हणजे इस्लामी लोक. 'कुराण' आणि 'हादी' मधेही व्याजाची कल्पना नीतिबाह्य मानली असताही इस्लामी कायदाकार लोकांच्या डोळ्यात धूळ फेकून व्याजाचा शिरकाव करून घेत आहेत.

अशा तऱ्हेच्या राजपद्धतीत प्रेषितांच्या वेदवाक्याला धरूनच सर्व काही चालू आहे असे भासवावे लागते आणि कम्युनिस्टांच्या प्रेषिताने जेव्हा सर्व काही एकाच कारणासाठी म्हणजे Dialectical Meterialisum साठी चालले आहे असे म्हटले म्हणजे पुढची सर्व चौकशी थांबतेच. मार्क्स आणि एंजल्सने खिश्चन धर्माविषयी 'The German Idology' या पुस्तकात प्रत्येक धर्मासंबंधी तसेच कर्मकांडाविषयी काही निष्कर्ष काढले आहेत. धर्माविषयी मार्क्सवादी दृष्टिकोनातून गेली शंभर वर्षे झालेला अभ्यास याच निष्कर्षाप्रत येऊन पोचतो. मनोव्यापारासंबंधीची बुद्धीची सूक्ष्म दृष्टी, जीझसमुळे निर्माण होणारी श्रद्धा हे सर्व काही तरी क्लृप्त्या आहेत असे न चुकता म्हटले गेले आहे. सत्तर वर्षे, कोणत्याही लेखकाविषयीची साहित्यिकी समीक्षा त्याच निष्कर्षापाशी येऊन पोचत असे. आणि नंतर प्रत्येक कलाकार, प्रत्येक चित्रपट निर्मात्याविषयी लेनिनने टॉलस्टॉयबद्दल जे म्हटले होते तसेच म्हटले जाई. आणि हे निष्कर्ष अगदी भाबडे असत. एखाद्या लेखकाने सध्याच्या व्यवस्थेतील त्रुटींबद्दल लिहिले की तो चांगले योगदान करीत आहे असे म्हणायचे आणि मजूर वर्गाच्या क्रांतीशिवाय तरणोपाय नाही असा निष्कर्ष त्याने काढला नाही की लगेच त्याला मठ्ठ ठरवायचे. मार्क्सवादी इतिहास-लेखन त्यापेक्षा काही वेगळे नाही हे आपण पाहिलेच आहे. कोणतीही दृश्य घटना मार्क्सवादाच्या पाच टप्प्यांच्या चौकटीत बसवायची, कोणतीही पुनःपुनः घडणारी गोष्ट अथवा वृत्तांताचा उगम उत्पादन शक्ती व संबंधापाशी आहे असे म्हणायचे... पुनःपुनः तेच तेच वाक्प्रचार शिसारी येईपर्यंत वापरायचे... "ब्राह्मणांचे जीवन पशुबळी यज्ञावर अवलंबून होते", "राज्यकर्ते आणि ब्राह्मणांचे परस्परावलंबी सख्य", "कायदा म्हणजे सत्ताधाऱ्यांचे शस्त्र"... हे असे शब्द वारंवार उच्चारल्यानंतर आणखी काही करण्याची आवश्यकताच नसते. अपवाद एकदाच म्हणजे कम्युनिस्ट समाजांमधील सुस्ती, कोंडी आणि

दुष्टता यांचे स्पष्टीकरण करताना त्यांना पुष्कळ काही सांगायचे असते. तेव्हा म्हणायचे हे सर्व एका व्यक्तीच्या स्टॅलिन किंवा चेचेस्क्यूच्या विक्षिप्तपणामुळे झाले!!

'जिहाद'च्या नावाखाली अनेक शतकांमधे जी नासधूस झाली त्याबद्दल आपल्याला यापेक्षा काही वेगळे सांगितले गेले काय? ही नासधूस म्हणजे परंपरेसाठी अभिमानाची बाब आहे, अल्लाच्या विशेष प्रिय परंपरेचा तो पुरावा आहे. विजेते अल्लाचे निवडक भक्त आहेत असे शतकानुशतके मानले गेले. पण आज आपल्याला असे सांगण्यात येते की नासधूस, उद्ध्वस्ततेचे प्रकार म्हणजे एखाद्या राज्यकर्त्यांच्या लहरी स्वभावाची झलक होती. इतकी धादांत चुकीची गोष्ट चौदाशे वर्षे कशी प्रमाण मानली गेली? डाव्या विचाराच्या लोकांनी एका प्रश्नाचे उत्तर कधीच दिलेले नाही. एकीकडे ते म्हणतात की, उत्पादनांच्या शक्ती आणि संबंधामुळे सर्व काही ठरत असते. तेथे व्यक्तीला महत्त्व नसते. असे जर आहे तर मग स्टॅलिनसारखी एक व्यक्ती एवढा बट्ट्याबोळ कशी करू शकली? इस्लामच्या इतिहासात देखील अशाच तऱ्हेच्या प्रश्नाचे स्पष्टीकरण मागता येईल. प्रेषिताने स्वतःच म्हटले होते की जे काही घडते ते अल्लाच्या इच्छेने– "माझ्या 'उमाहा'त काही चूक होणारच नाही." असे जर आहे तर मग चौदाशे वर्षे सर्व श्रद्धावानांनी धर्मग्रंथातील निखालस चुकीचा अर्थ कसा चालवून घेतला?

एकदा का साक्षात्कार धर्माज्ञा बनली म्हणजे निर्माणक्षमता प्रचलित वारस व प्रेषितांसाठी वापरली जाते. रशियन क्रांती म्हणजे जागतिक क्रांतीचा प्रारंभ आहे असा उद्घोष लेनिनने सतत केला. तसलाच माणूस बाजू बदलून "एका देशातील समाजवाद" असे जाहीरपणे म्हणू शकतो. मार्क्स, एंजल्स आणि लेनिनने सांगितलेल्या तत्त्वांचे विवरण हे जगबुडीपर्यंत चालणार नाहीत असे फक्त स्टॅलिनसारखा मनुष्यच म्हणू शकतो. मार्क्सच्या शेतकऱ्यांबद्दलच्या स्पष्ट मतांचा विपर्यास करून ती त्यांच्याच माथी मारून हे सर्व कम्युनिस्ट विचारसरणीच्या विकासासाठीच केले जात आहे असे फक्त माओसारखा माणूसच म्हणू शकतो. निर्माणक्षमतेने फक्त प्रचलित प्रेषिताच्या मर्जीच्या व आज्ञेच्या तैनातीत राहिले पाहिजे. त्याने काही नवीन सुधारित तत्त्वप्रणाली जाहीर केली की तीदेखील नव्या अपरिवर्तनीय धर्मवाक्यात गोठून ठेवली जाते. चीन आणि भारतात माओसंबंधी काय झाले हे आपण अगदी अलीकडे पाहिलेच आहे.

आणखी असे की, अव्यवहारी विचारसरणी राजधर्म बनते तेव्हा परिस्थिती अधिकच बिघडते. मार्क्सवाद व लेनिनवाद यामुळे सोव्हिएट रशियात आणि आज प्रत्येक इस्लामी देशात अशा विचारसरणीमुळे काय झाले हे आपण पाहिलेच आहे. उज्ज्वल भविष्यकाळाचे ही विचारसरणी साधन असल्याने, प्रत्येक गोष्टीचा अन्वय

तिच्याशी जुळवण्याजोगा असला पाहिजे, प्रत्येक अन्वयार्थ भविष्यकाळाच्या प्राप्तीचे साधन झाला पाहिजे. बौद्ध धर्म आणि इस्लाम यासंबंधीचे सोव्हिएट व चिनी लिखाण याचे उदाहरण आहे, बुद्धाच्या सूक्ष्म अंतदृष्टीचा नुसता नायनाटच केला गेला नाही तर एकदा त्यांच्याविषयी एक बोलायचे व दुसऱ्या दिवशी नेमके उलटे. राज्यकर्त्यांना जे सोयिस्कर वाटेल त्यानुसार मतप्रदर्शन करायचे असा प्रकार होता. The Encyclopedia of Maxism, communism and Western Socialism यासारख्या सहज मिळणाऱ्या संदर्भ पुस्तकातील संबंधित मजकुरावर नुसती नजर टाकली तरी त्यांच्या लिखाणाची पद्धत निश्चितपणे समजते. १९१७-२७ या काळात सोव्हिएट राज्यकर्त्यांना बौद्धधर्मीयांना आंजारून गोंजारून घ्यावे लागत होते. म्हणून त्यांनी बौद्धधर्माची तत्त्वे पददलित वर्गाच्या उद्धाराची आहेत अशी प्रशंसा केली. बौद्ध धर्मातील निरीश्वरवाद, समतेवर भर यासाठी प्रशंसा केली जात आहे असे म्हटले गेले. त्यांच्या मठातील जीवनक्रम म्हणजे सामूहिक जीवनक्रमाचे पूर्वचिन्ह आहे असेही गौरवाने म्हटले गेले. स्वाभाविकच परिणामी, अनेक भारतीय पुरोगामीही असेच म्हणू लागले. १९२९ नंतर भिन्न विचारसरणीला नेस्तनाबूद करणे सुरू झाल्यावर त्यातून बौद्ध धर्मही सुटला नाही. श्रमजीवी लोकांना गुलामगिरीत ठेवण्यासाठी सरंजामशाहांनी साधन म्हणून बौद्ध धर्माचा उपयोग केला असे चित्रही रंगवले गेले. एकदा कशावर तरी शिक्के मारण्यास सुरुवात झाल्यावर स्टॅलिनने, बौद्धधर्म व Dialectical Materialism ची 'बरोबरी करणे' हास्यास्पद आहे असे जाहीर केले.

या Encyclopedia त लिहून ठेवण्यात आले आहे की, साधने वेळेनुसार आणि स्थानानुसार बदलत जातात. चीनमधे कम्युनिस्टांनी बौद्ध धर्माचा उपहास करून त्याची हकालपट्टी केली हे कम्युनिस्ट विचारसरणीनुसार अगदी योग्य तेच केले असे म्हणायचे आणि श्रीलंका आणि ब्रह्मदेशासारख्या Thervadin देशात मात्र ते महायान पंथातील एकेश्वरीवाद व त्यातील कर्मकांडाच्या विरोधात वागत होते असे म्हणायचे. याच अधिकारी व्यक्तींकडून आपल्याला सांगण्यात येते की, इस्लाम धर्माला या अशाच चक्रातून जावे लागले. १९३० आणि १९४० या दोन दशकात सोव्हिएट लेखक प्रेषित व कुराणाचे काळे व भयावह चित्र रंगवू लागले. प्रेषिताच्या संदर्भातील चमत्कारांना हास्यास्पद ठरवू लागले. कुराणाचे केवळ अध्यात्मिक महत्त्व अथवा वाङ्मयीन महत्त्व याबद्दल ते शंका व्यक्त करू लागले एवढेच नव्हे तर, कुराणाच्या सुसंबद्धतेबद्दलही प्रश्न विचारू लागले. नेमक्या याच काळात भारतातील कम्युनिस्ट मात्र आपल्या गुरुजनांनी या धर्माबद्दल व त्यांच्या संस्थापकांनी असे लिहिले असताही याच धर्मतत्त्वांचे आपण पाईक आहोत असे म्हणत राहिले हेही अगदी त्या विचारसरणीला धरूनच झाले.

विचारसरणीची फिरवाफिरव करण्याची क्षमता तसेच विशिष्ट वेळीच्या उद्दिष्टाला उपयोगी पडेल असे प्रस्ताव अथवा थोडे बदल शोधणे हे प्रथम फार हुशारीचे दिसते. परंतु काही काळानंतर या कोलांट्या उड्या सर्वांच्याच लक्षात येतात. पाठोपाठ, विचारसरणीच्या मार्फत करण्यात येणारे दावे आणि असे दावे करणारांबद्दल सर्वथा अविश्वास अशी दोषैकवृत्ती उत्पन्न होणे अटळ ठरते.

या तऱ्हेच्या विचारसरणींचे एकच ध्येय असते: ते म्हणजे सत्ता काबीज करणे– ती सुद्धा राज्यात! एकदा ते साध्य झाले की ही विचारसरणी फक्त राजधर्म बनते असे नव्हे तर एकपक्षीय राज्यपद्धतीचा धर्म बनते. एखादा नवा विचारप्रवाह अथवा एखादा शोध विकसित होणार की नामशेष होणार हे त्याच्या अंगभूत वैशिष्ट्यांवर अवलंबून राहत नाही. एवढेच नव्हे तर तो त्या विशिष्ट राजधर्माशी तंतोतंत जुळतो का याचाही विचार केला जात नाही; तर तो कोणी पुढे मांडला आहे... ती व्यक्ती पक्षामधे व पक्षासाठी महत्त्वाची आहे का हे लक्षात घेतले जाते. सोव्हिएट युनियनमधील वरवर जाऊ इच्छिणाऱ्या अनेक जणांनी काही विद्वानांच्या ग्रंथातील मजकुरांचा विपर्यास करून, वडाची साल पिंपळाला लावून त्यांचे लिखाण एकच उद्दिष्ट असलेल्या विचारसरणीच्या विरोधी आहे असे दाखवून आपल्या प्रतिस्पर्ध्यांचा काटा काढला. तसेच काही संधिसाधू लोकांनी स्वत:ला वरच्या जागा मिळवल्या.

काही विचारसरणी साक्षात्कारासारख्या आहेत असा दावा केला जातो. त्यांची ही वैशिष्ट्ये आहेत : Dialectical Materialism सर्वव्यापी आहे, त्यातून सर्व बाबींचे स्पष्टीकरण मिळते. एखाद्या व्यक्तीच्या कार्यक्षेत्रातील विचारप्रवाह व लिखाण याचा अर्थाअर्थी काही संबंध नसलेल्या कल्पना त्याच्यातून ओढून ताणून काढायच्या आणि सर्वनाश करावयाचा; काही पदार्थविज्ञान शास्त्रज्ञांनी, एंजल्स किंवा लेनिन यांनी पदार्थविज्ञानाबद्दल जे लिहिले त्याविरुद्ध लिहिले म्हणून त्यांची उचलबांगडी झाली असे नव्हे तर त्या शास्त्रातील एखाद्या प्रश्नाविषयी त्यांनी जे लिहिले आहे त्याचा अर्थ असा असा होऊ शकतो आणि त्यामुळे सामाजिक संघटनाबद्दल जे निष्कर्ष निघतील ते अधिकृत मताविरुद्ध आहेत असा दोषारोप त्यांच्यावर ठेवला गेला. अशा तऱ्हेच्या राज्यपद्धतीत अशा चकमकी उडाल्यावर जो निकाल दिला जातो तो महत्त्वाचा असतो. सापेक्षता-सिद्धांतामुळे कशाची उकल होत आहे यापेक्षा सामाजिक संघटनेवर त्याचा काय परिणाम होईल त्यावर त्या सिद्धांताची शास्त्रीय वैधता ठरणार– म्हणजेच हा वैज्ञानिक समाज नसून पक्षाच्या हुजऱ्यांचा समाज आहे असे म्हणावे लागते.

जीवशास्त्रातील अनुवंशशास्त्राचे विधिलिखित हे याचे कुप्रसिद्ध उदाहरण आहे. कम्युनिस्ट तत्त्वप्रणालीतील सर्व विद्वानांनी जाहीर केले की, "यामुळे एक नवा माणूस निर्माण होईल." माणसाचा स्वभाव भोवतालच्या वातावरणामुळे बनतो हे

निश्चितच आहे. उत्पादनाची साधने व संबंध उलथवून परिस्थिती बदलता येते. म्हणूनच नवा रशियन माणूस ही अटळ गोष्ट आहे. मार्क्सचे सुद्धा असेच मत होते. असे त्याचे एखादे दुसरे वाक्य दाखवून सांगता येते. नवी शासनपद्धती नव्या माणसाला खरोखरीच जन्म देते आहे याचे जितेजागते उदाहरण स्टारवनॉव्ह आणि नंतर चीनमधील Red Guards हे होय. प्रयत्नपूर्वक मिळवलेले गुणविशेष पुढील पिढ्यांमधे संक्रमित होतात या गृहीत तत्त्वाबद्दल अनेक अनुवंशशास्त्रज्ञांनी विशेषत: मेंडेल यांनी शंका व्यक्त केली. ''द एनसायक्लोपीडियात'' सांगितले आहे की, ''आय् व्ही मिचुरिन सारख्या एका साध्यासुध्या व्यवहारी वनस्पतीची लागवड करणाराने दाखवून दिले आहे की, भोवतालचे वातावरण बदलून वनस्पतीचे गुणधर्म बदलता येतात. एवढेच नव्हे तर ही बदललेली वैशिष्ट्ये पुढील पिढ्यांमधे संक्रमित होतात.'' लेनिनला त्या माणसाच्या कृतीचे फारच आकर्षण वाटले कारण त्याच्या प्रयोगाचे फलित नव्या आशावादाशी जुळत होते, तो रशियन आणि कम्युनिस्ट होता. शिवाय एक 'व्यवहारी रोपवाटिका संवर्धन करणारा' फायदेशीर माणूस होता. विज्ञानाच्या इतिहासातील करामतखोरांपैकी एक कुप्रसिद्ध वैज्ञानिक लिसेन्को याने या कल्पना हस्तगत केल्या आणि लेनिनच्या व नंतर स्टॅलिनच्या आश्रयामुळे तो या विज्ञानशाखातील जुलुमशहा आणि एक भयप्रद व्यक्ती झाला. १९४९ पर्यंत मेंडेलचे अनुवंशशास्त्र कायदाबाह्य ठरवण्यात आले आणि देशातील अनुवंशशास्त्रज्ञांना आपले आधीचे लिखाण चुकीचे होते असे कबूल करायला लावले. व आपल्या लिखाणासाठी आपण मेंडेलचे निष्कर्ष पायाभूत मानले यासाठी स्वत:चा धि:कारही करायला लावला. या एका अतिसामान्य माणसाने दोन संपूर्ण शास्त्रांची गळचेपी केली, 'द एनसायक्लोपीडियातील' नोंदीनुसार त्याने पूर्ण तीन दशके सोव्हिएट कृषीशास्त्रात अनर्थ घडवले आणि शास्त्रज्ञांमधे तो एक अतिभयंकर माणूस समजला जाऊ लागला.

आपल्या भारतात एखादा लिसेन्को निर्माण होऊ शकला नाही याचे एकच कारण सांगता येईल; ते म्हणजे कम्युनिस्टांचा आपल्या संपूर्ण देशावर प्रभाव नाही तसेच आपला समाज मुक्त स्वरुपाचा आहे. परंतु आपल्या अनेक विद्यापीठातील 'अहिंसात्मक' दबाव, समान मताची साखळी, एखाद्याविरुद्ध मत देऊन त्याला मंडळावर निवडून न देणे या सर्वांमुळे निर्माणक्षमता व स्वतंत्र विचारावर घातक परिणाम झालाच आहे. आपल्या देशातील डाव्या विचारसरणीच्या विद्यापीठातील इतिहास व अर्थशास्त्र विभागात पसरलेली कीड पाहण्यासारखी आहे.

याचा परिणाम अर्थातच अटळ आहे– अव्यवहारी तत्त्वांचा साक्षात्कार, कोणताही प्रस्ताव या साक्षात्काराला पाठिंबा देणारा असेल तर त्याचा प्रचार करून ''तो सत्यच'' आहे असे प्रतिपादन, कोणतेही तथ्य अथवा युक्तिवाद साक्षात्कार-सूत्राला

आव्हान देऊ लागले तर ते मुळातच मिथ्या आहे असे म्हणायचे; कोणताही प्रस्ताव कम्युनिस्ट विचारसरणीचा प्रचार करीत आहे की नाही हे पक्षातील होयबांनी किंवा धर्माधिकाऱ्यांनी ठरवायचे... अखेर पक्ष किंवा 'उलेमा' यांनाच साक्षात्काराचा अर्थ उमगतो, आणि फक्त पक्ष किंवा धर्माधिकारी हेच खऱ्या अर्थाने त्याच्याशी बांधिल असतात. शिवाय साक्षात्काराला पाठिंबा देणे व त्याचे रक्षण करणे हे पक्षाचे व 'उलेमा'चे कर्तव्य असते. सर्व विश्वात त्याचा प्रसार करणे हेही त्यांचे काम असते. जे कोणी ही विचारसरणी मान्य करणार नाहीत त्यांना नाहीसे केले पाहिजे कारण अशीच माणसे इतिहासाच्या वाटचालीतील अडथळे असतात. आणि अल्लाच्या इच्छेला खो घालीत असतात. म्हणून पक्ष व पक्षातील निष्ठावानांनी कोणतेही उपाय योजले तरी ते समर्थनीयच असतात.

पक्षाचा विचार सोडून द्या. परंतु या विचारसरणीला "धर्माचे स्वरुप" देण्यामुळे सर्जनशील कार्याची घुसमट होते यात शंकाच नाही. एखादी विचारसरणी किंवा विचार करण्याची पद्धती अशी उच्च स्थानी नेऊन ठेवल्यावर मग अभ्यासू वृत्तीसाठी कोणत्या अटीची आवश्यकता असते? काहीही शोधून काढले अथवा लिखाण केले तर ते या विचारसरणीला पाठिंबा देणारेच असते. एवढे करणे त्यांच्या दृष्टीने पुरेसे असते. आपण विचार करीत असलेल्या पाठ्यपुस्तकात आपल्याला हेच आढळून येत आहे. या लेखकांचा एकमेव उद्देश ही विचारसरणी दृढ करण्यासाठी दुसऱ्या ग्रंथांचा आधार घेऊन "पुरावा" मिळवणे व काही निष्कर्ष काढून असा अन्वय लावायचा की त्यामुळे विचारसरणीला पाठबळ लाभते. कुठल्यातरी मजकुराचा अर्धवट भाग मिळाल्यावर, काहीतरी बनवलेली अनुमाने पुढे दामटायची, काल्पनिक अन्वय लावायचा की झाले त्यांचे काम! गरज आणि पर्याप्ती हा नियमच मुळी सर्जनशील कार्याला मारक आहे. मग त्या अभ्यासकाचे एवढेच काम उरते... आपल्या अभ्यासपूर्ण लेखनात थोड्याथोड्या पानांनंतर प्रमाणवचनातील एखाद्या मुद्द्याची पुनरुक्ती करणे, एखाद्या महान तत्त्वचिंतकाच्या एखाद्या पुस्तकातील प्रस्ताव किंवा वाक्याला 'पाठिंबा' देणे... मात्र तो महान तत्त्वचिंतक तत्त्वे ठरवून देणारांच्या मर्जीतला आहे की नाही याची खात्री करून घ्यावी लागते. आणि आपल्या या अशा तऱ्हेने काम करणाऱ्या अभ्यासकाने जितक्या जास्त वेळा या प्रस्तावांची पुनरुक्ती केली असेल तितका तो गाढा तत्त्वचिंतक ठरतो.

डी. एन. झा यांच्या Ancient India या पुस्तकाच्या प्रस्तावनेत त्यांनी ठासून काय सांगितले आहे हे आपण पाहिलेच आहे: "... धार्मिक कर्मकांडे आणि आचरणात लक्षणीय बदल झाला. भक्ती म्हणजे जमीनदारांच्या कुळांचे व दासांचे त्यांच्यावर सर्वस्वी अवलंबून राहणे असे हिंदुस्थानी सरंजामी समाजात झाले म्हणून भक्ती हा धर्मातील आवश्यक घटक ठरला..."[१]

नुसते गृहीत धरायचे– ठासून सांगायचे– पुरावाबिरावा काही नाही. शंभर पाने उलटली तर हेच गृहीतक चालू ठेवायचे. मात्र एका वाक्याच्या ऐवजी यासाठी एक संपूर्ण परिच्छेद खर्ची घालायचा! "भक्तीमार्गाने प्रतिपादन प्रथम गीतेमधे झाले. शैव व वैष्णव संप्रदायाची ती प्राणभूत शक्ती होऊन गुप्त राजांच्या काळात भक्तिमार्गाला सामाजिक संदर्भ लाभला. परमेश्वराची भक्ती व त्यावर दृढ विश्वास ठेवून अंतिमत: मोक्ष मिळेल. केवळ यज्ञयाग करून नव्हे अशी याची शिकवण होती. भक्तिमार्गाने परमेश्वरापर्यंत पोचता येते. धार्मिकतेचे हे नवे स्वरुप तत्कालिन सामाजिक दृष्टिकोनाशी मिळतेजुळते होते. कारण सरंजामशहा आपल्या धन्याच्या चरणाशी बसून ध्यान करीत आहोत असे समजत. वैष्णव संप्रदाय, शैव संप्रदाय व काही प्रमाणात महायान बौद्ध संप्रदायात 'भक्ती' तत्त्वावर नव्याने भर का देण्यात आला हे यावरून स्पष्ट होते."[२]

सरंजामशाही आणि भक्ती यांचा ओढूनताणून कसातरी संबंध लावून पुरावा दिल्यावाचूनच तो खराच होता असे ठामपणे सांगायचे. भक्तिमार्गाद्वारे कोणत्याही सेवकाला अथवा मजुराला कितीही मोठ्या स्थानावरच्या व्यक्तीपर्यंत पोचता येत असताना सरंजामदारांच्या दुय्यम अधिकाऱ्यांना भक्ती मार्गाचा प्रचार किंवा देखावा करण्याची गरजच काय होती? ते स्वत: 'धन्याच्या पायाशी बसून ध्यानधारणा' करण्याच्या परिस्थितीत होतेच. असल्या प्रश्नांची उत्तरे वाचकांवर सोपवण्यात येतात. तेवढाच त्यांच्या मेंदूला व्यायाम!

अशा तऱ्हेच्या अभ्यासात निष्कर्षाप्रत पोचण्याचा क्रम पुराव्यानुसार ठरत नाही– उदाहरणार्थ, एखादे अप्रकाशित पुस्तक हाती आले आहे आणि त्यात एखाद्या शहाण्यासुरत्या माणसाने भक्तीचे धन्यांसाठी त्याच्या सरदार-सामंतांना होणारे उपयोग दाखवून दिले आहेत असे नसते. किंवा असे एखादे पुस्तक लिहिले गेल्याच्या काळात समाजाचे सरंजामी व्यवस्थेत संक्रमण होत होते याचा स्वतंत्र पुरावा मिळाला असेही नसते. त्यांचा क्रम असा की, समाजाचे सरंजामशाहीत संक्रमण होत होते असे त्या विचारसरणीने जाहीर केले आहे. म्हणून कुठूनतरी, कसेतरी 'पुराव्या'च्या चिंध्या गोळा करावयाच्या व त्याचा उपयोग करून एखाद्या कालखंडात, समजा गुप्त राजांच्या कालखंडात सरंजामशाही प्रचलित होती असे म्हणायचे. मग सरंजामशाहीचा विसर पडू न देणाऱ्या सिद्धांताला पाठिंबा देत रहायचे अशी त्यांची अभ्यासाची पद्धत आहे.

या गृहीतकाचा ताबडतोब जयजयकार होतो कारण पूर्वीच्या एखाद्या तत्त्वचिंतकाच्या वक्तव्याची ती पुनरुक्ती असते. या ठिकाणी स्वत: धर्मानंद कोसंबी! परंतु आपण जेव्हा कोसंबींचे लिखाण वाचू लागतो तेव्हा आपल्याला दिसून येते की, त्यांनी स्वत:च अशा गृहीतकांची माळ बनवून गीतेबद्दलचे एक तत्त्वज्ञान रचले आहे! या

धर्मग्रंथाविषयीच्या आपल्या निबंधात कोसंबींनी त्या विचारसरणीचा प्रचार करण्यासाठी किती गोष्टी गृहीत धरल्या आहेत याची मोजदाद करून पहा. ते लिहितात, ''गुप्त राजांच्या कालखंडात विस्तारित होणाऱ्या ग्रामव्यवस्थेमुळे सामर्थ्यवान मध्यवर्ती सरकारला नवी संपत्ती मिळत होती म्हणून सुरुवातीच्या काळात गीता हा ग्रंथ तर्कसंगत वाटला. व्यापार पुन: भरभराटीला आला. अनेक संप्रदायांना विपुल प्रमाणात अर्थसाह्य मिळू शकत होते...''

''सारांश, गीतेचे लेखन अशा काळात झाले की त्यावेळी त्या ग्रंथाची निकडपूर्वक गरज नव्हती (का?) धर्मशास्त्रविषयक शंकांबद्दल आवेशयुक्त वाग्युद्ध केल्यावाचून संकराला चालले नसते. सर्व तऱ्हेच्या दृष्टिकोनाकडे सहिष्णुतेने पाहणे आणि त्यांना मिसळून टाकून एक दृष्टिकोन ठेवणे याचा अर्थ उत्पादन साधनातील अडचणीची परिस्थिती फारशी तीव्र नाही असा झाला असता. जेव्हा समस्या अधिक तीव्र होत जातात, जेव्हा जरूरीपेक्षा जास्त उत्पादन होत नाही आणि संयोगीकरण पद्धतीने उत्पादन वाढत नाही तेव्हा मिलाफ आणि सहिष्णुता अशक्य होऊन बसते. देवदेवतांचे विवाह लावून देण्याची कल्पना सुरुवातीला पचनी पडली कारण मातृसत्ताक व पितृसत्ताक पद्धतीच्या मालमत्तेतील वेगळेपणा अशा तऱ्हेने मिटवता आल्याने संयुक्त समाजाचे उत्पादन चांगलेच वाढले. शिव आणि विष्णू हे प्राचीन देवदेवतांचेच अवतार आहेत असे मानल्यामुळे अन्न गोळा करणाऱ्या आदिवासी समाजाला अधिक विशाल अन्नोत्पादक समाजात सामावून घेता आले. याला दुसरा पर्याय होता त्यांना नामशेष करणे किंवा गुलाम बनवणे. या दोन्ही कृतींमधे तत्कालिन उत्पादनावर अतोनात ताण पडला असता. वेदकालिन आर्यांनी सुरुवातीला प्राथमिक रहिवाशांवर उघड उघड बळाचा प्रयोग केला परंतु त्यांना तडजोड करावी लागली. सत्ताधारी वर्गातील काही घटकांमधे समेट घडवून आणण्यास कदाचित गीतेची मदत झाली असेल. त्यातील अंतर्विरोधामुळे एखाद्या अपवादात्मक सुधारकाला प्रेरणा मिळून तो उच्च वर्गात नव्या सदस्यांना वास्तवतेला मान्यता देण्यास उच्च वर्गाला भाग पाडू शकला असता. परंतु गीतेमुळे उत्पादन साधनात कोणत्याही तऱ्हेचे मूलभूत बदल झाले नाहीत तसेच वास्तव जीवनाशी संपर्काचा मूलभूत अभाव, तार्किक सुसंगततेबद्दल उपहास यामुळे भारतीय समाजाच्या मूलभूत समस्यांकडे पाहण्याचा बुद्धिनिष्ठ दृष्टिकोन वाढवता आला नाही.'' (यात काय गृहीत धरले आहे ते पहा: धर्मग्रंथाचे जणू हे काम होते आणि त्यात अपयश आले!)

''...तथापि नंतरच्या कालखंडातील समाजाच्या गरजा पुरवण्याजोगा एक शोध गीतेमधे होता. भक्ती... वैयक्तिक श्रद्धा– ('नंतरचा कालखंड' हे शब्द पाहून घ्या. म्हणजे भक्तीचा शोध सरंजामशाहीच्या वाढीच्या आधी लागला!) ज्या कोणी हा ग्रंथ लिहिला त्याच्या दृष्टीने, एका दैवी शक्तीकडून सर्व तऱ्हेचे ज्ञान मिळण्याचा एक

मार्ग म्हणजे भक्ती म्हणून ती समर्थनीय आहे. त्यानंतरच्या अनु-गीता या सपक ग्रंथाच्या मागणीवरून आपल्याला दिसून येते की, त्या काळात हे सर्व पुरेसे नव्हते. परंतु केंद्रवर्ती व्यक्तिगत महान साम्राज्याचा अंत दिसू लागल्यावर, हर्षाचे साम्राज्य शेवटचे– नवे राज्य वरपासून खालपासून सरंजामी स्वरुपाचेच असणे अटळ होते. पूर्ण विकसित सरंजामशाहीचा गाभा वैयक्तिक निष्ठेची साखळी हा असून त्यामुळे आश्रित आश्रयदात्याला, कुळे जमीनदाराला, सरदार राजाला किंवा सम्राटाला बांधलेली राहतात. ही निष्ठा अमूर्ताशी नसून उत्पादनाची साधने व परस्परसंबंधीच्या दृढ पायाबद्दल आहे. जमिनीची मालकी, लष्करी सेवा, कर संकलन, आणि स्थानिक उत्पादनांचे वजनदार व्यक्तींमार्फत विक्रीयोग्य वस्तूत रुपांतर, इसवीसनपूर्व सहाव्या शतकाच्या शेवटाआधी ही पद्धत नक्कीच शक्य नव्हती. 'खालपासून' सरंजामशाहीचा अधिक विकास याचा अर्थ ग्रामपातळीवरील लोकांच्या एका विशिष्ट वर्गाला (जमिनीची मशागत, वारसाहक्क आणि मालकी) विशेष हक्क देणे. ते सशस्त्र दलात आणि करसंकलनात काम करीत होते. अशा तऱ्हेच्या समाजाची धारणा व जतन होण्याकरता अशा धर्माची गरज होती की ज्यात कुणाविषयी वैयक्तिक भक्तीवर भर दिला जात होता. जरी भक्तीचा विषय असलेल्या वस्तुमधे काही त्रुटी असल्या तरी भक्तीला महत्त्व होते.''[३]

आपण याआधी पाहिल्याप्रमाणे युक्तिवादाचा क्रम अगदी तसाच आहे. काही गृहीत धरलेल्या बाबी अशा– आत्मसंशोधनाचे विविध मार्ग दाखवून देणाऱ्या धर्माज्ञांसह सर्व काही, उत्पादन-साधनांच्या मालकीहक्काच्या आकृतीबंधाचे फलित आहे आणि तंत्रविज्ञान ज्या टप्प्यावर येऊन पोचले आहे त्यात या आकृतीबंधाची मुळे आहेत. या दोन बाबी गृहीत धरून असे 'सिद्ध' करण्यात आले आहे की, एखादी विशिष्ट धर्माज्ञा किंवा त्या विशिष्ट धर्माज्ञेतील विशिष्ट कल्पना, एका विशिष्ट व्यवस्थेच्या हेतूसाठी उपयोगी पडत असते. ही तर्कसंगती किती तकलादू आहे हे कोसंबी देत असलेल्या आणि झा पुनरुच्चार करीत असलेल्या उदाहरणावरून उघड होते. भक्तीमार्ग हा गीतेतील एक मार्ग आहे. ज्ञानमार्गाचे काय? तो गीतेत भक्तीमार्गा इतकाच महत्त्वाचा आहे. ज्ञानमार्ग देखील सरंजामशहा आणि त्यांच्या सामंतांच्या गरजा पुरवीत असतो काय? गीतेत कर्मयोगावर भर दिला आहे त्याचे काय? आपले कर्म आपण करीत रहावे, ते कधीच वाया जात नाही– प्रत्येकाने अनिष्टाशी आणि अन्यायाशी लढा दिला पाहिजे अशी गीतेची शिकवण आहे. त्यापैकी कोणते तत्त्व सरंजामशाही व्यवस्थेला रुचणारे आहे?

भक्तीचाच विचार करून पहा. झा म्हणतात की, महायान बौद्ध धर्माचे हे तत्त्व होते. हा पंथ तिबेटमधे फोफावला आणि दीर्घकाळ टिकला. म्हणजे तिबेटमधील आर्थिक, सामाजिक आणि राजकीय व्यवस्थाही सरंजामी पद्धतीची होती काय? गुप्त

राजांच्या कालखंडात हिंदुस्थानात उत्पादनाची साधने आणि त्यांच्या मालकीहक्काची पद्धत जशी होती तशी तिबेटमधे १९५० पर्यंत चालू राहिली काय?

हिंदुस्थानात इस्लाम राजवटीत भक्ती संप्रदायाचे जोरदार पुनरुत्थान झाले त्याचा विचार करा– ते चैतन्य महाप्रभू सूरदास, कबीर, नानक, तुलसीदास यांच्यामुळे झाले. समाजव्यवस्था सरंजामी पद्धतीची होती म्हणून हे झाले काय? का इस्लामी राज्यकर्त्यांना या सिद्धपुरुषाबरोबर ''घाणेरडा सौदा'' करून अशी समाजव्यवस्था भक्कम करायची होती? का उलट झाले? हिंदुस्थानामधील इस्लामचे जोराचे हल्ले आणि बळाला जनसामान्य शरण जाऊन ज्या वेगाने धर्मांतर करीत होते ते पाहून या द्रष्ट्या संत महात्म्यांनी व्यक्तिगत देवतेच्या भक्तीवर भर देऊन इस्लाम धर्माची लाट थोपवली असे तर झाले नाही?

आणि एकोणिसाव्या तसेच विसाव्या शतकाच्या पूर्वार्धात समाजसुधारक व नेत्यांनी हिंदुस्थान देशाला स्वतःच्या पायावर उभे केले त्याचे काय? अरविंद, टिळक, गांधी वगैरे महापुरुष गीतेला इतके महत्त्व देत होते ते कशासाठी? सरंजामशाही भक्कम करण्यासाठी?

खरे म्हणजे, भक्ती मार्गात वैयक्तिक देवतेला जितक्या मनोभावे श्रद्धा दाखवावी असे म्हटले आहे त्यापेक्षाही कितीतरी जास्त आवेशाने प्रेषिताला निष्ठा दाखवावी असे इस्लामचे आग्रहाचे सांगणे असते. यावरून आपण असा निष्कर्ष काढायचा का की सातव्या शतकातील अरेबियामधे हिंदुस्थानातील गुप्त राजांच्या राजवटीसारखी ''सरंजामी'' पद्धत प्रचलित होती? आणि इस्लामच अनुयायांनी प्रेषिताला सर्वस्वी निष्ठा वहावी असा इस्लामचा आग्रह हेही सरंजामशाहीला पाठिंबा देण्यासाठी होते काय?

काहीतरी गृहीत धरून त्याला सत्याचे आच्छादन घातल्याचा वाचक व विद्यार्थ्यांवर कसा परिणाम होईल याचे अनुमान काढता येते. विशेषतः घोकंपट्टीवर सर्व भिस्त ठेवणाऱ्या आपल्या शिक्षणपद्धतीत याचा कसा परिणाम होईल हे सांगायला नकोच. एकामागून एकेका पुस्तकात, प्रकरणामागून प्रत्येक प्रकरणात तेच तेच शिकत राहिल्याने पदवी मिळेपर्यंत विद्यार्थ्याच्या मनात तेच ठसते. त्या कल्पना पुनः नजरेसमोर आल्या की त्याला पुरावा मागावासा वाटत नाही. गृहीत तत्त्वे ही सिद्ध झालेले तत्त्वविचार आहेत असे तो मानतो. त्यांचे अस्तित्व हाच पुरावा आणि अनेक युगांपासून चालत आलेले हे सत्यच आहे असे त्याला वाटते.

यामुळे त्या तत्त्वांना आणि ही तत्त्वे एकत्र गुंफणाऱ्या विचारसरणीला पाठिंबा मिळतो. परंतु हे सर्व व्यासंगपूर्ण संशोधनाला मारक आहे. प्रथम ही विचारसरणी मार्क्स आणि एंजल्स् यांनी तयार केली. मग कोसंबींना एवढेच करावे लागले की त्या विचारसरणीला चपखलपणे बसतील अशी भारतीय उदाहरणे शोधून काढायची...

आणि हे सर्व हजारे वर्षांपूर्वी झालेले असल्याने सर्वंकष पुराव्याची गरजच उरत नाही... इकडून एकदोन वाक्ये, तिकडून आणखी काही शब्द मिळवून वापरले की झाले: त्या कालखंडातील फक्त मूठभर नाणी सापडली, आधीच्या एखाद्या ग्रंथात राज्यातील एखाद्या अधिकाराच्या जागेचा उल्लेख सापडलेला नसणे, शेकडो कवने असलेल्या पुस्तकातील एखाद दुसरी कविता उद्धृत करणे असे चालू असते. कोसंबी नुसते याकडे बोट दाखवतात आणि पुन: त्या विचारसरणीला पाठिंबा मिळतो. शिवाय अग्रेसर तत्त्वज्ञानी आणि इतिहासकार असा कोसंबींचा लौकिक प्रस्थापित होतो. नंतरचे नामवंत इतिहासकार झा यांचे काम म्हणजे कोसंबींच्या प्रतिपादनाचा पुनरुच्चार करणे एवढेच राहते.

अर्थातच या सर्व विद्वानांना असे करणे आवश्यक असते; परंतु पुरेसे देखील असते. म्हणूनच भारतीय इतिहासविषयक अभ्यास, आपल्या विद्यापीठातील मार्क्सवादी अर्थशास्त्रीय लिखाणाप्रमाणे त्याच चाकोरीत गोल गोल फिरत आहे.

एका शब्दात सांगायचे म्हणजे ही विचारसरणी स्वनाशाकडे चालली आहे– आपल्याला हाच एक आशेचा किरण आहे. परंतु दरम्यानच्या काळात तिच्यामुळे सर्जनशीलतेची गळचेपी होईल– आपल्या नामवंत इतिहासकारांच्या उदाहरणांवरून आपल्याला हे दिसून आलेच आहे. यामुळे ठकबाजीला संरक्षण मिळेल– असे करण्याची कारणे लेनिनने कदाचित् म्हटले असते की, इतिहासाला मदत करण्याची आहेत!

◆

२०
परिणामांचा आकृतीबंध

हे नामवंत इतिहासकार नुसते एक उदाहरण आहेत. परंतु त्यांची विचारपद्धती एक सर्वसामान्य पद्धती असून एकजात सर्व पुरोगामी मंडळींनी आपल्या विवेचनात तिचा शिरकाव करून ठेवला आहे.

या विचारपद्धतीमुळे अनर्थकारी परिणाम झाले आहेत. आज आपला समाज अशा संभ्रमित परिस्थितीत आहे तसा पूर्वी क्वचित्‌च होता. सबंध भारतात इतके प्रश्न उभे ठाकले आहेत, प्रत्येक उद्दिष्ट दुसऱ्या उद्दिष्टाच्या बरोबरीने उंचावर नेऊन ठेवण्यात येत आहे– अतिरेक्यांच्या मानवी हक्कांबरोबरच देशाचा टिकाव– राज्यात अधिकारपदावर असणारांना सुद्धा आपण देशाचे संरक्षण करू याची खात्री वाटत नाही.

या मातब्बर लेखकांनी आपल्या विवेचनात जी चार वैशिष्ट्ये गोवून ठेवली आहेत ती विशेषत्वाने धोकादायी आहेत. आणि आपण ती निकडीने बदलली पाहिजेत.

"हक्कासंबंधी चर्चा" आपण सतत ऐकतो : शिक्षण, रोजगार, घरे, शेतमजुरांसाठी म्हातारपणाचे निवृत्ती वेतन, व्यक्तिगत कायद्याची शाश्वती, सवलतीच्या किंमतीत अन्नधान्य, तोटा होत असला तरी बसगाड्यांच्या भाड्याचे कमी दर, पाणी व विजेचे कमी दर, खासगीपणा, समलिंगी वर्तणूक, स्वैर वागणूक... या सर्वांची आता मागणी होत असते व ते हक्क आहेत असे म्हटले जाते. ही यादी रोज लांबत असून हे 'अटळ' आहे : एकीकडे जी व्यक्ती विशिष्ट समाजाचा नेता होऊ इच्छिते तिला आपण त्या गटासाठी काही हक्क मिळूवन देण्याची मागणी करण्याचे आश्वासन द्यावे लागते. दुसरीकडे, जो पक्ष अथवा नेता त्या गटाची मते मिळवू इच्छितो त्याला हे मान्य करावे लागते.

शिवाय अमिताई एत्झिओनी[१] आणि इतरांनी जोरदारपणे सांगितल्याप्रमाणे एकदा का एखादी मागणी हक्क म्हणून पुढे मांडल्यावर सर्व युक्तिवाद व तर्कसंगतीला जागाच उरत नाही. कुणी त्या मागणीला विरोध दर्शवला अथवा कुणी म्हटले की, ही मागणी तत्त्वत: योग्य आहे परंतु ती मान्य करणे तूर्त समाजाला परवडणारे नाही, उदाहरणार्थ कुणी म्हटले की, गरिबांना परवडेल अशा किंमतीत तांदूळ मिळणे

आवश्यक आहे परंतु सवलतीच्या किंमतीमुळे राज्य रंक होईल– की लगेच त्या माणसाला गरिबांचा विरोधक ठरवले जाते. गरिबांचा जगण्याचा हक्कच तो नाकारत आहे अशी हाकाटी केली जाते. पुढे असे होते की, एखाद्या गटाच्या मागणीला हक्क म्हटले की, सरकारला व इतर समाजाला वाटेल ते करून, नमून जाऊन ती मागणी पुरवावीच लागते. भारतात या प्रकाराला इतका ऊत आला आहे आणि अशी कल्पना होऊन बसली आहे की, ती मागणी ताबडतोब पुरवली गेली नाही तर त्या गटाला 'चक्क जाम' करून सरकारी यंत्रणा बंद पाडण्याचा, शाळा कॉलेजात हरताळ पाळण्याचा तसेच विधिमंडळात ठरलेले काम पुरे न होऊ देण्याचा जणू हक्कच आहे!

अमुक एक मागणी हक्क म्हणून पुरी झाली पाहिजे अशा आग्रहामुळे इतरांच्या हक्कावर गदा येते एवढेच नव्हे तर कोणतेही हक्क पूर्ण करू शकणारी यंत्रणाच खिळखिळी होते. ज्या हक्काची मागणी होते त्या हक्काचे परिणाम तसेच ज्या गटाच्या नावे हा हक्क पूर्ण केला जात आहे त्याचेही परिणाम होत असतात. अनेकदा असे होते की, एखादी अनिष्ट बाब दुरुस्त करावी अशा मागणीची सुरुवात झाल्यावर ज्याच्या जागी दुसरे काही ठेवता येणार असे काहीतरी बिघडून जाते– विस्कटलेल्या वैवाहिक जीवनातून मुक्त होण्यासाठी स्त्रियांना घटस्फोट मिळू लागल्यावर कुटुंबव्यवस्था मोडकळीला येण्याचे ते एक कारण झाले. हेच 'गटासंबंधी'ही म्हणता येईल– मुस्लिम आणि यादवांच्या नावाखाली हिसकावून घेतलेल्या 'हक्कां'मुळे एक प्रचंड प्रतिक्रिया शिलगली गेली.

एत्झिओनी आणि इतरांनी म्हटल्याप्रमाणे, 'हक्कांविषयी' च्या वादाबरोबर नेहमीच 'अन्याय्य-चर्चा' होत असल्याने याचे परिणाम संमिश्र असतात. ज्यांच्यावर अन्याय झाला आहे अशा गटांविषयी बोलले जाते. एखादा गट आपल्या बाजूने वळवण्यासाठी त्यांच्या हक्कांची त्यांना जाणीव करून देण्यापेक्षा त्यांच्यावर किती अन्याय होत आहे ही कल्पना त्यांच्या डोक्यात भरवणे हे अधिक उपयुक्त व वजनदार असते हे खरेच आहे. हा मुद्दा स्पष्ट करताना लांबलचक यादी देणे अपरिहार्य आहे. जे लोक आपल्याकडे काही गटांना ओढून घेऊ इच्छितात त्यांच्यामधे कोणावर किती अन्याय झाला आहे हे शोधण्याची स्पर्धा लागते. मग याचा परिणाम खरोखरीच अस्तित्वात असलेल्या अन्याय्य बाबींसंबंधी अतिशयोक्ती करणे आणि पाठोपाठ काही 'अन्याय' शोधून काढण्यात होतो. १९६० आणि १९७० या दशकात स्पर्धा करणाऱ्या अकाली राजकारणी लोकांनी आपल्या वक्तृत्वात कायकाय सांगितले ते आठवून पहा. शेवटी काय झाले? – तर भिंद्रनवाले म्हणू लागले की भारतात शिखांना गुलामासारखे वागवले जात आहे आणि हे ज्यांना मान्य नसेल ते शीख-विरोधी असतील.

त्या गटाचे संपूर्ण राजकारण स्पर्धात्मक तक्रारखोरीभोवती फिरत राहते. मग एका लेखकाने अचूकतेने म्हटल्याप्रमाणे अशा वृत्तीमुळे तिरस्काराचा 'हक्क'

प्रस्थापित होतो, त्यापेक्षा तिरस्कार 'योग्यच' आहे अशी भावना उत्पन्न होते. एखाद्या उद्दिष्टाशी एखाद्याची किती निष्ठा आहे हे कशावरून ठरते?... दुसऱ्यांबद्दल त्याने किती तीव्र तिरस्कार बाळगला आहे, सध्याच्या समाजव्यवस्थेत एक विशिष्ट गट चिरडला जात आहे याबद्दल स्वत:ची खात्री असणे आणि आता नेहमी हे असेच चालू राहणार असे निश्चितपणे म्हणणे हे निष्ठेचे मापदंड असतात. शेवटी हे सर्व गटावरच उलटते : एकीकडे त्या विशिष्ट गटाची स्वप्रतिमा आणि मानसिकता बहकते आणि दुसरीकडे त्यांचे इतर समाजाशी संबंध बिघडतात. गेली शंभर वर्षे अशा तऱ्हेच्या विचारांमुळे मुस्लिमांना कोणती दिशा दाखवली गेली ते आठवून पहा. मौलाना वाहिउद्दिन आपल्या Indian Muslims Need for a Positive Outlook या पुस्तकात दाखवून देतात की, अशा तऱ्हेच्या कल्पनांमुळे भारतीय मुस्लिम हे इतरांच्या नजरेत "त्रासदायक" व "उपद्रवकारक" गट बनले आहेत. वेळ येताच ही सूक्ष्म दृष्टी त्यांच्या इतर व्यवहारात अडचणीची होते.[२] तितकेच महत्त्वाचे हेही आहे की, गटाची अशी मनोवृत्ती झाल्यावर त्यांना वाटते की ही परिस्थिती इतरांच्या चिरकालच्या वैरभावनेमुळे निर्माण झाली आहे. आपण वरच्या पातळीवर जाण्यासाठी पुरेसे प्रयत्न करीत नाही, ज्या वंचित परिस्थितीबाबत मुस्लिम तक्रार करतात ती परिस्थिती त्यांनी आपल्या नेत्यांचे ऐकल्यामुळे निर्माण झाली हे त्यांच्या लक्षातच येत नाही. या नेत्यांनीच त्यांना आधुनिक जगात आवश्यक असे कसब व शिक्षणापासून दूर ठेवले. सुरुवातीला हे प्रतिपादन सोयिस्कर वाटते पण अखेर हे घातक ठरते.

एक मोठा गट आत्मसंतुष्टतेत खंत करीत राहून आपली परिस्थिती सुधारण्याचे मनावर घेत नाही हे एक तथ्य व दुसरे तथ्य म्हणजे समाजातील गटांचे परस्पर संबंध विषमय होतात या दोन बाबींमुळेच केवळ बिघाड निर्माण होऊन पीछेहाट होते असे नाही. आपल्याला दडपून टाकण्याचा प्रयत्न होत आहे असे आग्रहाने सांगण्यात काही गटांचे हितसंबंध वाढीला लागतात. वंचितांना 'दलित' म्हणावे असा आग्रह त्यांचे नेते धरतात. वर्चस्व असलेल्या यादव, जाट, वोक्कालिग, लिंगायत यांचाही आग्रह आम्हाला "मागासवर्गीय" म्हणून जाहीर करा असा आहे. इतरांना दोषी ठरवण्याचा आग्रह धरण्याच्या युक्तीमुळे लोकांच्या मनात अपराधीपणाची भावना अथवा जबाबदारीची जाणीव उत्पन्न होत नाही तर चीड येते.

दुसरीकडे, आपली दुरवस्था इतरांच्या दगाबाजीमुळे निर्माण झाली आहे असे विशिष्ट गटाच्या लोकांच्या मनात ठसले की, हवे तसे वागण्याचा आपल्याला हक्कच आहे असे त्यांना वाटते. दिलगिरी प्रदर्शित करणारे "पुरोगामी" लोक ही भावना अधिक दृढ करू पाहतात. मुलायमसिंग यांची आक्रमकता, लालू यादव यांचा रांगडेपणा, काशीराम यांचा संधिसाधूपण याचे एकच स्पष्टीकरण दिले जाते

ते म्हणजे, "अनेक वर्षे दडपून ठेवले गेलेले लोक आता जागृत झाले आहेत."

अशा प्रकारची वागणूक प्रारंभी विशिष्ट लोकांपुरतीच मर्यादित होती. तसेच त्याचे समर्थनही मर्यादित होते. परंतु लौकरच ती व्यापक प्रमाणात खालच्या पायरीवर उतरते... म्हणजे ही प्रक्रिया केवळ एखाद्या प्रमाणभूत बाबीला आव्हान देऊन थांबत नाही तर त्यातील संस्कृती आणि वर्गीय वैशिष्ट्ये कमी केली जावीत अशी मागणी होत राहते. प्रमाणभूत गोष्टी, दंडक या कल्पनांचा उपहास केला जातो आणि हे सर्व हक्क भोगणाऱ्या लोकांनी आपले धुरिणत्व टिकवण्यासाठी योजलेल्या युक्त्या आहेत असे तिरस्काराने म्हटले जाते. जागा-आरक्षणाच्या चर्चेच्या वेळी 'गुणवत्ता' या शब्दाची कशी चिरफाड करण्यात आली ते आठवून पहा. असे करणे म्हणजे स्वत:चा नाश ओढवून घेणे आहे. कारण काही प्रमाणे अथवा दंडक मान्य केल्याशिवाय कोणताच समाज तग धरून राहणार नाही. ही प्रक्रिया येथेच थांबत नाही हे तर आणखी अनर्थकारी आहे. पाठोपाठ प्रमाणभूत गोष्टी व दंडक या कल्पना ज्या पद्धतीचा भाग आहेत त्या पद्धतीचा उपहास करून ती नाकारली जाते. देवीलाल यांनी मेळावा आयोजित केला की विश्वनाथ प्रतापसिंगांचे धाबे दणाणते; त्या मेळाव्याला थोपवण्याकरता ते आरक्षण धोरण जाहीर करतात. गुणवत्तेचा प्रश्न आला की ते म्हणतात, "लक्षावधी लोकांना दडपून ठेवणाऱ्या या पद्धतीत तरी गुणवत्ता आहे का?" त्यांच्यासारख्या प्रभावी पुढाऱ्यांच्या तोंडून आलेले हे शब्द जास्तच अनर्थकारी ठरतात. लोकसत्ताक राज्यपद्धतीत घोषणाबाजीचा प्रभाव इतका असतो की, सर्वोच्च न्यायालयातील न्यायाधीश आरक्षण-दाव्यांचा निकाल देताना असल्या अरिष्ट शब्दांना पसंती दाखवून त्यांचा आधार घेतात...

एखाद्या क्षेत्रातील प्रमाणभूत बाबींचा सर्वथा त्याग करण्याचा प्रकार झपाट्याने समाजजीवनात सर्वत्र फैलावतो. हक्कासंबंधीच्या चर्चेमुळे सुरू झालेल्या अनिष्ट प्रथा निर्णायक आणि घातकी होतात. हवे तसे वागण्याची मुभा मिळाली ही मागणी हक्क म्हणून मान्य झाल्यावर त्यामागे काही सारासार विचार राहिला नाही. तो हक्क पुरा करण्यासाठी येणाऱ्या खर्चाचाही विचार झाला नाही. एखाद्या विशिष्ट गटावर अनेक वर्षे अन्याय झाला असून सध्याची समाजपद्धती म्हणजे विशेष हक्क असलेल्या लोकांनी केलेली दगाबाजी आहे, म्हणून त्यांना कधीच "न्याय" मिळणे शक्य नाही असे म्हणून त्यांच्या हक्क-मागणीला पाठिंबा दिला जातो. मग त्या गटाला वाटेल ती साधने वापरण्यास मोकळे रानच मिळते. धाकदपटशा, गुन्हेगारांशी मैत्री आणि त्यांच्याकरवी कामे करून घेणे, हिंसा, असा गट मग यापैकी प्रत्येक मार्गाचा अवलंब करतो. शासन व समाजपद्धतीतील कायदा व सुव्यवस्थेचा यात प्रथम बळी जातो.

आज समाजजीवनाच्या प्रत्येक वळणावर आपल्याला त्याचे दुष्परिणाम भोगावे लागतात आणि प्रत्येक प्रसंगी आपल्याला गांधीजींच्या शिकवणुकीचा प्रत्यय येतो.

सर्वसामान्यांचे कल्याण साधणारी समाजव्यवस्था रचली जाण्याकरता आपल्याला अर्थातच काही बदल करण्याची जरूरी आहे. सद्वर्तनाचे फळ मिळेल व दुराचरणाला शिक्षा होईल याची ग्वाही मिळाली पाहिजे. याखेरीज आणखी असे पाहिजे की, समाजरचनेत बदल घडवून आणण्यासाठी प्रतिपादनातील तोल बदलण्याची गरज ओळखली पाहिजे.

हक्कांविषयींची चर्चा आणि सर्व गटांच्या मागण्या पूर्ण करण्याच्या प्रयत्नात पन्नास वर्षे उलटून गेली आहेत. एका वर्षी लघुउद्योगांना संरक्षण, दुसऱ्या वर्षी मागास जिल्ह्यांच्या विकासासाठी निधी देणे, आज एका गटाला जागा-आरक्षण तर दुसरे दिवशी दुसऱ्या गटाला आरक्षण मंजूर करणे... कितीतरी धडे आपल्याला उघडपणे मिळतात. प्रथमतः एका अर्थाने प्रत्येक हक्क कायदेशीर असतो. परंतु एखाद्या समाजात, एका विशिष्ट काळात काही थोडेच हक्क देता येतात. असाही युक्तिवाद करता येईल की, स्वीडन देशातील जीवनमान व सामाजिक संरक्षण भारतातील प्रत्येकाला मिळायला हवे; तथापि आपल्या देशात सध्याच्या परिस्थितीत तसे करणे परवडणारे नाही.

दुसरे असे की, परिस्थिती बदलत असते. त्यानुसार कोणते हक्क द्यायचे हे ठरवावे लागते. तसेच हे हक्क दिल्यानंतर कोणत्या तऱ्हेची मनोवृत्ती फोफावेल हे पहावे लागते. काही दशकांपूर्वी असे वाटत असे की कामगारांच्या हक्कांकडे मालकांचे लक्ष वेधण्यासाठी कामगार-संघटनांना सुयोग्य संधी मिळत नाही; एकामागून एक कायदे संमत होऊन त्यांची अंमलबजावणी झाली व कामगारांना स्वच्छ, आरोग्यदायी वातावरणात काम करणे शक्य झाले, मालकांच्या एकतर्फी लहरी वागणुकीपासून संरक्षण मिळण्याची व्यवस्था झाली. परंतु अनेक कामगार संघटनांच्या पुढाऱ्यांनी कामगार संघटनांचा उपयोग धमक्या देऊन फायदे उकळण्याचे तसेच कामगारांचे हितसंबंध जपण्याऐवजी स्वतःची सत्ता वाढवण्याचे साधन म्हणून केला. सेवाकालाची शाश्वती इतक्या टोकाला पोचवण्यात आली आहे की, मोडतोडीची वागणूक थोपवणे अशक्य झाले आहे. याचा अर्थ असा नाही की कामगार-संघटनांना काहीच स्थान नसावे, किंवा कामगारांचे जीवन मालकांच्या लहरीवर अवलंबून असावे; परंतु तराजू एकाच बाजूने फार झुकल्यावर आता दुसऱ्या बाजूला थोडे वजन टाकणे आवश्यक झाले आहे.

तिसरा मुद्दा : एखाद्या हक्काला मान्यता दिल्यावर त्याचे परिणाम हक्काच्या परिघाबाहेर जातात. काही न्यायालयीन निकाल व कायद्याद्वारे, सार्वजनिक क्षेत्रातील उपक्रमामधील कामगारांना नोकरीची शाश्वती देणारा कायदा अंमलात आला. या कायद्याचा परिणाम फार दूरगामी झाला. नोकरीची शाश्वती असलेले कामगारच बेजबाबदारीचे प्रमुख घटक ठरले. त्यांच्या बेफिकीर कार्यपद्धतीमुळे सार्वजनिक उपक्रम अडखळत चालू राहिले आणि म्हणून देशाची पीछेहाट झाली. चौथा मुद्दा,

समाजाची वाढ नेहमीच विषम पद्धतीने होत असते. प्रत्येक टप्प्यावर काही व्यक्ती, काही गट आणि विभाग यांची झपाट्याने उन्नती होते तर काही मागेच राहतात. खरे पाहता असे अनेक लोक असतात की, आयुष्यभर त्यांच्या गरजा पुरवल्या जात नाहीत किंवा पात्रतेनुसार लाभही मिळत नाही. पाचवा मुद्दा: एका विशिष्ट बिंदूपलीकडे ही प्रक्रिया रेटण्याचा प्रयत्न झाला की समाजावर आणि गटावरही उलटाच परिणाम होतो. लेनिन, स्टॅलिन, माओ– किंवा आपले बनावट पुढारी ज्यांच्याविषयी बोलूच नये– त्यांनी दिलेल्या आश्वासनांची समाजाला अकल्पनीय किंमत मोजावी लागली. सर्वांना सर्व काही, मूलभूत गोष्टी समानतेने मिळतील, अशी आश्वासने आणि घाईने सत्ता मिळवण्यासाठी घोषणा याचा समाजावर दुष्परिणामच होतो. लेनिन आणि स्टॅलिन यांनी लक्षावधी माणसांना यमसदनी पाठवले. माओनेही तेच केले.

शेवटी, कोणत्याही समाजात एखाद्या गटाला केवळ त्याच्या शारीरिक बळाकडे बघून त्यांच्या मागण्यांना मान्यता दिली जाते तेव्हा समाज नकळत इतर गटांना शारीरिक सामर्थ्य वाढवून धाकदपटशाचे मार्ग अवलंबविण्याची शिकवण देत असतो. लौकरच समजाला मागे फिरावे लागेल आणि गाफीलपणे दिलेल्या सवलतींचे हक्कात झालेले रुपांतर बदलावे लागेल. अशा गटांपुढे जितके जास्त दिवस समाज नमेल तितकी जास्त शक्ती, आणखी हक्क देणे थांबवण्याला लागेल, असेच चालू राहिले तर समाज दिवाळखोर होईल व कोलमडून जाईल. नगरपालिका सेवकांच्या संघटनेपुढे नमते घेणे आणि बेजबाबदार वागण्याकडे कानाडोळा करणे यामुळे रोगाच्या साथी पसरतात याचा दिल्लीकारांनी अनुभव घेतला आहेच. प्रत्येक वेतन आयोगानंतर माजलेला गदारोळ...

या सर्वांचे तात्पर्य सरळ आहे: आपल्या हक्काच्या भाषेपासून आपण आता आपल्या जबाबदारीच्या जाणिवेकडे झुकले पाहिजे. कोणत्याही हक्काची मागणी पुढे आल्यावर त्या हक्काच्या इतरांच्या हक्कावर कोणता परिणाम होईल हे तपासून पाहिले पाहिजे. एखाद्या गटाच्या सण-उत्सवाच्या वेळी मोठमोठ्याने ध्वनिवर्धक लावण्याचा त्यांचा हक्क मान्य करताना इतर गटांना त्याचा त्रास होतो व तेव्हा त्यांना ध्यानधारणा कराविशी वाटेल हेही मान्य केले पाहिजे. याहीपेक्षा महत्त्वाचे म्हणजे, कोणत्याही हक्काची मागणी पूर्ण करताना इतरेजनांवर त्याचा काय परिणाम होतो हे पहावे लागेल. त्यांना आपले काम नीट पार पाडता येत आहे का याचा विचार व्हायला पाहिजे. एखादे वेळेस एखाद्या गटाची मागणी मान्य केली जाते व त्यांनी सबंध समाजात दंगल माजवू नये म्हणून त्या मागणीचे परिणाम पुसून टाकले जातात. एखादे वेळेस असेही होईल की, एखाद्या गटाची मागणी मान्य केल्याने संपूर्ण समाजाची धूळधाण होईल. आपल्या मागण्या मान्य करून घेण्यासाठी एखादा गट कोणती साधने वापरत आहे याचे मूल्यमापन झाले पाहिजे. कुणी हातात

बंदूक घेतली की त्याने कायद्याचे संरक्षण गमावले असेच समजून लढाईचे नियम वापरून त्याचा समाचार घेतला पाहिजे. अशाच तऱ्हेने कोणी सत्याग्रहाला प्रारंभ केला तर त्याला गांधीजींच्या सत्याग्रहाचे नियम लावलेच पाहिजेत.

गटासाठी सवलती हिसकावून घेतल्याप्रमाणे मिळवल्यावर फायदे कसे वाढत जातात हे नेत्यांना चटकन् कळून येते आणि अशा लाभावाचून गटाचे भागणार नाही असेही ते म्हणत राहतात. या मुद्याबाबत नेत्यांचे म्हणणे कितीही योग्य असले तरी त्या फायद्यांच्या परिणामांची नीट छाननी झाली पाहिजे. विशिष्ट गटाला असे 'हक्क' दिल्यानंतर त्यांचा उपयोग संपूर्ण समाजाचा गाडा सुरळित चालू राहण्यासाठी त्या गटाने केला पाहिजे. तशी कार्यक्षमता व इच्छा त्यांच्यापाशी आहे का याचीही खात्री करून घेतली पाहिजे. अमुक एक काम व त्यातील बढत्या हा तुमचा हक्क आहे अशी जाणीव लोकांना करून दिली जाते त्यावेळी त्या कामात प्रावीण्य मिळवले पाहिजे याची जाणीव करून दिली नाही की कसून काम करण्याची प्रेरणाच त्यांना मिळत नाही.

समाज आपले काय देणे लागतो आहे यापेक्षा आपल्या जबाबदाऱ्या काय आहेत यावर भर देण्याची गरज आहे. रोगाच्या साथी वरचेवर फैलावतात हे पाहून प्रत्येकाने आपली जबाबदारी काय आहे हे ओळखले पाहिजे. दुसरी व्यक्ती आपली जबाबदारी पार पाडत आहे का याचा विचार करीत बसायचे नाही. प्रत्येकाने आपल्या घरातील केरकचरा ठरलेल्या जागी आणून टाकला पाहिजे. ज्याने त्याने आपल्या घराभोवतालची पाण्याची डबकी, दुसरे लोक त्यांच्या भोवतालची डबकी स्वच्छ करता आहेत का हे न पाहता, स्वच्छ केली पाहिजेत. समाज-यंत्रणा कार्यक्षमतेने चालू रहावी यासाठी प्रत्येकाने स्वत: प्रयत्न करणे व दुसऱ्यांना ढोसत राहणे ही आपल्यापैकी प्रत्येकाची जबाबदारी आहे. आपल्या प्रयत्नांचा परिणाम होईल किंवा नाही आणि समाज या संदर्भात नगरपालिका व्यवस्थित काम करील किंवा नाही याचा विचार न करता, प्रत्येकाने आपले कर्तव्य बजावत राहिले पाहिजे. लोक स्वत:च जर गलिच्छपणे राहत असले तर नगरपालिका कितीही कार्यक्षम असल्या तरी रोगांच्या साथी आटोक्यात येणार नाहीत.

गांधीजींच्या अनेक शिकवणींपैकी ही एक शिकवण होती: हक्कांसाठी भांडताना आपण सरकारकडून मागण्या करताना, प्रथम स्वत:कडून काही मागण्या केल्या पाहिजेत. हरिजनांवर होणारा अन्याय दूर करण्यासाठी हरिजनांनी काय करावे यावर लक्ष केंद्रित करण्याऐवजी हरिजनांनी विशेषत: त्यांच्या नेत्यांनी आत्मोद्धार कसा करावा हे त्यांना शिकवले पाहिजे. त्याचबरोबर, सुस्थितीतील लोकांनी हरिजनांचा उद्धार होण्याजोगी परिस्थिती निर्माण केली पाहिजे. हरिजनामधील नशाबाज पुरुष, आपल्या मुलांना शिक्षण न देणे यामुळे त्यांची दुरवस्था झाली आहे अशी सारखी टीका करीत बसण्यापेक्षा त्यांच्या उन्नतीचे मार्ग त्यांना दाखवून दिले पाहिजेत.

आपल्या पुरोगामी लोकांनी दोन तऱ्हेची वक्तव्ये अगदी शिसारी येईपर्यंत केली

आहेत. त्याचाही परामर्श घेणे आवश्यक आहे.

जातीपाती हे एक सत्य आहे. श्रमजीवी वर्ग हेही सत्य आहे. जागा असणे हेही खरे आहे. परंतु "भारत म्हणजे केवळ एक भौगोलिक प्रदेश!" तसेच मुस्लिम असणे हे तर फारच सत्य आहे... ग्रॅनाईटच्या एकसंध शिळेप्रमाणे इस्लाम आहे असे दाखवून त्यासंबंधी सतत बोलत रहायचे... मग तिकडे जगभर शिया आणि सुन्नी, उत्तर प्रदेशात बार्लेव्ही व देवबंदी, पूर्वीच्या पाकिस्तानात पंजाबी, बंगाली आणि मोहजिर, पाकिस्तानात सिंधी आणि पंजाबी आज एकमेकांचे गळे धरीत आहेत. त्याबद्दल मात्र ब्र काढला जात नाही. पण हिंदुत्व? छे: असा प्रकारच अस्तित्वात नाही: तो एक नुसता समुदाय आहे, विविध श्रद्धा व रीतीरिवाजांची रास आहे... पहा ना... काही लोक कपाळावर उभे गंध लावतात तर काहीजण आडवे! पुरोगामी लोकांच्या मतापेक्षा वेगळे मत मांडले की त्याला हुकुमशाहीचा अनुयायी ठरवायचे व तो ऐक्य किंबहुना एकरूपता साधण्याचा प्रयत्न करीत आहे असे म्हणायचे. मुळात तसे नाहीच असेही म्हणायचे. आपले पुरोगामी विचारवंत अशा तऱ्हेने निर्भर्त्सनापूर्ण बोलत असतात हे आपण पाहिलेच आहे.

एका शब्दात सांगायचे म्हणजे समाजाचा लहानसा भाग काय तो अस्सल! ऊर्वरित संपूर्ण समाज म्हणजे नुसता रचून ठेवलेला समूह– हे विचारवंत आग्रहपूर्वक सांगतात की, भारत हा एक देश कधीच नव्हता... विविध लोकसमूहांविषयी ते तुच्छतेने बोलतात. आर्य, मुगल, इंग्रज इत्यादींनी साम्राज्य उभारणीच्या हेतूने विविध प्रदेश एकमेकांवर आदळून एकत्र आणले. ज्या कुणाला हा तुकड्यातुकड्यांचा प्रदेश– भारत– एक राष्ट्र आहे व त्यात सर्वांनी एका छुप्या कार्यक्रमानुसार वागावे असे वाटते ते लोक हिंदू धुरिणत्व लादण्याचा प्रयत्न करीत आहेत.

अशा तऱ्हेचे बोलणे म्हणजे एक प्रकारे, मेकॉले-मिशनरी तंत्राचा अर्कच म्हणावा लागेल. हिंदुस्थान आपल्या वर्चस्वाखाली आणून तसाच ठेवण्यासाठी इंग्रजांनी हेच तंत्र वापरले. लोकांच्या मर्मस्थानाची हेटाळणी करायची. हा पहा हिंदू धर्म आणि त्यातून उद्‌भवणारी परिस्थिती या हेतूनेच त्यांनी हटवादीपणाने लोकांच्या पाच श्रद्धा व आदरस्थानांना तुच्छ लेखले. हिंदूंना पूज्य असलेल्या देवदेवता, मंदिरे व मूर्ती, हिंदूंचे पवित्र धर्मग्रंथ ज्या भाषेत हे ग्रंथ होते ती भाषा, आणि परंपरा. एकोणिसाव्या शतकाच्या मध्यात देखील लोकभाषा असलेली संस्कृत भाषा आणि या जीवनपद्धतीचे जतन करून ती पुढच्या पिढीपर्यंत पोचवणारे ब्राह्मण... सर्वांचाच उपहास... या पाताळयंत्रीपणाचा आणखी एक भाग म्हणजे अहिंदू, प्रादेशिक भाषा, धर्मप्रचारक आणि साम्राज्य उपलब्ध होण्याचा संभव असणाऱ्या जाती व गट... निरागस आदिवासी व अस्पृश्य यांना आधार देत रहायचे.[३]

मार्क्सवादी लोकही याच उद्योगात म्हणजे धर्मांतर करवून घेण्याच्या कामात

असत. कारण त्यांची अपरिचित स्वप्ने साकार होण्यासाठी, जनसामान्यांची आजवरची श्रद्धा व आदर उडून जाण्याची व त्यांनी आपल्या पाळामुळापासून स्वत:ला तोडण्याची गरज होती. मार्क्स आणि लेनिन यांचे निंदाव्यंजक लिखाण त्यांनी आपल्या गळी उतरवून घेतले होते. आपल्या ध्येयाशी कडवी बांधिलकी दाखवण्याचा मापदंड म्हणजे आपल्या लोकांची, त्यांच्या भूतकाळाची, रीतीरिवाजांची हेटाळणी, आपण किती मुक्त झालो आहोत हे दाखवणे हा होता. मिशनरी (धर्मप्रचारकांनी) लोकांनी केलेली हेटाळणी या पुरोगामी मंडळींनी केवळ पुढे चालू ठेवली असे नव्हे तर त्यांनी ती दुप्पट आवेशाने केली. आणि एकदा का काही गटांची त्यांचे शोषण होत आहे अशी खात्री पटवून दिली की ते आपले अनुयायी होतील अशी आशा त्यांना वाटत असे. प्रचाराकरता प्रत्येक 'अल्पसंख्यांक' गट स्वाभाविकपणेच उपयोगी होता. पाकिस्तान निर्मितीची मागणी ''न्याय्य'' आहे असे मानण्यास कम्युनिस्ट राजी होते यात काहीच आश्चर्य नाही.

दोन गटांनी हे काम पूर्ण करून सतत चालू राहील असे केले ते दोन गट म्हणजे: समाजवादी आणि धर्मनिरपेक्षतावादी. समाजवाद्यांनी बराच काळ काँग्रेसच्या घोषणा चोरल्या असल्याने त्यांना काँग्रेसमधे अथवा काँग्रेसविरुद्ध काही सुईच्या अग्रावर राहील एवढीसुद्धा जागा मिळाली नाही. जातीयवादाचा उपयोग करून घेणे एवढीच आशा उरली आहे हे त्यांच्यातील विचारवंतांच्या ध्यानात आले. परंतु आपला पक्ष या अशा उघड प्रतिगामी दिसणाऱ्या पायावर उभारायचा म्हणजे मोठ्या प्रमाणावर लपवाछपवी करून कुणालाही दाद लागू द्यायची नाही असे करावे लागणार होते. त्यांना अगदी अस्सल गोबेल तंत्र मिळाले... जातीयवादाचा नाश करण्याकरताच आम्ही सर्व जातीपातींना चालना देत आहोत असे त्यांनी जाहीर केले! हाच विचार केंद्रस्थानी ठेवण्यासाठी धर्मनिरपेक्षतावाद्यांना दुप्पट चालना मिळाली. एक म्हणजे मते मिळवण्याचा हा एक उत्तम मार्ग मिळाला. देशातील प्रत्येक भागात, संपूर्ण देशात अल्पसंख्याकांच्या मनात भिती निर्माण करायची... ईशान्य भागातील बिगर-असामी आणि भारतातील एकंदर मुस्लिम समाज यांच्या मनात भीती निर्माण करून मग आम्हीच तुमचे तारणहार आहोत असा पवित्रा घ्यायचा. दुसरे असे की, या पक्षाला आश्रय देणारे नेते तसेच बुद्धिजीवी लोकांचे वर्चस्व वाढले. हे लोक ट्रेव्हेल्यान व मेकॉलेच्या विचारांच्या प्रभावाखाली होते. परंपरांपासून ते पूर्णपणे तुटले होते. मिशनऱ्यांनी प्रसारित केलेल्या भ्रामक कल्पना त्यांनी आत्मसात केल्यामुळे ते खरोखरीच परके बनले होते. प्रतिपादनाचा आशय आणि रोख ठरवणारे हेच ते गट आहेत. एखाद्या संपूर्ण गोष्टीला नाकारायचे व त्यातील लहान लहान भाग हेच खरे आहेत हा त्यांचा विवेचनाचा गाभा असतो. या विवेचनात हक्काची भाषाही बोलली जाते. एका भागावर अन्याय होत आहे असे

म्हणायचे. तो विशिष्ट गट ज्या मागण्या करीत आहे त्या संपूर्ण असलेल्या देशाकडून पुऱ्या केल्या जात नाहीत म्हणून देशाचाच धि:कार करायचा... नेतेमंडळी त्या गटांना ही अशी शिकवण देत असतात. सध्याच्या विविध चळवळींतील कार्यकर्त्यांची आवेशपूर्ण भाषणे आठवून पहा. नक्षलवाद्यांना हिंसा व धाकदपटशा दाखवण्याची मुभा नाही... नर्मदा नदीसंबंधीची मागणी पुरी केली जात नाही... याचाच अर्थ सबंध शासनयंत्रणा म्हणजे भारत देश अन्यायकारी आहे. यात आता काहीच सुधारणा होणार नाही म्हणून ती बेकायदेशीर आहे. म्हणूनच देशाचे आम्ही काही देणेघेणे लागत नाही... असा आहे त्यांचा युक्तिवाद– देश अशा तऱ्हेने, बेकायदेशीर ठरवणे आणि शेवटी पूर्णत: नाकारणे हाच कित्ता होतो. याचा सर्व समुदायांवर परिणाम होतो. एत्झिओनी आणि इतरांनी घालून दिलेल्या पद्धतीमुळे पाश्चिमात्य देशांमधे दुही पडली आहे. समूह कायदेशीर नाही परंतु कुटुंब आहे. कुटुंब कायदेशीर नाही पण व्यक्ती आहे. कुटुंब म्हणजे विकेंद्रित अधिकारशाहीचे साधन आहे असे जाहीर करायचे... त्यातील बंध अनुबंध, पालकांची मुलांविषयीची जबाबदारी, आईबापांच्या म्हातारपणी त्यांचा सांभाळ करण्याची मुलांची जबाबदारी, पतिपत्नींची एकमेकांबद्दलची कर्तव्ये... हे सर्व म्हणजे "व्यक्तिविकासा"तील अडथळे आहेत असेही म्हटले गेले आहे. लौकरच व्यक्तीला सुद्धा महत्त्व राहणार नाही असे भाकित करता येईल... मग तथ्य कशात आहे तर व्यक्तीच्या ऊर्मीत, चालू क्षणाची त्याची इच्छा यात आहे. ताबडतोब इच्छापूर्ती, मन:पूत आचार आत्मशोधासाठी, स्वत्व-प्राप्तीसाठी आवश्यक आहे असे हिरीरीने म्हटले गेले आहे. हे प्रथम सर्जनशीलतेसाठी आवश्यक ठरवून मग तसे वागणे हीच सर्जनशीलता असे म्हणायचे!

पाश्चिमात्य देशात या विचारसरणीचा खूपच प्रभाव असून त्याचे परिणामही दिसून येतात. कुटुंबसंस्था मोडकळीला येणे, पराकोटीच्या व्यक्ती-स्वातंत्र्याविरुद्ध कोणताही युक्तिवाद करता न येणे, बंदुका कोणालाही केव्हाही उपलब्ध असतात हे उदाहरण सर्वश्रुतच आहे. परंतु नेमका हाच सर्वसाधारण दृष्टिकोन आपल्या देशातील अलीकडील प्रकाशनात अंगिकारलेला आढळून येतो. आणि आपले मान्यवर देखील डौलाने असेच म्हणतात. अलीकडचे एक प्रसिद्ध लेखक माझ्या पत्नीशी व माझ्याशी बोलताना म्हणाले, "एकनिष्ठ जोडपं किती कंटाळवाणं असतं नाही?"

कोणत्याही 'संपूर्ण' गोष्टीचे घटक पृथक केले जातात आणि मग आपल्याला काही बंधनकारक आहे हा विचारही मनाला शिवत नाही. कोणताही समाज, विशेषत: बिकट परिस्थितीतून जाणारा आपला समाज, अशा तऱ्हेच्या पोकळपणामुळे तग धरून राहू शकणार नाही.

वैचारिकतेचा तराजू पुन: 'संपूर्णते'कडे झुकणे निकडीचे आहे. व्यक्ती म्हणून आपण जे काय करतो, आपला टिकाव आणि मुख्यत्वे आपली कार्यपूर्ती यासाठी

'संपूर्ण' देश अथवा समाज नीट तऱ्हेने चालला पाहिजे. शासनयंत्रणा, सामाजिक तसेच व्यक्ती-व्यक्ती मधील परस्परसंबंध नीट असले पाहिजेत. याकरता, सर्व व्यवस्था नीट चालण्यासाठी व्यक्ती अथवा समूहावर असलेली बंधने म्हणजे स्वातंत्र्याचा संकोच किंवा बेड्या आहेत असे न मानता, सर्वांनीच तग धरून राहण्यासाठी व खुद्द व्यक्तीविकास होण्यासाठी आवश्यक अशी साधने आहेत हे लक्षात घेतले पाहिजे. नदीचा प्रवाह व्यवस्थितपणे पुढे जात रहावा यासाठी नदीला काठ असतात तसेच हे आहे. सध्या प्रत्येक विभागाने देशाचा अथवा समाजाचा धि:कार करण्याची प्रथा रूढ होऊ पाहत आहे. एखाद्या विशिष्ट गटाची मागणी एखाद्या विशिष्ट वेळी पूर्ण झाली नाही की तेथे असंतोष उफाळतो. त्यावेळी हे लक्षात घेतले पाहिजे की संपूर्ण देशाचे एक लक्षणीय अस्तित्व असून प्रत्येक घटकापासून त्याची वैधता स्वतंत्र आहे. संपूर्ण देशाची अथवा समाजाची निकोपता व कुशल कार्यक्षमता प्रत्येक घटकाच्या हितासाठी आवश्यक आहे याची सर्वांनी जाणीव ठेवली पाहिजे. उदाहरणार्थ, आपल्या घराभोवती साचलेले घाण पाण्याचे डबके आपण स्वच्छ केले नाही तर फक्त आपल्यालाच त्रास होतो असे नव्हे तर इतरांनाही होतो. सर्वांचे जीवन निरामय राहण्यासाठी मी माझ्या जबाबदाऱ्या व्यवस्थित पार पाडाव्यात अशी मागणी करण्याचा हक्क इतरांना आहे.

देशाचा अथवा समाजाचा गाडा नीट चालू रहावा यासाठी आपण आपल्या जीवनक्रमावर नियंत्रण ठेवण्याची आपल्यापैकी प्रत्येकाचीच जबाबदारी आहे. आपण संपूर्ण समाजातील एक अगदी लहान घटक आहोत आणि सुव्यवस्थेचे काम इतरांचे आहे, मी कसेही वागले तरी चालेल असे गृहीत धरून चालणार नाही हे गेल्या पन्नास वर्षांतील घटनांनी आपल्याला शिकवलेच आहे. आपण व्यक्तीगत पातळीवर लाच देणे-घेणे चालू ठेवायचे आणि दुसऱ्या व्यक्ती अथवा संस्था प्रामाणिक राहतील असे गृहीत धरायचे असे असताना आपण उन्नती करू शकणार नाही. आपल्या मनासारख्या आणि शरीरासारख्या संस्था असतात. त्यांचे पोषण आणि संवर्धन करायचे असते. रोजच्या रोज आणि कायम.

म्हणूनच 'धम्मपदा'त म्हटल्याप्रमाणे आपण एवढे तरी करावे– "वाईटापासून दूर रहा. चांगले बनण्याचा प्रयत्न करा–" म्हणजेच कायदे मोडण्याचा मोह आवरावा आणि जे उघडउघड गैर आहे ते करण्याचे टाळावे. व्यक्तिगत पातळीवर आपण कायद्याला धरून वागलो एवढेच जरी केले तरी आपल्या कितीतरी समस्या कमी होतील. अलीकडेच माझे एक जवळचे नातलग आजारी असल्याने मला रोज संध्याकाळी रुग्णालयात जावे लागे. लागोपाठ तीन दिवस एका ठिकाणी मोटारगाड्या अर्धा किलोमीटरवर खोळंबलेल्या असत. प्रत्येक वेळी त्यामागे एकच कारण दिसले. चौकात वाहतूक-नियंत्रकापाशी गाड्या रांगेने उभ्या असताना कोणीतरी

सिग्नल तोडून पुढे जायचा तो पुरता पुढे जाण्याआधीच सिग्नल बदलायचा... थांबलेली वाहने सुसाट सुटत... आणि प्रत्येकालाच दुसऱ्याचा अडथळा व्हायचा... एकंदर चिडचिड वाढत जायची... कुणीतरी तसेच पुढे घुसून उजव्या बाजूने येणाऱ्या वाहनांच्या वाटेत आलेला असे... मग काय...पुढे जायला जागा नाही... वाहन मागे फिरवायला जागा नाही! न्यायालयात विलंब लागतो म्हणून आपण न्यायाधीशांना व सरकारला दोष देतो; तथापि हे खरे नाही का की प्रत्येक दाव्यात एक पक्ष मुद्दाम उशीर लावत असतो?... कारण त्याला माहीत असते की आपली बाजू खरी नाही... उशीर लावून लावून विरुद्ध बाजूला कंटाळा येईल अशी अपेक्षा तो करीत असतो. अशा तऱ्हेची वागणूक कशी बदलणार?... तिसऱ्या इयत्तेपासून मुलांना असे शिकवले जाते की कायदा आणि संस्था "हितसंबंधी लोकांनी" आपले वर्चस्व कायम राखण्यासाठी योजलेल्या युक्त्या आहेत. मग वागण्याची पद्धत बदलेल कशी?

आचरणाच्या नियमात आणखी काही अंतर्भूत आहे. ते म्हणजे– एका मोठ्या 'संपूर्णते'चा आपण एक घटक आहोत हे प्रत्येकाने जाणले पाहिजे. कोणताही पत्रकार हा प्रथम आणि शेवटपर्यंत देशाचा नागरिक असतो. ज्या वृत्तपत्रात तो काम करतो ते वृत्तपत्र म्हणजे देशोन्नतीला हातभार लावण्यासाठी त्या वेळी त्याला एक साधन मिळालेले असते. याप्रमाणेच प्रत्येक व्यवसायाचे नियम संपूर्ण देशावर त्यांचा काय परिणाम होईल या विचारानेच निश्चित केले पाहिजेत. वकील म्हणतो की, "माझ्याकडे जो कोणी पक्षकार येईल त्याचे मी संरक्षण करीन..." गुन्हेगार किंवा तस्कर कोणीही असला तरी वकील त्याच्या बाजूने लढणार. हे समर्थनीय असेल तर देशातील निष्णात कायदेतज्ज्ञांचे वकिली ज्ञान गुन्हेगारांना व तस्करांना उपलब्ध होणार आणि दुसऱ्या बाजूला खटला दाखल करणारांपाशी ना अर्थबळ, ना इतर साधनसामग्री. असे असताना संपूर्णतेचा कसा टिकाव लागणार?

अनिष्टापासून दूर राहणे आणि कायदेकानूंचे बंधन पाळणे, एवढे जरी आपण केले तरी आपणच निर्माण करीत असलेल्या कितीतरी समस्यांचे निराकरण होईल. परंतु एवढेच पुरेसे नाही– याशिवाय आपण आपला वेळ आणि कौशल्य एखादी तरी संस्था सुधारण्यासाठी दिले पाहिजे. ज्यांच्यापाशी कसब आणि वापरण्याचे साधन आहे त्यांनी ते संस्थेसाठी उपयोगात आणले पाहिजे आणि संस्था नीट न चालण्यामुळे ज्यांना प्रत्यक्ष त्रास होतो आहे त्यांनीही तसेच केले पाहिजे. गांधीजींनी हे अधिक स्पष्ट करून सांगितले आहे– ज्यांच्यापाशी आवश्यक कौशल्य आणि साधने आहेत त्यांनी वंचित आणि बाधित लोकांना मदत करून त्यांना वर आणण्याचा प्रयत्न केला पाहिजे.

गेली पन्नास वर्षे आपण जे काय पाहत आहोत हे लक्षात घेता, विशेषत: तीन गोष्टी करणे जरूरीचे आहे. गेली काही वर्षे राजकारणात असे डावपेच आखले गेले की भिन्न भिन्न घटकांना एकत्र करायचे, 'अल्पसंख्याकां'नी संपूर्णतेवर म्हणजे

‘बहुसंख्याकां’वर कुरघोडी करायची. प्रत्येक पातळीवर, प्रत्येक प्रश्नावर ‘बहुसंख्याकां’ना चालना देऊन मतदानास प्रवृत्त केले पाहिजे. नर्मदा-प्रश्नावर कोणाला काय म्हणायचे आहे हे सांगण्याकरता मौन बाळगणाऱ्या बहुसंख्याकांमधे जागरुकता निर्माण केली पाहिजे.

दुसरे म्हणजे, एखादा गट आम्ही वंचित, छळले गेलेल व मागास आहोत असे म्हणतो तेव्हा कोणत्या कारणांनी ते कमकुवत राहिले आहेत ते स्पष्ट करण्यास सांगितले पाहिजे. मग ते विशिष्ट कारण दूर करून त्यांच्या हालअपेष्टा दूर हातील असे उपाय शोधले पाहिजेत. एखादा गट विशिष्ट कमतरतेमुळे सबंध देशाचा वा समाजाचा धि:कार करतो... आपल्या तक्रारींची दाद मिळावी आणि आणखी मागण्या करणे त्यांना शक्य करून देणारी गुंतागुंतीची व्यवस्था... त्या गटाचा सावधगिरीने विचार केला पाहिजे. तसाच विचार घटनाबाह्य साधनांचा वापर करणाऱ्या गटांबद्दलही केला पाहिजे. एखादी विशिष्ट त्रुटी दूर करण्याचे प्रयत्न समाजातील इतर लोक करीत असताना त्या गटाच्या नेत्यांनी नियमांचे पालन केले पाहिजे, एखाद्या कामाचा ठरलेला दर्जा राखण्याची इतरेजनांकडून जी अपेक्षा असते तशीच या लोकांनीही ती पुरी केली पाहिजे.

तिसरे म्हणजे, संपूर्णतेला ज्या तऱ्हेने बेकायदेशीर ठरवले गेले आहे ते लक्षात घेता, एकट्यादुकट्या व्यक्तीने केलेले सत्कृत्य हे सुद्धा एक मोठी शक्ती असते यात काहीच शंका नाही. अमेरिकेतील सामाजिक नेते कळकळीने सांगत असतात की, कोणतीही कल्याणकारी कामे आपण दुसऱ्यांना हाताशी धरून करणे आवश्यक आहे. जवळजवळ रोजच आपल्याला ऐकायला येते की कुणा एखाद्या वसाहतीतील तरुणांनी शेजारपाजारच्या वृद्धांना भेटण्याचा परिपाठ ठेवला, त्यांच्या सुरक्षिततेची व्यवस्था केली किंवा अधिक चांगल्या तऱ्हेने ते सुरक्षित राहतील हे पाहिले तर एक विशिष्ट प्रश्न सुटेल... अशा प्रसंगात तर अक्षरश: कुणाचा तरी जीव वाचवला जाईल. त्याचबरोबर सामाजिक जीवनाचे वैशिष्ट्य– शेजारधर्म आणि समूहभावना– पुन:प्रस्थापित केले जाईल. कितीतरी वेळा असे घडले आहे की ज्या अतिरेक्यांनी विशिष्ट ठिकाणी बॉंब पेरून प्राणहानी घडवली त्यांनी थोड्याच दिवसांपूर्वी त्या वसाहतीत भाड्याने राहण्याची जागा घेतली होती. आणि किती वेळा आपण ऐकतो घरात नुकत्याच ठेवलेल्या घरगड्याने वृद्ध दांपत्याचा खून केला. त्या भागातील तरुण मंडळींनी नवे भाडेकरू व नवे घरगडी, बाई यांची नावे जवळच्या पोलिस ठाण्यावर नोंदवण्याचे काम केले तर ते एक प्रकारे कुणाचे तरी जीव वाचवतील, समूह जीवनाची भावना पुन: निर्माण करतील. किती तरी गोष्टींची शक्यता असल्याचा दिलासा देऊ शकतील... आणि होय, केवळ मूठभर व्यक्तीसुद्धा आज हे करू शकतील आणि त्यामुळे खूपच फरक पडेल.

जे संपूर्ण आहे त्याला प्राथमिक महत्त्व देण्याची भावना पुन: रुजवणे, आपण

कायदेकानूंचे कडक पालन करणे, कायद्याची अंमलबजावणी बाहेरील संस्थेकडून होणे अतिशय गरजेचे आहे. भारतात रक्षकच भक्षक झाले असून कायदे मोडून ते स्वत:ची पोळी पिळवून घेत आहेत. म्हणून प्रथम काही करणे आवश्यक असेल तर ते ही की दुसऱ्या कुणी त्यांच्यावर कायदेशीर कारवाई केली पाहिजे. परंतु सबंध समाजावर फौजदारी करीत राहणे शक्य होणार नाही. भारतात मूल्ये इतकी पायदळी तुडवली जात आहेत की कायद्याची अंमलबजावणी करणारांवरच पाळत ठेवावी लागेल. कोणत्याही समाजातील बहुसंख्य लोकांनी अंत:प्रेरणेने कायद्याचे बंधन मानले तरच समाजाचा गाडा सुरळित चालू राहील. अर्थव्यवस्था दिवसेंदिवस एका ठिकाणी समन्वित होत असल्याने, आपण सगळे शहरात दाटीदाटीने राहत असल्याने, कायद्याचे बंधन व आपण दिलेला शब्द पाळणे याकरता एक नवा पाया तयार होईल. या परिस्थितीमुळे नैतिक वर्तनाला नवा पाया मिळेल तसेच आपल्या कर्तव्यपालनाला नवी दडपणे येतील... एखाद्याने केलेल्या हयगयीमुळे अनेकांचे नुकसान होणार असल्याने प्रत्येकाने आपली जबाबदारी व्यवस्थित पार पाडली पाहिजे असा आग्रह राहील. सुटे भाग पुरवणाऱ्या एखाद्या विक्रेत्याने जर आपला शब्द पाळला नाही तर उत्पादक दुसरा पुरवठादार शोधेल. हे लक्षात घेऊन काही तोडगे शोधले जात आहेत. पाश्चिमात्य समाजात लोकांनी स्वत:च आपल्यावर नियंत्रणे घातली आहेत; तथापि ती पुरेशी नाहीत असे दिसून येते. समाजात प्रत्येक जण जर फायद्याचे गणित करू लागला तर समाजात एकसंधता येणार नाही आणि व्यक्तीलाही कार्यपूर्तीचे समाधान लाभणार नाही.

विशिष्ट समाजात शतकानुशतके काही परंपरा प्रचलित असतात. संपूर्णतेपुढे नम्र होण्याची आंतरिक ऊर्मी आणि व्यापक समाजाच्या हितासाठी असलेल्या नियमांचे पालन हे या परंपरांमधे खोलवर रुजलेले असते. हे सर्व जनसामान्यांच्या धर्मश्रद्धा आणि महान व्यक्तींच्या जीवनामधून प्रतीत होते. या बाबतीत आपण भारतीय लोक विशेषत्वाने सुदैवी आहोत. येथे परंपरांची पाळेमुळे हजारो वर्षांपूर्वीची आहेत. गेल्या दीडशे वर्षांत आपल्या देशात जेवढ्या दैदिप्यमान व्यक्ती होऊन गेल्या तेवढ्या इतर कोणत्याच देशात दिसून येत नाहीत. या महनीय व्यक्तींनी आचरणात आणलेल्या मूल्यांवर संपूर्ण समाजाची उभारणी करता येईल. परंतु नेमक्या याच परंपरा आणि नेमक्या याच महान व्यक्ती... रामकृष्ण परमहंस, स्वामी दयानंद, स्वामी विवेकानंद, श्री अरविंद, लोकमान्य टिळक, गांधीजी, रमण महर्षी, परमाचार्य नारायण गुरू इत्यादींना आपल्या मेकॉले-मिशनरी-मार्क्सवाद्यांनी नाकारले आहे हे आपण पाहिलेच आहे. म्हणून या बुद्धिवंतांनी प्रचारात आणलेल्या विचारसरणीला प्रखर विरोध आणि त्यांच्या शाब्दिक दहशतवादाचा पराभव करण्यासाठी पुर्नरचनेला प्रारंभ करणे अत्यावश्यक आहे.

◆

२१
बदलत जाणारा तोल

एक प्रसंग तिसऱ्यांदा घडला- अगदी पहिल्या दोन वेळेप्रमाणे तसाच घडला. प्रथम दिल्ली विद्यापीठात, मग हैद्राबादमध्ये एका व्याख्यानात-आणि आता तिसऱ्या वेळी कलकत्यातील एका जाहीर चर्चेत- डाव्या विचारसरणीचे एक विद्वान गृहस्थ उठले आणि माझ्यावर ठराविक शब्दांचा भडिमार केला- 'विपर्यास', 'मूर्खासारखे', 'हास्यास्पद' आणि मग स्वत:च्या व्यवसायाला शोभेलशा पद्धतीने त्यांनी कुणाच्या तरी नावाचा उल्लेख केला. श्रोतृवर्गातील फारच थोड्या लोकांनी ते नाव ऐकले असेल... म्हणूनच की काय मुद्दाम त्या नावाचा उल्लेख झाला असेल. त्यांचे टीकास्त्र चालू असताना मी स्वत:शी म्हणत होतो, "आता हा मुद्दा आवरता घेऊन ते आधुनिकतेच्या उत्तर काळाकडे का वळत नाहीत?" आणि खरोखरीच काही क्षणानंतर ते तावातावाने म्हणू लागले, "आधुनिकतेच्या उत्तरकाळातील वाङ्मयात दाखवून दिल्याप्रमाणे 'श्रद्धा' आणि 'समजुती' यात फरक आहे." या दोन शब्दांतील फरक मी आणि मी जे काय म्हटले होते ते यांचा अर्थाअर्थी काय संबंध होता हे त्यांच्या शेरेबाजीवरून स्पष्ट झाले नाही. काहीही असले तरी या दोन शब्दात फरक आहे हे साधारण इंग्रजी करणाऱ्या कोणालाही समजण्यासारखे आहे; त्यासाठी "आधुनिकतेच्या उत्तर काळातील वाङ्मय" अशा जडजंबाल शब्दांची मुळीच गरज नव्हती. पण नेमके हेच शब्द वापरायचे- जे दिल्ली आणि हैद्राबादमधील भाषणात वापरले होते तेच!

त्याच दिवशी संध्याकाळी भोजनप्रसंगी आणखी एका विद्वान गृहस्थांनी स्पष्ट करून सांगितले की, "तथ्यात्मक बाबी खोट्याच आहेत हे सांगण्याची ही अलीकडची एक युक्ती आहे." या सर्व वक्तव्याचे फक्त एक वैशिष्ट्य मला जाणवले- माझ्यावर होणारे आरोप आणि नवी वक्तव्ये ही दुसरीकडून कुठून तरी आलेली नवी चूष आहे.

तथापि जसजसा काळ लोटला तसतशी पुष्कळ प्रगती होत राहिली आहे. मार्क्सचे विचार तोंडावर फेकण्यात येत. नंतर लेनिनचे आणि मग स्टॅलिनचे- होय, स्टॅलिनचे देखील- १९१२ मधे त्याने लिहिलेल्या एका लेखातील दोन अडीच वाक्यात, कम्युनिस्टांनी पाकिस्तानच्या मागणीचा स्वीकार का करावा याला 'सैद्धांतिक

पाया' आहे म्हणे! मग माओ, नंतर लिन पिआओ, मग हो चि मिन्ह, मग पोल पॉट- एक वर्ग असाही होता की, अल्बानियाच्या एन्व्हर होक्साचे शब्द उद्धृत केले की तो मुद्दा सिद्ध झालाच असे समजायचे. वर्षे उलटत गेली तसतशी नावे बदलत गेली. परंतु त्यांची सवय कायम आहे. आता त्यांच्यापाशी एकच 'ब्रह्मास्त्र' उरले आहे ते म्हणजे 'आधुनिकतेचा उत्तर काळ!'

या सवयीची बाधा भारतातील संपूर्ण बुद्धिवंत वर्गाला झाली आहे. विशेषत: डाव्या विचारसरणीच्या बुद्धिवंताना– ज्यांनी ही प्रथा पाडली, त्या प्राध्यापकांचे भाषण ऐकत मी बसलो होतो. विद्यापीठातील महत्त्वाच्या समाजशास्त्र विभागाचे ते प्रमुख होते असे सांगण्यात आले होते. एके काळी ते ज्याला देव मानत होते त्या माओने अशा लोकांविषयी म्हटलेले मला आठवले. ''परदेशात लिहिल्या गेलेल्या पाठ्यपुस्तकांच्या उकिरड्यातून हे लोक तिरस्करणीय उद्योगातून कपटे गोळा करतात.''

आणि हे लक्षात असू दे... उकिरडा चिवडणारे हेच ते भ्याड... डाव्या विचारसरणीचे लोक... तेच सदोदित इतरांना परदेशी गुप्तहेर संस्थेचे एजंट म्हणत नसले तरी, ''परदेशी मध्यस्थ-संस्कृती''तील दातेरी चाक आहेत असे हिणवीत असतात. ती परावलंबित्वाची सवय परवापरवा पर्यंत भ्रामक आत्मविश्वासामुळे दृढ होऊन बसली आहे. आपल्या शाब्दिक भडिमाराच्या दडपशाहीद्वारे आपण इतरांना गप्प बसवू शकतो हे त्यांनी ओळखले आहे. ती सवय आणि आत्मविश्वास आता त्यांच्यावरच उलटला आहे. त्यांच्याजवळ ''जिवंत'' पुरावा होता. गेली सत्तर वर्षे ते हाकाटी पिटत होते, त्यांच्यापाशी एकच पुरावा होता तो म्हणजे ''सराव'': भारताने डावी विचारसरणी स्वीकारावी याचे निर्णायक कारण उघड दिसत होते: ते म्हणजे - सोव्हिएट युनियनने साध्य केलेल्या बाबी... बेकारी? नष्ट झाली आहे. गरिबी? नाहीशी झाली आहे. असुखी वैवाहिक जीवन? नाहीसे झाले आहे. दारूबाजपणा? नाहीसा झाला आहे. न्याय? सर्वांच्या आवाक्यात असून वर्गविग्रहाचा मागमूसही नाही. चेकोस्लोव्हाकियातील तंत्रवैज्ञानिक उत्कृष्टता- चैसेक्यूने घडवून आणलेला चमत्कार- ''जगातील एकमेव ऋणमुक्त देश.'' एका शब्दात सांगायचे म्हणजे त्यांच्या विचारसरणीला पुष्टी मिळणारी निर्णायक बाब म्हणजे स्वर्गसदृश परिस्थिती ''दुसरीकडे'' निर्माण करण्यात आली असून तशी परिस्थिती भारततही आणता येईल. मात्र भारताने ''एकमेव पितृभूमी''ने दाखवलेल्या झळझळीत मार्गाने गेले पाहिजे. तथापि त्यांचे दावे ते ''कारण'', ''तेथील स्वर्गसदृश परिस्थिती'' इत्यादी त्यांच्या विचारवंतांनी सांगितलेल्या निर्णायक कसोटीद्वाराच धुळीला गेले. त्यांनी एकच कसोटी ठरवली होती, ''सराव''...

यापेक्षा अधिक वाईट झाले म्हणजे जी महान विचारसरणी त्यांचे गर्वस्थान होती तिचा आता मागमूसही उरलेला नाही. त्यांच्या मते साध्य झालेल्या गोष्टींमुळे

विचारसरणीला पुष्टी मिळत होती. तिच्यामुळे दुसऱ्या कुणाच्या ठायी नसलेली मन:शांती लाभत होती आणि सर्व प्रश्नांना उत्तरे मिळत होती. ती विचारसरणी लयाला गेली तरीही हानीमुळे त्यांना इतके पंगुत्व यायचे कारण नव्हते. पण तसे झाले आहे. ''परदेशात लिहिल्या गेलेल्या पाठ्यपुस्तकांच्या उकिरड्यावर'' पूर्णत: अवलंबून राहण्याची सवय असल्याने या निष्ठावंतांनी व तत्त्वज्ञानी लोकांनी स्वतंत्र विचार करण्याची आपली शक्तीच गमावली आहे. आता यापुढे कोणत्या दिशेने जायचे हे कुणीतरी सांगेल याची त्यांना वाट पहावी लागत आहे. ते सदोदित इतरांना ''इतिहासाच्या उकिरड्यावर'' फेकत होते. त्याच जागी त्यांच्या प्रेषितांना परिस्थितीने फेकले असून त्यांची जागा घेणारा नवा प्रेषित दृष्टिपथात आलेला नाही. असा कुणी मार्गदर्शक नवा प्रेषित परदेशातही दिसत नाही. देशातील ज्या तारक नेत्यांभोवती ते जमत होते ते नेते अडचणीचे ठरत होते. विश्वनाथप्रताप सिंगामुळे उफाळलेला वर्णभेद आणि लालूप्रसाद यादवांच्या राजवटीतील भ्रष्टाचार, मुलायमसिंगांचा वर्णभेद, जातीयवाद आणि चार फूट लांबीच्या लाठ्या... दिवसेंदिवस अशा व्यक्तींना ''सामाजिक क्रांतीचे'' प्रणेते मानणे फार अवघड जात आहे.

बुद्धिवंतांना आता खालील तिनापैकी एकाचा आश्रय घेतल्यावाचून गत्यंतर नाही.

सोव्हिएट युनियनविषयी जे काही ज्ञात झाले आहे त्या सत्याबद्दल काही बोलायचेच नाही नुसता कानाडोळा करायचा. माओच्या राजवटीबद्दल, पूर्व-युरोपमधील आर्थिक कोंडी आणि परिसराच्या विध्वंसाबद्दल मौन बाळगायचे. अवघ्या सहा वर्षांपूर्वीपर्यंत ''समाजवादाच्या उज्वल कार्यपूर्ती'' विषयी रीमेच्या रीमे कागद भरून लिहिले जात होते त्याबद्दल तर जवळजवळ काहीच बोलले जात नाही. ते लोक अगदी गप्प आहेत. खरे आहे. परंतु सामान्यजनांच्या हे लक्षात आले आहे की, यासंबंधी ते काही बोलत नसले तरी, आता ते काहीतरी गहन गूढ असे पुस्तक तोंडावर फेकतात ते आधुनिक काळानंतरचे वाङ्मय असते. लेनिन, स्टॅलिन किंवा माओचे नसते.

दुसरे, स्वत:च बनवलेल्या आरोपांची पुनरुक्ती करीत रहायचे. कलकत्त्यात आधुनिकता-उत्तर-काळाच्या लेखकांनी अशी कडक टीका केली की, ''हिंदूंनी बौद्ध विहारांचा नाश केला, तसेच हिंदूंनी बौद्ध धर्मियांवर हिंसाचार केला याकडे श्री शौरी यांनी पूर्णपणे दुर्लक्ष केले आहे.'' त्यांच्या वक्तव्याचा एक फायदा देखील असतो. त्यांचा शाब्दिक भडिमार नेहमी भूतकाळासंबंधी असतो. आधुनिक काळातील विद्वानांच्या व्यासंगातून निघालेल्या निष्कर्षांची माहिती करून घेण्याची त्यांनी तसदी घेतलेली नाही. कलकत्त्यामधे मी उपरिनिर्दिष्ट बाबीकडे त्यांचे लक्ष वेधले. अव्याहत काम करणारे सीताराम गोयल यांनी अनेक मार्क्सवादी इतिहासकारांना लेखी विचारणा

केली होती की, हिंदूंनी बौद्ध विहारांचा विध्वंस केला याचा पुरावा द्यावा. त्यानंतर काय झाले याकडेही मी त्यांचे लक्ष वेधले. 'इतिहासकार' लवमात्र पुरावा देऊ शकले नाहीत. त्यांनी आपल्या पुस्तकात दिलेल्या यादीमुळे दुसरेच दिसून आले.

याआधी काही महिनेच, हैद्राबादमधील जाहीर चर्चेत एका प्रमुख मार्क्सवादी विचारवंताने हेच गृहीतक मांडले. आत्ता त्या चर्चेविषयी मी जास्त सांगत नाही पण एक सत्य मात्र सांगतो. मी जेव्हा सीताराम गोयल आणि मार्क्सवादी इतिहासकारांच्या विधानांची आठवण करून दिली तेव्हा हैद्राबादमधील मार्क्सवादी विचारवंत किंवा कलकत्त्यातील मार्क्सवादी आधुनिक कालोत्तर लेखकाजवळ एकापाशीही काही उत्तर नव्हते. भारतातील जाहीर चर्चेत, अशा तऱ्हेची फसवी गृहितके अत्यावश्यक वस्तू म्हणून वापरल्या जातात यावरून सद्य:स्थितीची अर्थातच कल्पना येते. तथापि याचे फायदेही उघड दिसून येतात. ही तत्त्वज्ञानी आणि प्राध्यापक मंडळी ज्या विषयांवर भाषणे देतात त्या विषयांचा व्यासंग चालू ठेवण्याचे कष्ट घ्यावेसे त्यांना वाटत नाही. म्हणूनच त्यांच्यापुढे तथ्यात्मक बाबी ठेवून आव्हान दिल्यावर त्यांची निश्चित विधाने तात्काळ ढासळतात.

त्यांची दुसरी युक्ती अर्धसत्यासारखी आहे. हैद्राबादमधील एका जाहीर चर्चेच्या प्रसंगी खच्चून गर्दी असलेल्या सभागृहात एक पुरोगामी मुस्लिम बुद्धिवंत इस्लामच्या सहिष्णुतेची तोंड फाटेपर्यंत स्तुती करीत होते. ते सांगत होते की, "कुराणाला लोकांचे फक्त दोन वर्ग मान्य आहेत. धर्मग्रंथाद्वारे साक्षात्कार झालेले 'अहलि-किताब' ज्यांना ग्रंथातून जीवनाचा संदेश मिळतो असे लोक- ज्यू, ख्रिस्ती व मुस्लिम हे लोक 'अहलि-किताब' समजले जातात. त्या काळात अरेबियात हिंदूंविषयी माहिती नव्हती. नाहीतर त्यांनाही 'अहलि-किताब' मानले गेले असते. कारण त्यांनाही वेदांमधून जीवनाचा संदेश मिळतो. कुराण प्रेषितांची एक परंपरा मानते... अब्राहम, मोझेस, येशू आणि मुहंमद अशी ती परंपरा आहे. त्या काळात अरेबियात बुद्ध, महावीर आणि अन्य हिंदुस्थानी संताविषयी कोणतेच ज्ञान नव्हते. नाहीतर अल्लाने संदेश देऊन पाठवलेल्या प्रेषितांमधे गणना झाली असती. गुरू नानक आणि इतर शीख धर्मगुरुंचाही त्यात समावेश झाला असता."

हे ऐकायला फारच छान वाटते नाही का? पण त्यातील अभिप्रेत अर्थ लक्षात घेतला पाहिजे. अरेबियात हिंदूंची कोणाला माहिती नव्हती अथवा बुद्ध व महावीर माहिती नव्हते याचा या विवेचनाशी संबंधच काय असे मला विचारावेसे वाटते. कुराण कोणा अरबाने लिहिलेले नाही असे मानले जाते ना?... ते अल्लाचे शब्द आहेत असे म्हणतात ना? सामान्य अरब माणसाला हिंदू, बुद्ध, महावीर यांच्यासंबंधी काही माहिती नसेल हे समजू शकते. परंतु अल्लाला माहिती नव्हती? तो सर्वज्ञानी होता ना? मग त्याने फक्त ज्यू, मुस्लिम, ख्रिस्ती लोकांना 'अहलि-किताब' म्हटले

आणि बिगर मुस्लिमांशी कायम वैर धरावे असा आदेश दिला असताना हे म्हणणे कसे ग्राह्य धरायचे की, "... त्यावेळी अरेबियात जर हिंदू, बुद्ध, महावीरासंबंधी ज्ञान असते तर?..."

आणि कुराणात प्रेषितांची दीर्घ परंपरा आहे याविषयी बोलायचे तर कुराणात अगदी ठामपणे सांगण्यात आले आहे की मुहम्मद हाच एकमेव प्रेषित आहे. तो गुणसमुच्चयाचा अत्युच्च बिंदू होता अशा अर्थाने 'एकमेव' नव्हे तर 'एकटाच' अशा अर्थाने म्हटले गेले आहे. त्याने अल्लाचा संदेश परिपूर्ण करून अपरिवर्तनीय स्वरुपात लोकांना दिला. प्रेषित मुहम्मदाने जे म्हटले आहे त्याच्याशी बुद्ध, महावीर व नानक काही प्रमाणात सहमत होते म्हणून त्यांचा इतपत तरी उल्लेख झाला. हे सुद्धा फार मोठ्या औदार्याचे लक्षण म्हणावे लागते. मुहम्मदाशी सहमत होण्यापुरतेच त्याचे महत्त्व– एरवी त्यांची दखल घेण्याची आवश्यकता नाही. थोडेसे वेगळे मतप्रदर्शन त्यांनी केले की त्यांनी अल्लाच्या शब्दांचा विपर्यास केला असे मानून त्यांना धुडकावून लावायचे. याच कारणास्तव ज्यू आणि ख्रिस्ती लोकांकडेही तोंड फिरवायचे!

हे उघड दिसते. पुरोगामी लोकांनाही हे निश्चितच उघड होत असले तरी ते अर्धसत्याचा आश्रय घेतात. याला एकच तोच उपाय आहे. आणि सोपाही आहे. तो म्हणजे आपण सत्य बाबी जाणून घ्यायच्या आणि त्या सर्वांपुढे मांडायच्या.

एकंदरीत परिस्थिती ही अशी आहे : भारतात गेली पन्नास वर्षे ज्यांनी जनमानसावर वर्चस्व तसेच नियंत्रण ठेवले आणि दहशत निर्माण केली त्यांच्यापाशी आता सत्य बाबी उरलेल्या नाहीत. युक्तिवादही उरलेला नाही. ज्या कोणाला त्यांच्या आपसातील 'संवाद' ऐकणे शक्य असते त्यांना याचा पुरावा मिळतो... दिवसेंदिवस लहान होत जाणाऱ्या वर्तुळातील लोकांसमोर ते बोलत असतात. अधिकच आक्रसणाऱ्या वर्तुळात त्याच जुन्या नावीन्य संपलेल्या ठराविक शब्दांची पुनरुक्ती होत असते. तेथे नसतात नव्या कल्पना, नसतात काही नव्या तथ्यपूर्ण बाबी. आपण याआधी अनुभवल्याप्रमाणे हे अगदी ठरल्याप्रमाणेच घडत आहे. त्यांच्या विचारसरणीतील योजनांची सतत पुनरुक्ती केवळ आवश्यकच असते असे नव्हे तर ती त्यांच्या दृष्टीने पुरेशीही असते.

सार्वजनिक क्षेत्रातही असाच परिणाम घडल्याचा पुरावा मिळतो. अगदी पाचदहा वर्षांपूर्वीपर्यंत परिसंवाद आणि जाहीर सभा म्हणजे पुरोगामी लोकांचा विशेषत: मार्क्सवाद्यांचा बालेकिल्ला असत. आज अशा सभा भरवण्याची त्यांची स्थिती राहिलेली नाही. आंध्र प्रदेशात, केरळमधे किंवा कलकत्त्यातसुद्धा ते अशा सभा भरवू शकत नाहीत. दुसरीकडे, त्यांच्या मतांपासून फारकत घेतलेल्या लोकांच्या सभांना अमाप गर्दी होते. एखादी पुरोगामी विचाराची व्यक्ती अशा सभेला आली तर तिचा

सभेवर मुळीच प्रभाव पडत नाही. आधीच तयार केलेले टंकलिखित भाषण वाचून दाखवले जाते. आधीच्या वक्त्याच्या भाषणात कोणते मुद्दे होते याकडे लक्षही दिलेले नसते. कधीकधी तर त्या भाषणात विषयाला धरून काहीच नसते. पुष्कळ वेळा वक्ता धरबंध सोडून बोलत राहतो. फारच थोड्या लोकांना कळेल अशा मुद्यांचा परामर्श घेतला जातो. 'आधुनिक कालोत्तर वाङ्मय' अशा शब्दांबरोबर काही कडक व धमकीवजा शब्द वापरले जातात... 'वेडेपणा', 'हास्यास्पद' वगैरे अशा शब्दप्रयोगाद्वारे तो वक्ता माओच्या आधीच्या प्रेषिताने म्हणजे लेनिनने ज्याचे वर्णन ''स्वत:ला अडचणीत आणणाऱ्या सत्य गोष्टी क्रोधाविष्ट शब्दांनी दडवून टाकणारा'' वक्ता असे केले आहे ते सार्थ करून दाखवीत असतो.

एकंदरीत आता युक्तिवाद, पुरावा आणि त्याहीपेक्षा महत्त्वाचे म्हणजे जनमानसाचा कल बदलला आहे. आता हीच वेळ तो कल कायम ठेवण्याची आहे. त्यासाठी वेगवेगळी पावले उचलली पाहिजेत.

प्रथमत: बदल घडवून आणताना, चळवळी उभारताना वैचारिकता व पुरावा यांच्या महत्त्वाकडे सुयोग्य लक्ष पुरवले पाहिजे. अखेर आपण हे लक्षात ठेवले पाहिजे की कम्युनिस्टांसारख्या लोकांनी चुकीच्या, आधार नसलेल्या कल्पना आणि बनावट वैचारिकतेच्या साह्याने यश मिळवले होते. मग आपण पुरावा असलेल्या चांगल्या कल्पनांच्या आधारे असे यश मिळवू शकणार नाही का?

दुसरे असे की, 'जनतेला' वाद-प्रतिवाद नको आहेत किंवा लोकांना पुरावे व वैचारिकतेची फिकिर नसते असे समजून आपण संतुष्ट राहणे ही मोठी घोडचूक आहे. उदाहरणार्थ, पुरोगामी मंडळींनी 'महान विचारसरणी'चा अंगिकार केल्याने सर्व पुरावे त्यांच्या बाजूचे होते म्हणून ते जनमानसावर वर्चस्व गाजवू शकले असा त्यांचा दावा आहे. पुष्कळदा लोक असंस्कृत विचारांच्या आहारी जातात हे खरे आहे. तथापि पुरोगामी मंडळींनी त्यांच्या विचारसरणीचे स्वरूप ओबडधोबड पद्धतीने लोकांपुढे मांडले आणि या अपक्व स्वरुपातच संपूर्ण विचारसरणी अंतर्भूत आहे असा दावा केल्याने या असंस्कृत विचारांना यश मिळाले हे महत्त्वाचे आहे. अनेकांचा इतिहासातील फार मोठ्या कालखंडावर परिणाम झाला असला तरी महिन्यामागून महिने निर्णय आणि भाषणे हे काही हजार लोकांच्या हातातच राहिले आहे. हे लोक पुरावे, युक्तिवाद आणि तर्कसंगतता यामुळे प्रभावित होतात. म्हणून चांगल्या विचारांची मांडणी करून, अगदी लहानसहान तपशीलाद्वारे आवश्यक भक्कम पुरावा तयार ठेवला पाहिजे. आणि तो 'मातब्बर' व्यक्तींपर्यंत पोचवला पाहिजे.

या अवघड कामाची नकारात्मक बाजूही तितकीच महत्त्वाची आहे. केवळ या तत्त्वधुरिणांची 'एकमेव पितृभू' कोलमडली, केवळ त्या कोलमडण्यामुळे त्यांची

विचारसरणी छिन्नाभिन्न झाली म्हणून ते निरुपद्रवी झाले असे नव्हे. त्यांचे दावे पोकळ ठरले. आता त्यांच्याजवळ सांगण्यासारखे काही उरलेले नाही हे जरी खरे असले तरी आपल्या शैक्षणिक क्षेत्रातील बराच मोठा भाग त्यांच्या नियंत्रणात आहे तसेच प्रसारमाध्यमातील विशेषत: इंग्रजी प्रसार माध्यमातील मोठ्या भागावर त्यांचे वर्चस्व आहे. म्हणून जेव्हा जेव्हा संधी सापडेल तेव्हा तेव्हा त्यांनी आदर्श मानलेल्या शासन पद्धतीचा कसा बोजवारा उडाला आहे हे त्यांना सांगायलाच हवे. अगदी गेल्या पाचसहा वर्षांपूर्वीपर्यंत त्यांनी जे लिखाण केले त्यांचे स्पष्टीकरण देण्याची आव्हानात्मक मागणी आपण केली पाहिजे. आजपर्यंत ते जे असत्यकथन करीत होते ते आता शिळे झाले आहे असे समजून त्याच्याकडे आपण दुर्लक्ष करता कामा नये. प्रत्येक वेळी आपण पुरावा मागितला पाहिजे. जितक्या वेळा ते पुनरुक्ती करतील तेव्हा वेळोवेळी आपण पुराव्याची मागणी केली पाहिजे. तसेच अर्धसत्य सांगून आपल्याला भुरळ पाडून जेव्हा ते आपले लक्ष दुसरीकडे वळवू पाहतात. तेव्हाही आपण सावध राहिले पाहिजे.

तिसरे म्हणजे ICHR संस्थेच्या उदाहरणावरून आपल्याला दिसून आले आहे की अशा संस्थांवर पूर्णपणे नियंत्रण ठेवल्यामुळे आपल्या बनावट हकिकती प्रसृत करणे त्यांना शक्य झाले. एकमेकांना पुढे आणणे व सुखासीन आयुष्य देण्याच्या कामात त्यांनी अशा संस्थांचा उपयोग करून घेतला आहे. तथापि त्यांच्या खऱ्या गुन्ह्याच्या तुलनेत हे गैरकृत्य काहीच नव्हे असे म्हणावे लागते. त्यांचे पाप म्हणजे त्यांनी आपल्या लोकांच्या मनात स्वत:च्या तिरस्काराचे बीजारोपण करण्यासाठी या संस्था वापरल्या. त्यांच्या या नियंत्रणाशी आपल्याला मुकाबला करायचा आहे.

यासाठी आपल्याला आपले कायदे बदलावे लागतील. तसेच खासगी व्यक्ती व समूहांनी अनेकविध संस्था आणि न्यास उभारण्यासाठी प्रोत्साहन-योजनांचा आराखडाही बदलावा लागेल. जे बदल करायचे आहेत ते माफक स्वरुपाचे आणि उघड आहेत... कशाची गरज असेल तर ती दुसऱ्यांवर विश्वास टाकण्याची... आपण समाजवादी दिवसांच्या मोहनिद्रेतून बाहेर येण्याची– सरकारी संस्थांबाहेरील लोकही देशहिताची कळकळ बाळगून आहेत हे समजण्याची गरज आहे. आणखी आपण सध्या अस्तित्वात असलेल्या संस्थांवरील मान्यवरांचे वर्चस्व कमी करण्याचा प्रयत्न केला पाहिजे. त्यांच्या कार्यपद्धतीचे स्वरुप आपण या पुस्तकाद्वारे पाहिलेच आहे. हे सर्व घडवून आणण्यासाठी या लोकांनी गेली वीस वर्षे या संस्थांमधे कायकाय करून ठेवले याबाबत लोकांमधे जागृती निर्माण करणे आवश्यक आहे.

पुन: एकदा म्हणावेसे वाटते की, या धड्याची नकारात्मक बाजू तितकीच महत्त्वाची आहे हे लक्षात घ्यावे. समजा, आपण या संस्थांतून त्या लोकांची हकालपट्टी करू शकलो तरी नंतर तशाच तऱ्हेच्या अन्य लोकांचा गट संस्थेचे

पदाधिकारी बनून तसेच गैरव्यवहार करू नयेत याकडे आपण डोळ्यात तेल घालून लक्ष पुरवले पाहिजे. नाहीतर पुन: तेच घडेल. संस्थांचा दुरुपयोग, विद्या व्यासंग चुकीच्या दिशेने जाणे असे घडत राहील. आणि ज्यासाठी बदल केला तो उद्देशच निकालात निघेल. उत्साही लोकांसाठी हा इशारा आहे... आणि आपणा सर्वांसाठी नि:शंकता आहे... की चुकीच्या मार्गाने चालवलेली संस्था आपली विश्वासार्हता लौकरच गमावून बसते आणि अर्थातच तिची हानिकारक शक्तीही कमी होते!

तरीदेखील एक प्रश्न उरतोच. तीस-चाळीस वर्षांनंतर आता प्रथमच व्यासंगपूर्ण अभ्यास सुरू झाला असून त्यातून सत्य उघडकीला येत आहे. परंतु ते लोकांपर्यंत पोचवले जात नाही. त्याचे कारण साधे आहे: पुष्कळशी प्रसारमाध्यमे, विद्यापीठे तसेच नियंत्रक संस्था अजूनही त्याच पुरोगामी लोकांच्या हातात आहेत. आता जरी त्यांची विचारसरणी नामशेष झाली असली तरीही ते पूर्वीच्याच पदांवर आहेत. हा वारसा आहे त्यांच्या विपर्यस्त प्रतिपादनाचा, राजकारणाचा, त्यांच्या कारकिर्दीचा, एकमेकांना अधिकारपदावर ठेवण्याच्या त्यांच्या कारवाईचा आणि एक साखळी तयार करण्याच्या त्यांच्या वैशिष्ट्याचा! येथेसुद्धा वचनभंग अर्थातच दिसून येतो: या संस्थांमधील अनेक लोक खासगीरीत्या सत्य सांगतात. पण चारचौघांसमोर ते बोलण्याचे धैर्य त्यांच्याजवळ नाही. हा भेकडपणा एक दिवस अचानक संपुष्टात येईल. जेव्हा असे अनेक लोक आहेत हे कळेल, जेव्हा आपसूक येणाऱ्या एखाद्या घटनेमुळे असे किती लोक आहेत हे कळेल तेव्हा हा भित्रेपणा शिल्लक राहणार नाही. परंतु तूर्त तरी नव्या संशोधनातील माहिती प्रसृत करण्यात या जुन्या बुद्धिवंत दहशतवाद्यांचे नियंत्रण हा मोठा अडथळा आहे.

आता याच टप्प्यावर भिन्न तऱ्हेचे कौशल्य आणि विविध तऱ्हेची साधनसामग्री एकत्र आणण्याची गरज आहे. नव्या संशोधन संस्था उभारण्याची सामुग्री या पुरोगामी मंडळींच्या वर्चस्वाबाहेरची असली पाहिजे. नवी प्रकाशने सुरू करण्याची साधने अशी असली पाहिजेत की जी त्या बुद्धिवान भित्र्या लोकांना थांबवता येणार नाहीत. नव्या आधुनिक विक्री तंत्राद्वारे नवी प्रकाशने जास्तीत जास्त वाचकांपर्यंत पोचवता येतील.

अनेक प्रकारचे कौशल्य आणि विविध साधनसामग्री एकत्र आणणे या पुढच्या पावलाची आपल्याला गरज आहे.

◆

तळटीपा

प्रकरण २

१. श्री. आर. सी. मुजुमदार, History of the freedom Movement in India, १९६२, दुसरी सुधारित आवृत्ती, फिरमा के. एल्. मुखोपाध्याय, कलकत्ता, १९७१.

प्रकरण ५

१. श्रीमाळींची पुढील विधाने १० सप्टेंबर १९९८ च्या 'द हिंदु' या वृत्तपत्रातून घेतली आहेत.

प्रकरण ६

१. The Asion Age ७ जुलै १९९८ पृष्ठ १३.
२. Communist Reply to the Congress Working भारतीय कम्युनिस्ट पार्टीचे सरचिटणीस पी. सी. जोशी कलकत्ता, मार्च १९४६, संक्षिप्त आवृत्ती पृष्ठे ३-४.
३. खालील उतारे "Arun Shouries' slanders Rebutted, History has vinchcated Communists, Communist Party of India", भारतीय कम्युनिस्ट पक्ष नवी दिल्ली जून १९८४ आणि १९४२ ऑगस्ट लढा आणि भारतीय कम्युनिस्ट पार्टी नवी दिल्ली १९८४ यातून घेण्यात आले आहेत.
४. The Asian Age ७ जुलै १९९८ पृष्ठ १३.
५. Lok Sabha Debates लोकसभेतील चर्चा ऑगस्ट १९७४ स्तंभ २२३.
६. Social Scientist Press त्रिवेंद्रम, १९८६. या टप्प्यावरसुद्धा नंबुद्रीपाद यांनी सहकार्याविषयी आडवेतिडवे स्पष्टीकरण दिले आहे. संदर्भ माझे The only Fatherland पुस्तक ASA, 1991 पृष्ठे ३-११. नंतर लगेचच त्यांनी ती एक चूक होती असे म्हटले!

प्रकरण ८

१. या मुद्यांवर सर सय्यद यांच्या लेखनातील उतारे "My Indian Controvercies" या पुस्तकात पहावेत. प्रकरण ७ ASA 1991, हार्पर कॉलिन्स १९९७.

प्रकरण ९

१. राष्ट्रीय शैक्षणिक संशोधन व प्रशिक्षण अनुसंधान, दिल्ली– १९९६. या प्रकरणातील पृष्ठांक दुसऱ्या पुस्तकात असल्याचा उल्लेख नसल्यास वरील प्रकाशनातील आहे असे समजावे.
२. उपरिनिर्दिष्ट पुस्तक : पृष्ठ ८३.
३. उपरिनिर्दिष्ट पुस्तक : पृष्ठ ८३.
४. उपरिनिर्दिष्ट पुस्तक : पृष्ठ ८४.
५. उपरिनिर्दिष्ट पुस्तक : पृष्ठ ८५.
६. उपरिनिर्दिष्ट पुस्तक : पृष्ठ ८५.
७. उपरिनिर्दिष्ट पुस्तक : पृष्ठे ८५-८६.
८. उपरिनिर्दिष्ट पुस्तक : पृष्ठ ८६.
९. उपरिनिर्दिष्ट पुस्तक : पृष्ठ ८६.
१०. उपरिनिर्दिष्ट पुस्तक : पृष्ठे ८६-८७.
११. उपरिनिर्दिष्ट पुस्तक : पृष्ठ ८७.
१२. उपरिनिर्दिष्ट पुस्तक : पृष्ठ ८७.
१३. उपरिनिर्दिष्ट पुस्तक : पृष्ठ ८७.
१४. उपरिनिर्दिष्ट पुस्तक : पृष्ठ ८८.
१५. उपरिनिर्दिष्ट पुस्तक : पृष्ठ ८८.
१६. उपरिनिर्दिष्ट पुस्तक : पृष्ठ ८९.
१७. उपरिनिर्दिष्ट पुस्तक : पृष्ठ ९०.
१८. उपरिनिर्दिष्ट पुस्तक : पृष्ठ ९०.

प्रकरण १०

१. राष्ट्रीय शैक्षणिक संशोधन आणि प्रशिक्षण अनुसंधान, दिल्ली, १९९६.
२. Ancient India लेखक आर्. सी. शर्मा, पृष्ठे-११२, NCERT- नवी दिल्ली, १९९६.
३. उपरिनिर्दिष्ट पुस्तक : पृष्ठ-७८.
४. उपरिनिर्दिष्ट : पुस्तक पृष्ठ-१२१-१२२.

५. उपरिनिर्दिष्ट पुस्तक : पृष्ठ-७८.
६. राष्ट्रीय शैक्षणिक संशोधन व प्रशिक्षण अनुसंधान, नवी दिल्ली, १९९६.
७. सतीशचंद्राचे 'Mideval India' हे पुस्तक NCERT, नवी दिल्ली, पृष्ठ-३२.
८. उपरिनिर्दिष्ट पुस्तक : पृष्ठ-८५.
९. उपरिनिर्दिष्ट पुस्तक : पृष्ठ-८५.
१०. उपरिनिर्दिष्ट पुस्तक : पृष्ठ-८५-८६.
११. उपरिनिर्दिष्ट पुस्तक : पृष्ठ-८६.
१२. कुराण ४.९१
१३. साहित बुखारी ८४.५७.
१४. साहित बुखारी ८२.७९४...७ साहित मुस्लिम ४१३०-७.
१५. सतीशचंद्र op.cit पृष्ठ ८६.
१६. उपरिनिर्दिष्ट पुस्तक : पृष्ठ-८६.

प्रकरण ११

१. The Decline and fall of Buddhism लेखक बाबासाहेब आंबेडकर. 'डॉ. बाबासाहेब आंबेडकर' लेख व भाषणे, खंड-३, महाराष्ट्र शासन, पृष्ठे २२९-३८.
२. सीताराम गोयल यांचे पुस्तक 'Hindu temples, What happened to them: The Islamic evidence, Voice of India 1993 या पुस्तकातील परिशिष्ट ४ मधून वरील परिच्छेद घेतले आहेत.
३. 'Thought of Pakistan' बाबासाहेब आंबेडकर, ठाकर आणि कंपनी, मुंबई, १९४१.
४. डी. डी कोसंबी यांचे पुस्तक Myth and Reality पॉप्युलर प्रकाशन, मुंबई १९६२ पृष्ठ १००.
५. स्वामी विवेकानंद Collected Works उदाहरणार्थ - खंड २ पृष्ठ १३९; खंड ३ पृष्ठे २१६-१७.
६. उदाहरणार्थ Collected Works खंड ३, पृष्ठ २६५.
७. Collected Works उदाहरणार्थ – खंड ३ पृष्ठ ५३३-३४, खंड ५ पृष्ठ २३०.
८. Collected Works उदाहरणार्थ – खंड ४ पृष्ठ ३२६.
खंड ५ पृष्ठ ३१७.
खंड ६ पृष्ठ २२४-२५.

खंड ५ पृष्ठ ११९, २१५-१६.

९. कोसंबींच्या निरीक्षणात तथ्य आहे. तथापि ते त्यांच्या मताच्या विरोधात जाते. त्यांनी ठामपणे सांगितल्याप्रमाणे शंकरला बुद्धाच्या मूळ सिद्धांताविषयी काही माहित नव्हते हे त्याच्या इन्कारावरून दिसून येते. (कोसंबी-वरीलप्रमाणे पृष्ठ १४) शंकरच्या कालखंडात बौद्ध धर्मीय मांडत असलेल्या सिद्धांताचे तो खंडन करीत होता याचा आणि बुद्धाच्या मूळ शिकवणीचा काही संबंध नव्हता.

१०. श्री अरविंद The Foundation of Indian Culture श्री अरविंदाश्रम, पाँडेचरी पृष्ठे ७५, १६०-६१, १९२-९३.

प्रकरण १२

१. Voice of India दिल्ली १९९३ या प्रकरणातील सर्व अवतरणे श्री गोयल यांच्या अनुमतीने त्यांच्या चिकित्सक व निर्दोष लेखातून घेण्यात आली आहेत.

२. सीताराम गोयल वरीलप्रमाणे पृष्ठ २४५.

३. उपरिनिर्दिष्ट पुस्तक : पृष्ठ २५५.

४. उपरिनिर्दिष्ट पुस्तक : पृष्ठ ३७१.

प्रकरण १३

१. सतीशचंद्रांचे पुस्तक Medieval India, पृष्ठ २३३ NCERT दिल्ली, १९९६.

२. हे उतारे उदाहरणादाखल दिले आहेत. असे आणखीही देता येतील. या विषयावर सविस्तर माहितीसाठी पहा. के. पी. अगरवाल-गुरु ग्रंथसाहेब आणि इस्लाम आगामी.

३. सतीशचंद्रांचे पुस्तक Medieval India, पृष्ठ २३३ NCERT दिल्ली, १९९६.

४. सतीशचंद्रांचे पुस्तक Medieval India, पृष्ठ २३३ NCERT दिल्ली, १९९६.

५. उपरिनिर्दिष्ट पुस्तक : पृष्ठे २२९-३०.

६. उपरिनिर्दिष्ट पुस्तक : पृष्ठ २३०.

७. उपरिनिर्दिष्ट पुस्तक : पृष्ठ २३१.

८. उपरिनिर्दिष्ट पुस्तक : पृष्ठे २३१.

९. उपरिनिर्दिष्ट पुस्तक : पृष्ठ २३१.

१०. उपरिनिर्दिष्ट पुस्तक : पुस्तक पृष्ठ २३१.
११. उपरिनिर्दिष्ट पुस्तक : पुस्तक पृष्ठ २३१.
१२. उपरिनिर्दिष्ट पुस्तक : पुस्तक पृष्ठ २३१.
१३. उपरिनिर्दिष्ट पुस्तक : पुस्तक पृष्ठ २३२.
१४. उपरिनिर्दिष्ट पुस्तक : पुस्तक पृष्ठ २३२.
१५. उपरिनिर्दिष्ट पुस्तक : पुस्तक पृष्ठे २३२-३३.
१६. उपरिनिर्दिष्ट पुस्तक : पुस्तक पृष्ठ २३३.
१७. उपरिनिर्दिष्ट पुस्तक : पुस्तक पृष्ठ २३३.
१८. उपरिनिर्दिष्ट पुस्तक : पृष्ठ २५५.
१९. उपरिनिर्दिष्ट पुस्तक : पृष्ठ २५५.
२०. आय्. एच्. कुरेशी यांचे The Muslim Community of Indo-Pakistan Subcontinent पृष्ठे ८०-८१, पुनर्मुद्रित, प्रकाशक– रेनेसान्स् पब्लिशिंग हाऊस, दिल्ली, १९८५.
२१. सतिशचंद्रांचे उपरिनिर्दिष्ट पुस्तक : पृष्ठे २३२.
२२. उपरिनिर्दिष्ट पुस्तक : पृष्ठे २३२-३३.
२३. The Muslim Community of Indo-Pakistan Subcontinent आय्. एच्. कुरेशी, पृष्ठ १८५.
२४. Uloma in Politics लेखक आय्. एच्. कुरेशी. पृष्ठे १०५-१०६ रेनेसान्स् पब्लिशिंग हाऊसने पुनर्मुद्रित केलेले.
२५. सतिशचंद्रांचे उपरिनिर्दिष्ट पुस्तक : पृष्ठे २५४.
२६. आय्. एच्. कुरेशी यांचे The Muslim Community of Indo-Pakistan Subcontinent पृष्ठे १८६-८७.
२७. सतिशचंद्रांचे उपरिनिर्दिष्ट पुस्तक : पृष्ठे २३०, २३१-३२.
२८. Histry of Aurangajeb लेखक यदुनाथ सरकार– खंड ३, ओरिएंट लाँगमन, नवी दिल्ली, पुनर्मुद्रित, पृष्ठे १८५-८९.

प्रकरण १४

१. उदाहरणादाखल दिलेल्या अवतरणासाठी माझे The World of Fatwa हे पुस्तक पहावे– पृष्ठे ५५१-८२ ASA प्रकाशन आणि हार्पर कौलिन्स.
२. Modern India लेखक : बिपिनचंद्र, NCERT, नवी दिल्ली, सहावे पुनर्मुद्रण, १९९८ या प्रकरणातील दिलेले पृष्ठक्रमांक अन्य उल्लेख नसल्यास याच पुस्तकातील समजावेत.
३. बिपिनचंद्र – तेच पुस्तक : पृष्ठ १७७.

४. उपरिनिर्दिष्ट पुस्तक : पृष्ठ २५८.
५. उपरिनिर्दिष्ट पुस्तक : पृष्ठ २५९.
६. उपरिनिर्दिष्ट पुस्तक : पृष्ठे २०४-०५.
७. उपरिनिर्दिष्ट पुस्तक : पृष्ठे २०५-०६.
८. उपरिनिर्दिष्ट पुस्तक : पृष्ठे २०६-०७.
९. उपरिनिर्दिष्ट पुस्तक : पृष्ठ २०७.
१०. उपरिनिर्दिष्ट पुस्तक : पृष्ठ २०७.
११. उपरिनिर्दिष्ट पुस्तक : पृष्ठ २०८.
१२. उपरिनिर्दिष्ट पुस्तक : पृष्ठे २०८-०९.
१३. उपरिनिर्दिष्ट पुस्तक : पृष्ठे १८१-८२.
१४. मिश्कत अल् मसाबी ग्रंथ २६ प्रकरण २८.
१५. साहिह मुस्लिम प्रकरण DCCLTV.
१६. साहिह अल् बुखारी ग्रंथ पृष्ठ ५०७.
१७. कुराण, ९८.६
१८. कुराण, २.२१७
१९. कुराण, ४.८९
२०. कुराण, ८.३६.३७
२१. कुराण, ५.८५
२२. कुराण, ५.८५
२३. कुराण, ९.११३; ९.८४
२४. कुराण, ९.१७, ९.६९, १८, १०२-०६, ४५.७-१०, ४७.७-११
२५. प्रतिनिधिक हादींसाठी माझे The World of Fatwa हे पुस्तक पहावे. पृष्ठे ६११-१ प्रकाशक ASA आणि Harper Collins.
२६. बिपिनचंद्र तेच पुस्तक : पृष्ठ २१०.
२७. उपरिनिर्दिष्ट पुस्तक : पृष्ठ १७८.
२८. उपरिनिर्दिष्ट पुस्तक : पृष्ठ २०९.
२९. उपरिनिर्दिष्ट पुस्तक : पृष्ठ २०९.
३०. उपरिनिर्दिष्ट पुस्तक : पृष्ठ २७२.
३१. उपरिनिर्दिष्ट पुस्तक : पृष्ठे २६४-६५.
३२. एम. एन. रॉय स्मृती व्याख्यानमालेतील माझ्या भाषणात मी सादर केलेली कागदपत्रे : The only Fatherland and Quit India and the Sovient Union. ASA. 1991.

प्रकरण १५

१. Ancient India, An Intorductory outline लेखक : डी. एन. झा, पृष्ठे १८, प्रकाशक– मनोहर, नवी दिल्ली, १९७७. अन्य उल्लेख नसल्यास या प्रकरणातील सर्व पृष्ठक्रमांक वरील पुस्तकातील समजावेत.
२. उपरिनिर्दिष्ट पुस्तक : पृष्ठ ९०.
३. उपरिनिर्दिष्ट पुस्तक : पृष्ठ ९०.
४. उपरिनिर्दिष्ट पुस्तक : पृष्ठ xviii.
५. उपरिनिर्दिष्ट पुस्तक : पृष्ठ १०६.
६. उपरिनिर्दिष्ट पुस्तक : पुस्तक पृष्ठ २४ .
७. उपरिनिर्दिष्ट पुस्तक : पृष्ठ ७.
८. उपरिनिर्दिष्ट पुस्तक : पृष्ठे १२-१३.
९. उपरिनिर्दिष्ट पुस्तक : पृष्ठ १४.
१०. उपरिनिर्दिष्ट पुस्तक : पृष्ठे १६-१७.
११. उपरिनिर्दिष्ट पुस्तक : पृष्ठ १७.
१२. उपरिनिर्दिष्ट पुस्तक : पृष्ठ २१.
१३. उपरिनिर्दिष्ट पुस्तक : पृष्ठ २१.
१४. उपरिनिर्दिष्ट पुस्तक : पृष्ठ २१.
१५. उपरिनिर्दिष्ट पुस्तक : पृष्ठ ३१.
१६. उपरिनिर्दिष्ट पुस्तक : पृष्ठ ३१-३२.
१७. उपरिनिर्दिष्ट पुस्तक : पृष्ठ ५८.
१८. उपरिनिर्दिष्ट पुस्तक : पृष्ठे ५८-५९.
१९. उपरिनिर्दिष्ट पुस्तक : पृष्ठ ६४.
२०. उपरिनिर्दिष्ट पुस्तक : पृष्ठ ६२.
२१. उपरिनिर्दिष्ट पुस्तक : पृष्ठ ६२.
२२. उपरिनिर्दिष्ट पुस्तक : पृष्ठ ६५.
२३. उपरिनिर्दिष्ट पुस्तक : पृष्ठ ६५.
२४. उपरिनिर्दिष्ट पुस्तक : पृष्ठ ६६.
२५. उपरिनिर्दिष्ट पुस्तक : पृष्ठ ६६.
२६. उपरिनिर्दिष्ट पुस्तक : पृष्ठ ७०.
२७. उपरिनिर्दिष्ट पुस्तक : पृष्ठ ६७.
२८. उपरिनिर्दिष्ट पुस्तक : पृष्ठे ६७-६८.
२९. उपरिनिर्दिष्ट पुस्तक : पृष्ठ ६८.
३०. उपरिनिर्दिष्ट पुस्तक : पृष्ठे ६८-६९.

३१. उपरिनिर्दिष्ट पुस्तक : पृष्ठ ८५.
३२. उपरिनिर्दिष्ट पुस्तक : पृष्ठ ८९.
३३. उपरिनिर्दिष्ट पुस्तक : पृष्ठ ९६.
३४. उपरिनिर्दिष्ट पुस्तक : पृष्ठ १०२.
३५. उपरिनिर्दिष्ट पुस्तक : पृष्ठ १०५.
३६. उपरिनिर्दिष्ट पुस्तक : पृष्ठे १०५-१०६.
३७. उपरिनिर्दिष्ट पुस्तक : पृष्ठ २६.
३८. उपरिनिर्दिष्ट पुस्तक : पृष्ठ १०८.
३९. उपरिनिर्दिष्ट पुस्तक : पृष्ठे ४९-५०.
४०. उपरिनिर्दिष्ट पुस्तक : पृष्ठे ५०-५१.
४१. उपरिनिर्दिष्ट पुस्तक : पृष्ठे ५४-५८.
४२. उपरिनिर्दिष्ट पुस्तक : पृष्ठे ६२-६४.
४३. उपरिनिर्दिष्ट पुस्तक : पृष्ठ ६६.
४४. उपरिनिर्दिष्ट पुस्तक : पृष्ठे ६७-६८.
४५. उपरिनिर्दिष्ट पुस्तक : पृष्ठ ७५.
४६. उपरिनिर्दिष्ट पुस्तक : पृष्ठ ९०.
४७. कुराणातील आयत XXII ३४.३७
४८. उदाहरणादाखल पहा The World of Fatwa पृष्ठे १४३-६४.
४९. डी.एन्. झा यांचे उपरिनिर्दिष्ट पुस्तक पृष्ठे १०१-१०२.
५०. उपरिनिर्दिष्ट पुस्तक : पृष्ठे ५२-५३.
५१. चालू चर्चेसाठी पृष्ठे ११२-१५ पहा.
५२. उपरिनिर्दिष्ट पुस्तक : पृष्ठे ११५-१६.

प्रकरण १६

१. कार्ल मार्क्स "The eighteenth Bramaire of Lousi Banaiante मार्क्स व एंजल्स Selected Works खंड १, पृष्ठे ३९८-४००.
२. पुढील परिच्छेदासाठी पहा V.1 Lentin Collected Works Volume X पृष्ठे ४४-४९
३. लेनिनची पुढील विधाने सोयीसाठी त्याच्या फक्त एका भाषणातून घेतली आहेत : The State : १९१९ मधे स्वेर्डलॉव्ह विद्यापीठात दिलेले भाषण. "Collected Works" खंड XXIX पृष्ठे ४७०-८८.
४. A Short History of the Communist party of the Soviet Union पृष्ठ २३ प्रोग्रेस पब्लिशर्स, मॉस्को, १९७७ पुनर्मुद्रित.

५. A History of India – लेखक के. अंतोनोव्हा, जी. बोंगार्ड लेव्हिन, जी. कातोव्हस्की- प्रोग्रेस पब्लिशर्स, मॉस्को - खंड १ आणि २, १९७३ इंग्रजी अनुवाद-१९७९.
६. खंड १. पृष्ठ ६७ .
७. उपरिनिर्दिष्ट पुस्तक : पृष्ठे ७७-७८.
८. उपरिनिर्दिष्ट पुस्तक : पृष्ठे ९८-१००.
९. उपरिनिर्दिष्ट पुस्तक : पृष्ठे ११८-१९.
१०. उपरिनिर्दिष्ट पुस्तक : पृष्ठे १४८-५१.
११. उपरिनिर्दिष्ट पुस्तक : पृष्ठ १६९.
१२. उपरिनिर्दिष्ट पुस्तक : पृष्ठे १७०-७१.
१३. उपरिनिर्दिष्ट पुस्तक : पृष्ठे १७२-७५.
१४. उपरिनिर्दिष्ट पुस्तक : पृष्ठे १९७-९८, २२५-२७.
१५. उपरिनिर्दिष्ट पुस्तक : पृष्ठ २०८.
१६. उपरिनिर्दिष्ट पुस्तक : पृष्ठ २२४.
१७. उपरिनिर्दिष्ट पुस्तक : पृष्ठ २५५.
१८. खंड II, पृष्ठ २२८.

प्रकरण १७

१. अल्-रिसाला बुक्स, नवी दिल्ली १९९४.

प्रकरण १८

१. निकोलाय व्हॅलेंटिनोव्ह ऑक्सफर्ड, लंडन १९६८.
२. F. A हायेक 'The Transmissions of the ideals of economic Freedom' १९५१ F. A. हायेक : 'Studies in Philosophy, Politics and Economics' राऊटलेज व केगन पॉल, लंडन १९६७ पृष्ठे १९५-२००.

प्रकरण १९

१. डी. एन. झा : "Ancient India" पृष्ठ XVIII मनोहर, नवी दिल्ली, १९९७.
२. उपरिनिर्दिष्ट पुस्तक : पृष्ठे १०६-०७.
३. डी. डी. कोसंबी "Myth and Reality" पॉप्युलर प्रकाशन, मुंबई १९६२, १९९३ पुनर्मुद्रण- पृष्ठे २९-३२.

प्रकरण २०

१. एत्झिओनीचे हे पुस्तक भारतीयांसाठी निश्चितच लक्षवेधी आहे. "The spirit of community : Rights, Responsibilities and Communitarian Idea." Fontana, 1995.

२. अल्-रिसाला बुक्स्, नवी दिल्ली, १९९३.

३. उदाहरणांसाठी माझे खालील पुस्तक पहावे. Missionaries in India, ASA १९९४ आणि हार्पर-कॉलिन्स, १९९७.

◆